# தலைக்கு விலை

(ஜெர்மன் நாவல்)

அன்னா செகர்ஸ்

தமிழாக்கம்

பி.வி.சுப்பிரமணியம்

பரிசல்

வெளியீடு

பரிசல் புத்தக நிலையம்

தலைக்கு விலை (ஜெர்மன் நாவல்)

ஆசிரியர்: **அன்னா செகர்ஸ்**

மொழிப்பெயர்ப்பாளர் : **திரு பி.வி. சுப்பிரமணியம்**

முதல் பதிப்பு : நவம்பர், 1968

பரிசல் முதல் பதிப்பு : ஏப்ரல் 2025

வெளியீடு : பரிசல் புத்தக நிலையம்

நெ.47, B1-பிளாட், தாமோதர் பிளாட் ஐஸ்வர்ய அபார்ட்மெண்ட்,
ஓம் பாராசக்தி தெரு, விஓசி நகர், பம்மல், சென்னை - 600 075

பேச: 9382853646, 8825767500

மின்னஞ்சல்: parisalbooks2021@gmail.com

பக்க வடிவமைப்பு: யு.நிலா

அச்சாக்கம்: தி பிரிண்ட் பார்க், சென்னை 600 117.

பக்கம்: 280    விலை: ரூ. 300 /-

_ _ _ _ _ _ _ _ _ _ _ _ _ _ _ _ _ _ _ _ _ _ _

## A PRICE ON HIS HEAD

Author : Anna Seghers

Translator by : Thiru P.V. Supramaniayam

First Edition : November, 1968

Parisal First Edition : April 2025

Published by: Parisal Putthaga Nilayam

No.47 B1 Flat, First floor,

Dhamodar Flat Aiswarya Apartment, Om Parasakthi St,

Voc Nagar pammal, Chennai - 600 075

Mobile: 93828 53646

E-mail: parisalbooks2021@gmail.com

Designed by: Y.NILA

Printed at: The Print Park, Chennai 600 117.

ISBN: 978-81-19919-76-5

Pages: 280    Price: Rs.300 /-

## முதல் பதிப்பின் பதிப்புரை

ஜெர்மனியின் தலைசிறந்த எழுத்தாளர் அன்னா செகர்ஸின் 'தலைக்கு விலை' (A Price on His Head) என்ற இந்நூல், ஜெர்மனி, நாஜிகள் வசமாகிக் கொண்டிருந்த காலத்தின் கதையாகும். ஹிட்லரை அறியாதார் யாருமில்லை. அவனது கட்சியினர் பாசிசத்தைக் கொண்டு வருவதற்காக இரத்த வெறி பிடித்து அலைந்தனர். அச்சூழலை மையமாக வைத்து, ஜெர்மன் கிராமம் ஒன்றைப் பூரணமாகச் சித்தரிக்கின்றது இந்நாவல்.

ஓர் இளைஞன் அந்தக் கிராமத்துக்கு வருவதை ஆரம்பமாகக் கொண்டு இக்கதைத் தொடங்குகிறது. 1932ஆம் ஆண்டின் ஜெர்மனி எவ்வாறு இருந்தது என்பதனை இந்நூல் ஆசிரியை படிப்படியாகச் சித்தரிக்கிறார்.

பள்ளி ஆசிரியர் ரிவ்க்கின் பேராசைக் குணமும், குங்க லின் சின்னத்தனமும், விவசாயி ஆல்கியரின் புரிபடாதப் போக்கும், பாதிரியார் புரியும் தேர்தல் பிரசாரமும், ஓட்டுச் சாவடியில் நடைபெறும் தமாஷ்களும், மரியாவின் காதலும், மெர்ஸின் ஆடம்பரச் செயல்களும் இந்நவீனத்தில் கட்டுக் கோப்பாக அமைந்துள்ளன.

ஒரு கிராமத்துச் சூழ்நிலையை விளக்க பல சின்ன சின்ன சம்பவங்களையும் இந்நூலாசிரியை விடவில்லை.

யோஹான்!

அவன்தான் அந்தக் கிராமத்துக்கு வந்த புதிய இளைஞன். அவனை நாம் மறக்க முடியுமா? அவனுடைய உழைப்பால், அவனுடைய அன்பை, அவனுடைய பொறுப்பை, அவனுடைய சித்தசுத்தியைக் காணும்போது பரவசமேற்படுகிறது.

பொதுவாக எந்தக் குழந்தையைப் பார்த்தாலும் தன் உடன்பிறந்த சகோதரி என்றே அவனுக்குத் தோன்றுகிறது; மூடத்தனமாக உழைத்து உருக்குலைத்து போகும் உத்தமர்களைக் கண்டு அவனுக்கு ஆவேசம் வருகிறது; அவனுடைய உள்ளத்தில் இனிய காதலும் சுரக்கிறது. இவைகளையெல்லாம் அவன் வெளிப்படுத்துவதில் அவசரமோ, ஆர்ப்பாட்டமோ காட்டுகிறானா? இல்லை. என்றாலும் அந்த இளைஞன் அந்தக் கிராமத்து மக்கள் ஒவ்வொருவருடைய கருத்துக்கும் இலக்காகிறான் !

ஒரு நாள் சுவரொட்டி விளம்பரம் ஒன்று காட்சியளித்தது. அதில்,

> "இதில் இருக்கும் படம் ஹான்ஸ் ஷுல்ஸ் என்பவனுடையது. வயது இருபது. லிப்சிக்கில் வசிக்கும் ஓர் இளைஞன். ஏப்ரல் 3ந்தேதி அவ்வூரில் பட்டினி ஊர்வலம் என்ற பெயரில் நடந்த ஆர்ப்பாட்டத்தில் அவன் ஒரு போலீஸ்காரனைக் குத்திக் கொன்று விட்டு, தப்பிவிட்டான். நீலநிறச் சட்டை, குட்டையான கால்சட்டை, காற்றணை, மேலே கூராக நீட்டிக் கொண்டிருக்கும் குல்லாய்-இவை அணிந்திருந்தான். அவனைப் பிடித்துக் கொடுப்பவர்களுக்கோ அல்லது பிடிப்பதற்குத் தகுந்த புலன் அளிப்பவர்களுக்கோ ஐந்நூறு மார்க் பரிசுத் தொகை அளிக்கப்படும்" என்று அச்சிடப்பட்டிருந்தது.

இந்த விளம்பரத்தைப் பார்த்ததும் அந்த இளைஞன் யோஹான்தான் என்று 'கிராமத்தார்கள் சிலருக்குத் தெரிகிறது. ஆனால், அவனைக் காட்டிக் கொடுப்பதற்கு இடைஞ்சலாக எத்தனை விதமான, சுயநலமான, பயங்கரமான, கோழைத்தனமான, உண்மையான காரணங்கள் அவர்களுக்கு ஏற்படுகின்றன என்பதை அன்னா செகர்ஸ் மிக நுணுக்கமாக ஆய்ந்து படைத்திருப்பது பாராட்டத் தகுந்தது.

ஒரு சந்தர்ப்பத்தில் அந்த விளம்பரத்தை ஒரே சமயத்தில் யோஹானும் அவன் நண்பன் கோஸ்லினும் பார்க்க நேரிடுகிறது.

“நீ ஒரு கம்யூனிஸ்டாக இருக்கலாமென்று நான் பல தடவைகளில் நினைத்ததுண்டு. நீ கட்சி அங்கத்தினனா?” என்று நண்பன் கேட்கிறான்.

இந்த இடத்தில் யோஹான் பேசுகிறான். இதுவரை அவன் வாய் திறந்து அழுத்தமாக இந்நாவலில் ஓர் இடத்திலும் பேசவில்லை. இந்த இடத்தில் பேசுகிறான்:

“இல்லை. கட்சியில் அங்கத்தினனாகவில்லை. என்றாலும் நான் கம்யூனிஸ்ட் என்பதில் ஐயமில்லை.”

பேச்சு தொடர்கிறது. சிறந்த மனிதத் தன்மையின் உயர்ந்த பண்புகள் இந்த உரையாடல் மூலமாக ஒலிப்பரப்பப் படபடுகின்றன.

ஜெர்மானிய மக்களில் சில சுயநலமிகள் செய்த தவறுகள், மனிதத் தன்மையை இழந்துவிட்ட நடவடிக்கைகள் ‘நாஜிசம்’ தோன்ற காரணமாகிறது. அந்த நாஜிசத்தை எதிர்த்த நல்லவர்கள் கொலை செய்யப்பட்டார்கள்; தங்களது உயிரைக் காத்துக்கொள்ள செய்த தற்காப்பு நடவடிக்கைகள் கூட கொலைக்கு காரணமாகி விட்டன.

உயர்ந்த பண்பும், உள்ளத் தூய்மையும், அஞ்சா நெஞ்சமும் கொண்ட பல நூற்றுக்கணக்கான ‘யோஹான்’கள் அங்கிருந்தும் நாஜிக் கும்பலின் கை ஓங்கிவிட்டது. அதன் பலனை அது கொஞ்ச நாட்களிலே தெரிந்து கொண்டது.

யோஹான் !

இவனை கடைசியாக நாஜி கட்சியினர் பிடித்துவிட்டனர். ரத்தம் பாய அடித்துவிட்டனர். ராணுவ போலீஸ் வசமும் ஒப்படைத்து விட்டனர்.

இறுதியில், யோஹானை அந்த விவசாயி ஆல்கியர் வேலைசெய்து கொண்டிருந்த வயல் வழியாக போலீஸார் அழைத்துச் செல்கின்றனர். ஆல்கியரும் யோஹானை அடையாளம்

கண்டு விடுகிறான். இந்நிகழ்ச்சியை இந்நாவலாசிரியை குறிப்பிடும்போது, "திடீரென்று ஆல்கியருக்கு எல்லாம் விளங்கியது. உடல் நடுங்கிற்று. நாலாப் புறங்களிலும் பறந்து கொண்டிருந்த தாடி துடித்தது. எதையோ வாயில் போட்டு மெல்லுவதைப்போல், முகவாய்க்கட்டை முன்னும் பின்னும் சென்றது. அடுத்தகணம் என்ன தோன்றியதோ, என்னவோ. பிறந்த குழந்தையை முதல் தடவையாக மாதா கோவிலுக்குக் கொண்டு போகும்போதோ, அல்லது இறந்தவர்களைப் புதைப்பதற்கு எடுத்துச் செல்லும்போதோ, அருகிலுள்ளவர்கள் தொப்பியை எடுத்துவிட்டு மரியாதை செய்வார்களல்லவா? அதைப்போல் பிக்காசை கீழே போட்டுவிட்டு, தொப்பியை எடுத்துக் கையில் பிடித்துக்கொண்டு நின்றான்" என்று இந்நாவலை முடிப்பது நெஞ்சுருக வைக்கிறது.

இந்நூலை வைணவக் கல்லூரிப் பேராசிரியர் திரு. பி. வி. சுப்பிரமணியம் அவர்கள் சரளமாக மொழி பெயர்த்துள்ளார். தமிழில் வெளிவரும் இந்நாவல் ஜெர்மன் மக்களின் வாழ்க்கை அனுபவங்களை தமிழ் மக்கள் புரிந்து கொள்ள உதவி புரியும் என நம்புகிறோம்.

# 1

வயலிலிருந்து கடைசியாக வந்தவன் பாஸ்தியன்தான். வேலியில் பொருத்தப்பட்டிருந்த கதவை மூடிவிட்டு, களைக் கொட்டிலிருந்த மண்ணைச் சுரண்டியெறிந்து சுத்தம் செய்தான். அதை உரிய இடத்தில் வைத்துவிட்டு, குழாயடியில் முகத்தையும், கைகளையும் கழுவிக் கொண்டான். வெகு நேரம் அவன் குனிந்தபடியே வேலை செய்ததால், அவனுடைய முதுகெலும்பெல்லாம் வலித்தது. எனவே, நிமிர மாட்டாமல் அவன் தலை கவிழ்ந்தவாறு, தோள்பட்டைகள் முன்புறம் சரிந்தபடி நின்றான். வீட்டு வாசலில் கடைசியாக அவன் மீண்டும் குனிந்து எழவேண்டியிருந்தது. டோரா தனது கூடையிலிருந்து போட்டுச் சென்ற இரண்டு உருளைக் கிழங்குகளை எடுக்க நினைத்தான். அவற்றிற்காகக் குனிவதுகூட அவனுக்குக் கஷ்டமாயிருந்தது; தலை சுற்றிற்று. குப்புற விழாமலிருப்பதற்காக ஒரு கணம் கைகால்களை அப்படியே ஊன்றிக் கொண்டு, நாலு கால் பிராணியைப் போல நின்றான். தூக்க முடியாத சுமையை வைத்து அழுத்தித் தன்னை பதிய வைத்துவிட்டதைப்போன்ற உணர்ச்சி, அவனுக்கு உண்டாயிற்று. சாவு அவனுக்குப் பின்னால் வெகு அருகில் நின்று கொண்டிருந்தது. அது கைகளை உயரத் தூக்கி, மற்றொரு பெரிய சுமையை அவன்மீது தள்ளி நசுக்குவதற்குத் தயாராயிருந்தது. அது மட்டும் விழுந்திருந்தால், அவன் ஒழிந்த மாதிரிதான்.

அவன் மெதுவாக உடலை நிமிர்த்தி, முனகியவாறே எழுந்து நின்றான். இரண்டு உருளைக்கிழங்குகள் அவனுடைய

இடது கையில் இருந்தன. வலது கையால் கதவின் கைப்பிடியை எட்டிப் பிடித்தான்.

கதவெதிரில் ஒரு மேஜைமீது உணவுப் பொருள்கள் வைக்கப்பட்டிருந்தன. நடுத்தர வயதுள்ள ஒரு பெண்பிள்ளை அருகில் உட்கார்ந்திருந்தாள். அவளை அடுத்து பெஞ்சிமீது அவரவர்களுடைய உயரத்திற்கேற்றபடி வரிசையாக நான்கு குழந்தைகள் இருந்தனர். அவளுடைய மடியில் ஐந்தாவது குழந்தை. அவர்களுடைய முகங்களில் எவ்வித உணர்ச்சிக் குறியும் இல்லை. மேஜை மீதிருந்த உணவுப் பாத்திரத்திலிருந்து ஆவி எழுந்து அவர்களுடைய முகங்களைச் சிறிது மறைத்தது. ஆவியின் மணம் காரணமாக மீண்டும் பாஸ்தியனுக்கு மயக்கம் வரும்போலிருந்தது. ஆனால் இது முன் தடவையைப்போல் அவ்வளவு கடுமையாக இல்லை. கடும் பசியினால் அவனுடைய குடல் சுருங்கிவிட்டது. அங்கிருந்த உணவுப் பாத்திரத்தில் அப்படியே முழுகி எழுந்துவிட வேண்டுமென்ற ஒன்றே அவனுடைய ஆவல். அவன் நாற்காலியிருந்த இடத்திற்குச் சென்றான். மேஜையின் நீண்ட பக்கத்திலிருந்த நாற்காலி அது ஒன்றே. உணவிலிருந்து வந்த ஆவி முகத்தில் பட்டதும், அவனுடைய இதயம் பட படத்தது. ஆயினும் சற்றுமுன் செய்த மாதிரி, தன்னைக் கொஞ்சம் சமாளித்துக் கொண்டான். கை விரல்களால் மீசையை முறுக்கிவிட்டுக் கொண்டான். மூக்கு ஓரங்கள் துடிக்க, குழந்தைகள் அவனையே உற்று நோக்கின. எதிரில் இருந்த உணவுக்குக் கூரையிட்டதைப்போல் தங்களுடைய சிறிய கைகளை மடித்து வைத்துக்கொண்டு உட்கார்ந்திருந்தனர். கடைசியில் கடவுள் வணக்கத்தின் ஆரம்ப வார்த்தைகளைக் கூறத் தொடங்கியவுடன், சூடான உணவுப் பாத்திரத்தைச் சுற்றி ஒரு கோட்டையைப்போல் நிலவிய மௌனம் கலைந்தது.

பிரார்த்தனையில் மன்னிப்புக்கோரும் பகுதியை பாஸ்தியன் சொல்லிக்கொண்டிருந்தபோது, வெளிவேலிக் கதவு திறக்கப் படுவதும், வாசற்படியருகில் ஒருவர் வந்த சத்தமும் கேட்டது. அதைப் புறக்கணிக்க அவன் தன்னாலான முயற்சியெல்லாம் செய்து பார்த்தான். தன் குரலை உயர்த்தினான். குழந்தைகளில்

யாரும் தலையைத் தூக்கிப் பார்க்கவில்லை. ஆனால் கரிய நிழல் ஒன்று அதிக வெளிச்சமில்லாத அவ்வறையில் விழுந்தது. வழிக்குக் குறுக்கே நிலைப்படியருகில் யாரோ ஒருவன் நிற்கிறான் என்று எல்லோரும் தெரிந்து கொண்டனர்.

## 2

பிரார்த்தனையை முடித்துவிட்டு பாஸ்தியன் திரும்பிப் பார்த்தான். கதவருகில் நின்ற பையனை அவனுக்குத் தெரியாது. அக்கிராமத்தைக் கடந்து அவனைப்போல் பலர் அடிக்கடி போவதுண்டு. அவன் குட்டையான கால்சட்டை, தோல் பெல்ட், நீல லினன் சட்டை ஆகியவை அணிந்திருந்தான். அவன் முதுகில் ஒரு பை இருந்தது. அதைப் பிணைத்திருந்த கயிற்றில் ஒரு ஜாக்கெட் மாட்டியிருந்தது. அழுக்கும் வியர்வையும் அட்டை கட்டியிருந்த அவனுடைய முகத்தில் வெட்கம் தோன்றியது. ஆனால் அவனுடைய கண்கள் அப்படியில்லை. "நான் யோஹான் ஷில்ஸ். ஜார்ஜ் ஷில்ஸ் மகன்" என்றான்.

திடீரென்று அங்கிருந்தவள் தன் மடியிலிருந்த குழந்தையை பெஞ்ச் மீது உட்கார வைத்துவிட்டு, எழுந்து நின்றாள். "காலஞ்சென்ற என் கணவனுக்கு பாட்ஸன்பாக்கில் ஒரு சகோதரி இருந்தாள். அவள் ஷில்ஸ் குடும்பத்தைச் சேர்ந்த ஒருவரை மணந்து கொண்டாள். கொஞ்ச நாட்களுக்குப் பிறகு அவர்கள் வெகு தொலைவில் உள்ள ஸாக்ஸனிக்குப் போனார்கள். அவர்களுக்குக் குழந்தை பிறந்ததைப் பற்றியும் கேள்விப்பட்டேன். இவன் அவர்களில் ஒருவனோ என்னவோ, அவர்களைப்பற்றி நான் உங்களிடம் ஒன்றும் சொல்லவில்லை. ஏனென்றால் அவர்கள் அருகிலில்லை. அத்துடன் அவர்களைப் பெரிய உறவு என்றும் சொல்வதற்கில்லை" என்றாள்.

பாஸ்தியன் தயக்கத்துடன் புதிதாக வந்திருந்தவனுடைய முகத்தைப் பார்த்தான். தலையிலிருந்து கால்வரை ஒருதரம் நோக்கினான். அவ்வாலிபன் காலில் அணிந்திருந்த ஜோடுகள் அவனுக்காகவாங்கப்பட்டவையல்ல வென்று நன்றாகத் தெரிந்தது. ஏனெனில் கணுக்கால் ஒட்டுகள் சரியாக தைக்கப்படவில்லை. அவனுடைய கணுக்காலுக்கு அது எட்டுவதாக இல்லை.

பாஸ்தியன் பார்த்து முடிக்கும் வரை அவ்வாலிபன் கதவின்மேல் கைவைத்த வண்ணம் நின்று கொண்டிருந்தான். உணவின் வாசனை அவனையும் ஒருவித மயக்கத்திற்கு உள்ளாக்கியது. தலையின் பின்புறத்தைக் கதவில் தேய்த்தவாறு இருந்தான். ‘அவர்கள் என்னை வெளியில் அனுப்பி விடுவார்களோ - அனுப்பிவிட மாட்டார்கள் என்று நினைக்கிறேன் - கடவுளே, கடவுளே.’

காலில் போட்டிருந்த ஜோடுகளைப் பார்த்துவிட்டு பாஸ்தியன் மீண்டும் நிமிர்ந்து அவனுடைய முகத்தைப் பார்த்தான். அதில் தோன்றிய கருமை அழுக்கினால் மட்டும் ஏற்பட்டதல்ல என்று உடனே தெரிந்தது. மேலும் கூர்ந்து நோக்கிய போது, கண்களுக்குக் கீழிருந்த இடம் கருநீலமாக இருந்தது. விருப்பமின்றி, “கொஞ்சம் அவகாசம் இருக்குமானால் இப்படி உட்கார்” என்றான் பாஸ்தியன்.

குழந்தைகள் வைத்த கண் வாங்காமல் விருந்தாளியை நோக்கினர். மேஜை சிறிதாயிருந்த பக்கத்தில் ஒரு தட்டை வைத்து, அதனருகில் ஒரு ரொட்டித் துண்டையும் வைத்தாள் அங்கிருந்த பெண் பிள்ளை.

அவ்வாலிபன் கைநிறைய அதை அப்படியே எடுத்துக் கொண்டான். மற்ற தட்டுக்களில் பண்டங்கள் வைக்கும் வரையில்கூட அவன் காத்திருக்கவில்லை. ரொட்டித்துண்டை அப்படியே வாயிலடைத்துக் கொண்டான். அது வாயிலிருந்த போதுகூட, பசியினால் தான் இறந்து போகக்கூடுமென்ற துயரம் அவனுடைய நெஞ்சைக் கலக்கியது. வாயில் அடைத்துக்கொண்ட பழைய ரொட்டித்துண்டை அவன் பரபரப்புடன் மென்று தின்னத் தொடங்கினான். குழந்தைகள் இதைக்கண்டு பயந்து விட்டனர், அவனுடைய பற்கள் பாம்பின் விஷப் பற்களைப் போல் அவர்களுக்குத் தோன்றின.

பாஸ்தியன் இருந்த இடத்திலிருந்து தலையைத் திருப்பாமலே, ஓரக் கண்களினால் இப்பசியைக் கவனித்தான். அவன் பார்த்தது தன்னுடைய பசியைப் போன்றதல்ல. அதைவிடக் கொடியது, மறைக்க முடியாமலிருந்தது. ரொட்டியைத்

தின்ற பிறகு என்ன செய்வதென்று தெரியாமல் அவன் திறந்த வெறும் கைகளைப் பார்த்து விழித்துக்கொண்டிருந்தாள். அருகிலிருந்த ஸ்பூனை ஆத்திரத்துடன் எடுத்தான்.

அங்கிருந்தவள் மேஜையின் மறுபுறத்தில் நடந்ததை கொஞ்சங்கூட கவனிக்கவில்லை. அவள் மடியில் புரண்டு கொண்டிருந்த கைக்குழந்தை சற்று பெரிதாகவே இருந்தது. அதை எடுத்துப் பால் கொடுப்பதற்கு மார்பகத்தில் வைத்துக் கொள்ள முயற்சித்தாள்.

சாப்பாடு முடிந்ததும், “யோஹான், அதுதானே உன் பெயர்? இருட்டுவதற்கு முன்பே பாட்ஸன்பாக்குக்குப் புறப்படவேண்டும் அல்லவா?” என்றான்.

ஷில்ஸ், “ஆமாம். இரவு போய்விட வேண்டும்” என்றான்.

அவர்கள் ஒருவரையொருவர் பார்த்துக்கொண்டனர். அப்படிப் பார்த்துக் கொண்டிருக்கையிலேயே வாலிபனுடைய தலை மார்பில் சாய்ந்தது. அதை பாஸ்தியன் ஒருதரம் தூக்கி நிறுத்தினான். மறுபடியும் விழுந்தது. மறுபடி அவன் அதை நிமிர்த்தி வைத்தான்.

பாஸ்தியனுக்கு ஆச்சரியமாயிருந்தது. கிழவர்கள்தான் இப்படி அயர்ந்துபோவார்களென்று நினைத்துக் கொண்டிருந்தான். தன் இளமைப் பருவத்தில் இதைப்போல் - இன்று பார்த்த அளவுக்கு - அசதி வந்ததாக அவனுக்கு நினைவில்லை. மேலேயிருந்து ஒரு கை - அல்ல, இரண்டு கைகள் - தன்னுடைய உடலைக் கசக்கி பிழிவது போன்ற உணர்ச்சி பாஸ்தியனுக்கு வந்தது. ஓர் இளைஞன் எதற்காக இவ்வளவு அயர்வுற வேண்டுமென்று அவனுக்குத் தெரியவில்லை. “உனக்கு அவசரம் ஒன்றுமில்லையானால், நீ, இன்றிரவு இங்கு தங்கிப் போவதில் எனக்கு ஆட்சேபணையில்லை” என்றான்.

மேஜையின் எதிர்ப்புறத்தில் என்ன நடக்கிறதென்று அங்கிருந்த பெண் முதல் தடவையாகக் கவனித்தாள். அமைதி நிறைந்த அவளுடைய முகத்தில் ஆச்சரியத்தின் அறிகுறிகளேதும் தென்படவில்லை. அவர்களுடைய பேச்சில் நாட்டமே தெரிந்தது. குழந்தையைக் கீழே வைத்துவிட்டு, ஆடையைச் சரிசெய்து

கொண்டு அவள் எழுந்திருந்தாள். அவ்வாலிபனை இருக்கச் சொன்ன அந்த நொடியிலேயே, ஏனிவ்வாறு சொன்னோம் என்று பாஸ்தியன் தன்னைத்தானே நொந்து கொண்டான். அவன் முகத்தில் தோன்றிய குழப்பமும், பயமும், 'என் அழைப்பை மறுத்துவிடு' என்று கூறுவது போலிருந்தன. ஆனால், அவ்வாலிபனோ மேஜையின் காலில் கையையூன்றி, அப்படியே பெஞ்சியின்மீது நகர்ந்தான். மற்றொரு கையால் அருகில் உட்கார்ந்திருந்த குழந்தையைத் தள்ளினான். அதன் விளைவாக நான்கு குழந்தைகளும் ஒன்றன் பின் ஒன்றாகத் தள்ளாடி விழப்போய், எழுந்து நின்றனர். பெஞ்சியில் சாய்ந்த வாலிபன் நெடுஞ்சாண் கிடையாகப் படுத்தான். பாஸ்தியன் தன்னுடைய தலையை ஆட்டியவாறு அங்கிருந்து எழுந்தான். பானைகளையும், தட்டுகளையும், தீவன வாளிகளையும் தூக்கிக்கொண்டு சற்றுநேரம் வரை கணவனும், மனைவியும் அறைக்கும், சமையற்கட்டுக்குமாக ஓடியாடி வேலை செய்தனர். அவர்கள் சத்தமின்றி நடந்தது அவர்களுக்கே தெரியாது. குழந்தைகளிடம், அவ்வுடைகளைக் களைந்துவிட்டு மாற்றுடை அணியும்படி மெதுவாகக் கூறினார்கள். ஆனால் குழந்தைகள் பெஞ்சியின் ஒரு புறத்தில் நின்று, தூங்கும் இளைஞனையே பார்த்துக் கொண்டிருந்தனர். ஒரு மணி நேரத்திற்குப் பிறகு மாட்டுக் கொட்டிலிலிருந்து அவர்களுடைய தாய் திரும்பி வந்தாள். அவ்வறையெல்லாம் சிறு மூச்சும், நெடு மூச்சுமாக இருந்தது. அங்கிருந்த ஒவ்வொரு பொருளும் அவளுக்கு நன்றாகத் தென்பட்டது. ஏனெனில், இங்கு கோடை காலங்களில் இரவு நேரம் மிகக் குறைவு. பகல் பொழுது அடுத்தடுத்து வருவதைப் பார்த்தால் இரவு என்பது ஒன்று இருக்கிறதா என்றே தோன்றும்.

அப்பெண்பிள்ளை மீண்டும் பெஞ்ச் அருகில் சென்றாள். அங்கு கைகளைக் கட்டிக்கொண்டு தூங்கும் வாலிபனைக் குனிந்து நோக்கினாள். இப்போதும் அவளுடைய முகத்தில் வியப்புத் தோன்றவில்லை, ஆழ்ந்த நோக்கே தென்பட்டது. நடுவில் ஒருதரம் வாலிபன் விழித்து எழுந்திருக்க வேண்டும். பூட்ஸை ஒரு காலிலிருந்து அகற்றியிருந்தான். மற்றொன்றில் கட்டியிருந்த நாடாவை அவிழ்த்துவிட்டிருந்தான். அந்த

ஜோடும் அவனுடைய காலிலேயே தொங்கிய வண்ணம் இருந்தது. அப்படியே தூங்கிக்கொண்டிருந்தான்.

அவனைப் பார்த்து நின்ற பெண் கொட்டாவி விட்டு, சமையலறைக்குச் சென்றாள். ஒரே அறையைப் பலகை வைத்துத் தடுத்து, படுக்கையறை, சமையலறை என்ற இரு பகுதிகளாகப் பிரித்திருந்தனர்.

சற்று நேரத்திற்குப் பிறகு பாஸ்தியன் உள்ளே வந்தான். ஏற்கனவே அவனுடைய மனைவி நின்ற இடத்தில் வந்து நின்றான். தூங்கிக்கொண்டிருந்த வாலிபனின் நிர்மலமான முகத்தைக் கண்டதும் அவனுடைய உள்ளத்தில் குழப்பம் அதிகரித்தது. அந்த கிராமத்தின் வழியாகப் பலர் சென்றனர். அவர்கள் பல தீமைகள் செய்துவிட்டு வந்தவர்கள், தீமையை நோக்கிச் சென்றவர்கள். இவனை தோளைப் பிடித்துக் குலுக்கியெழுப்பி வெளியில் அனுப்பிவிட நினைத்தான் பாஸ்தியன். ஆனால், அவன் செய்ததென்னவோ வேறொன்று. குனிந்து, காலில் தொங்கிக் கொண்டிருந்த இரண்டாவது பூட்ஸையும் கழற்றி, முதலாவது ஜோடு இருந்த இடத்தில் வைத்துவிட்டு, தொங்கிக்கொண்டிருந்த காலைத்தூக்கி பெஞ்ச் மீது வைத்தான். கடவுளிடம் நம்பிக்கை இருந்ததால், தான் இவ்வாறு செய்ததாக அவன் நினைத்தான்.

## 3

பாஸ்தியனைப் பார்த்தவர்கள் எவரும் அவன் பல இடங்களைச்சுற்றிப் பார்த்தவனென்று சொல்லமாட்டார்கள். ஆனால், அவனுடைய காலத்தில் அவன் சற்று அதிகமாகவே பிரயாணம் செய்தவன்தான். அவனுடைய தந்தை, விவாகத்தின் மூலமும், நெற்றி வேர்வை நிலத்தில் விழ உழைத்ததன் மூலமாகவும் முன்னுக்கு வந்தார். அவரைக் குதிரை உதைத்த தன் விளைவாக, அவர் உடல் நலிவுற்று நாற்பதாவது வயதில் இறந்தார். அது அவர் முதல் முதலாக வாங்கிய குதிரை, இறக்கும் தருவாயிலும் அதைத் தான் வாங்கியதுபற்றி பெருமை கொண்டிருந்தார். மொ்ஸ் குடும்பத்தினர் இரண்டு குதிரைகள் வைத்திருந்தனர். அவர்கள் பாஸ்தியனுடைய தந்தைக்கு

ஏற்பட்ட விபத்திற்கு வேறு விதமாகக் காரணம் கூறினர். தங்களுக்குக் குதிரையோட்டத் தெரியுமென்று மனப்பால் குடித்தவர்களில் அவனும் ஒருவன் என்பது அக்குடும்பத்தினரின் பேச்சு.

இறந்தவருடைய பிள்ளைகளில் மூத்தவன் பெயர் கான்ராடு பாஸ்தியன். அவன் தன்னுடைய தம்பி ஆன்டிரியாஸை பில்லிங்கன் என்ற ஊரில் தொழில் கற்றுக்கொள்ளட்டுமென்று ஒரு வேலை பார்த்து அமர்த்திவிட்டு, பொறுப்பிலிருந்து விலகிக்கொண்டான். அக்காலத்தில் தோல் தைப்பவன்கூட, தன் தொழிலையும் கொஞ்சம் நிலத்தையும் வைத்துக்கொண்டு ஒரு கிராமத்தில் பிழைத்து விடலாமென்ற நம்பிக்கையிருந்தது. ஆன்டிரியாஸுக்கு தன் குடிசையை யும், வயல் வரப்புகளையும் தவிர வேறொன்றும் தெரியாது. இப்போது பெரிய ஊருக்கு வந்தவுடன் அவனுடைய உள்ள மும் ஓரளவு விசாலமடைந்தது. வாழ்க்கையில் பல புதிய விஷயங்களைத் தெரிந்து கொள்ளும் வாய்ப்புக் கிடைத்தது. இது ஒரு விதத்தில் நன்மையே. ஆயினும் பல துறைகள் அவனுக்கு அப்பாற்பட்டவையாக இருந்தன. இதனால் ஆன்டிரியாஸுக்கு இருப்புக் கொள்ளவில்லை. அவனுடைய கைகள் கிழிந்த ஜோடுகளைத் தொட்ட போதெல்லாம், 'இப்படி இன்னும் கொஞ்சம் காலம் தள்ளலாம்' என்று தோன்றும். அவன் மெயின் ஆற்றோரம் நடந்து, பிளாக்பாரெஸ்ட்டிற்கு செல்வான். நறுமணத்திற்காக பான வகைகளில் சேர்க்கப்படும் ஒருவித செடியை அங்கிருந்தவர்கள் பயிரிட்டு வந்தார்கள். அவர்களை ஆன்டிரியாஸ் மலைச்சரிவுகளில் சந்திப்பான். காட்டிலாகா அதிகாரிகளையும் அவன் அவ்வப்போது பார்ப்பதுண்டு. மாரிக் காலத்தில் கடுமையான குளிர். மரங்களுக்கும், தோலுக்கும் வெவ்வேறு விதமான எண்ணெய் தயாரிப்பது எப்படி என்று அவன் கற்றுக்கொண்டான். ஜன்னலில் பனி படர்ந்து, அவன் தனித்திருந்து, தான் கூறுவது எஜமான் காதிலும்கூட விழாது என்று தோன்றியபோது, தெளிவற்ற முறையில் அவன் தன் இன்னல்களை கடவுளிடம் முறையிட்டுக் கொண்டிருப்பான்.

அவன் வடமேற்குப் பகுதியில் வெகு தூரம் சென்றான். அவனுடைய கைத்தொழிலின் தரம் என்ன என்பது அவனுடைய கால்வலி மூலம் நன்றாகத் தெரிந்தது. கோடையில் கடலின் தோற்றம் அவன் உள்ளத்தில் விவரிக்க இயலாத மதிப்பையும், பயத்தையும் அளித்தது. கடவுளைப்பற்றி அவன் உள்ளத்திலிருந்த கற்பனை உருவத்திற்கு அது ஒரு புத்தொளி அளித்தது. ஜூன், ஜூலை, ஆகஸ்ட். உலகப்போர் மூண்டது. அதில் அகப்பட்டுக் கொண்டதால், அவனும் கப்பல் ஏற்றப்பட்டு எதிர்பாராத இடங்களுக்குப் போக நேரிட்டது. கிழக்கு, மேற்குப் போர் முனைகளிலும், ருமேனியாவிலும் அவன் இருந்தான். அவற்றில் அவன் பெரிய காயம் அடைந்ததில்லை. காயம் பட்டால் உடம்பு தேறுவதற்கென்று கொடுக் கும் லீவை எப்படிக் கழிப்பதென்று இவனுக்குத் தெரியாது என்று கடவுளுக்குத் தெரியும். ஆகையால் காயம், லீவு முதலியவை ஒன்றுமில்லாமல் அவர் செய்து விட்டாற் போலிருக்கிறது. எரியும் கிராமங்களையும், துண்டான உடல்களையும் கண்ட பிறகுகூட, நம் கண்ணிற்குப் புலப்படாத அதீத சக்தியொன்று இருக்கிறது என்ற நம்பிக்கை அவன் மனதைவிட்டு மறையவில்லை. முன் காலத்தில் இருந்ததுபோல் இப்போதும் அவனுடைய வேலை ராணுவத்திற்குத் தேவையாக இருந்தது. கிழிந்த ஜோடுகளைத் தைப்பதற்கு அவனை போர் முனைக்கும் பின்னாலிருந்த தொழிற்சாலைகளுக்கு அழைத்துச் சென்றனர். மற்ற இடங்களில் இவ்வேலை ஒவ்வொரு நாளும் இருந்தது. சாவுக்கும் ஜோடுகள் தேவை போலிருக்கிறது.

தெற்குப் போர் முனையில் தோல்வி ஏற்பட்டு எதிரிப் படைகள் முன்னேறத் தொடங்கியவுடன், பாஸ்தியன் ஐரோப்பாவின் தென்கிழக்குப் பகுதியிலிருந்து சொந்த ஊரை நோக்கிப் புறப்பட்டான். எங்கும் ஒரே குழப்பம். இவைகளுக் கிடையில், மக்கள் உள்ளங்களில் பல்வேறுவித கோரிக்கைகள் உருவாகத் தொடங்கியிருந்தன. ஆயினும், அவைகளுக்கும், தனக்கும் எவ்வித சம்பந்தமுமில்லையென்று ஆன்டிரியாஸ் நினைத்தான். இருப்புக்கொள்ளாமல் முன்பெல்லாம் திரிந்து கொண்டிருந்த நிலை இப்பொழுது இல்லை. வெளிப்பிரச்னை களிலிருந்து அது ஒருவேளை உள்ளத்தில் புகுந்து விட்டதோ

என்னவோ? அவனுக்கு வீட்டு நினைவு வந்தது. சொத்து, உறவினர் பற்றிய நினைவு அல்ல அது. அவற்றைப் பற்றி நினைத்தபோது இப்போதுகூட வெறுப்பாகவே இருந்தது. நிலத்திலிருந்து அண்ணனுக்குக் கிடைத்த பலன்கூட தனக்குக் கிடைக்காது என்று பாஸ்தியனுக்குத் தோன்றிற்று. இவ்வளவு நாட்கள் அவன் நிலத்தில் உழுது பாடுபடவில்லை.. எனவே அவன் பல இடங்களுக்குச் சென்றிருந்தபோது அங்கெல்லாமிருந்த வயல்கள், சதுப்பு நிலங்கள் முதலியவற்றைப் பார்த்துக்கொண்டே வந்தான்.

வீட்டில் அவனை யாரும் மகிழ்ச்சியுடன் வரவேற்கவில்லை. கிராமத்தில் செருப்பு தைக்கும் தொழில் செய்பவர்கள் அப்போது இரண்டுபேர் இருந்தனர். அவர்களுக்கே வாழ்க்கைக்குப் போதுமான வருமானம் கிடைக்கவில்லை. இப்போது தன் சொத்து மிகவும் குறைந்துவிட்டதென்றும், பயிர்த் தொழிலுக்கு வேண்டிய பொருள்களை வாங்கியதால் கடன் அதிகமாகி விட்டதென்றும் கான்ராடு பாஸ்தியன் குறைப்பட்டுக் கொண்டான். வேலை கற்றுக்கொடுத்தவருக்குப்பணம் கொடுத்த வகையிலும், ஆன்டிரியாஸுக்குத் துணிமணிகள் வாங்கியதன் மூலமாகவும் சொத்தில் ஆன்டிரியாஸுக்குச் சேரவேண்டிய பங்கு கொடுத்தாகி விட்டதென்றும், இனி கொடுக்க வேண்டியது பாக்கி இல்லையென்றும், அண்ணன் கூறினான். தானாக வெளியேறியதால் தன் உரிமைகளை விட்டுக் கொடுத்ததாகவே அர்த்தமென்று அவன் ஆன்டிரியாஸுடன் வாதித்தான்.

கடைசியில், ஆற்றோரமிருந்த மணற்பாங்கான சிறு நிலப் பகுதியொன்றை ஆன்டிரியாஸுக்குக் கொடுத்தான். போர் முனைக்குச் செல்லுமுன்னரே ஒரு வீடும், தோட்டமும் ஆன்டிரியாஸுடையது என்று ஒப்பந்தம் செய்து கொள்ளப்பட்டது. எனவே மிகக் கீலமான வீடு ஒன்றையும், அதையொட்டிய சிறு தோட்டத்தையும் அவனுக்குக் கொடுக்க வேண்டியதாயிற்று. வயலிலிருந்து வீடு செல்ல அரைமணி நேரமாகும்.

சில பலகைகள், கோரைப்பாய் ஒன்று - முதலிய பொருள்களுடன் ஆன்டிரியாஸ் பாஸ்தியன் அவ்வீட்டில் குடியேறினான். சொத்து விஷயமாக தமையனுக்கும், அவனுக்கும்,

இருந்த மனத்தாங்கல் தீரவில்லையாயினும், ஏதாவதொரு.. கருவி தேவைப்படும் போதெல்லாம் ஆன்டிரியாஸ் அதை அண்ணனிடமிருந்தே வாங்கிக்கொண்டான். அவன் வந்த பிறகு அண்ணனுக்கு ஒரு குழந்தை பிறந்தது. அதை அவனே அருகிலிருந்து ஆசீர்வதித்தான்.

மார்கரெட் ஆல்ட்மையரின் கணவன் 'இன்ப்ளூயன்ஸா' ஜுரத்தினால் இறந்து போனான். அவன் இருந்திருந்தால் ஆன்டிரியாஸ், விவாகத்தைப்பற்றி நினைத்திருக்க மாட்டான். உருவத்தில் அவள் மிகச் சிறியவள். சிரிப்பையே கண்டறியாத அவளுடைய வெளிறிய முகம் ஒரு கையளவுகூட இருக்காது. அவளை மணப்பதால் அவனுக்குத் தொல்லை எதுவும். இருக்காது என்று ஆன்டிரியாஸுக்குத் தெரியும். அவன் இப்போது விவாகம் செய்து கொள்ளத் தீர்மானித்தது மண வாழ்க்கையின் இன்பங்களை அனுபவிப்பதற்காக அல்ல.. புதை குழியில் கவனிப்பாரற்றுக் கிடக்க நேரிடுமோ என்ற பயம் காரணமாகவே அவன் இம்முடிவிற்கு வந்தான். இவ்விவாகம் அவனுடைய வாழ்க்கையில் எவ்வித மாற்றத்தையும் கொண்டு வரவில்லை. வாழ்க்கை, அதனுடைய இயற்கையான போக்கிலேயே போய்க்கொண்டிருந்தது.

மனைவி வீட்டிற்கு வந்தபோது, இரண்டு பசுக்கள், துணி மணிகள், மேஜை, நாற்காலி - இவையெல்லாம் ஆன்டிரியா ஸுக்குக் கிடைத்தன. மார்கரெட் தன் வாழ்நாளில் பாதியை முந்திய கணவனின் சோம்பேறித்தனத்திற்கு ஈடுசெய்வதற்காக அரும்பாடு படுவதில் கழித்துவிட்டாள். இப்போது கஷ்டப்பட்டு உழைக்கும் கணவனுக்கு உதவி செய்வது அவளுக்கு மிகவும் மகிழ்ச்சியாயிருந்தது. இனி உயிரோடிருக்கும் வரையில் சுகமாக இருப்பதற்குப் போதிய செல்வம் தங்களிடம் இருந்ததென்று அவர்களுக்குத் தோன்றியது. ஆனால், அவர்களுடைய வாழ்க்கையில் ஏற்பட்டு வந்த மாறுதல் இதை மாற்றிவிட்டது. அழகும், அமைதியும் நிறைந்த ஆல்ட் மையருடன் பல ஆண்டுகள் குடித்தனம் நடத்தியும் அவளுக்குக் குழந்தை பிறக்கவில்லை. இப்போது குழந்தை பிறந்தது. அதையடுத்து விரைவில் நான்கு குழந்தைகள் பிறந்தன. சாவில் கவலைப்படுவதற்கு ஒன்றுமில்லை

என்ற தத்துவத்தை அவளுக்கு பாஸ்தியன் ஏற்கனவே எடுத்துரைத்திருந்தான்.

அவர்கள் தங்களுடைய வாழ்க்கை முறையை முற்றிலும் மாற்றிக்கொள்ள வேண்டியதாயிற்று. இனிமேல் ஏதோ இருக்கிற வரையில் சுகமாக இருந்துவிட்டுப் போகலாமென்ற கருத்தை அவர்கள் மாற்றிக்கொண்டார்கள். வாழ்நாள் முழுவதும், எல்லா இன்பங்களையும் துளித்துளியாகச் சுவைத்து வாழவேண்டுமென்ற ஆவல் அவர்கள் உள்ளத்தில் எழுந்தது.

ஆரம்பத்தில் சில ஆண்டுகளுக்குக் கஷ்டப்பட்ட போதிலும், அது பொறுத்துக்கொள்ளும் அளவிற்கு இருந்தது. பிறகு நிலைமை மிகவும் மோசமடைந்தது.

அண்டை அயலார் ஓயாமல் வாழ்க்கையில் குறைப்பட்டுக் கொண்டிருந்ததை பாஸ்தியன் நம்பவில்லை. சீர்கேடு தன் தலையெழுத்து என்று நினைத்தான். அவனையும் மீறிய சக்தியொன்று இச்சோதனையை முன்கூட்டியே தனக்கென்று நிர்ணயித்து விட்டதாகத் தோன்றியது அவனுக்கு.

## 4

சில சமயங்களில் அவர்களுடைய கிராமத்தின் வழியாக பொருள்களை ஏற்றிக்கொண்டு பல லாரிகள் செல்வதுண்டு. அவற்றில் சிலவற்றில் செங்கொடிகளும், சிலவற்றில் ஸ்வஸ்திகா சின்னம் பொறிக்கப்பட்ட கொடிகளும் இருந்தன. குழாய் ஒன்றை வாயில் வைத்துக்கொண்டு பலர் அங்கங்கே கூட்டம் போட்டு கத்திக்கொண்டிருந்தனர். துண்டுப் பிரசுரங்களைத் தெருக்களில் வீசினர். ஒரு தடவை அவன்கூட அவற்றில் சிலவற்றைப் பொறுக்கியெடுத்து வந்தான். மற்றவர்கள் தன்னிடம், 'அப்படிச் செய்யவேண்டும், இப்படிச் செய்ய வேண்டும்' என்றெல்லாம் கூறியபோது, அவனுக்கு எரிச்சலாக இருந்தது. வெளியார் அவன் விஷயங்களில் தலையிடுவதை அவன் விரும்பவில்லை.

ஒரு மாதத்திற்கு முன் குங்கல் குடும்பத்தைச் சேர்ந்த இரு இளைஞர்கள் டவுனிலிருந்து வந்திருந்தனர். அவர்கள்

சகோதரர்கள். ஸ்வஸ்திகா சின்னம் பொறித்த இரு கொடிகளை அவர்கள் அங்கு பறக்கவிட்டனர். ஆன்டிரியாஸின் வீட்டு வாசலில் ஒன்றும், அவன் வீட்டுத் தோட்டத்திலிருந்த சிறு கட்டடத்தின்மீது மற்றொன்றுமாக அவற்றைப் பறக்க விட்டனர். அவர்கள் புத்தம்புதுச் சட்டைகள் அணிந்திருந்தனர். பழுப்பு நிறச் சொக்காய்கள் அல்ல அவை. ஏனெனில் அவற்றை யாரும் உபயோகிக்கக்கூடாதென்று தடை விதிக்கப்பட்டிருந்தது. இச்சிறுவர்கள் பச்சை கலந்த கறுப்பு நிற சொக்காய்களை அணிந்திருந்தனர். வாசலில், மற்றவர்கள் அதிசயித்து விசாரிக்கும் படியாக அவர்கள் நின்றனர். காற்றணைகள், தோல் பெல்டுகள், உயரமான ஜோடுகள் முதலியவற்றை அவர்கள் அணிந்திருந்தது கண்டு கிராமச் சிறுவர்களின் கண்கள் கூசின. மற்றும் இருபது, முப்பது சிறுவர்களுடன் அங்கு வந்த டிரக்குகள் குங்கல் சகோதரர்களை ஏற்றிக்கொண்டு, அவர்கள் வீட்டில் புதிதாகச் சிலரை இறக்கிவிட்டுச் சென்றது.

அக்கிராமத்துக் குடியானவர்களில் பலர் தலையையாட்டி "முட்டாள்தனம், முட்டாள்தனம்" என்றும், "யார் கண்டார்கள்? ஒருவேளை..." என்று இழுத்த மாதிரி சிலரும் கூறினர். அந்த செம்படைப் பயல்களை விட இவர்கள் தேவலை. இவர்கள் கொடுப்பதைப் பற்றியாவது பேசுகிறார்கள். மற்றவர்கள் இருப்பதைப் பறிக்கப் பார்க்கிறார்கள் என்றார் ஒருவர். "ஆமாம், கொடுக்கப் போகிறார்கள்....... இதெல்லாம் பெரிய வலை" என்று வேறொருவர் பதிலளித்தார். பாஸ்தியன்கூட "மிகப் பெரிய முட்டாள் தனம்!" என்றான். இந்த பரபரப்பூட்டும் நிகழ்ச்சிகளிலிருந்து அவன் விலகியே இருந்தான். குங்கல் இளைஞர்களை அவன் பார்த்தபோது, அவர்களைப்போல் பொலிவும், வலிவும் பெற்ற பிள்ளைகள் தனக்கு இல்லையே; தன்னுடைய காலைச் சுற்றிக்கொள்ளும் பச்சிளம் குழந்தைகளாக இருக்கின்றனரே என்று வருத்தமடைந்தான். ஓர் இரவு அவனுக்கு விழிப்புக் கொடுத்தது. கனவில்கூட, குழாய் வைத்ததற்குக் கட்டவேண்டிய தவணைப் பணத்தைப் பற்றியே அவனுக்குக் கவலை. முந்திய வருஷம் அவன் நிலத்தில் குழாய் வைக்க முடிவு செய்தான். அவனுடைய மனைவி வாளிகளை சுமக்க முடியாமல்

சுமந்து செல்வதை அவனால் பார்க்க முடியவில்லை. அவளுடைய உடல் சிறியது, பலஹீனமானது. அவனுடைய பெண், வேலை செய்யும் அளவுக்கு வயதானவள் அல்ல. வாங்கிய குழாய்க்கு பாக்கியிருந்த தவணைப் பணம் செலுத்த இயலவில்லை. விழித்தவாறே அதைப்பற்றி கணக்குப் போட்டுக் கொண்டிருந்தான். திடீரென்று பில்லிங்கன் பக்கத்திலிருந்து இருமுறை வந்த துப்பாக்கி வெடிச் சத்தம் அவனுடைய சிந்தனைகளைக் கலைத்தது. உடல் நடுங்கியது. அவன் உற்றுக்கேட்டான். இப்போது தூக்கம் முற்றிலும் கலைந்து, நன்றாக விழிப்பு வந்துவிட்டதால், முன்னைவிட நன்றாக இப்போது சிந்திக்க முடிந்தது. டோராவைப்போல் வெளிறிட்டிருந்த குழந்தைகளுக்கு எலும்புகள் உறுதியாய் இராவென்றும், அதிக பளுவை தூக்கினால் கூனல் வந்துவிடுமென்றும் அவன் கேள்விப்பட்டிருந்தான். வெளிநாடுகளில் அவன் இருந்தபோது கேள்விப்பட்டவைகளில் எஞ்சியவை இவை. ஆனால் இப்போதிருந்த இடத்தில் இதெல்லாம் வீண் பேச்சு.

சில நல்ல நிகழ்ச்சிகளும்கூட அவன் நினைவில் நின்றன. இப்போது நிலத்தில் பாடுபட்டு வந்ததால் ஓரளவு முன்னுக்கு வர முடிந்தது. முன்பு எல்லாம் பொறுக்க முடியாத முதுகுவலி அவனுக்கு வருவதுண்டு. இப்போது அது சற்றுக் குறைந்திருந்தது. ஒருதரம் பெருமூச்சு விட்டு, சுற்றிலும் பார்த்தான் ஆன்டிரியாஸ். அங்கிருந்த வயல்வெளிகளுக்கும், அவற்றையடுத்து எல்லை யில்லாமல் விரிந்து கிடந்த நீலவெளிக்கும் மெல்லிய வரப்பு கட்டியதைப்போல் தூரத்திலிருந்த தொடுவானம் காணப்பட்டது.

## 5

யோஹான் காலையில் எழுந்தபோது, ஆன்டிரியாஸ் பாஸ்தியனுடைய குழந்தைகள் முந்திய இரவில் நின்ற இடத்திலேயே நின்ற வண்ணம், கால்மாட்டிலிருந்து அவனை உற்றுப்பார்த்துக் கொண்டிருந்தனர். அவனுக்கு வெகு அருகில் டோரா பாஸ்தியன் நின்றாள். அவளுக்குப் பத்து வயது. அவள் மற்ற குழந்தைகளைவிட உயரமாக இருந்தாள். அவளுடைய முகம் மெலிந்து நீண்டிருந்தது. அது அவளுடைய கழுத்திலிருந்து

நேராக மேலே முளைத்து வந்ததைப் போலத் தோன்றியது. கண் இமைகள் இருந்ததே தெரியவில்லை. இரத்தம் சுண்டியதைப் போல் வெளிறிட்டிருந்தது அவளுடைய தோற்றம். கைகளிலும், தோள்புறத்திலும், சிறிது இரத்தப்பற்று இருந்ததை, அங்கிருந்த செந்நிறம் எடுத்துக் காட்டியது. டோரா முகத்தில், அவளுடைய தாயை போலவே, சிரிப்பைக் காண்பது அரிது. எப்பொழுதோ ஒரு தரம் அவளுடைய கண்களில் ஒளியின் ரேகையைப் பார்க்கலாம். அதுவும் தோன்றியவுடன் மறைந்துவிடும். இப்போது அவள் யோஹானைப் பார்த்தவாறு, தன் மெல்லிய பின்னலைக் கையினால் முடிந்த வண்ணம் நின்று கொண்டிருந்தாள். தன் தங்கையே, ஜாக்கெட் அணிந்து, கொட்டாவி விட்டுக்கொண்டு மெல்லிய சிறு கரங்களால் பின்னல் போட்டவாறு, அங்கு வந்து நின்றதைப்போல் யோஹானுக்குத் தோன்றிற்று. அவன் குதித்தெழுந்து அறையிலிருந்து ஓடினான். குழந்தை களெல்லோரும் வாசற்படியருகில் வந்து பார்த்தனர். அவன் தனது சட்டையைக் கழற்றி வைத்து விட்டு, குழாயருகிற் சென்று, தண்ணீரை வாரிக்கொட்டிக் கொண்டான். அவனுடைய இளம் முதுகில் தண்ணீர் நீரோடைபோல் ஓடிற்று. அப்போது மாட்டுக்கொட்டகையிலிருந்து வந்து பார்த்த ஆன்டிரியாஸுக்கு இது என்னவென்று புரியவில்லை. துடைத்துக்கொள்வதற்கு ஏதாவது இருக்கிறதாவென்று யோஹான் சுற்றுமுற்றும் பார்த்தான். டோரா அவனையே உற்று நோக்கியபடி, தான் போர்த்துக்கொண்டிருந்த துணியை எடுத்துக் கொடுத்தாள்.

யோஹான் சட்டையணிந்து கொண்டான். மணி ஐந்து அல்லது ஆறு இருக்கும். குளிர்ந்த, பொன்னிற பனிப்படலம் அவனை சூழ்ந்து நின்றது. யோஹானுக்கு உற்சாகமாய் இருந்தது. வேகமாகக் கைகள் இரண்டையும் விரித்து கீழே இறக்கிக் கொண்டான். தோளை ஒரு தரம் குலுக்கிக் கீழே குனிந்தான்.

குழந்தைகளைப் பின் தொடர்ந்து அவன் அறையினுள் வந்தான். காபியின் மணம் வந்தது. மேஜைமீது ஒரு பெரிய தட்டில் பல பழைய ரொட்டித் துண்டுகள் குவித்து வைக்கப் பட்டிருந்தன. சில கோப்பைகளும் இருந்தன. மார்கரெட் பாஸ்தியன் காபியை ஊற்றிவிட்டு, ஒவ்வொருவருக்கும் ஒரு

ஸ்பூன் சர்க்கரையைக் காகிதப் பை ஒன்றிலிருந்து எடுத்துக் கொடுத்து, பையை மேஜையினுள் வைத்தாள். ஒரு கரண்டியில் பாலையெடுத்து ஒவ்வொரு கோப்பையிலும் சொட்டுச் சொட்டாக ஊற்றினாள். கறந்த சூடு ஆறாமல், வாளி வாளியாக பசும்பாலை வெளியில் விற்பனைக்கு வீட்டெதிரில் வைக்கப் பட்டிருந்தது, யோஹான் நினைவுக்கு வந்தது. அவன் மௌனமாக ரொட்டியைக் காபியில் நனைத்துத் தின்றான்.

மார்கரெட் பாஸ்தியன் கைக் குழந்தையை மடிமீது வைத்து, எடுத்து விடுவதற்காக தன் ஆடையைத் திறந்தாள். குழந்தை உடனே வீறிட்டு அழத் தொடங்கியது. அவள் விரைவாகத் தன் உடையைச் சரிசெய்து கொண்டு, ஒரு சிறு ரொட்டித் துண்டை காபியில் நனைத்து அதனிடம் கொடுத்தாள். குழந்தை அதை ஆர்வத்துடன் விழுங்கிற்று. கணவனும், மனைவியும் மேஜையருகில் உட்கார்ந்தவாறு ஒருவரை யொருவர் பார்த்துக்கொண்டனர். அப்பார்வை அர்த்தம் நிறைந்ததாகவும், நாணப் புன்னகையுடன் கூடியதாகவும் இருந்தது. அதனுடைய உட்பொருள் யோஹானுக்குப் புரியவில்லை. தான் கொண்டு வந்த கடும் உழைப்பை அங்கிருந்தவர்களுக்கு உணர்த்திப் பழக்குவிப்பதற்காகவே விடிவது போல், காலையொளி மெதுவாகப் பரவி வந்தது. “மார்கரெட், இப்பொழுது கிராம்புப் பயிரைப்போய் கவனிக்க வேண்டிய நேரமாயிற்று” என்று கூறி, யோஹான் பக்கம் திரும்பி, “நீயும் எங்களுடன் கொஞ்ச தூரம் வா. எங்கள் கிராம்புத் தோட்டத்திற்கு இடதுபுறம் போகும் சாலை வழியாக நீ பாட்ஸன்பாக் போகலாம்” என்றான் பாஸ்தியன்.

யோஹான் பதிலளிக்கவில்லை. தலையைச் சொறிந்த வாறே கண்களை மூடிக்கொண்டான். “வயிறு நிறையத் தின்று. விட்டு இவ்விடத்திலிருந்து சும்மா போவதா? வெளியில் அவ்வளவு கட்டைகள் குவிந்து கிடக்கின்றனவே-”

பாஸ்தியன் தயக்கத்துடன் தன் மனைவியைப் பார்த்தான். அவள் தலையசைத்தாள். “இப்படிப்பட்ட வேலைகளெல்லாம் உன்னைப்போன்ற பட்டணத்துப் பிள்ளைகளுக்கு வருமா?” என்றான் பாஸ்தியன்.

யோஹான் முகத் தோற்றம் மாறியது. கனிவுடன் “ஏன் வராது?” என்றான்.

அவர்கள் வெளியில் சென்றனர். பாஸ்தியன் கோடரியையும், வெட்டுத் துண்டையும் கொண்டு வந்து சில கட்டைகளை உடைத்துக் காட்டினான். யோஹான், “அப்படியே இருக்கட்டும்” என்று கூறி, கோடரியை பாஸ்தியனிடமிருந்து வாங்கிக் கொண்டான். அவன் உடைப்பதை பாஸ்தியன் கொஞ்ச நேரம் பார்த்தான். முதலில் சரியாக வெட்டத்தெரியவில்லை. பிறகு ஏதோவொரு மாதிரியாகப் பிளந்து போட்டான். சிறிது நேரம் கழித்து, சரியாக கட்டைகளை உடைப்பது பழக்கமாகி விட்டது.

யோஹானை அங்கேயே விட்டுவிட்டு மற்றவர்கள் சென்றனர். கடைசிக் குழந்தையை பாஸ்தியன் தோள்மீது சுமந்து முதுகில் ஒரு கூடையுடன் நடந்து வந்தான். அவனுடைய மனைவி முதுகில் ஒரு கூடையுடன், மூன்றாவது குழந்தையின் கையைப்பற்றி அழைத்துச் சென்று கொண்டிருந்தாள். ஆன்டிரியாஸின் இடையிற் செருகியிருந்த கறுக்கரிவாள் பளபளவென்று மின்னிற்று. அதிகாலையின் அமைதியில் அதிலிருந்து வந்த ஒளிக்கதிர் வால்போல் தோன்றிற்று. சாலை பாட்ஸன் பாக்கிற்குப் பிரியும் இடத்துக்கு அவர்கள் வந்தனர். திடீரென்று, நீலமாக குதிரை லாடத்தைப்போல் வளைந்து செல்லும் ஆறு அவர்களுக்கு அங்கு தென்பட்டது. ஒவ்வொரு நாள் காலையிலும் செய்ததைப்போல், இன்றும் தாய் தனது குழந்தையை உயரத்தூக்கிப் போட்டுப் பிடித்தாள். குழந்தையும் வழக்கம்போல அவ்வாற்றைக் கண்டவுடன் பறவைகளின் ஒலியைப்போன்ற கீச்சுக் குரலில் பெரு மகிழ்ச்சியுடன் ஆரவாரித்தது.

அவர்களுடைய வயலுக்குப் போவதற்கு அரை மணி நேரம் பிடிக்கும். இடது தோளிலிருந்த குழந்தையின் கனம் ஆன்டிரியாஸை அழுத்தியது. “மார்கரெட், எடுத்துவிட்டால்கூட இது பால் குடிக்க மறுக்கிறதென்று சொன்னாயல்லவா?” என்று கேட்டான். “ஆமாம்” என்றாள் அவள். மீண்டும் கருத்தரிப்பதைத் தடுப்பதற்காக, இயன்ற வரை அவள் இக்குழந்தைக்குத் தன் பால் கொடுத்துப் பராமரித்து வந்தாள். அவர்கள் அதற்குப் பிறகு

ஒன்றும் பேசவில்லை. தலைகுனிந்த வண்ணம், யோசனை செய்துகொண்டே நடந்து கொண்டிருந்தனர். பல ஆண்டுகள், நாட்கள், இடங்கள், இடையூறுகள் இவை அவர்களுடைய கண்முன் எழுந்தன. அந்நினைவுகள் அவர்களை எங்கோ காரிருளில் இழுத்துச் சென்றன.

அவர்கள் வயலை அடைந்து, உழுத பள்ளமொன்றில் குழந்தைகளை இறக்கினர்.

வீட்டுத் தோட்டத்தில் இரு குழந்தைகள், பால் வாளியின் பிடியில் ஒரு கழியைக் கொடுத்து ஆளுக்கு ஒரு பக்கமாகத் தூக்கினார்கள். புருவங்களை நெறித்து, பால் நிறைந்த அவ்வாளியின் சிறு ஆட்டத்திற்கு ஏற்றாற்போல் சிற்றடிகளைப் போட்டு நடந்து சென்றனர். கிட்டத்தட்ட அதே சமயத்தில், பால் வாங்கும் நிலையத்தினுடைய வண்டியின் மணியோசை கிராமத்தின் கோடியிலிருந்து வந்தது.

யோஹான் அக்குழந்தைகளை உற்று நோக்கினான். டோராவின் நீண்ட கால்கள், கறுப்பு மேஜோடுகளுடன் பார்ப்பதற்கு அழகாயிருந்தன. அவ்விடத்தில் இப்போது அவனைத் தவிர வேறு ஒருவருமில்லை. வீட்டைத் தவிர, அக்கிராமத்தைப்பற்றி அவனுக்கு ஒன்றும் தெரியாது. பயமும், அலுப்பும் அலையலையாக அவன்மீது மோதின. அவன் தனது கைகால்களை உதறி எழுந்து, சுற்றுமுற்றும் பார்த்துவிட்டுக் கோடரியைக் கையிலெடுத்தான். பெற்றோர் விட்டுச்சென்ற சிறு குழந்தை அங்கிருந்ததை அவன் கவனிக்கவில்லை. அதன் மீது தடுக்கி விழுந்தான். பலமாக அழுவதற்குக்கூட அதற்குச் சக்தியில்லை பூமிமீது உருண்டு மெதுவாகச் சிணுங்கியது. யோஹான் 'அடகடவுளே' என்று கூறியபடி அக்குழந்தையை இறுகப்பற்றி, கதவருகில் கொண்டு போய் உட்கார வைத்தான்.

ஒன்றன்பின் ஒன்றாக அவன் கட்டைகளை அடுக்கத் தொடங்கினான். ஆறேழு கட்டைகளை பிளந்த பிறகு, வேலையில் ஒரு இசைவு வந்தது. அவனுடைய நலிவு முதலில் கோபமாகவும், பிறகு வெறியாகவும் மாறியது. பேராபத்து ஒன்றை எதிர் நோக்கியிருந்ததைப் போன்ற உணர்ச்சி, அவனுள்ளத்தில்

பிறந்தது. கட்டைகள் அவனுடைய கண்ணெதிரில் நடுங்கிய தோற்றம் உண்டாயிற்று. ஆயினும், எந்த இடத்தில் கோடரி விழவேண்டுமென்று இப்போது அவனுடைய கைகளுக்குத் தெரியும். பயனும், குறிக்கோளுமற்ற காலை நேரத்தையே, அவன் கடத்திய இந்த உபயோகமற்ற வாழ்க்கையையே, பிளந்து தள்ளிக் கொண்டிருந்தான். இப்படிப்பட்ட மோசமான வாழ்க்கையில் அவன் விழுவதற்கு யார் காரணமென்று நினைத்தானோ, அவர்களையெல்லாம் அவன் தூள் பறக்க அடித்துக் கொண்டிருந்தான். அவனுக்குக் குறுக்கே நின்றவர்களை யெல்லாம் ஈவு இரக்கமின்றி, வருத்தமின்றி அடித்துத் தள்ளினான். பெருமூச்சு வாங்கியது. குழந்தைகள் அவனையே பார்த்துக் கொண்டிருந்தனர். இரண்டாவது பால் வாளியை எடுத்துப்போவதற்கு அவர்கள் வந்திருந்தனர். முன்னைவிட அதிக கவனத்துடன் அவர்கள் அதைத் தூக்கிச் சென்றனர். ஒரு கையில் அவ்வாளியும், மற்றொரு கையில் பள்ளிக்கூடப் புத்தகங்களும் இருந்தன. யோஹான் கோடரியை உயர்த்தினான். அவனுடைய கோபவெறி வந்துபோய்க் கொண்டிருந்தது. தனது பயனற்ற இளம் வாழ்வையே அவன் விறகுத் துண்டுகளைப் போல சுக்குச் சுக்காக உடைத்து எறிந்தான். அவன் கண்ட கெட்ட கனவுகளையும், எவரும் பொருட்படுத்தாத வாக்குறுதி களையும் அவன் நொறுக்கி எறிந்தான்.

சிறு குழந்தை வாசற்படியிலிருந்து வெகு நேரத்திற்கு முன்னரே தோட்டத்திற்கு நகர்ந்து வந்துவிட்டது. குழாயடியி லிருந்த சதுப்பு நிலத்தில் எதையோ துழாவிக் கொண்டிருந்தது. அவனை அது கண்ணெடுத்தும் பார்க்கவில்லை. அவ்வப்போது கிராமப் பெண்கள் வந்து வேலிக்கப்பாலிருந்து பார்த்து விட்டு, மற்றும் சிலரை கூட்டி வந்து காட்டினர். காலியான பால் வாளிகளுடன் பல மாதர்களும் சிறுமிகளும் அவனை நோக்கி 'கிசுகிசு'வென்று தங்களுக்குள் பேசிக் கொண்டிருந்தனர். சிறிது நேரம் கழித்து அவர்கள் தாமாகவே கலைந்து விட்டனர்.

நடுப்பகலாயிற்று. போர்வைக்குள்ளிருந்து பார்ப்பது போல், கதிரவன் மெதுவாக எட்டிப்பார்த்துக் கொண்டிருந்தான். பள்ளிக்கூடங்களிலிருந்து சிறுவர், சிறுமியர் வந்து விட்டனர்.

மழை வருவதற்கான அறிகுறிகள் தென்பட்டன. பாஸ்தியனும் அவனுடைய மனைவியும் கிராம்புச் செடிகளை விரைவில் பறித்து முடிக்க வேண்டுமென்று வேலையில் ஈடுபட்டிருந்தனர். வயலுக்கு உணவு கொண்டு செல்வதற்காக டோரா சமையல் செய்தாள். வீட்டைத் தாளிட்டுப் போக வேண்டியிருந்ததால், ஒரு பாதி ரொட்டியும், உப்பும், வேகவைத்த உருளைக் கிழங்குகளும் வெளி ஜன்னலில் யோஹானுக்காக வைத்தாள். யோஹான் முந்திய நாள் தனக்குக் கொடுக்கப்பட்ட அளவு உணவை இன்றும் உட்கொண்டான். சற்று நேரத்திற்கு அவனுடைய பசி ஆறியிருந்தது. அவனும் அமைதியடைந்தான். நடுப்பகலில் கிராமத்தினர் சமையல் செய்யும்போது வழக்கமாக வரும் எண்ணெய் மணம் அடித்துக்கொண்டிருந்தது. பல பொருள்களைக் கையாளுவதனால் எழும் மெல்லிய ஓசைகள் அவனுக்குத் தாலாட்டுப் பாடின. காய்ந்த ரொட்டியை இவற்றையும் சேர்த்து அவன் உட்கொண்டான். செய்து கொண்டிருந்த வேலையில் தன் மனதை அதிகம் ஈடுபடுத்தாமல், உடைத்த விறகை எடுத்துச் சென்று கொட்டகையில் சுத்தமாக அடுக்கி வைத்தான். வயலுக்கு உணவு எடுத்துச் சென்றவர்கள் வரும் நேரமாகவில்லை. அவர்கள் பெற்றோர்களுக்கு உதவி செய்து கொண்டிருந்தனர். இரவுக்கு முன் மழை வருமென்று தோன்றவில்லை. ஆயினும் மழை வந்தால் என்ன செய்வது என்று அவனுக்குக் கவலையாயிருந்தது,

    இன்னும் பல விறகுக் கட்டைகளை எடுத்துப்போட்டு வெட்டினான். தூங்கி வழியும் நடுப்பகலையும், கிராமம் காட்டிய பொய் அமைதியையும், அவன் துண்டு போட்டுக் கொண்டிருந்தான். அலுப்பு சலிப்பின்றி அவ்வீட்டின் அமைதியைக் கலைத்துக் கொண்டிருந்தான், இன்னும் சில கட்டைகளே பாக்கியிருந்தன. அவனுடைய உடல் வலிவு கொஞ்சங் கொஞ்சமாகக் குறைந்து கொண்டு வந்தது. உள்ளத்திலிருந்த கோப வெறியும் தணிந்தது. பெருமூச்சு வாங்கிற்று. திடீரென்று பாஸ்தியனும், குழந்தைகளும் அங்கு வந்து நின்றதைக்கண்டான். நெற்றியிலிருந்த வியர்வையைத் துடைத்துக்கொண்டான். உடம்பு சூடாக இருந்தபோதிலும், காற்று குளிர்ச்சியாக வீசியது.

சுற்றிலும் இருள் பரவிவிட்டது. நிசப்தமாக இருந்த போதிலும் முன்பு இறுக்கமாக இருந்ததைப்போல் - யாரோ நெஞ்சை அழுத்திக்கொண்டிருந்ததைப்போல் - இப்போது இல்லை. அதற்கு மாறாக, இருந்த பளு அகற்றப்பட்டு, கடைசியில் ஒருவித சுகம் ஏற்பட்டதைப் போன்ற உணர்ச்சி அவனுக்கு உண்டாயிற்று.

யோஹானைக் கேலிப் புன்னகையுடன் பார்த்தான் பாஸ்தியன். திரைபோட்டு அரைகுறையாக மறைத்ததைப் போன்ற அவனுடைய தோற்றத்தில் துயரத்தின் நிழல் விழுந்திருந்தது: 'உரிய காலத்தில் எனக்கும் ஒரு ஆண் பிள்ளை பிறந்திருந்தால் நன்றாய் இருக்கும். கடைசி காலத்தில் பிறந்து என்ன பயன்?'

உணவருந்துவது பற்றி யோஹான் அவர்களுடன் பேசுவதற்கு ஒன்றுமில்லை. புளித்த பாலில் ஊறவைத்த ரொட்டித் துண்டுகள் இருந்தன. அவற்றைத் தின்றுவிட்டு, எஞ்சியிருந்த விறகுக் கட்டைகளை உடைக்க அவன் வெளியில் சென்றான். கோழிக்கு இரை போடுவது, குழாயிலிருந்து தண்ணீர் கொண்டு வருவது, மாட்டுத் தொழுவத்திற்கு வாளிகளைக் கொண்டு செல்வது, இப்படியாக பல வேலைகள் சுறு சுறுப்புடன் அங்கே நடந்து கொண்டிருந்தன. யோஹான் கடைசியில் எஞ்சிய விறகை எடுத்து வெட்டுக்கட்டை மீது வைத்தான். அந்த நாளுக்குக் கொடுக்கும் கடைசி அடியாக கோடரியினால் ஒரு போடு போட்டான். நிச்சயமாக முடிவுக்கு வந்து கொண்டிருந்தது பொழுது ஒன்றுதான்.

அங்கு தங்கச் சொல்வார்களோ, மாட்டார்களோ என்ற பயம் அவன் உள்ளத்தில் தலையெடுக்கு முன்னரே பாஸ்தியன் அவனருகில் வந்தான்.

"இன்றும் நீ இங்கே இருந்து விடுவதே நல்லது. எப்படியும் நாளைக்கு ஞாயிற்றுக்கிழமையேயல்லவா?"

பாஸ்தியன் தனது மெல்லிய கையை நீட்டி, "அத்துடன் மழை பெய்யும் போலவும் இருக்கிறது" என்று கூறி இளைஞனை உட்கார வைத்தான்.

# 6

அவன் அங்கு தங்கிய இரண்டாவது நாள் இரவு ஒரு சம்பவம் நிகழ்ந்தது. அவன் அங்கு வந்ததற்கும், அதற்கும் கொஞ்சங்கூடச் சம்பந்தமில்லை. ஆனால் சம்பந்தம் இருந்ததைப் போல் பாஸ்தியனும், அவனுடைய குழந்தைகளும் அதை வாழ்க்கை முழுவதும் நினைவு வைத்துக்கொண்டிருந்தனர். இரவு சுமார் இரண்டு மணியிருக்கும். பாஸ்தியன் திடுக்கிட்டு எழுந்தான். வாத்து, கோழிக் கிடப்பில் பேராபத்து வந்ததைப் போல் கிறீச்சிடும் சத்தங்கள் கேட்டன. மனைவி பாஸ்தியன் உசுப்பி எழுப்பினான். அவளுக்கும் அச்சத்தங்கள் கேட்டன. ஒரு நிமிஷம் அப்படியே உறைந்து போனதைப்போல் உட்கார்ந்து அவள் கவனித்தாள். பிறகு இருவரும் வெளியில் ஓடினார்கள்.

யோஹானும் திடுக்கிட்டு விழித்துக் கொண்டான். பாஸ்தியன் அவனுடைய காதருகில் வந்து, “குள்ளநரி!” என்றான். உடனே, அவனும் பாஸ்தியனைத் தொடர்ந்து வெளியில் ஓடி வந்தான்.

அப்போது மழை நின்றுவிட்டது. அவர்களுடைய கால் விரல்கள் சகதியில் பதிந்தன. என்ன செய்வதென்று தோன்றாமல் அவர்கள் ஒரு வினாடி தயங்கினர். பாஸ்தியன் இரும்புக் கம்பியொன்றை கையில் பிடித்திருந்தான். அவனுடைய வாய் திறந்திருந்தது. “ஒரு துப்பாக்கியிருக்கிறதா?” என்று சமிக்ஞை மூலமாகக் கேட்டான் யோஹான். துப்பாக்கி அவர்களிடம் இல்லை. பாஸ்தியனுடைய கையிலிருந்து யோஹான் இரும்புக் கம்பியை வாங்கிக்கொண்டான். அடுத்த நொடி கொட்டகையின் மீது ஏறிப்படுத்துக் கொண்டான். நட்சத்திரங்கள் பதித்த வானத்தில் இரும்புக்கம்பி நீட்டிக்கொண்டிருப்பது மட்டுமே பாஸ்தியனுக்குத் தெரிந்தது. அவர்களுடைய உடல்கள் நடுங்கின. உடலையொட்டி சொக்காய்களை இறுக்கிக் கொண்டனர்.

யோஹான் கையை வீசினான்: “கதவைத் திறவுங்கள்!”

எல்லாம் இமை கொட்டும் நேரத்தில் நடந்துவிட்டது. யோஹானையடுத்து டோரா வெளியில் வந்து பார்த்தபோது

எல்லாம் முடிந்துவிட்டது. ஒரு வாத்து வாசலில் சிறகடித்துக் கொள்வதும், கத்துவதும் கேட்டது. பொதுவாக இரவுகளில் இதைப்போன்ற சத்தம் வருவதற்கு இடமில்லை. மார்கரெட் வீட்டினுள்ளிருந்து, "எத்தனை வாத்துகள் நஷ்டம்?" என்று கணவனைக் கேட்டாள். அவளுடைய குரல் இப்பொழுது முற்றிலும் மாறியிருந்தது. வெகு தொலைவிலிருந்து பாஸ்தியன், "இது ஒன்றுதான்!" என்று பதிலளித்தான். கொஞ்ச நேரமான பிறகு, பாஸ்தியனும், யோஹானும் உள்ளே வந்தனர். குள்ளநரி தப்பிவிட்டது. ஆயினும் பிடித்ததைக் கொண்டுபோக முடியவில்லை. இறந்த வாத்தை பாஸ்தியன் கொஞ்சம் எட்டப்பிடித்திருந்தான். அவனுடைய சொக்காயில் இரத்தக்கரை படிந்திருந்தது.

"அதன் சிறகுகளை எடுத்துவிட்டு, உடனே சமைத்து விடவேண்டும்" என்றாள் மார்கரெட். குழந்தைகளெல்லோரும் இப்போது விழித்தெழுந்து விட்டனர். ஒளி மிளிரும் கண்களுடன் அங்கு நடந்தவற்றை உன்னிப்பாக நோக்கினர். இருளில் மேஜைமீது, பனியையொத்த பிரம்மாண்டமான அவ் வெண்ணிறப் பறவை கிடந்தது. இப்போது குழந்தைகள் குளிர்காயுமிடத்தில் கூடிவிட்டனர். அவர்களுடைய மார்புப் புறம் சூடேறியும், முதுகுப்புறம் பனிக்கட்டிபோல் சில்லிட்டும் இருந்தது.

அவ் வாத்து கடிபட்ட இடத்தை முதலில் சுட்டுக் கருக்கினான் பாஸ்தியன். இரத்தம் வெளியே போகட்டுமென்பதற்காக, காயத்தைச் சற்றுப் பெரிதாக்கினான். டோராவின் உடல் மரத்துப் போயிற்று. கண்களில் பயம் தோன்ற, வாத்தின் உடலிலிருந்து வந்த இரத்தத்தைப் பிடிப்பதற்காக அவள் ஒரு பாத்திரத்தை ஏந்தி நின்றாள். அவள் அணிந்திருந்த இரவு உடையிலும் இரத்தத் துளிகள் தெறித்திருந்தன. பிறகு வாத்தின் கழுத்து, இறகு, கால்கள் ஆகியவற்றை பாஸ்தியன் வெட்டினான். "எல்லாமே போயிருக்க வேண்டியது. ஒன்றே ஒன்றுடன் போனது நம் அதிர்ஷ்டம்!" என்றான்.

அவன் மனைவி, தன் கையை கீழே நீட்டி வாத்தை இழுத்தாள். "நாப்தெல் முன்னாடியே இவை எல்லாவற்றையும் விலைக்குக் கேட்டிருந்தான்." தன்னிடமிருந்த கூரான சிறு

கத்தியால் அதனுடைய குடலை ஜாக்கிரதையாக அகற்றினாள். அவளுடைய கணவனும், யோஹானும் சிறகுகளை ஒவ்வொன்றாக நீக்கிச் சுத்தஞ்செய்யத் தொடங்கினர்.

"பில்லிங்கனில் இவற்றை நாப்தெல் மீண்டும் விற்பான்" என்றான் பாஸ்தியன். இவ்வாறு கூறிவிட்டு திடீரென்று அவன் யோஹான் முகத்தைக் குழப்பத்துடன் பார்த்தான். யோஹான் முகத்தில் இன்னும் சிறிது பரபரப்பு இருந்தது - ஒருவித பயங்கரமான, கட்டுக்கடங்காத பரபரப்பு. அதைப் பார்த்த பாஸ்தியனுக்குத் திடுக்கிட்டது. அதைப் போன்ற பரபரப்பு தன்னுடைய முகத்திலிருந்து அப்போதுதான் மறைந்ததென்று அவனுக்குத் தெரியாது. சிறுவர்கள் சமையலறையிலிருந்த சிறகுகளைத் திரட்டியெடுத்து, டோராவின் கையில் இருந்த துணிப் பையினுள் திணித்தனர்.

பொசுங்கிய சிறகுகளின் மணமும், கொப்பளித்து எழுந்த கொழுப்பின் மணமும் கலந்து மார்கரெட்டுக்குச் சற்று உற்சாக மூட்டியது. பேச்சு தாராளமாக வந்தது.

"அவன் ஒன்றைத் தனக்கு வைத்துக்கொண்டுதான், மற்றவைகளை விற்பான் - நாப்தெலைத்தான் சொல்கிறேன். அதனுடைய விலையை மற்றவைகளின் தலையில் கட்டி விடுவான்." இவ்வாறு அவள் சொன்னதைக் கேட்டு பாஸ்தியன், "குள்ள நரி வந்தால்தான் நம்மைப் போன்றவர்கள் வாத்துக் கறி சாப்பிடுவோம்" என்றான். கொதித்துக் கொண்டிருந்த கொழுப்பைக் கரண்டியினால் மார்கரெட் ஆழக் கிளறினாள். பாஸ்தியன், "நாம் உமியைக்கூட நமக்கென்று வைத்துக் கொள்ளவில்லை. 'இது ஒரு செலவுக்காயிற்று. அது மற்றொரு வகையில் உபயோகப் படுகிறது' என்று கணக்குப் போடுவதற்கே நேரம் சரியாயிருக்கிறது. காஸ்த்ரீஸியஸுக்குக் கொடுக்க வேண்டிய தவணை எப்போது வருகிறது - மூன்றாம் தேதியா, அல்லது ஐந்தாம் தேதியா?" என்று கேட்டான்.

"நீங்கள் எத்தனை தடவைதான் கேட்பீர்கள்? எப்போதும் மூன்றாம் தேதிதான்" என்று அவனுடைய மனைவி பதிலளித்தாள். அதற்கு பாஸ்தியன், "ஆமாம். பலதடவைகள்தான் கேட்கிறேன்.

தவணை மூன்றாம் தேதி என்பதில் ஐயமில்லை. ஆனால் பணத்தை எப்படிக் கொடுப்பது என்பதுதான் தெரியவில்லை!" என்றான்.

சிறகுகள் திணிக்கப்பட்ட பையை தைத்துக்கொண்டிருந்த டோரா அப்பாவை பயத்துடன் பார்த்தாள். குழாய் வைத்ததற்கு தவணைப் பணம் கொடுப்பது பற்றி பேச்சு வரும் போதெல்லாம் அவளுக்கு பயம் வந்துவிடும். அவள் உள்ளத்தில் குற்றம் குறுகுறுக்கும். பாஸ்தியன் பல்லைக் கடித்துக் கொண்டு வாத்தின் கழுத்தைத் தோலுரித்துக் கொண்டிருந்தான். அவனுடைய மனைவி, "ஒரு வாத்தை வைத்துக் கொண்டு எவ்வளவோ செய்யலாம்" என்றாள். அவளுடைய உள்ளத்தில் பல சிந்தனைகள் எழுந்து குழம்பின. கடைசியில் "நமது விவாக நாளன்று இரவு நாம் வறுத்த இறைச்சியும், முள்ளங்கிக் குழம்பும் சாப்பிட்டது நினைவிருக்கிறதா?" என்றாள்.

யோஹானுக்கு வேலை ஒன்றுமில்லை. முந்திய இரவு அவன் நெடுநேரம் தூங்க முடிந்ததாயினும் இன்னொரு முறை அதைப்போல் தூங்க வேண்டுமென்றிருந்தது. அங்கு நடந்த பேச்சைக் கேட்டு அவன் சிறிது குழப்பமடைந்தான். சிரிப்பதா, அழுவதா என்று அவனுக்குத் தெரியவில்லை. பாஸ்தியனின் மனைவி, தானே குளிர் காய்வதற்கான ஏற்பாட்டை கவனித்துக் கொள்வதாகவும், மறுநாள் ஞாயிற்றுக்கிழமையே யாதலால் எல்லோரும் மீண்டும் ஒரு மணி நேரம் படுத்துக் கொள்ளலாமென்றும் கூறினாள்.

உடனே யோஹான் கைகால்களை நீட்டி, அந்த பெஞ்சி மீது படுத்துவிட்டான். ஆனால் பாஸ்தியன் மீண்டும் அவனிடம் சென்று, "யோஹான்! நீயும் எங்களுடன் வரவேண்டும். எப்படியும், நாளை ஞாயிற்றுக்கிழமைதானே, பாட்ஸன்பாக்கிற்கு அவ்வளவு சீக்கிரம் போய்விட வேண்டுமா என்ன? உனக்கு வாத்துக் கறி சாப்பிடும் அதிருஷ்டம் இருப்பதைப் போலவே தோன்றுகிறது. இதோ, உனக்கு அழைப்பு. இனி சந்தேகம் ஏதுமில்லையே?" என்று கூறினான்.

## II

அந்த ஞாயிற்றுக் கிழமை மாலை வெகு நேரம் கழித்து, ஆட்கள் நிறைந்த டிரக் ஒன்று பில்லிங்கனிலிருந்து ஓவர்வீலர்பாக்கிற்குப் போகும் சாலையில், பெரிய தூசிப் படலத்தைக் கிளப்பிக் கொண்டு வேகமாகச் சென்றது. அதை ஓட்டியவனைத் தவிர, பன்னிரண்டு விவசாயக் குடும்பப் பிள்ளைகளும், அவர்களுடைய உறவினர்களும் வண்டியில் இருந்தனர். அவர்களில் பெரும்பாலோர் ஆண்கள். ஞாயிறு தோறும் அணியும் கறுப்பு உடைகளை அணிந்திருந்தனர். காற்றைத் தடுத்து நிறுத்தும் அணைகளும், பெல்ட், முழங்கால் வரை வரும் பூட்ஸுகள், குறிப்பிட்ட சின்னம் பொறித்த குல்லாய்கள் முதலியவைகளும் அணிந்திருந்தனர். அந்த வண்டி பில்லிங்கனிலிருந்த ஸ்ட்ரோமையர் சாராயக் கம்பெனிக்கு சொந்தமானது. அதை ஓட்டிய டிரைவர்கூட அதில் வேலை செய்பவனே. அவ்வண்டியும் பல அதில் பீப்பாய்கள் நிறைய இருந்த பீர் பானமும் அவர்களுடைய சுற்றுப் பயணத்திற்காக அளிக்கப்பட்டிருந்தது. அவர்கள் பில்லிங்கனில் முந்திய நாள் போட்ட கூட்டத்திற்கு அக்கம்பெனியின் கட்டடத்தில் இடம் கொடுக்கப்பட்டிருந்தது. அக்கூட்டத்தில் பேசுவதற்கென்றே டாக்டர் டோயிரிட்ஸ் வந்திருந்தார். அவருடன் அக்கூட்டத்தில் உள்ளூர் விவசாயி பெடர், பால் விற்பனைச் சங்கத்தைச் சேர்ந்த ஹைன்ரிஷ் பிரைடிஸ் ஆகிய இருவரும் கூடப் பேசினார்கள்.

டிரைவருக்கு அருகில் கிறிஸ்டியன் குங்கல் உட்கார்ந்திருந்தான். அவனுக்கு சுமார் இருபத்தைந்து வயது இருக்கும். ஓவர்வீலர்பாக்கில் ஒரு விவசாயக் குடும்பத்தைச் சேர்ந்தவன். அவன் பேசிய ஒரு வாக்கியத்துடன் ஒப்பிட்டுப் பார்த்தால், முந்திய கூட்டத்தில் பேசியவர்களின் பேச்சுக்கள்

அவ்வளவும், அவ்வண்டியிலிருந்தவர்களுக்கு உப்புச் சப்பற்று இருந்தன. மேடை மீது கையைத் தூக்கி நின்று, இன்று எங்களுடைய ஊரிலிருந்து நான் ஒருவனே இங்கு வந்திருக்கிறேன். அடுத்த தடவை குறைந்தது இருபது பேராவது வருவோமென்று கடவுள் மீது ஆணையிட்டுக் கூறுகிறேன் என்றான். இவை அவனுடைய உள்ளத்தில் பிரைடிஸ் உருவேற்றிய வார்த்தைகள் என்பதில் ஐயமில்லை. கூட்டத்தில் நெருக்கியடித்துக் கொண்டு. புருவத்தை நெறித்துப் பார்த்தவாறு, குங்கலின் தம்பி காட்லிப் உட்கார்ந்திருந்தான். அவனைப் பற்றி குங்கல் கூற தவறி விட்டான். இப்போது காட்லிப் வண்டியின் பின்புறம், நல்ல உடற்கட்டுடனிருந்த இரு இளைஞர்களுக்கு நடுவில் உட்கார்ந்திருந்தான். கூட்டத்திலிருந்த அதே தோற்றத்துடன், குங்கலின் முதுகைப் பார்த்த வண்ணம் அமர்ந்திருந்தான்.

வண்டியோட்டியை அடுத்து இருந்த கிறிஸ்டியன் குங்கல், மௌனமாக இருந்த போதிலும், உற்சாகமாக இருந்தான். வழியெங்கும், ஒளி பொருந்திய முகங்களுடன், மக்கள் வயல் வெளிகளில் நின்று கொண்டிருந்தனர். வண்டியில் இருந்தவர்களை அவர்கள், வாயைத் திறந்தபடி நின்று, கண்களை அகல விரித்துப் பார்த்தனர்.

குங்கலுக்கு, முந்திய நாள் மாலை நடந்தது தன் வாழ்க்கையில் இரண்டாவது மாபெரும் நிகழ்ச்சியாகத் தோன்றிற்று. முதலாவது அவனுடைய தந்தையின் மரணச் சடங்குகள் நடந்த நாள் மாலையில் நிகழ்ந்தது. தாய் அப்போது கண்ணீரைத் துடைத்தவாறு உட்கார்ந்திருந்தாள். தம்பியும், தங்கையும் அவனை ஒரு மாதிரியாகப் பார்த்தனர். தானே மூவரிலும் பெரியவன் என்ற நினைவு திடீரென்று அவனுக்கு வந்தது. அப்போது தன் அதிகாரத்தைக் கொஞ்சம் அமுல் நடத்திப் பார்த்தான். "போய் காய்கறி நறுக்கும் வேலையைப் பார்" என்று காட்லிப்பிடம் கூறினான். காட்லிப்பின் கண்ணிமைகள் சற்று துடித்த மாதிரியிருந்தது. அவ்வளவு தான். உடனே போய் அவன் கறிகாய் நறுக்கினான்.

பிறகு, 'எப்படியிருக்கிறாய்?' என்று குங்கலை நண்பர்கள் கேட்டபோது, 'குறைப்பட்டுக் கொள்வதற்கு ஒன்றுமில்லை'

என்றான் அவன். ஒருவருடைய புகழ், கட்டடத்தை உறுதியாக நிற்கச் செய்யும் சிமின்ட் போன்றது. நாளெல்லாம் அவன் உழைத்தான். அவனுக்கு உதவி செய்த தாய், தம்பி தங்கை ஆகியவர்களிடம் அடிமைகளைப் போல வேலை வாங்கினான். அவனுடைய நிலத்தில் மற்றவர்கள் அவனுக்காக உழைப்பதும், மற்றவர்களுக்கு அடிபணிய வேண்டியதில்லை என்பதும் அவனுக்கு மிகவும் பிடித்திருந்தன. அவன் விவாக நினைவை அணுக விடவில்லை. அந்த அளவுக்கு புத்திசாலித் தனமாகவே நடந்து கொண்டான். நிலைமைக்குத் தக்கவாறு இருக்க வேண்டுமென்ற கருத்து அவனுடைய ரத்தத்தில் ஊறியிருந்தது.

ஒவ்வொரு விஷயத்திலும் அவனுக்குத் திட்டமான கருத்துகள் இருந்தன. அவன் ஒரு வயலில் சீமைத்தக்காளி வைத்துப் பயிர் செய்ய முயற்சித்தான். அக் கிராமத்தில் முதன் முதலில் பயிர்களுக்கு அடை வீடு கட்டியவன் அவன்தான். காலிபிளவரும், அதைப் போன்ற மற்ற கறிகாய் வகைகளையும், பருவ காலத்திலல்லாமல் மற்ற காலங்களிலும் பயிரிட்டான். ரயிலைத் தவிர வேறு எந்த முறையில் அவற்றை பில்லிங்கனுக்கு அனுப்பலாமென்று ஆலோசித்துப் பார்த்தான். பால் விற்பனை சங்கம், யூதர் குழு, சாராய உற்பத்தி சாலை ஆகிய ஸ்தாபனங்களின் வண்டிகள் பில்லிங்கனிலிருந்து வருவது வழக்கம். அவற்றில் சாராயக் கம்பெனி வண்டியைக் கேட்பதே நல்லதென்று முடிவு செய்து, வண்டியோட்டியைக் கேட்டான். இங்கிருந்து போகும் போது வண்டி காலியாகத் தான் போகும். காய்கறிகளை சந்தை நாட்களில் இங்கிருந்து ஏற்றிச் செல்லுவதில் அவனுக்குக் கஷ்டமொன்றுமில்லை. இதைப் போன்ற விடாமுயற்சியுடைய குங்கல், நல்ல நாட்களில் மிக உயர்ந்த நிலையை அடைந்திருக்கலாம். இப்போது இவையெல்லாம், உள்ள கௌரவத்தைக் காப்பாற்றிக் கொள்வதற்குத்தான் போதுமானவையாக இருந்தன. பத்திரிகைகளும், துண்டுப் பிரசுரங்களும், அவனுக்குக் கிடைத்தன. கொடிகளுடன் பலர் அவ்வழியாகச் செல்வதைப் பார்த்தான். அவனுடைய காதுகளில் பற்பல கோஷங்கள் ஒலித்தன. அவன் வாயை மூடிக் கொண்டிருந்தான். ஆனால் அவகாசம் கிடைத்த போதெல்லாம் தனக்கு உபயோகமானது எது என்று ஆழ்ந்து சிந்தித்தான்.

ஒரு நாள் மாலை குங்கல் பில்லிங்கனிலிருந்து இரண்டு ஸ்வஸ்திகா கொடிகளுடன் திரும்பி வந்தான். வாசலில் ஒன்றும், அடை வீட்டின் மீது ஒன்றுமாகக் கட்டினான். வழக்கம் போல, பலரை டவுனில் சந்தித்துப் பேசி விட்டு வந்திருந்தான். மார்க்கெட்டிலிருந்த அவனுடைய கடைக்காகச் செலுத்த வேண்டிய பணத்தைக் கொடுப்பதற்கு அவன் அங்கிருந்த மாவட்ட அலுவலகத்திற்குப் போனான். அத்துடன் அவனுடைய தங்கைக்கு வந்த கட்டியை அறுத்து வைத்தியம் செய்ததற்காக டாக்டருக்குச் சேரவேண்டிய பணத்தையும் கொடுத்தான். பால் விலைகள் மாறியிருந்தன.

அவற்றின் விலைப் பட்டியலை வாங்கி வருவதற்குச் சங்கத்திற்குச் சென்றிருந்தான். எப்போதும் போல் போன இடங்களில் எல்லாம் பொதுப் பிரச்னைகளைப்பற்றி அவன் பேச்சுக் கொடுத்தான். இந்தத் தடவை அவன் திட்டமாக எடுத்த முடிவு தனக்கு மிகப் பயனளிக்குமென்று நினைத்தான்.

சுயநலமே அவனுடைய குறிக்கோளாக இருந்தது. சீமைத் தக்காளி, முள்ளங்கி, காலிபிளவர் அல்லது வேறு எந்தக் கறிகாய் வகையோ பயிரிடுமுன், அதில் லாபம் எவ் வளவு இருக்குமென்று கணக்குப் போட்ட பிறகே அவ்வேலையில் இறங்குவான். ஒவ்வொன்றிலும் அவன் அப்படித்தான். சட்டைக் கையில் தைத்துக் கொள்ளக் கூடிய கட்சிச் சின்னங்கள், சொக்காய்கள், கொடிகள், விண்ணப்பத் தாள்கள் முதலியவற்றை மற்றவர் கொடுத்த போதெல்லாம் 'இப்பொருள்களால், இவர்களால், எனக்கு என்ன லாபம்?' என்று தன்னைத்தானே அவன் கேட்டுக் கொண்டது உண்டு. பொதுவாக நாளெல்லாம் உழைத்துப் பாடுபட்டு, மாலை நேரங்களில் அவன் களைத்தேயிருப்பான்.

ஞாயிறன்று இரவு, கடின உழைப்புக்குப் பிறகு வழக்கமாகத் தோன்றும் களைப்பு இல்லாவிட்டாலும், அவன் இருப்புக் கொள்ளாமலும், உள்ளத்தை வாட்டும் பற்பல சிந்தனைகளுக் கிடையில் உழன்று கொண்டிருந்தான். ஞாயிற்றுக் கிழமைகளில் சந்திக்கும் பெண்களுடைய சிரிப்பின் அரவம் அவன் காதுகளில் இன்னும் ஒலித்துக் கொண்டிருந்தது. சும்மா மனதைப்போட்டு அலட்டிக் கொள்வதில் பயனில்லை என்று நினைத்து

அந்நினைவுகளுக்கு இடம் கொடுக்காமல், இரவில் விரைவாகவே தூங்கி விடுவான். கோயிலில் பாதிரியாரின் உபதேசத்தை அவன் கூர்ந்து கேட்பான். ஏனெனில் நன்றாகப் படித்து, விவரங்களை ஆராய்ந்த ஒருவரிடம் நிச்சயமாக விஷயம் இருக்கும். அதிலிருந்து இளைஞர் பயன் பெற இடமுண்டு. விரிந்து கிடக்கும் வான வெளியில், குதூகலமாகப் பறந்து செல்லும் சின்னஞ்சிறு வானம்பாடியொன்றைப் பார்க்கும் போது, குங்கல் மகிழ்ச்சி யடைவான். இம்மகிழ்ச்சியினால் அவனுடைய வேலைத் திறன் உயரும். இவ்வாறு தன் வயலுக்கு மேல் பறக்கும் வானம்பாடி உபயோகமான ஒரு பறவைதான் என்ற நினைப்பு அவனுக்கு வந்தது.

## 2

ஆற்றங்கரையோரமாக இருந்த சாலையில் கால் நடையாகவும், மிதி வண்டிகளிலும் சென்றவர்களைத் தாண்டி, பெரிய புழுதிப் படலத்தை எழுப்பிக் கொண்டு அந்த டிரக் போன போது சிலர் புன்னகை புரிந்தனர். எல்லோருடைய கண்களும் ஆற்றை நோக்கியே இருந்தன. படகுகள் அதில் அங்குமிங்கும் நின்றன.

மரங்கள் அடர்ந்த சிறு குன்றுகளும், பச்சைப் பசும் வயல்களும் சிற்சில இடங்களில் காணப்பட்டன. வழக்கமாக வேலை நடக்குமிடங்களை ஞாயிற்றுக் கிழமையன்று பார்த்தால் எப்படி சற்றுத் தூங்கி வழிந்த மாதிரியிருக்குமோ, அப்படி இருந்தது அந்த இடம். கண்களுக்குக் குளிர்ச்சியான, அப்பழுக்கற்ற ஒளி அப்பகுதியில் படர்ந்திருந்தது. திடீரென்று அவ்வண்டி யிலிருந்த அனைவரும் பாடவேண்டுமென்று நினைத்தனர். பாடத் தொடங்கினர். ஒரு பெண் கையிலிருந்த பையை வீசியபடி அப்போது சாலையில் நடந்து சென்று கொண்டிருந்தாள். வண்டி அவளைத் தாண்டிச் சென்றது.

அதிலிருந்த பல சிறுவர்கள் எட்டிப் பார்த்து, 'மரியா, மரியா' என்று கத்தினர். வண்டியை நிறுத்தும்படி குங்கல் டிரைவரிடம் கூறினான். எனினும் அப்படிச் சொன்னது பற்றி உடனே அவன்

வருத்த மடைந்தான். சொல்லிய பிறகு வேறு ஒன்றும் செய்வதற்கில்லை. ஏனெனில் அங்கு வந்து கொண்டிருந்தவள் இதற்குள் கையைக் காட்டி விட்டாள்.

“வீலர்பாக்கிற்குப் போகிறீர்களா” என்றாள் அவள்.

“வீட்டுக்குப் போகிறோம். அவரவர்களை வீடுகளில் இறக்கிவிட்டுச் செல்லுகிறது வண்டி. வா, உன்னையும் வீட்டில் கொண்டு போய் விடுகிறோம்.”

கைகளை, தோள்களுக்கு அடியில் கொடுத்து அவளைத் தூக்கி விட்டனர்.

வண்டி தொடர்ந்து மேலே சென்றது. அவள் சாலையில் நடந்து சென்றபோது குறிப்பாக அவளிடம் எதுவும் தென்பட வில்லை. இப்போது, முழங்காலும் முழங்காலும் மோத, அவர்கள் அருகருகில் உட்கார்ந்திருந்த போது, வண்டியிலிருந்த இளைஞர்கள் அப்படியே அசந்துபோய் விட்டனர். அழகும், மணமும், சுகமும் அவளைச் சுற்றி நின்ற வேனிற்கால இரவு அவளைச் சூழ்ந்திருந்ததாகத் தோன்றிற்று. அவர்களுடைய கண்கள் மெதுவாகத் தன் மார்பகங்களின் பக்கம் சென்றதைக் கண்டு, ஆடையின் மேல் புறத்துப் பொத்தானைப் போட்டுக் கொண்டாள். “உன்னிடமிருந்து நாங்கள் எதையும் திருடிவிடப் போவதில்லை” என்றான் ஒருவன். “எனக்கு நீங்கள் கொடுக்கப் போவதும் ஒன்றுமில்லை” என்றாள் மரியா. இருப்பதே போதுமான அளவு இருக்கிறதே, இன்னும் என்ன? என்றான் மற்றொருவன். குங்கல் திரும்பிப் பார்த்து, ‘உஸ்’ என்றவுடன், அவர்களெல்லோரும் அடங்கிவிட்டனர். கடைசியில் பேசியவனுக்கு பதில், அவளுடைய நா வரையில் வந்து விட்டது. ஆயினும் அதை விழுங்கிவிட வேண்டியதாயிற்று. அவள் சொல்ல நினைத்ததற்குப் பதிலாக, “நல்லது, கிறிஸ்டியன். நீ இப்போது வளர்ந்திருக்கிறாய். உண்மையாகத்தான் கூறுகிறேன்” என்றாள்.

“அவனா வளர்ந்திருக்கிறான்? நல்ல வளர்ச்சி என்றால் என்னவென்று இன்னும் சில நாட்களில் நாங்கள் காட்டுகிறோம், பார்” என்றான் ஒருவன்.

"இன்னும் இங்கேயே இருக்கிறாயே. ஏன் ஊருக்குப் போகவில்லை? இந்த இடம் உனக்கு அவ்வளவு பிடித்து விட்டதா, என்ன?" என்று அங்கிருந்தவர்களுடைய தலைக்கு மேல் பார்வையைச் செலுத்திக் கேட்டான் குங்கல்.

"இப்போதைக்கு இது பரவாயில்லை" என்றாள் மரியா. பிறகு, "ஓ காட்லிப். உண்மையில் நீகூட நன்றாக இருக்கிறாய்" என்றாள். எல்லோரும் சிரித்தனர். காட்லிப் குங்கலுக்கு வெட்கத்தினால் முகம் சிவந்துவிட்டது. வெய்யிலினால் கருத்திருந்த அவனுடைய இளம் முகத்தில் சிறிது பயம் தோன்றியது. வாரியிருந்த அவனுடைய தலைமயிரை விளையாட்டாகக் கலைத்துவிட நினைத்துக் கைநீட்டிய மரியா, அவன் அணிந்திருந்த சட்டைத் துணியைத் தடவிப் பார்த்து, "மிக நன்றாக இருக்கிறது இது" என்றாள்.

வண்டியின் முன்புறமிருந்தவர்கள் மீண்டும் பாடத் தொடங்கினர். மரியாவும் அவர்களுடன் சேர்ந்து பாடினாள். அவள் பாடுவதைக் கேட்பதற்காக, மற்றவர்கள் எல்லோரும் தங்களுடைய குரலைத் தாழ்த்தினர். அழுத்தமும், அமைதியும் அவளுடைய குரலில் இருந்தன. மகிழ்ச்சியும், துயரமும் ததும்பி நின்றன. காதலின் குரலே அதில் தொனித்ததென்று கூறலாம். பாட்டு முடிந்தவுடன், அவள் தலை குனிந்து கொண்டாள். அவர்கள் சென்று கொண்டிருந்த வண்டி ஒரு குலுங்குக் குலுங்கி நின்றது. "ஆகட்டும், கீழே இறங்கு, மரியா. இங்கிருந்து உங்கள் வீட்டுக்கு நடந்தே போய்விடலாம்" என்றான் குங்கல். அவள் கீழே குதித்தாள். வண்டியிலிருந்த ஒருவன் அவளுடைய பையை எடுத்துக் கொடுத்தான். திரும்பத் திரும்ப 'ஹீல்' கோஷங்களுடன் வண்டி கிராமத்தினுள் நுழையும் சத்தம் அவளுக்குக் கேட்டது.

# 3

அவள் சற்று தூரம் நடந்து சென்றாள். ஊர்க் கோடி வந்துவிட்டது. ஒரு புறம் கான்ராடு பாஸ்தியன் தோட்டம். மற்றொரு புறம் குங்கலின் அடை வீடு. அவளை இறக்கிவிட்ட

வண்டி ஏற்கனவே சந்தின் வழியாகச் சென்று, அடுத்த கிராமத்திற்குப் போகும் நெடுஞ்சாலையில் போய்க் கொண்டிருந்தது. சந்து முழுவதும் வெள்ளைத் துண்டு பிரசுரங்கள் சிதறிக் கிடந்தன. வெளியில் கூச்சல் கேட்டு அங்கு வந்த ஆண்களும், பெண்களும் அவற்றைப் படித்த வண்ணம் நின்றனர். விரைவில் வீடு திரும்ப வேண்டாமென்ற கருத்துடன் மரியா அவற்றில் ஒன்றை எடுத்துப் படிப்பதிலும், அக்காகிதத்தை மிக மெதுவாக மடித்துப் பையினுள் வைத்துக் கொள்வதிலுமாக நேரத்தைப் போக்கினாள். பிறகு பெருமூச்சு விட்டவாறு அவள் வீட்டினுள் நுழைந்தாள்.

ஆல்கியர் குடும்பத்தினர் எல்லோரும் அப்பா, அம்மா, பால் ஆகியோர் - இன்னும் சாப்பாட்டிலிருந்து எழுந்திருக்கவில்லை. அம்மாவும், தம்பியும், மரியாவைப்போலவே கட்டைக் குட்டையாக இருந்தனர். தந்தை மெலிந்து, நாலாபுறங்களி லும் பறக்கும் தாடியுடனிருந்தார். மேஜைமீது ரொட்டியும், இறைச்சிப் பலகாரங்களும் இருந்தன. ஒருவரையும் பார்க்காமல், பொதுவாக வணக்கம் கூறிவிட்டு, உணவருகில் உட்கார்ந்து ரொட்டித் துண்டு ஒன்றை எடுத்தாள் மரியா. அதைத் தின்று கொண்டிருந்த போது, மற்றவர்கள் எதிரியைப் பார்ப்பது போல அவளுடைய வளர்ந்த, பருத்த உடலை கடைக்கண்ணால் பார்த்தபடி உட்கார்ந்திருந்தனர். "என்ன ஆயிற்று?" என்று அவளுடைய தாய் கேட்டாள். "என் கந்தல் துணி மூட்டையை ஸ்ட்ரூவ் வீட்டிலிருந்து பெற்றுக்கொண்டேன். அவர்கள் கூறியபடி அதை அங்கே கொடுத்து விட்டார்கள். என் காகிதங்கள்கூட கிடைத்தன" என்றாள் மரியா. "அது சரி, பதினைந்தாந்தேதி வேலை செய்ததற்குப் பணம் கொடுத்தார்களா?" "போனால் போகிறது. அச்சிறு தொகைக்காக நான் பிரமாதப் படுத்தப் போவதில்லை."

இதைப் பிடித்துக்கொண்டாள் தாய். உரத்த குரலில் அவள் ஓலமிடத் தொடங்கினாள். அது ஒன்றுமேயில்லை என்பதுபோல் பேசுகிறாயே. அது சிறு தொகையாம்; போனால் போகிறதாம். வெறும் பேச்சுத்தான் மிச்சம். வீட்டில் எதிர்த்துப் பேசுகிற மாதிரி அங்கும் பேசியிருப்பாய். இல்லையானால்

சீட்டுக் கிழித்து உன்னை ஏன் வீட்டுக்கு அனுப்புகிறாள்? அதுவும் ஐந்து வருஷங்கள் கழித்து, இப்போது? எங்களைப் பற்றிய நினைவே உனக்கு இல்லையா? கடந்த ஐந்து ஆண்டுகளாக நீ உனது இருபத்தைந்து மார்க் பணத்தை எங்களுக்கு அனுப்பிக்கொண்டிருந்தாய். இனி அது வராது. காஸ்டிரீஜியஸுக்குக் கொடுக்க வேண்டிய தவணைப் பணம் இருக்கிறதே அதை இனி எப்படிக் கொடுப்பது? அடுத்த ஜனவரி முதல் தேதி வரை மாதம் ஒன்றுக்குப் பதினைந்து மார்க் வீதம் பணம் எப்படி கொடுக்கப் போகிறோம்? அத்துடன் விளக்குக்காக நாம் செலுத்த வேண்டிய கட்டணம் வேறு. உன்னைத்தான் கேட்கிறேன் இனி நாம் என்ன செய்வது? இதெல்லாம் உன் புத்தியில் படவேயில்லை, அல்லவா? இருபத்தைந்து மார்க் பணத்தைப்பற்றி தாராளம் பேசுகிறாயே - இதெல்லாம் ஒரு பொருட்டாக இல்லையா உனக்கு?"

"அதை எப்படி சம்பாதிப்பதென்று எனக்குத் தெரியாதா? இவ்வளவு காலம் தண்டச் சோறு தின்று கொண்டிருந்ததாக நினைப்போ உங்களுக்கு?" என்றாள் மரியா. அவளுடைய முகத்தில் படீரென்று அறைந்தாள் தாய். பால் தன்னுடைய முகத்தை மறுபுறம் திருப்பிக்கொண்டான். மரியா தேம்பித் தேம்பி அழுதாள்.

அவளுடைய தாயும் அழுதாள். "இப்போது என்ன செய்யப் போகிறாய், கையைக் கட்டிக்கொண்டு சும்மா உட்கார்ந்திருப்பது தவிர? நாலு பேர் காண ஊர் சுற்றிக்கொண்டிரு, மிகவும் அழகாயிருக்கும். 'மரியா இப்படி, அப்படி' என்று ஊரிலிருப்பவர்கள் பேசட்டும். குதிரை மாதிரி தின்று விட்டு, சிவப்புச்சட்டை மாட்டிக்கொண்டு திரியப்போகிறாயா? உதவாக்கரைக் கழுதை."

"எனக்குத் தெரிந்தவரை இங்கு வேலை கிடைப்பது கஷ்டமொன்றுமில்லை" என்றாள் மரியா.

"உன்னை வேலையிலிருந்து நீக்கியது எதற்காக என்று தெரிந்தால் நல்லது."

நீ வாயை மூடிக்கொண்டு சும்மா இருக்க மாட்டாயா? அவள் என்னை வேலையிலிருந்து நீக்கியதன் காரணம்,

அவளுடைய கணவனுக்கு பாங்கியிலிருந்து கடிதம் வந்துவிட்டது தான். 'நம்பிக்கையாகவும், கஷ்டப்பட்டும் உழைப்பவள்' என்று என்னைப்பற்றி எழுதிக் கொடுத்திருக்கிறார்கள் பார்."

அவளுடைய தந்தை நாற்காலியிலிருந்து எழுந்தான். உடனே அவனுடைய மனைவி பேச்சை நிறுத்தினாள். அவளுடைய வசைமாரி ஓய்ந்துவிட்டதால், திடீரென்று அவ்வறையில் நிசப்தம் நிலவியது. எவருக்கும் பொழுது போகவில்லை; உற்சாகமாகவும் இல்லை. தந்தை இதுவரை ஒன்றும் சொல்லவில்லை. இப்போதுகூட அவன், "பால், என் தொப்பியை எடுத்துக் கொடு" என்று மட்டும் கூறி எழுந்தான்.

அவனுடைய மனைவி சற்று பயத்துடன், "எங்கே போகிறீர்கள்?" என்று கேட்டாள். "இதெல்லாம் காது கொடுத்துக் கேட்கும்படியாக இல்லை" என்று அவன் பதில் அளித்தான். நிலைப்படியைக் கடந்து செல்லும்போது, அதில் இடித்துக் கொள்ளாமலிருப்பதற்காகச் சற்று குனிந்தான். "பால், நீயும் வா" என்று அழைத்தான்.

அவன் வெளியே சென்ற பிறகு, மீண்டும் மரியாவின் தாய் ஆரம்பித்தாள். ஆனால் முன் மாதிரி அவ்வளவு சூடு பிடிக்கவில்லை. "இதைச்செய், அதைச் செய்" என்று கத்திக் கொண்டிருந்தாள். வேலை முடிந்த பிறகு, சோபாவுக்கு எதிரில் ஒரு நாற்காலியை இழுத்துப்போட்டு மரியா, தனக்கு படுக்கை தயார் செய்து கொண்டாள். அவளுடைய தாய் வழக்கமாக ஒவ்வொரு நாளும் பாடும் பல்லவியை தொடங்கினாள். "படுத்துக்கொள்வதற்கு உனக்குப் படுக்கைகூட இல்லை. உதவாக்கரை உன் வாழ்வு எப்படி இருக்கிறது என்று பார், முண்டமே."

மரியா கால்களை இழுத்துச் சுருட்டிக்கொண்டு படுத்தாள்.

அவள் களைத்து இருந்ததாகக் கூறமுடியாது. ஆனால் தாயின் வரட்டுக் கத்தலை நிறுத்துவதற்கு இது ஒன்றே வழி. மாலையின் மங்கிய ஒளி அவளுடைய மனதை விவரிக்க முடியாத துயரத்தில் ஆழ்த்தியது. அவள் ஆறு வாரங்களாக அங்கிருந்த போதிலும்கூட, அக்கிராமத்தில் மாலையில் பொழுது

போவது கஷ்டமாக இருந்தது. அதைப்பற்றி அவள் வருந்தவில்லை. உடல் ஆரோக்கியமாக இருந்ததால், எல்லாக் கஷ்டங்களையும் தாங்கிக்கொள்ளும் சக்தி அவளுக்கு இருந்தது. அடி, உதை, கடினமான வேலை, நகரத்திலிருந்த மூன்று, நான்கு காதலர்களின் அணைப்பு, அந்த நாற்றம் பிடித்த சிறு டாக்டரின் அக்கப்போர் (மரியாவுக்கு முன் அவரிடம் வேலையாக இருந்தவள் மிக புத்திசாலித்தனமாக அவரைப்பற்றி அங்கிருந்த பரண் சுவற்றில் எழுதி வைத்திருந்தாள்.) இவ்வளவையும் அவள் சகித்து வந்தாள். அவளுடைய சோபா குறுகியதாகவும், அதன் முனைகள் கூரானவையாகவும் இருந்தன. அதையும் அவள் பொருட்படுத்தவில்லை. ஆனால் வெளியே, அவர்களிருந்த தெருவில், பாட்டும், கூத்தும் அமளியாக இருந்தது. இசைக் கருவி ஒலித்தது. அவளுடைய நலிவுற்ற உடலுக்கு அவை சற்று இன்பமளித்தன. அமைதியுடன் அவள் தூக்கத்தில் ஆழ்ந்தாள்.

## 4

ஆல்கியரும் அவனுடைய மகனும் தெரு வழியே நடந்து சென்றுகொண்டிருந்தனர். நீண்ட கால்கள் உள்ளவனாதலால் ஆல்கியர் சற்று அதிகமாகவே நடந்துவிட்டான். முதலிலிருந்த பத்து வீடுகளைத் தாண்டிய பிறகு சாலை பெரிதாயிற்று. இரண்டு பண்ணைகளுக்கிடையில், ஏற்றத் தாழ்வுகளற்றச் சம நிலப்பரப்புத் தோன்றிற்று. அது கொஞ்சம் கொஞ்சமாகத் தாழ்ந்து ஆற்றங்கரை வரையில் சென்றது. அகலமான வயல் வழியொன்று ஆற்றின் வலதுபுறம் வரையில் சென்று, கிராமத்திற்குப் போயிற்று. அதன் இருபுறங்களிலும் புல்லும், பூவும், செந்தட்டியும் முளைத்து நின்றன. அங்கு ஓரிடத்தில் எலுமிச்சை மரமொன்று நடப்பட்டிருந்தது. அது சதுக்கத்தைப் போல் இருந்தாலும், உண்மையில் அது சதுக்கமல்ல. அந்த சந்து அங்கு சற்று விரிவடைந்தது. அதையடுத்து மீண்டும் வீடுகள், இரு வரிசைகளாக முளைத்தெழுந்து கிராமக்கோடியில் சட்டென்று முடிவடைந்து விட்டதுபோல் தோன்றிற்று. ஆயினும் இப் பசுமரமே கிராம வாழ்க்கையின் அச்சாணியாக

விளங்கியது. ஹோட்டல்காரருக்கும் வெள்ளையடிப்பவருக்கும் தகராறு. சுவற்றுக்கு மஞ்சள் நிறம் அடிக்க வேண்டுமென்று முதலாளி கூறியிருந்தபோதிலும், வர்ணத்தை சரியானபடி கலக்காததால் அது ஆரஞ்சு நிறமாக மாறிவிட்டது. ஹோட்டல்காரன் பழ ரசத்திலிருந்து ஒருவித மதுவைத் தயாரித்து விற்று வந்தான். அது நீரைப்போலவே இருந்த போதிலும், போதையுண்டாக்கக் கூடியதாக இருந்தது. அப்பானம் அங்கு சுற்று வட்டாரங்களில் எல்லாம் பிரபலமாக இருந்தது. ஹோட்டலில் தங்குபவர்களின் எண்ணிக்கை பெருகிக்கொண்டே போக வேண்டும் என்பது அவனுடைய ஆசை. அந்த ஹோட்டலின் பெயர் எழுதியிருந்த பலகைக்கு மேல் இரண்டு கொடிகள் பறந்தன. ஒன்று கறுப்பு, வெள்ளை, சிவப்பு நிறங்களைக் கொண்டது. மற்றொன்று ஸ்வஸ்திகா சின்னம் பொறித்தது. சாராய உற்பத்திக் கம்பெனியின் கார் டிரைவர் நண்பர்களுடன் வீடு திரும்பும்போது இங்கு வந்து மதுவருந்தி செல்வதாகக் கூறியிருந்தான். ஓவர் வைலர் பாக்கில் துருக்கியர் இருந்திருந்தால், அவர்களுக்காகப் பிறைச்சந்திரன் கொடியும்கூட ஹோட்டல் முதலாளி போட்டிருப்பான்.

ஹோட்டலில் இனி தங்குவதற்கு இடமில்லாதவாறு கூட்டம் நிறைந்திருந்தது. இப்போது இன்று மாலை -அங்கு கூடியிருந்த குடியானவர்களில் எவரும் நேற்று டவுனுக்குப் போகவில்லை. அங்கு நடந்த ஆர்ப்பாட்டங்களில் இவர்களுடைய புதல்வர்கள் பங்கெடுத்துக் கொள்ளவில்லை. மூன்று மணி நேரம் ஊர்வலமாக நடந்து செல்வதற்கோ அல்லது பலர் காண, ஒரு டிரக்கில், இப்படியும் அப்படியுமாக இழுத்துச் செல்லப்படவோ அவசியம் எதுவுமில்லை.

முதலிலிருந்தே அந்த ஹோட்டலின் முற்பகுதி விசாலமாய், தங்குவதற்கு வசதியாக இருந்தது. இப்போதுகூட அதன் அமைப்பில் அடிப்படை மாறுதல் ஒன்றும் செய்யவில்லை. அங்கேயே தங்கியிருந்தவர்களும், அவ்வப்போது உபயோகித்து வந்து சென்றவர்களும் அதை இப்போது வந்தனர். வட்ட மேஜையைச் சுற்றி மர பெஞ்சியொன்று போடப்பட்டிருந்தது. சிவப்பு, பச்சை நிறப் பாத்திரங்கள் பீரோவின்மீது வைக்கப்

பட்டிருந்தன. சட்டம் போட்ட ஹின்டன்பர்க் படமொன்று இரு ஜன்னல்களுக்கும் நடுவில் மாட்டப்பட்டிருந்தது. காலியாக இருந்த நடு அறையில் பல மேஜைகளும், நாற்காலிகளும் போட்டிருந்தனர்.

கான்ராடு பாஸ்தியன், மைக்கேல் மொர்ஸ் ஆகிய இருவரும் சோபா மீது உட்கார்ந்திருந்தனர். மொர்ஸுக்குப் பெரிய தாடி, கனமான புருவங்கள். அவனுடைய உருவத்துக்கு வாய், கண், மூக்கு முதலியவையெல்லாம் மிகச் சிறியவையாகவும், அருகருகில் இருந்தவை போலவும் தோற்றமளித்தன. கிராமத்தில் அவன் ஒருவனிடம்தான் இரண்டு குதிரைகள் இருந்தன. அவனுக்கு ஒரு மகனும், மகளும் உண்டு. இருவரும் வயது வந்தவர்கள். கான்ராடு, ஆன்டிரியாஸ் ஆகிய இரு சகோதரர்களும் கிட்டத்தட்ட ஒரே மாதிரி சாயல் உடையவர்கள், ஆன்டிரியாஸ் கூட முதல் இரண்டு விரல்களால் மீசையைத் திருகிக் கொண்டிருப்பான். நடையுடைபாவனைகள் எல்லாம் அவன் பணக்காரன் என்பதை எடுத்துக்காட்டும். 'சொந்த வீடு, நிலம், ஆடு மாடுகள் எல்லாம் எனக்கு இருக்கின்றன' என்று பறைசாற்றுவதைப் போல ஆன்டிரியாஸ் காட்சியளித்தான். கான்ராடு பாஸ்தியனுக்கும் பதினாறு இரண்டு குழந்தைகள் - மகளுக்குப் வயது. மெலிந்த உடல், வெளிரிட்ட முகம். டோராவைப் போலவே அவளும் இருந்தாள். அவளுடைய தம்பி சிறியவன். கான்ராடு அரசாங்கத்துக்குக் கொடுக்கவேண்டிய வரி பாக்கி அதிகமாக இருந்தது. ஊரில் மொர்ஸுக்கு அடுத்த இடம் கான்ராடு பாஸ்தியனுக்குத்தான். இந்த முக்கியத்துவம் போய் விடுமோ என்ற பயம் கான்ராடு மனதில், எங்கோ ஒரு மூலையில் அரித்துக் கொண்டிருந்தது. பாஸ்தியன், மொர்ஸ் ஆகிய இருவரும் பீர்பானத்தைத் தங்கள் முன் வைத்துக் கொண்டு உட்கார்ந்திருந்தனர். ஒரு தட்டில் சில உப்புக் கட்டிகள் இருந்தன.

அறையின் நடுவிலிருந்த மேஜைகளையொட்டி பலர் உட்கார்ந்திருந்தனர். அவர்கள் நீடர்வைலர் பாக்கிலிருந்து' வந்தவர்கள். அக் கிராமம் பில்லிங்கனுக்கும், ஓவர்வைலர் பாக்கிற்கும் இடையிலிருந்தது. அவையிரண்டும் ஆற்றோர கிராமங்களாதலால், இவர்கள் அதிக நட்புடையவர்களைப்

போலத் தோன்றினர்; அனாயாசமாகக் குடித்தனர். அவர்களுடைய மேஜைமீது பலவித சாராய வகைகள் இருந்தன. வட்ட மேஜையொன்றைச் சுற்றி எட்டு அல்லது பத்துக் குடியானவர்கள் உட்கார்ந்திருந்தனர். அவர்கள் நாற்பது முதல் அறுபது வயது வரை, பல்வேறு வயதுடையவர்கள். அவர்களில் ஒருவருக்குக் கூட சொந்தக் குதிரை கிடையாது. இரண்டு பசுக்களுக்குக் குறைந்தோ, ஐந்துக்கு அதிகமாகவோ ஒருவரிடமுமில்லை. எல்லோரும் பீர் அருந்திக் கொண்டிருந்தனர். அவர்கள் இப்போது ஏறக்குறைய ஒரே அளவு குடித்திருந்தனர். புதிதாக அங்கு வந்திருந்தவர்களில் ஒருவன் "அந்த ஆல்பிரக்ட் லாம்பிரெக்டுக்கு நேற்று சரியானபடி கொடுத்துக் கட்டி விட்டார்கள். அவனுக்கு விழுந்த குத்து காரணமாக அவனை பில்லிங்கன் ஆஸ்பத்திரியில் சேர்த்திருக் கிறார்கள். அவனுடைய தாயார் ஞாயிற்றுக்கிழமை இரவெல்லாம் கதறிக் கொண்டிருந்தாள்." என்றான். கான்ராடு பாஸ்தியன் "பெர்தோல்ட் லாம்பிரெக்ட்டின் பெரிய பையனா? முகத்தில் மரு இருக்குமே அவன்தானே?" என்று வினவினான்.

"ஆமாம். அவன்தான். தன்னை பில்லிங்கனில் உள்ள நாஜி சூறாவளிப் படையில் சேர அனுமதிக்க வேண்டுமென்று தந்தையை நச்சரித்துக் கொண்டிருந்தான்."

"பையனிடம் அவர் கொஞ்சம் கண்டிப்பாக இருந்திருக்க வேண்டும். நானாக இருந்தால் அதற்கு அனுமதி கொடுத் திருக்கமாட்டேன்." "அனுமதித்திருக்கமாட்டாய்? மாடுகளுக்குக் கொம்புகளை அனுமதிக்க முடியாதென்று சொல்லிப் பார், அப்புறம் உனக்குத் தெரியும்."

ஆல்கியர், பால் ஆகிய இருவரும் மூலையில் இருந்த மேஜையருகில் இருந்தனர். அங்கிருந்தவாறே பேசியவர்களைப் 'பளிச்' சென்று பார்த்தான் பால். அவனுடைய முகம் சிவந்து விட்டது. நெடுநாட்களாகவே குங்கல் வீட்டுச் சிறுவர்களுடன் நானும் போகிறேன் என்று அவன் தந்தையை அரித்துக் கொண்டிருந்தான். ஆல்கியர், "கூடாது. அது எனக்குப் பிடிக்கவில்லை" என்று தந்தை மறுத்து வந்தான்.

“ஆல்கியர், உங்கள் பையனை கட்டிப்போட்டு வைத்திருக்கிறீர்கள் -”

வெட்கத்தினால் பலங்குன்றிப்போன பால் மேஜைக்குப் பின்னால் தலை குனிந்தான். ஆல்கியர் எதுவும் பேசவில்லை. தலை வழுக்கையாதலால் தொப்பி அணிந்திருந்தான்.

அறையிலிருந்த மெர்ஸ் யாரையும் குறிப்பாகப் பார்க்காமல், “எங்கே நடந்தது அது?” என்று பொதுப் படையாகக் கேட்டான். அங்கிருந்தவர்கள் எல்லோரும் ஒரே சமயத்தில் படபடவென்று பதிலளித்தனர். “ஐஷெல் சந்தில் நடந்தது. அவர்களில் இவன்தான் அதைச் செய்திருக்கவேண்டும். ரென்டல் பயலாக இருந்தாலும் இருக்கலாம். கத்திக் கொண்டும், சும்மா கதை விட்டுக்கொண்டுமிருப்பானே - அவன்தான். சரடு திரிப்பவன் ஒருவரைக் காட்டிக் கொடுக்கத் தயங்கமாட்டான்.”

“அவன் அதைச் செய்யக் கூடியவன்தான் -”

வட்ட மேஜையைச் சுற்றி உட்கார்ந்திருந்தவர்களில் ஒருவன் இன்னும் பான வகைகள் கொண்டுவரச் சொல்லவில்லை என்பதை ஹோட்டல்காரன் தெரிந்து கொண்டான். அவனை நோக்கிச் சென்றான். அவனைப் பார்த்தவுடன் நிகூபார் முகம் அசடு தட்டியது. நிகூபார் உடல் சிறியது. தட்டையான தலை. முதலாளி வருவதைக் கண்டதும் அவன் குழைந்தான். பிறகு “செர்ரி பிராந்தி வேண்டும்” என்று உரக்கக் கூறினான். அதைப் பருக வேண்டுமென்று அவனுக்கு வெகு ஆசை. ஆனால் மற்றவர்கள் குடிக்காததைத் தான் சிறப்பாகக் கேட்டது பற்றி அவனுக்குக் கூச்சமாக இருந்தது. உண்மையில் அவன் கூறியதைக் கேட்டதும் எல்லோரும் சிரிக்கத் தலைப்பட்டனர். அவன் கேட்ட பிராந்தியை முதலாளி கொண்டு வந்தான். அதில் ஊறிய செர்ரி பழம் ஒன்று மிதந்தது. அதை முதல் இரண்டு விரல்களால் கபக்கென்று எடுத்து வாயில் போட்டுக் கொண்டு எவ்வளவு நேரம் சுவைக்க முடியுமோ அவ்வளவு நேரம் சுவைத்துக் கொண்டிருந்தான். அவர்களுடைய பார்வையும், சிரிப்பும், கேள்விகளும், மொய்த்துக் கடிக்கத் தயாராயிருக்கும்

கொசுக் கூட்டத்தைப் போல், அவனைத் தாக்குவதற்குக் காத்திருந்தன. எனவே அவனுடைய உடல் மேலும் குன்றியது.

"ஏய், நிகூபார், இன்னும் போதிய சூடு பிறக்கவில்லையா, என்ன?"

"உன் புது மனைவி உன்னை குளிருக்கு அடக்கமாக வைக்கவில்லை போலிருக்கிறது. அதனால்தான் வெளியிலிருந்து சூடு பிறக்கும் பானத்தை உள்ளுக்கு அனுப்புகிறாய். அப் படித்தானே!"

நிகூபார் ஒரு விதவையை இரண்டாந்தாரமாகக் கலியாணம் செய்து கொண்டான். ஒவ்வொருவரும் அவனைப் பார்த்து "எப்படி இருக்கிறது சுகம்? என்ன செய்வதென்று தெரியாமல் இன்னும் உட்கார்ந்திருக்கிறீர்களா? என்று கிண்டல் செய்தனர். நிகூபாரின் இளையாளுக்கு அவ்வளவு நல்ல பெயர் இல்லை. கலியாணமான கொஞ்ச காலத்திற்குள்ளேயே அவளுடைய கணவனும் சகோதரியும் இறந்தனர். பிறகு இரண்டு பசுக்கள் இறந்தன. ஒருவரும் அவளைத் தங்களுடைய குழந்தைகளுக்கோ, ஆடு மாடுகளுக்கோ அருகில் நெருங்க விடுவதில்லை. நாளடைவில் அவளைப் பற்றிய பேச்சு சற்று அடங்கிற்று. பொதுமக்களுக்குப் புதிது புதிதாக வந்த பல சிக்கல்களுக்கும், கஷ்டங்களுக்கும் இடையில் இது ஓரளவு மறந்து விட்டது. ஆனால் அவள் மறுமணம் செய்து கொண்டபோது, இது மீண்டும் தொடங்கியது. அந்த அசிங்கம் பிடித்த, சோம்பேறி விதவையை நினைத்தவுடன் நிகூபாருக்கே உடல் நடுங்கியது. கடன்களை அடைப்பதற்குப் பணம் கிடைக்குமென்ற காரணத்திற்காக அவன் இந்த மறுமணத்திற்கு உடன்பட்டான். அங்கு கூடி யிருந்தவர்கள் அவனை விட்டுவிட்டு அருகிலிருந்த கிராஸ்மன் என்ற விவசாயியைப் பற்றிப் பேசத் தொடங்கியது அவனுக்கு மகிழ்ச்சியளித்தது.

"கிராஸ்மன் உன் மகன் சேதி என்ன?" என்றவுடன் கிராஸ்மன், "சேதிக்கு என்ன இருக்கிறது? அவனைப் போய் நீயே கேள்" என்று உறுமினான். அங்கிருந்தவர்கள் ஒருவரை யொருவர் பார்த்துக் கண் சிமிட்டி விட்டு, கிராஸ்மனைப்

பார்த்தனர். கோபத்தால் உடல் அவனுடைய ஆடிற்று. அவனுடைய மகன் பாட்சன்பாக்கிலுள்ள ஒரு பெண்ணை கர்ப்பவதியாக்கி விட்டான், அவளுக்குச் சட்டப்படி விவாக வயது ஆகவில்லை. எனவே இதற்காக அவளுடைய தந்தை கோர்ட்டில் நஷ்டஈடு தாவா தாக்கல் செய்தார். நஷ்ட ஈடு தொகைபற்றிக் கேள்விப் பட்டதும் கிராஸ்மன் ஆத்திரமடைந்து கொடுத்த உதையில், பையன் நொண்டியாகி விட்டான். மேஜையைச் சுற்றியிருந்த குடியானவர்கள் எல்லோரும் பானத்தைப் பருகிக் கொண்டே அவனைப் பார்த்துச் சிரித்தனர்.

அவர்களிடையில் திடீரென்று அமைதி உண்டாயிற்று. தங்களுக்குப் பின்புறம் சோபாவில் உட்கார்ந்திருந்த மெர்ஸ் வாழ்க்கையிலும் இதைப் போன்ற நிகழ்ச்சியொன்று நடந்த தென்பது நினைவு வந்தது. இவ்வளவு நேரமும் அவன் இவற்றையெல்லாம் கேட்டுக் கொண்டிருந்தானோ என்னவோ? அவன் வெறிச்சிட்டு நேராகப் பார்த்த வண்ணம் இருந்தான். முந்திய ஆண்டு அவனுடைய வேலைக்காரிகளில் ஒருத்தியை அவனுடைய மகன் கருதரிக்கச் செய்துவிட்டான். மெர்ஸ் அவனை செம்மையாக அடித்ததுடன், அந்தப் பெண்ணையும் வீட்டிலிருந்து துரத்திவிட்டான். பிறகு, கோர்ட்டில், அவளுடன் தான் பல தடவைகளில் உறவு கொண்டது உண்மையே என்றும், ஆனால் குறிப்பிட்ட மாதத்தில் தனக்கும் அவளுக்கும் அப்படி யொன்றும் நடக்கவில்லை என்றும் மெர்ஸின் மகன் கூறினான். அவனை அசைக்க முடியாதென்றும், என்ன நேர்ந்த போதிலும் அவனிடமிருந்து ஒரு காசுகூட வராதென்றும், இதற்காக அவன் பொய்ச் சத்தியம் கூட செய்வான் என்றும் நினைத்த நீதிபதி, அவ்விரு கிராமங்களின் பாதிரிகள், பெண்ணின் உறவினர் ஆகிய எல்லோரும் விவாகரத்தை அத்துடன் நிறுத்தி விட்டனர். கொசுக் கூட்டம் இப்போது தனக்கு வெகு அருகில் பறக்கிறது என்பதை மெர்ஸ் கவனிக்காமலிருக்க முடியவில்லை. கையை அலட்சியமாக ஒரு வீசுவீசி, அக்கூட்டத்தை விரட்டியடித்தான், கான்ராடு பாஸ்தியன் பக்கம் திரும்பினான்.

“உன் வீட்டுக்கு உறவினர் வந்திருப்பதாக என் மனைவி கூறினாளே-”

"எனக்குத் தெரிந்து ஒருவருமில்லை" என்றான் பாஸ்தியன்.

"உன் தம்பியின் வீட்டில் யாரோ வந்திருந்ததை என் மனைவி பார்த்தாள். அவன் விறகு வெட்டிக் கொண்டிருந்தானாம்."

கிராஸ்மன் சிரித்தபடி, "ஆன்டிரியாஸ் அவனைக் கூலிக்கு அமர்த்தியிருக்க முடியுமா? முடியாது" என்றான்.

பாஸ்தியன் தோள்களைக் குலுக்கிக் கொண்டான். வந்திருந்தவன் யாரென்று தெரியவில்லையாதலால், அவனுக்கு எரிச்சலாக இருந்தது. ஆல்கியரின் பக்கம் திரும்பி, "உன் மகள் மேரி இன்னும் இங்கேயே இருக்கிறாளே. இப்போது அவளை வேலையிலிருந்து நீக்கிவிட்டார்களா, என்ன?" என்று சட்டென்று பேச்சை மாற்றினான்.

அங்கிருந்தவர்கள் எல்லோரும் ஆல்கியர் பக்கம் திரும்பினர். பால்கூட தந்தையை பயத்துடன் பார்த்தான். மேஜைக்குமேல் தாடியை உயர்த்தியவாறு ஆல்கியர் பின்புறம் சாய்ந்தான். பொதுவாகவே ஆல்கியரின் தாடி கலைந்திருக்கும். புகையிலைக் கறை வேறு படிந்திருக்கும். அவன் அமைதியாக, "ஆமாம். அவளை வேலையிலிருந்து நீக்கிவிட்டனர்" என்று பதிலளித்தான். "ஏன்" என்றான் நிகூபார். "அவளுடைய எஜமானுக்கும் வேலை போய்விட்டது." "நானாக இருந்தால் அவளுடைய முதலாளியிடம் போய் விஷயம் என்னவென்று கேட்டுவிடுவேன். அவளைப் போன்ற பெண், தந்தையாகிய உன்னிடம், சும்மா ஏதேனும் சரடுவிட்டாலும் விட்டிருப்பாள்" என்றான் கிராஸ்மன்.

இருபது முப்பது பேர் ஆல்கியரின் தாடியை வேடிக்கை பார்த்துக் கொண்டிருந்தனர். "என் மகள் அப்படியில்லை. அவள் பொய் சொல்ல மாட்டாள்" என்றான் அவன்.

கிராஸ்மன் பளிச்சென்று, "அவள் பொய் சொல்லுவதில்லை என்று உனக்கு எப்படித் தெரியும்?" என்றான்.

## 5

அப்போது ஒரு மோட்டார் டிரக் திடீரென்று வெளியில் வந்து நின்ற சத்தம் அவர்களுக்குக் கேட்டது. சிலர் பேச்சுக் குரலும், பூட்ஸ் சத்தமும்கூட வெளியிலிருந்து வந்தன. தோலினால் செய்த சட்டையணிந்த மோட்டார் ஓட்டி உள்ளே வந்தான். அவனுடன் குங்கல் சகோதரர்களும் அருகிலிருந்த கிராமங்களைச் சேர்ந்த ஏழெட்டுப் பேரும் வந்தனர். அங்கு ஏற்கனவே உட்கார்ந்திருந்த குடியானவர்களில் சிலர், அவர்களை அருவெறுப்புடன் பார்த்தனர். மற்றும் சிலருடைய பார்வைகளில் அவநம்பிக்கையும், வேடிக்கையும், ஆலோசனையும் பிரதிபலித்தன.

கிறிஸ்டியன் கண்களை இடுக்கிக்கொண்டு அறையைச் சுற்றிப் பார்த்தான். அப்பார்வையிலிருந்த கடுமையினால் அங்கிருந்தவர்கள் உணர்ச்சிகளை வெளிக்காட்டாமல் உடனே மறைத்துக்கொண்டனர். "எங்களுக்கு இடம் விடு" என்றான் கிறிஸ்டியன். ஹோட்டல் முதலாளி அங்கங்கே இருந்தவர்களை எல்லாம் ஓரிடத்தில் சேர்ந்து உட்காரும்படி கூறிவிட்டு, மேலும் சில நாற்காலிகள் கொண்டு வந்தான். இதெல்லாம் ஒரு நிமிஷத்தில் நடந்துவிட்டது. ஆயினும் அந்த ஒரு நிமிஷத்தில், அங்கிருந்தவர்களின் முகத்தோற்றம் மாறிவிட்டது. அங்கு வந்த இளைஞர்கள் எல்லோரும் நடையுடை பாவனைகளில் ஒத்திருந்தனர். ஆல்கியர் இன்னும் தலையைப் பின்புறம் சாய்த்தபடியே இருந்தான். கண்களைச் சிறிதாக்கிக் கொண்டு, வந்தவர்களைக் கூர்ந்து நோக்கினான். பாலின் கண்கள் ஒளியுடன் விரிந்தன.

ஹோட்டல் முதலாளி, "அருந்துவதற்கு என்ன வேண்டும்?" என்று கேட்டான். அதற்கு டிரைவர் "இன்று அருந்துவது எல்லாம் உன் செலவில்தான், அல்லவா?" என்றான். முதலாளிக்குத் தூக்கி வாரிப்போட்டது. முகத்தில் புன்னகையைத் தருவித்துக்கொண்டு "சந்தேகமென்ன? இன்றைக்கு நம்முடைய சப்ளை தான். இது ஹான்லினுக்கு. குங்கல், இதோ உனக்கு. நான் உங்கள் எல்லோருடைய சுகத்திற்காகவும்

அருந்துகிறேன்” என்று கூறி, மகிழ்ச்சிச் சொற்களுடன் பானவகைகள் அளித்தான்.

டிரைவர் சிரித்தான். “அட யூதக் கருமி? நீகூட கிளாஸ் நிறைய ஊற்றிக் கொடுக்கிறாயே! உனக்கு என்ன வந்து விட்டது?” என்றான். பேச்சை மழுப்புவதற்காக முதலாளி, “லாம்பிரெக்ட் விஷயம் பற்றிக் கேள்விப்பட்டாயா?” என்றான். “இதயத்தருகில் அடி விழுந்திருக்கிறதாம். அவன் இறந்தாலும் இறந்து விடலாம். உண்மையாகவா? எங்களுக்குத் தெரியாதே” என்றான் டிரைவர். “நாங்களே அவனை ஆஸ்பத்திரிக்கு எடுத்துச் சென்றோம். அவ்வளவு மோசமான நிலையிலிருப்பதாக எங்களுக்குத் தெரியாதே” என்று குங்கல் கூறினான். நிகூபார் “எங்கே நடந்தது அது?” என்று கேட்டதற்கு, “ஐச்சல் சந்தில் நடந்தது” என குங்கல் பதிலளித்தான்.

உடனே நிகூபார், “பார்த்தாயா, பார்த்தாயா? எனக்குத் தெரியும். அந்த ரெண்டல் பயலை செம்மையாக உதைத்துக் கட்டிவிட வேண்டும்” என்று உறுமினான். உடனே குங்கல், “உதைக்காமலா இருக்கப் போகிறோம்?” என்றான். அவனுடைய குரலைக் கேட்க அவனுக்கே ஆச்சரியமாக இருந்தது. நேற்று மாலை அவனுடைய குரல் இருந்ததற்கும், இப்போது, உள்ளதற்கும் எவ்வளவு வேறுபாடு! பாஸ்தியன் அவனை நோக்கி, “குங்கல் நேற்றுக் கூட்டத்தில் நீ பேசியது மிக நன்றாக இருந்ததாமே” என்று கேட்டான்.

“ஆமாம். அதைப் பிரசங்கமென்று பெரிதாகக் கூறுவதற்கில்லை.”

நிகூபார் தன் பேச்சையே தொடர்ந்தான்: “அந்த கெண்டலின் தலையை கால்களுக்கு நடுவில் கொண்டு வந்து திணித்து, அப்புறம் உதைக்க வேண்டும். அவன் பெண்சாதியைத் தெரியுமா, உனக்கு?” அங்கிருந்த குடியானவர்கள் சிரித்தனர். “அவளைக் குதிரையிலும் சேர்க்க முடியாது, கழுதையிலும் சேர்க்க முடியாது. இரண்டும் சேர்ந்த உதவாக்கரை அவள்.”

“அவள் கோல்டு அன்டு சன் கம்பெனியில் வேலை செய்கிறாள். அங்கு அவள் பேசுகிறபேச்சுப் பிரமாதமாக இருக்கும்.

ஆனால் அவளாவது கஷ்டப்பட்டு வேலை செய்கிறாள். அவளுடைய புருஷன் ஊர் சுற்றிக்கொண்டு காலங்கழிக்கிறான்."

(கோல்டு அன்டு சன் என்பது உணவை டப்பாக்களில் அடைத்து விற்பனைக்கு அனுப்பும் தொழிற்சாலை. அதிலுள்ள கணக்குப்பிள்ளை ஒவ்வொரு வருஷமும், "ஒரு காசுகூட இனி உங்களுக்குக் கிடைக்காது. நீங்களே கணக்குப் போட்டுக் கொள்ளுங்கள். வேலைக்கு வந்தால் கைமேல் கூலி. மணியொன்றுக்கு மற்ற இடங்களில் என்ன கூலி தருகிறார்கள்? கொட்டைகளிலிருந்து பருப்பு எடுப்பதற்கு மட்டும் என்ன செலவாகிறதென்று தெரியுமா?" என்று கூறுவான்)

மீண்டும் நிகூபார் தொடங்கினான்: "அவள் போகுமிட மெல்லாம் தகராறுதான். மற்ற பெண்களையும் அவள் கிளப்பி விட்டுக்கொண்டிருப்பாள். சண்டையும், பூசலும் இல்லாமல் பழத்திலிருந்து கொட்டை எடுப்பதுகூட அவளால் முடியாத வேலை"

"புருஷன் சம்பாதிக்காமல் ஊர் சுற்றிக்கொண்டிருப்பதானால், அவனுடைய பங்கையும் சேர்த்து இவளே ஒரு கை பார்த்துவிட விரும்புகிறாள்" என்று கிராஸ்மன் கூறினான்.

நிகூபார், "அந்த டிரக்கில் உட்கார்ந்து மார்பகங்கள் குலுங்க 'சிவப்பு முன்னணி வாழ்க' என்று கத்திக்கொண்டிருப்பாள்" என்றான்.

"வெகு சீக்கிரம் அவளுடைய உடல் எல்லாம்கூட குலுங்கப் போகிறது, பார்."

புதிதாக இருவர் அப்போது உள்ளே வந்தனர். அவர்கள் ஜேகப் ஷூச்சிலின், அவனுடைய மாமனார் ஷூல்ஸ் ஆகிய இருவருமே. ஷூச்சிலின் குட்டையாகவும், பருமனாகவும் இருப்பான். எப்பொழுதும் அவனுக்கு வியர்த்துக் கொட்டும். மூக்கு சற்று மேலே தூக்கியபடி இருந்ததால், அதிலிருந்த ஓட்டைகள் மேலும் பெரிதாகத் தோன்றின. ஷூல்ஸின் சிறிய உடல், வயது காரணமாக நடுங்கத் தொடங்கியிருந்தது. காது செவிடு. தலை வழுக்கை. அவனுடைய கன்னத்தில் மட்டும் சிறிது மயிர் இருந்தது. கான்ராடு பாஸ்தியன், மொர்ஸ் ஆகிய இருவருடைய நிலங்களுக்கும் இடையில் இருந்தது அவனுடைய

நிலம். உள்ளே வந்தவுடன் அவன் மெத்தென்று இருந்த சோபாவும், மேஜையும் இருந்த இடத்தில் உட்கார்ந்தான்.

அருகில் அமர்ந்தான் ஷுச்சிலின். மேஜையிலிருந்து சற்று தள்ளி, அறையைப் பார்த்துக்கொண்டு உட்கார்ந்தான். அவன் ஏழை. ஷுல்ஸ், தன்னுடைய மூத்த பெண் சூஸனை, அவனுக்குக் கொடுத்திருந்தான். அவளுக்குக் கொஞ்சம் மூளைக்கோளாறு. போர்க் கைதி ஒருவனுக்கும் அவளுக்கும் ஏற்கனவே ஒரு குழந்தை பிறந்திருந்தது. ஷுல்ஸ் ஒரு நிபந்தனையின் பேரில்தான் பெண் கொடுத்தான். "இனி அவளுக்கு அனேகமாகக் குழந்தை பிறக்காது, அப்படிப் பிறந்தால், சொத்துக்கு அவர்களே வாரிசு. ஷுச்சிலின் இருக்கும் வரை அதை அனுபவிக்கலாம்" என்பதே அந்த நிபந்தனையின் கருத்து. அவனுக்குக் கொடுத்த பெண் வெகுநாள் பிழைத்திருக்க மாட்டாளென்பது நிச்சயம்.

ஆனால் இந்த அசட்டுப் பெண்ணை வைத்துக்கொண்டே ஷுச்சிலின் பல ஆண் பிள்ளைகளைப் பெற்றெடுத்துப் பெரிதாக்கியிருந்தான். பகலில் வேலை வாங்குவதிலும், இரவில் படுக்கையிலும் அவளை அவன் படாதபாடு படுத்தினான். வாழ்வு முடிந்து, ஆண்டவன்முன் நிற்கும்போது ஷுச்சிலிக்கு என்ன தண்டனை கிடைக்குமோ, தெரியாது. அவனுடைய நிலையில் கடவுளுக்கு முன் நிற்பதென்றால் மற்றவர் பயப்படுவார்கள். ஆயினும் அவள் வெகு விரைவில் இறந்து விடக்கூடும் என்றும், பிறகு அவன் பாடு கொண்டாட்டம் தான் என்றும் நினைத்தவர்கள், ஷுச்சிலின் அதிருஷ்டம் தங்களுக்கும் இருக்கக்கூடாதா என்று ஏங்கினர்.

இப்படியாக ஷுச்சிலின் பற்றி இரண்டு விதமாகப் பேசிக்கொண்டனர். ஒன்றன்மீது ஒன்றாக இரு தொப்பிகளை வைத்துக்கொண்டால் எப்படி இருக்கும்? அதைப் போல் அவன் இரண்டு விதமான பெயர்களையும் சுமந்து கொண்டு திரிந்தான். 'பேய், மனைவியை அடிமைபோல் வேலை வாங்கிப் பிழைக்கும் கொடியோன்' - இப்படி நினைப்பவர் ஒரு புறம். 'திறமையுடனும், ஒழுங்காகவும், கஷ்டப்பட்டும் வேலை செய்யும் ஆரோக்கிய மிக்க விவசாயி' என்ற பெயர் மற்றொரு புறம்.

ஹோட்டல் முதலாளி, "என்ன கொண்டுவரச் சொல்லுகிறீர்கள்?" என்று கேட்டான். மாமனார் தலையைப் பிடித்துக் கொண்டு ஷூச்சிலின், "கருப்பாக இருக்க வேண்டுமா அல்லது சற்று வெள்ளையாக இருக்கலாமா?" என்று காதினுள் கத்தினான். கிழவன் ஒட்டிப்போன தாடைகளை அசை போட்டுக் கொண்டு, "வெள்ளை" என்று கோபத்துடன் கூறினான்.

முதலாளி நீர் கலந்த பீர் பானத்தை இரண்டு கிளாஸ்களில் கொண்டு வந்து வைத்தான். அங்கு உட்கார்ந்திருந்தவர்களில் ஒருவன் ஷூச்சிலினைத் தோளில் தட்டி, "கடை முதலாளி நாளுக்கு நாள் பருமனாகிக்கொண்டு வருகிறான். விரைவில் அவனுக்குப் பக்கவாதம் வந்து, கை கால் இழுத்து - விடப்போகிறது பகல் பன்னிரண்டு மணிக்கு, வெய்யில் மிகக் கடுமையாக இருக்கும்போது" என்றான்.

பேசியது ஒன்றும் ஷூல்ஸுக்குக் கேட்கவில்லை. எனவே அவனுக்குக் கோபம் வந்தது. ஷூச்சிலினுடைய சட்டையைப் பிடித்து இழுத்தான். கிழவனுடைய தலையைப் பிடித்துக் கொண்டு, "அந்த மாதிரி முண்டங்கள் அதிக நாள் பிழைத்திருக்க மாட்டார்கள் என்கிறான்" என்று காதினுள் மீண்டும் கத்தினான். மேஜை மீதிருந்த கண்ணாடி அலமாரியில் புட்டிகளை அடுக்கிக் கொண்டிருந்த முதலாளி இதைக் கேட்டு நடுங்கிவிட்டான். இந்த நிமிஷம் வரையில் அவன் சாவைப் பற்றி சிந்தித்ததே இல்லை. இப்போது அங்கு இருந்தவர்கள் அதை அவனுடைய மனதில் போட்டுவிட்டனர். அவன் மனதை விட்டு அகலாமல், வாழ்க்கையில் எஞ்சியுள்ள பகுதியை அது நஞ்சாக்கி விடுமென்று தோன்றிற்று.

அறை நடுவில் மேஜையருகில் உட்கார்ந்திருந்த சிறுவர்கள் ஆலோசனையில் ஆழ்ந்திருந்தனர். "நாம் அவனுடைய காயங்களுக்குக் கட்டுக்கட்ட வேண்டுமென்பதற் காகவே வின்சன்ஸ் ஆஸ்பத்திரி வழியாக வந்தோம். அவனை நாம் இறக்கியபோது கொஞ்சம் வெளிறிட்டுப் போயிருந்தான்" என்று பேசிக்கொண்டனர். இதைக் கேட்டு கிராஸ்மன், "இதனால் கிடைத்த பலனைப் பார்த்தீர்களா?" என்றான். டிரைவருக்கு ஆத்திரம் வந்தது. "பலனையா பார்க்க வேண்டும்,

நன்றாகப் பார்த்துக்கொள். நமது லாம்பிரெக்ட் யாருக்காகக் குத்துப்பட்டான்? இப்படி வண்டியை எடுத்துக்கொண்டு தமாஷுக்காகவா திரிந்து கொண்டிருக்கிறோம்? அவன் குத்துப்பட்டதுகூட தமாஷுக்கேதான் - அப்படித்தானே? நீ சொல் ஐயா. கடவுளை சிலுவையிலிருந்தே பிடுங்கிவிட்டீர்கள். அதனால் கிடைத்த பலன்தான் இது."

அவன்மீது ஒருவன் கைபோட்டு அணைத்தான். அங்கு இருந்த குடியானவர்கள் கண்களை இடுக்கிக்கொண்டு அவர்களைப் பார்த்தனர். அறையிலிருந்த இச்சிறுவர் கூட்டம் மெழுகைப்போல ஒட்டிக் கொண்டு உட்கார்ந்திருந்தது. ஓரளவு பயமுறுத்தல், விவரிக்க இயலாத பயம் ஆகியவற்றுடன் கசமுசவென்று ரகசியம் பேசியவாறு அவர்கள் இருந்தனர். தன் இதயமே சிறுத்து வருவதைப்போல் நினைத்தான் பால். அவனுக்கு மறுபுறத்திலிருந்தவர்களுடன் சேரவேண்டு மென்று ஆசையாக இருந்தது. அவனுடன் பள்ளியில் படித்த காட்லீப் குங்கல், அவனை வெறுப்புடன் நோக்கினான். அவமானம் தாங்காமல் தலைகுனிந்தான் பால். கழுத்துப்பட்டை அப்படியே சுருக்குக் கயிறாக மாறி, கழுத்தை நெறிப்பது போன்ற உணர்ச்சி அவனுக்கு உண்டாயிற்று. கான்ராடு பாஸ்தியன், "நீங்கள் எல்லோரும் இளைஞர்கள். பொறுப்பு ஏற்று எதையும் செய்ய முடியுமென்று நீங்கள் நினைப்பதில் ஆச்சரியமில்லை" என்றான்.

இதைக்கேட்ட டிரைவர், "நான் அப்படியொன்றும் இளைஞன் அல்ல. எனக்கு மூன்று குழந்தைகள் பிறந்து விட்டார்கள். போன மாதத்துடன் எனக்கு நாற்பத்து மூன்று வயது முடிந்துவிட்டது. ஆனால் இதற்குள்ளேயே எனக்குப் போதிய அனுபவம் கிடைத்திருக்கிறது. கையிலுள்ள உணவைப் பறிகொடுத்துவிட்டு நிற்கும் நிலைமை என் குழந்தைகளுக்கு வரக்கூடாது. அவர்கள் ஒழுங்குபட்டு, நல்வாழ்வு வாழ வகை செய்வது என் கையிலிருக்கிறது." அங்கிருந்த குடியானவர்கள் டிரைவரைப் பார்த்த வண்ணம் வாயை மூடிக் கொண்டு சுண்டெலிகள் மாதிரி உட்கார்ந்திருந்தனர். ஆனால் அவனோ வார்த்தைகளைப் பொழிந்தபடி இருந்தான்: "பொறுப்பேற்று

நிலைமையை சீர்படுத்த வேண்டுமென்ற கவலை உங்களுக்கு இல்லை. உங்கள் பிழைப்பு சுகமாக நடக்கிறது. கடன் இல்லை, வரி செலுத்த வேண்டிய பொறுப்பு இல்லை. ஆடு மாடுகள்மீது கிஸ்தித் தொல்லை கிடையாது. உங்கள் சொத்துகளைக் கரைக்க இதெல்லாம் ஒன்றுமில்லை. மாட்டுத் தொழுவத்திலிருந்து மார்க்கெட் வரை, எங்களுக்கே இந்த தொல்லை எல்லாம். இது எல்லாம் உங்களை எங்கே பாதிக்கப்போகிறது? சரி, சரி. எனக்கு நேரமாகிவிட்டது." அவன் எழுந்தான். அருகிலிருந்த சிறுவர்களும் குதித்து எழுந்து அவனைப் பின் தொடர்ந்தனர். அங்கிருந்த குடியானவர்களுக்கு மழை பெய்து ஓய்ந்த மாதிரி இருந்தது. பரிதாபகரமாக அவர்களையே பார்த்துக் கொண்டிருந்தான் பால். தன்னைப்போல் அவர்கள் மகிழ்ச்சியற்று வீட்டில் அடைபட்டிருக்க வேண்டியதில்லை. அவர்கள் கவலையற்று, விசாலமான வெளியில், இரவெல்லாம் திரிந்தாலும், அதைப்பற்றிக் கேட்பாரில்லை.

அங்கு நடந்தவற்றையெல்லாம் கற்சிலை போல் இருந்து கவனித்தான் கிழவன் மொர்ஸ். அவனுடைய தாடி மயிர் இரும்புக் கம்பிகளைப் போலக் குத்திட்டு நின்றன. டிரைவர் எழுந்து சென்றவுடன், "உனக்கு நல்ல அதிருஷ்டம் வரட்டும், போய் வா" என்றான். அவன் எல்லோரையும் - குறிப்பாகக் குங்கலை - அவ்வறையிலிருந்து வெளியேறும் வரை உற்று நோக்கினான். கதவு திறந்தேயிருந்தபடியால் மோட்டார் புறப்படும் சத்தம் கேட்டது. அப்போதுதான் அவன் ஒரு முடிவுக்கு வந்தான். இவர்கள் செய்ய நினைத்த வேலையினால் தனக்கும்கூட நஷ்டமில்லை என்று தோன்றிற்று. ஆயினும் தன் மகன் இவர்களுடன் போய் கொலை, கலகம், ஆர்ப்பாட்டம் முதலியவற்றில் ஈடுபடுவதை அவன் அனுமதிக்க முடியாது.

கான்ராடு பாஸ்தியன் இன்னும் எவ்வித முடிவுக்கும் வரவில்லை. என்ன நேர்ந்த போதிலும் மொர்ஸ் செய்வதையே தானும் செய்வது என்று மட்டும் தீர்மானித்தான்.

# 6

அதற்குப் பிறகு வெகு நேரமாகவில்லை. ஆல்கியரும் தனது வீட்டுக்குப் புறப்பட்டான். ஹோட்டலில் நடப்பவை தனக்குப் பிடிக்காதென்று அவனுக்கு முன்னாடியே தெரியும். நாம் எப்படியோ வாழ்க்கையை நடத்திக் கொண்டு போவதற்காக, ஓரிடத்திலுள்ள தீமையைவிட்டு, மற்றொரு இடத்திலுள்ள தீமையை நாடிச் செல்லுகிறோம். அவர்கள் தெருவில் காலடி எடுத்து வைத்தவுடன் பால் பேசத் தொடங்கினான்.

“அப்பா, நான் அவர்களுடன் போகிறேன். அவர்கள் மிகவும் கௌரவமான இளைஞர்கள். குங்கல் நிரம்பவும் திறமைசாலி என்று நீங்களே கூறியிருக்கிறீர்கள். அவர்களுடன் நானும் சேருகிறேன்.”

“வேண்டாம். அது எனக்குப் பிடிக்கவில்லை.”

“உங்களுக்கு அதில் என்ன பிடிக்கவில்லை? குங்கலுடன் சேருவதில் தவறில்லை. டிரைவர் கூறியவையெல்லாம் நியாயமாகவே படுகிறது. அவர்களுடன் ஏன் சேரக் கூடாது?”

“எனக்குப் பிடிக்கவில்லை.”

“சொல்லுவதைக் கேளுங்கள், அப்பா.”

“வாயை மூடு. இரவு நேரமாக இருக்கிறது.”-ஆல்கியர் கோபத்துடன் பையனுடைய தோளை இறுகப் பற்றினான். அதற்கு மேல் பால் பேசவில்லை. வீடு வந்ததும், தந்தையை முந்திக் கொண்டு பின்புற அறையை அடைந்தான். ஆல்கியர் சோபா எதிரில் நின்று, அதிலிருந்த மரியாவை நோக்கினான். அவள் கவலையற்று, ஆழ்ந்து தூங்கிக் கொண்டிருந்தாள். இளமைப் பொலிவுடனிருந்த அவளுடைய உடல் நிதானமாக மூச்சு வாங்கியது. அவை ஆல்கியருக்கு ஆத்திர மூட்டின.

அவளை எழுப்பி மீண்டும் ஊருக்குள் விரட்ட நினைத்தான் அவன். அங்கே ஒருத்தி, பெண்களைத் தன்னிடம் வைத்துக் கொண்டு எங்கெங்கே வேலை காலியிருக்கிறதோ அங்கெல்லாம் அவர்களை அனுப்பி வைப்பது வழக்கம்.

'தலையை முடிந்து கொண்டு, மூட்டை முடிச்சுடன் கிளம்பு' என்று ஆல்கியரே ஐந்து வருஷங்களுக்கு முன் தன் பெண்ணை அழைத்துச் சென்று அவளிடம் ஒப்படைத்தான். அவள் எங்கேயாவது வேலை செய்து சாப்பிட்டுக் கொண்டு, வீட்டுக்கும் பணம் அனுப்புவாள் என்ற நோக்கத்தில் அவளை அப்போது விட்டு வந்தான். அவள் இப்போது வீடு வந்து சேர்ந்து விட்டாள். அவளுடைய சட்டைக்கும், போர்வைக்கும் இடையில் அவளுடைய உடல் வெண்மையாகத் தெரிந்தது. குடியானவர்கள் பேசியதெல்லாம் இப்போது அவனுக்கே நினைவுக்கு வந்து, எரிச்சலூட்டியது. அது உண்மைதான் என்ற நம்பிக்கை அப்போது அவனுக்கு வந்தது. தன் மகன் பொய் தான் சொல்லியிருக்கிறாள். போர்வைக்கு வெளியில் வெண்மையாகத் தோன்றிய இடத்தில் அவளை அடிக்கக் கை ஓங்கினான் ஆல்கியர். பசியும், பலமும் ஒருங்கு சேர்ந்த அவளுடைய உடலுக்கு, இனி தானே உணவும், உடையும் அளிக்க வேண்டுமென்ற நினைப்பு அவனுக்கு வெறுப்பளித்தது. ஆனால் நியாயம் என்று ஒன்று இருக்கிறது அல்லவா? அவனையு மறியாமல் அந்த நியாய உணர்ச்சி அவனைப் பற்றிக் கொண்டது. எதிர்பாராத நேரத்தில், இன்னதென்று விவரிக்க இயலாத வெளி சக்தியொன்று, இடி போன்ற வேகத்துடன் அவனைத் தாக்கியது. அதை அவன் தாங்க முடியவில்லை. அவளுடைய முதலாளி கூலி கொடுக்க முடியாததால் அவளை வேலையிலிருந்து நீக்கி விட்டது. உண்மையே. அதைப்பற்றிய கடிதம் வந்தவுடனே, அவள் அதை அவனிடம் காட்டினாள். அது போன தடவை அவள் லீவுக்கு வீட்டுக்கு வந்திருந்த போது நடந்தது. அதனுடைய விளைவுகள் என்னவென்று தெரியாததால், அப்போது அதைப் பற்றி அவன் அதிகம் பேசவில்லை. பல பொருள்களை வாங்கி இருந்ததுடன், பலவற்றைப் பழுது பார்த்த வகையிலும் அவன் அவள் பணம் கொடுக்க வேண்டியிருந்தது. வீட்டுக்கு அனுப்பி வந்த பணம் அவன் கொடுக்க வேண்டிய தவணைப் பணத்திற்குச் சரியாக இருந்தது. அதற்குப் பிறகு யந்திரச் சல்லடையொன்று வாங்கியிருந்தான். அதற்கு கொடுக்க வேண்டிய தவணைப் பணத்திற்காக ஐந்து வாரங்களுக்கு முன் அவனுக்கு எச்சரிக்கைக் கடிதம் வந்தது. மூலை முடுக்கு

களெல்லாம் துடைத்துப் பார்த்துக் கடைசியில் இருபத்தைந்து மார்க்குகளைக் கட்டினான். இன்னும் இரண்டு வாரத்திற்குள் பணத்தைக் கட்டிவிட வேண்டுமென்று அவர்கள் அவகாசம் கொடுத்தனர். இப்போது மறு தவணையும் வந்து விட்டது. போன வாரம் அவர்கள் ஒரு கடிதம் எழுதி இருந்தனர். சனிக் கிழமைக்குள் பணம் செலுத்தா விட்டால், அவர்கள் யந்திரத்தை எடுத்துப் போய் விடுவதாக எழுதி இருந்தனர். அவன் பணம் கட்டவில்லை. அவர்கள் பயமுறுத்தியிருந்தபடி யந்திரத்தை எடுத்துப் போய் விடுவார்களென்று அவன் நம்பவில்லைதான். எதிர்பார்க்க முடியாத கொடுமைகள் வரக்கூடுமென்று அவனால் நம்பமுடியவில்லை.

## 7

அன்று இரவு முடிவடையும் நேரத்தில், யோஹான் விழித்தெழுந்து தோட்டத்திற்கு ஓடினான். அவனுடைய உடல் முற்றிலும் மரத்துப் போயிருந்தது. கோழிகள் உரத்துக் கூவியதால் அவனுக்கு விழிப்பு வந்திருக்க வேண்டும். நகரங் களாயிருந்தால், அங்கு எழும் சத்தங்களை வைத்துக் கொண்டு பொழுது விடிவதைத் தெரிந்து கொள்ளலாம். ஆனால் அதில் தவறு நேர இடமுண்டு. இங்கு கோழியின் கொக்கரிப்பில் தவறுக்கு இடமில்லை. அன்று அக்கோழிகளும் வழக்கத்தை விட சற்று முன்னதாக விழித்துக்கொண்டு விட்டதாய் தோன்றிற்று. அதற்குக் காரணம் பாட்ஸன்பாக்கிலிருந்து ஒரு மோட்டார் டிரக் அங்கு வந்ததுதான். சாராய உற்பத்திசாலையைச் சேர்ந்த டிரைவரும், அவனுடைய நண்பர்களும் இரவை பாட்ஸன் பாக்கில் கழித்துவிட்டு, அதிகாலையில் அங்கு வந்து சேர்ந்தனர். வயல்களுக்குப் பின்னால் உதித்துக் கொண்டிருந்த கதிரவனின் இளம் கிரணங்கள், அத்தெருவை மூடியிருந்த பனியை ஊடுருவிப் பாய்ந்தன. வந்தவர்களுடைய உடையிலிருந்த பித்தளைப் பொத்தான்களின்மீது விழுந்து அவை ஒளி வீசிக் கொண்டிருந்தன. யோஹான் வேலியின்மீது சாய்ந்து கொண்டு நின்றான். அங்கு வந்த டிரக் சற்று நின்று, யாரையோ இறக்கி விட்டுச் சென்றது, யோஹான் இன்னும் தூக்கக் கலக்கத்திலேயே

இருந்ததால், அங்கிருந்தவை சரியாகத் தெரியவில்லை. திடீரென்று அவனுடைய இதயம் படபடவென்று அடித்துக் கொள்ளத் தொடங்கியது.

அங்கிருந்த குழாயை அடுத்திருந்த பீப்பாய்க்கு மேல், நனைந்து, மஞ்சளாக, மஞ்சி நார் தொங்கிக் கொண்டிருந்தது, அதையடுத்து, பின்னப்பட்ட கயிறுகளும், அரைகுறையாகத் திரித்து நிறுத்திவிட்ட கயிறு ஒன்றும் தொங்கிக் கொண்டிருந்தன. அரைகுறையாக இருந்ததை எடுத்து யோஹான் திரிக்கத் தொடங்கினான். 'நான் செய்வதற்கு இவர்களிடம் இன்னும் என்ன வேலை இருக்கப் போகிறது? என்னை இங்கு வைத்துக் கொள்ளும்படியாக ஏதாவது இருக்குமா? போதிய ஓய்வு, உணவு எல்லாம் கிடைத்தது. இனி இவ்விடத்தை விட்டுப் போகலாம். ஆனால் இங்கு இருப்பதே நல்லது. பத்திரமாக இருக்க இதுவே வழி. இந்த இடத்தில் என்னை ஒருவருக்கும் தெரியாது. எனக்காக இவ்விடத்தில் எவரும் வந்து தேடமாட்டார்கள். அதெல்லாம் சில நாட்களில் மறைந்துவிடும்.'

அவன் மஞ்சி நாரை அங்கேயே தொங்கப் போட்டு, குழாய்க்கு இரவு நேரங்களில் அணைப்பாக வைக்கப் பட்டிருக்கும் பலகையை அகற்றினான். இதற்கிடையில் வீட்டிலிருந்து பாஸ்தியன் வெளியில் வந்து, அவன் செய்வதைப் பார்த்துக் கொண்டிருந்தான். முதலில் யோஹானுக்கு அது தெரியாது. பிறகு வெளிப்படையாகவே அவன் செய்வதைப் பார்த்தபடி நின்றான். தயங்கித் தயங்கி, கடைசியாக "இதோபார்" என்றான் பாஸ்தியன். "விஷயம் இதுதான். நானும் யோசித்துப் பார்த்தேன். நான் சொல்வதைக் கேள். இந்த வாரக் கடைசியிலாவது, நிச்சயமாக அடுத்த வார ஆரம்பத்திலாவது தானிய அறுவடை தொடங்கி விடும். சென்ற ஆண்டு எனக்கு இப்பிரச்னைகள் அவ்வளவாகத் தெரியாது. இந்தத் தடவை கூட என்ன நேருமென்று தெரியவில்லை. நானும், மார்கரெட்டும் தான் இருக்கிறோம். குழந்தைகளில் டோரா தான் சற்று உதவி செய்யக் கூடியவள். அவளிடமும் நாம் அதிகமாக எதிர்பார்க்க முடியாதென்பது உனக்குத் தெரியாததல்ல. போய்த்தான் ஆகவேண்டுமென்ற அவசரமோ, கட்டாயமோ உனக்கு

இருப்பதாகத் தோன்றவில்லை. உறவினர்களைப் பார்க்க வேண்டுமென்ற ஆவலும் உன்னிடம் காணப்படவில்லை. சும்மா இரு. நான் பேசும் போது குறுக்கே பேசாதே. மனம் விட்டுச் சொல்லுகிறேன். எனக்கு ஒரு ஆளை வைத்துச் சம்பளம் கொடுக்கச் சக்தியில்லை. அதைப் போன்ற வசதி வருமென்று தோன்றவில்லை - வராது. எனவே நான் என்ன நினைத்தேன் என்று கேட்டால், நீ எங்களுடனேயே உணவு கொண்டு, இங்கேயே தங்க முடியுமானால் நல்லது உண்ண உணவு, இருக்க இடம் இவ்விரண்டுக்காக."

"அது போதும். நான் உங்களுடன் இருக்கிறேன்" என்று யோஹான் கூறினான்.

## III

அந்த அறையிலிருந்த மர பெஞ்சிக்கு மேல், குழந்தைகளின் தலைக்கு மேலே, மூடியிருந்த ஒரு ஜன்னல் மீது மழை அடித்துப் பொழிந்து கொண்டிருந்தது. அங்கு உண்பதற்கு வைக்கப்பட்டிருந்த உருளைக் கிழங்கிலிருந்து ஆவி எழுந்து, மேலே வந்தது. "இன்றைக்கு எங்களுக்குக் கொடுத்தருளுமாறு வேண்டுகிறோம்" என்று, பிரார்த்தனையின் முதல் வாக்கியத்தை பாஸ்தியன் கூறியது, யாரையோ பயமுறுத்தியதைப்போல் இருந்தது. மழை வந்தது பற்றி மனதினுள் மகிழ்ச்சியடைந்தவன் யோஹான் ஒருவன்தான். நேற்றோ இன்றோ அறுவடை தொடங்கியிருக்க வேண்டும். இந்த மழையினால் அதை ஒத்திப்போட்டு விட்டனர். எனவே அவன் அங்கிருந்து புறப்படும் பிரச்னையும் இப்போது இல்லை. நேற்று சற்று மூட்டம் கலைந்ததைப் போலிருந்தது. ஆனால் இன்று காலை ஊதற் காற்றடிக்கத் தொடங்கிவிட்டது. சூரியன் ஒளி இழந்து காணப்பட்டான். முதிர்ந்த தானியங்களைக் குறிபார்த்து அடித்து அவ்வப்போது பெய்து கொண்டிருந்த பெருமழை, ஏப்ரல் மாதத்தில் பெய்வது போலிருந்தது. குழந்தைகள் பாஸ்தியனுடைய முகத்தைப் பார்க்கவில்லை. துரதிருஷ்டத்திற்கு இரையாகப்போகும் தந்தையின் முகத்தைப் பார்ப்பது அவ்வளவு நல்லதல்ல அல்லவா?

பாஸ்தியன், "இந்த மாரி காலத்தில் என்ன நடக்கப் போகிறதோ, தெரியவில்லை" என்றான்.

அங்கு உட்கார்ந்திருந்த பெண் பிள்ளை அமைதி இழந்ததைக் காட்டும் முறையில், சற்று கண்களை மூடித் திறந்தாள். "பொறுத்துப் பார்" என்று கூறினாள்.

டோரா பளிச்சென்று தாயைப் பார்த்தாள். கைக் குழந்தையை மடியில் வைத்துக்கொண்டு, தாய் பால் கொடுத்துக் கொண்டிருந்தாள். பாஸ்தியனுடைய மற்ற குழந்தைகளைப் போல இக்குழந்தையும் வெகு சாதுவாக மாறிவிட்டதைப் போலிருந்தது. டோரா கீழே நோக்கினாள். மாரி காலம் நெருங்கி வந்து கொண்டிருந்தது. அதனுடைய பயங்கர விளைவுகள் அவள் கண்முன் எழுந்தன; முகத்தில் அவை பிரதி பலித்தன. பால் வாளியின் கைப்பிடியை வெடிப்புகள் நிறைந்த கையினால் தொடும்போது, அது சில்லென்று கையைக் குத்துவது போல வலித்தது. முந்திய வருஷத்திய பூட்ஸ்கள் பனியில் நனைந்து போயின. பசியைத் தணிக்கும் ரொட்டி கிடைக்கவில்லை. ஏதோ மாவைக் கரைத்துக் காய்ச்சிய கஞ்சியும், தண்ணீரும் குடித்து வயிற்றை நிரப்பினாள். பசியால் அவள் சோர்வடைந்தாள். காதில் ஒருவித இரைச்சல் கேட்டுக் கொண்டிருந்தது. பெற்றோரின் முகங்கள் அவளெதிரில் மிதந்ததைப்போலத் தோன்றிற்று. சில நாட்களாக தந்தை அவளை எங்கோ கூலி வேலைக்கு அனுப்பப்போவதாகச் சொல்லிக்கொண்டிருந்தார். டோராவுக்கு ஒரு பெண்ணைத் தெரியும். அவளுடைய பெயர் எல்லி. வயதில் டோராவை விடச் சற்று பெரியவள். மொர்ஸ் வீட்டு வேலிக்குப் பின்புறம், பிற்பகல் நேரங்களில் பெஞ்சிமீது இரண்டு பாத்திரங்களை வைத்து, அவற்றில் மேஜோடுகளை கசக்கிச் சுத்தம் செய்வதை டோரா கண்டிருக்கிறாள். அதைப்போலவே தானும் முன்பின் தெரியாத கிராமத்தில், புது ஆளாக, யார் வீட்டுக் கொல்லையிலோ நின்று வேலை செய்ய வேண்டியிருக்கும். ஒன்றும் செய்யத் தோன்றாமல் அவள் மேஜை மீதிருந்த ரொட்டித் துண்டுகளை எடுத்துப் போட்டு உருட்டிக்கொண்டிருந்தாள். அதைப் பார்த்த பாஸ்தியன் அவளுடைய மணிக்கட்டில் படீரென்று அடித்தான். அவள் தனது கையை இழுத்து, மேஜைக்குக் கீழே வைத்துக் கொண்டாள். உடனே யோஹான் அதைப் பிடித்தான். மிகுந்த ஆச்சரியத்துடன் டோரா தலையெடுத்து அவனைப் பார்த்தாள். பாஸ்தியனுக்கு இருப்புக் கொள்ளவில்லை. “புது ரொட்டி வந்த பிறகு, அதைத் தின்பதற்கு நீ இங்கே இருக்கப்போவதில்லை. அல்லவா? எனக்கு ஒன்று தோன்றுகிறது. அப்படிச் செய்தால்

எங்களுடன் சில நாட்களுக்கு நீ தங்கியிருக்கலாம். கொஞ்சம் முன்பின்னாகவாவது இப்போது விளைந்துள்ள தானியத்தை அறுவடை செய்ய வேண்டும். அதற்காகவே நீ இங்கு இருப்பதாக பதிவுசெய்து கொள்ளவேண்டும்." யோஹானுக்குத் திகைப்பாக இருந்தது. அதை மறைத்துக்கொண்டு, "எங்கே" என்று கேட்டான்.

"எங்கேயா? ஜில்லா ஆபீசில். ஜில்லா ஆபீஸ் என்பது விவசாயி மொர்ஸ் இருக்கிறாரே அவர்தான்."

"சரி. இரவில் சாப்பாடான பிறகு அங்கு போகிறேன்" என்றான் யோஹான்.

"மொர்ஸுக்கு என் வணக்கத்தைத் தெரிவி. ஆனால் இங்கு நடக்கும் விஷயங்கள் பற்றி ஏதேனும் கிண்டிக் கிளரிக் கேட்டால், 'எனக்குத் தெரியாது' என்று சொல்லிவிடு. இங்கு என்ன பேசுகிறோம், சாப்பிடுகிறோம் என்பவற்றைப் பற்றி அவர் கேட்டாலும் நீ பேசாமலிரு" என்று பாஸ்தியன் அவனை எச்சரித்தான்.

## 2

அன்றிரவு சாப்பாட்டுக்குப் பிறகு யோஹான் அவ்வழி யாக நடந்து சென்றபோது, மக்கள் ஜன்னல்களுக்கு வெளியில் தலையை நீட்டிப் பார்த்தனர். அவன் போன பிறகு அறையினுள் திரும்பி, "பாஸ்தியன் வீட்டுப் பையன் அவன் தான்" என்றனர். "அவன் இங்கேயே தங்கிவிட்டானா என்ன?" "அவர்களுக்கு ஒத்தாசை செய்வதற்காக இருக்கிறான். வேலைக்குக் கூலி வெறுஞ்சோறு என்று அடிமைகள் உழைப்பார்களே, அப்படி வேலை செய்கிறான் அவன்." "ஏன்?"

அக்கிராமத்தில் ஒதுப்புறமாகவும், வெளிச்சம் அதிகம் இல்லாமலுமிருந்த சந்தில், வெளியிலிருந்து வந்தவை இரண்டு தான்- அவனும், மழையுமே அவை. நுகத்தடியொன்றில் இரண்டு வாளிகளை மாட்டிச் சுமந்து வந்த பெண் பிள்ளை ஒருத்திக்கு அவன் விலகி வழிவிட்டான். அவளுக்கு மூச்சு வாங்கியது. ஆயினும் அதை அவள் சற்று மிகைப்படுத்திக்

காட்டுவதற்காக அடிக்கொரு தடவை நின்று அடுப்பூதுவது போல பெருமூச்சு விட்டாள். அவளைவிட அசிங்கமான மாது ஒருத்தியைப் பார்க்க முடியாது. சிறு குழந்தைகள் அவளைச் சூழ்ந்து நின்று, தெருப் பள்ளங்களில் தங்கியிருந்த தண்ணீரை மிதித்தனர். அது அவளுடைய முகத்தில் தெறித்ததால் முகத்தை சுளித்துக்கொண்டாள். அவள்தான் நிகூபாரின் மனைவி; ஊரில் எல்லோரும் திட்டிக்கொண்டிருந்த பிசாசு.

அத்தெருவின் மட்டம் மெதுவாக உயர்ந்து சென்று சதுக்கத்தை அடைந்தது. இங்கிருந்து வளைந்து அது நெடுஞ்சாலையில் போய் கலப்பதைக் காணலாம். இங்கிருந்து நடப்பது எவ்வளவு சுலபம். உலகுக்குக் குறுக்கே, வயற்காடுகளுக்கிடையில் ஒரு தடம் சென்றது. உடனே நகரத்திலிருந்த தன் வீட்டுக்குப் போகவேண்டுமென்றிருந்தது யோஹானுக்கு.

கண்களை மூடிக்கொண்டான். நகரத்தில் இரவு நேரத்தில் தோன்றும் வண்ணக்காட்சிகள் அவன் கண்முன் எழுந்தன. அங்கு எழும் பல்வேறுவித சத்தங்கள் அவன் காதுகளில் எதிரொலித்தன. கூட்டத்தில் தோள்களை இடித்து ஒரு வழி செய்துகொண்டு முன்னேறினான். ‘நான் இருக்குமிடத்தைத் தேடுவார்களோ, என்னவோ? நான் தப்பியோட உதவு வதற்குப் பதினைந்து மார்க் பணம் பெற்றுக்கொண்டனர். அவர்களிட மிருந்து கடிதம் வருமா? இதற்கிடையில் பல விஷயங்கள் நடந்தேறி விட்டன.’

அங்கு மழையில், வேலிக்கு பின்னால், முகங்கழுவும் பாத்திரத்தைக்கையில் வைத்துக்கொண்டு ஒரு பெண் அவனை முறைத்துப் பார்த்த வண்ணம் நின்றாள். ‘நான் வீடு திரும்பவில்லையென்றால், என்ன செய்வார்கள்? என்னைத் தேடுவதற்கு, பாஸ்தியன் போலீஸாரை அனுப்பலாம். நிச்சயமாகக் கூறுவதற்கில்லை. அவர்களை முற்றிலும் தெரியுமென்றும் கூறமுடியாது.’ மொர்ஸ் வீடு, சதுக்கத்தில், பான விற்பனைக் கடைக்கு எதிரிலிருந்தது. அதன் வாசற்படி எங்கிருக்கிறது என்று யோஹான் பார்த்தான். காட்டுப்புறத்திலிருந்து வந்த சாலையில் இருந்தது அது. கதவின் மீது பித்தளைப் பிடியொன்று

இருந்தது. அங்கிருந்த மூன்று படிக்கட்டுகளும் நன்றாகச் செதுக்கப்பட்டிருந்தன. பிரகாசமாகத் துடைத்து வைக்கப்பட்ட ஜன்னல்கள். யோஹான் இதயம் வேகமாக அடித்துக்கொண்டது. 'நான் இனி செய்வதற்கு ஒன்றுமில்லை. அவர் கேள்விகள் எதுவும் கேட்கமாட்டார், ஒன்றும் கவனிக்கமாட்டார். எங்கள் ஊரிலுள்ள அதிகாரிகளுக்கு எழுதமாட்டார். அதைப் பற்றி நினைக்கவும் மாட்டார். இப்போது நான் இங்கேயே தங்கி விடுகிறேன். இதைவிட்டால், இந்நாட்டில் எனக்குப் போவதற்குத்தான் இடமேது? காற்றோடு காற்றாய் மறைந்து போகமுடியாது அல்லவா?'

இதயப் படபடப்பு சற்று அடங்கட்டுமென்று இருந்த பின் அவன் கதவைத் திறந்தான். உள்ளே வருத்துக்கொண்டிருந்த பன்றிக் கறியின் மணம் கதவிடுக்கு வழியாக வெளியாகி, சமையலறையை அடுத்துள்ளக் குறுகிய கூடத்துக்கு வருமுன் அவனைச் மெர்ஸ் சுற்றிக்கொண்டது. குடும்பத்தினரின் சாப்பாடு இன்னும் முடியவில்லை. உடல் மெலிந்த, வயதான வேலையாள் ஒருத்தி வெளியில் வந்தாள். அங்கிருந்து விரட்டியடிக்கப் பட்டவளுக்குப் பிறகு வந்தவள் இவள். அவளைத் தொடர்ந்து மெர்ஸின் மகன் வந்தான். அவனுக்கு மீசையில்லை; முரட்டு சுபாவமுள்ளவன்போலத் தோன்றினான். அவனுடைய காதல் விவகாரம் பற்றி யோஹான் ஏற்கனவே கேள்விப்பட்டிருந்ததால், அது அத்தோற்றத்திற்குக் காரணமாக இருக்கலாமென்று நினைத்தான். மெர்ஸின் மகனோ வெகுநாட்களுக்கு முன்னரே அதை மறந்து விட்டான். அவனுடைய முரட்டுத் தோற்றத்துக்கு மழையே காரணம்; தந்தையை நோக்கித் தலையசைத்து அவரை அழைத்தான்.

கிழவனின் அடர்ந்த தாடிமீது ரொட்டித் துண்டுகள் உதிர்ந்துகிடந்தன. வந்தவனைப் பார்த்தவுடன், "ஓ, நீ பாஸ்தியன் வீட்டுப் பையன் அல்லவா?" என்றான். யோஹான் பயந்து கொண்டே உள்ளே வந்தான். மத்திய அறை அடைசலாகவும், அதிகம் உபயோகப்படுத்தப் படாமலும் இருந்தது. மேஜையைத் திறப்பதற்கே கிழவனுக்குச் சற்று நேரமாயிற்று. மேஜைமீது காகிதப்பூ வைத்திருந்த இரண்டு ஜாடிகளுக்கிடையில் யோஹான்

தன் காகிதங்களை வைத்தான். அதன் உள்ளேயிருந்து பேனா, மை, பதிவுப்பத்திரங்கள், முத்திரை முதலியவற்றை வெளியிலெடுத்து வைத்தான் மெர்ஸ். அதை யோஹான் பூர்த்தி செய்து கொண்டிருந்த போது, மெர்ஸ் அவனை ஊன்றி கவனித்தான். "நீ ஆன்டிரியாஸ் பாஸ்தியனுக்கு உறவா?" என்றான்.

"அவர்களுக்கு உதவுவதற்காக இருக்கிறேன்" என்றான் யோஹான்.

'பாஸ்தியன்,பார்ப்பதற்கு எதுவும் பேசத் தெரியாத ஊமை போலிருந்தாலும், பணமில்லாமலே ஆளைப் பிடித்துவிடும் அவ்வளவு கெட்டிக்காரனாக இருக்கிறானே' என்று நினைத்தான் மெர்ஸ்.

ஆனால் வார்த்தையளவில், "அது சரிதான்" என்றான். பிறகு, எழுதிய விண்ணப்பத்தை தூரப் பிடித்துப் பார்த்தான். யோஹான் மூச்சைப் பிடித்துக்கொண்டு, மெர்ஸைப் பார்த்தவாறு நின்றான். கிழவன் அவனைக் கேள்வியொன்றும் கேட்கவில்லை. அவன் எழுதியவற்றை ஒப்பிட்டுப் பார்க்கவுமில்லை. கொடுத்த காகிதத்தில் முத்திரையிட்டு, எல்லாவற்றையும் மேஜைக்குள் வைத்துப் பூட்டினான். யோஹான் தனக்கு வந்த பெருமூச்சை அடக்கிக்கொண்டான். அங்கு நடந்தவற்றையெல்லாம் மனைவியிடம் கூறுவதற்காக மெர்ஸ் சமையலறையினுள் சென்றான். யோஹான் அங்கிருந்து புறப்பட்டான்.

இதற்கிடையில் மழை நின்று நிலத்திலிருந்து சூடான ஆவி வந்து கொண்டிருந்தது. பல இளைஞர்கள் கதவு எதிரில் நின்றனர். மெர்ஸின் மகனும், இரு புதிய வாலிபர்களும் மட்டுமின்றி இரு பெண்களும் இருந்தனர். ஒருத்தி மெர்ஸின் மகள். மற்றொருத்தி அவளுடைய சினேகிதி. மெர்ஸின் மகள் பருமனாகவும், கரு விழிகளுடனுமிருந்தாள். அவளருகி லிருந்தவள் கட்டை குட்டையாக இருந்தாள்; கால் விரல்கள் மீது எழும்பி, பெரியவள் கழுத்தில் ஒரு கைக்குட்டையை முடிச்சுப்போடுவதற்கு முயற்சி செய்து கொண்டிருந்தாள். அவர்கள் எல்லோரும் சிரித்த வண்ணம், அவனைப் பார்த்தனர்.

பெண்களின் சிரிப்பு நீண்டு கேவியதாயிருந்தது. கொஞ்சம் கொஞ்சமாக மறைந்து வரும் பனியினூடே, இருட்டில் யோஹான் அத்தெருவில் நடந்து சென்றான். 'இது இன்னும் மோசம். மீண்டும் எனக்குச் சிரிக்க வேண்டும்போல் இருக்கிறது. படகில் ஒரு பெண்ணுடன் ஆற்றில் கோரைப் புற்களிடையில் செல்ல விரும்புகிறேன். என்னிடமிருந்து யாராவது இச்சுமையை ஒரு நிமிஷம் அகற்றினால், உல்லாச இரவையும், இன்பப் படுக்கையையும் எதிர்பார்த்து அவர்களைப்போல் நானும் இருப்பேன். போகட்டும் போ, யோஹான். அதை மறந்துவிடு. சும்மா அழுது கொண்டிருப்பதில் பயனில்லை. பழைய நண்பர்கள் போன்றவர்கள் இங்கும் உனக்குக் கிடைப்பார்கள். அவர்களை நீ தேடிக் கண்டுபிடிக்கவேண் டும். அவ்வளவுதான்.

திடீரென்று அவனுக்குக் கவலை விட்டமாதிரி இருந்தது. அவன் வாழ்க்கையே இங்கு புதிதாகத் தொடங்கப்போகிறது. முன்பு பார்த்த வேலியோரம் மீண்டும் வந்தபோது, மேஜோடு களை இன்னும் விளையாட்டாகக் கலைத்தான். அவள் திடுக்கிட்டு, துவைத்துக் கொண்டிருந்த சிறுமியின் தலைமயிரை ஒன்றும் புரியாமல் அவனைப் பார்த்தாள். அவன் விரைவாக நடந்து சென்றான்.

பாஸ்தியன் தலையைப் பின்னுக்குத் தள்ளி, ஆகாயத்தை உற்று நோக்கிய வண்ணம் வாசலில் நின்று கொண்டிருந்தான். கிழடு தட்டிச் சிறுத்த அவனுடைய முகத்தில் நம்பிக்கையின் ரேகை தென்பட்டது.

## 3

அப்புறம் ஒரு வாரம்கூட இருக்காது; சனிக்கிழமை இரவு ஜோசப் ஷூச்சிலின் - அதாவது செவிட்டு ஷூல்ஸின் மாப்பிள்ளை - சாப்பாட்டுக்கு உட்கார்ந்தான். எதிரில் அவனுடைய மனைவி சூஸான் அமர்ந்திருந்தாள். அவர்களுக்கு முன்னால் இரண்டு கிண்ணங்கள் இருந்தன. ஒன்றில் புளித்த பாலும், மற்றொரு கிண்ணத்தில் உருளைக் கிழங்குகளும் இருந்தன. பாலிலிருந்து ஆடையெடுக்கவில்லையென்றும், உருளைக் கிழங்குகளை உரிக்கவில்லை என்றும் ஷூச்சிலின்

வசைமாரி பொழிந்தபடியிருந்தான். பெண்பிள்ளை எதற்கும் பதிலளிக்கவில்லை. அவளெதிரில் இருந்த தட்டில் மூன்று கிழங்குகள் இருந்தன. அதனருகில் தன் நீண்ட கைகளை வைத்துக்கொண்டு, அவள் மேஜையில் ஆணியடித்து வைக்கப்பட்ட பொம்மைபோல அசைவற்றிருந்தாள். அவள் நிறைந்த கர்ப்பிணியாதலால் மேஜைக்கு அருகில் வரமுடியவில்லை. அவளுடைய மூன்று பிள்ளைகளும், சின்னஞ்சிறு கைகளில் உருளைக் கிழங்குகளை எடுத்து நசுக்கியவாறு, அறையில் குதித்துக் கொம்மாளமடித்தனர். விளக்கடியில் இருந்த ஈ பிடிக்கும் காகிதத்தில் ஏராளமான ஈக்கள் விழுந்து ஒட்டிக் கொண்டதால், காகிதம் முழுவதும் கன்னங்கரேலென்றிருந்தது. அங்கிருந்து ஈக்கள் மெதுவாகக் குழந்தைகளின் பிசுக்குற்றிருந்த கன்னங்கள்மீது ஊர்ந்து வந்து, மேஜை மீதிருந்த கிண்ணங்களிலும், அலமாரியிலிருந்த பால் ஜாடிகளிலும் இன்னும் சற்று அப்புறமிருந்த பெண் பிள்ளையின் ரத்தம் சுண்டிய கைகளிலும் மொய்த்தன.

"தின்னு" என்று கடிந்து கொண்டான் கணவன்.

அவள் பரபரவென்று உணவை எடுத்துப்போட்டு விழுங்கினாள். இப்போது, ஏழு வருஷங்களுக்குப் பிறகுகூட, அவள் முன்மாதிரியேதானிருந்தாள் என்பதை அவன் உணரவில்லை.

முந்திய இரவு மூன்று மணிக்கு அவன் அறுவடை தொடங்கினான். கிராமத்தில் முதன் முதலில் அறுவடை தொடங்கியது அவனே. உதவிக்கு ஆளில்லாமல், தன்னால் வேலைசெய்ய முடியுமோ, முடியாதோ என்ற பயம் அவனுக்கு எப்போதும் உண்டு. அது அவனுடைய சுபாவம். அவனுடைய பலத்தில் அவனுக்கே நம்பிக்கையில்லாதது ஆச்சரியமே. அவன் பதினைந்து மணி நேரம் இடைவிடாது உழைத்து வேலை செய்ததால், உடலெல்லாம் வியர்த்திருந்தது. ஆயினும், அவன் இதயம் சாதாரணமாக இருந்ததே தவிர, வேகமாக அடித்துக் கொள்ளவில்லை. மறு நாள் கோயிலுக்குப் போய் வந்த பிறகுகூட அவன் தொடர்ந்து வேலை செய்யத் தீர்மானித்தான். இது மற்றவர்களுக்குப் பிடிக்காதென்று அவனுக்குத் தெரியும்.

பாதிரியாரும்கூட, ஏன் இப்படி செய்தாய்?" என்று கேட்கலாம். அவன் செய்யும் எந்தக் காரியமும் அவர்களுக்குப் பிடிக்கவில்லை, அதற்காக என்ன செய்வது? பாதிரியாரைப் பொறுத்த வரையில், தன் மனைவி கர்ப்பமாயிருப்பதையும், எல்லா வேலைகளையும் தானே செய்ய வேண்டியிருப்பதையும் எடுத்துக்காட்டி சமாதானம் கூறிவிடலாம். ஒருத்தியின் பிள்ளைப் பேறு அறுவடை காலத்தில் வருவதென்பது அவனுக்கு விருப்பமேயில்லை. அவனுடைய மனைவியின் பிரசவத்திற்கு இன்னும் சில வாரங்களே இருந்தன.

"தண்ணீர் கொண்டு வந்தாயா?" என்று அவளைக் கேட்டான்.

வாயிலிருந்த உணவை, பயத்தினால் 'கபக்'கென்று அவள் விழுங்கினாள். அறையிலிருந்து கண்டோர் அதிசயிக்கத் தக்க வேகத்துடன் வெளியில் ஓடினாள். இதற்காக அவளுடைய கணவன் சாப்பிடுவதை நிறுத்தவில்லை. எதையும் விடாமல், நிம்மதியாக இருந்து, அவன் உணவுக்கொண்டான். கொஞ்ச நேரத்திற்குப் பிறகு வாளிகள் வெளியே வைக்கப்படும் சத்தம் வெளியிலிருந்து கேட்டது. பெண் பிள்ளை உள்ளே வந்து உட்கார்ந்தாள். அவளுடைய முகவாய்கட்டை தொங்கிற்று. மீண்டும் "தின்னு" என்று அவன் கத்தினான்.

அவள் பயந்து போய் ஒரு உருளைக்கிழங்கை அப்படியே தனது திறந்த வாயினுள் திணித்துக்கொண்டாள். "நாலு வாளிகள் கொண்டு வந்தாயா?" என்று அவன் கேட்டவுடன், மீண்டும் அவள் எழுந்து, வெளியில் விரைந்தாள். பல்வேறு வித சத்தங்களும் முன்போலவே மீண்டும் கேட்டன. காலடிகள், கதவு, வாளிகளைக் கீழே வைப்பது ஆகியவற்றிலிருந்து எழும் சத்தம் உள்ளே வந்தது. பெண்பிள்ளை, தான் இருந்த இடத்துக்கு வந்து அமர்ந்தாள். இப்போது அவளுடைய உதடுகள் இறுக்கி மூடப்பட்டிருந்தன. அவளுடைய கணவன் இப்போது சட்டையை மாற்ற நினைத்தான். அது வியர்வையால் நனைந்திருந்தது. "எனக்கு வேறு சட்டை வேண்டும்" என்று அவள் மீது சீறி விழுந்தான். இந்தத் தடவை அவளுடைய உடலெல்லாம் நடுங்கியது. அவ்வளவு பயந்துவிட்டாள். "மற்றொரு சட்டை இல்லையா" என்று கூச்சல் போட்டான், அவ்விவசாயி. மேஜைக்கு

அப்பால் எட்டி அவளைப் பிடித்து ஒரு குலுக்குக் குலுக்கினான். கழுத்து எலும்பு வரை அவனுடைய கைவிரல்கள் புதைந்து நின்றன.

கடைசியில் அவன் கையை எடுத்தான். அவர்கள் இருவருக்கும் பெருமூச்சு வாங்கிற்று. இப்போதிருக்கும் நிலையில் இருந்தால், அவள் நாளை என்னுடன் தானிய அறுவடைக்கு வரத்தான் வேண்டும். கட்டாயம் வரவேண்டும். கெட்டியாக இருந்த பாக்கிப் பாலையும் அவன் தன்னுடைய தட்டில் ஊற்றினான். அவள் சாகவேண்டுமென்று அவன் விரும்பினான். அது அவனுக்கு அப்போது தெரிந்தது. ஏதோ ஒரு இடத்தில், எப்போதோ ஒரு சமயத்தில் நடந்தால் போதும் என்பது அல்ல அவன் நினைத்தது. நாளைக்கே, அறுவடையின் போதே அது நடக்கவேண்டுமென்று விரும்பினான். 'போன தடவை பிரசவத்தின்போதே அவளுக்கு ஏராளமாக ரத்தம் போய் விட்டது; அவள் அதனால் இறந்து விடுவாளென்றே நினைத்தனர். வயலில் கடுமையாக வேலை செய்யும்போது, அவளுக்கு இடுப்புவலி எடுப்பது வழக்கம். மருத்துவச்சி அப்போது வெகு தூரத்திலிருப்பாள்.' இவ்வாறு அவன் சிந்திப்பது அவனுக்கே பயமாக இருந்தது. ஆயினும் திடீரென்று அவனுக்குக் கடல்மடை திறந்தாற்போன்று ஆத்திரமும் வந்தது. நிலத்திலுள்ள பள்ளத்தில் தடுக்கி விழுந்தவன், பள்ளத்தைத் திட்டுவானே அதுபோல, அவன் தன் விதியை நொந்து கொண்டான். இந்த விவாகத்தின் மூலம் விடிவைத் தேடும் அளவுக்கு, அவ்வளவு மோசமான ஏழ்மையில், சாக்கடைப் புழுவைப்போல அவன் ஏன் பிறக்க வேண்டும்? இக்கலியாணத்தில் வரும் பொருளைக்கொண்டு கடன்களை அடைத்து, விடலாமென்றும், குழந்தைகளுக்கு நல்ல உடைகள் வாங்கலா மென்றும், பள்ளிக்கூடத்துக்கு அவர்களை அனுப்பலாமென்றும், பிறகு நல்ல மனைவியை மணம் புரியலாமென்றும் நினைத்தான். அப்படி மனைவியாக வருபவள் இவ்வளவு கஷ்டப்பட வேண்டியிருக்காது. மக்களைப் பெற வேண்டுமென்ற கட்டாயமிருக்காது. அவளுக்கு வைத்தியம் பார்க்க, பணத்தைச் சுண்டிக்கொடுத்து நகரத்திலுள்ள டாக்டரை அழைத்து வரலாம்.

அவனுக்கு இப்போது போதிய பிள்ளைக் குழந்தைகள் இருக்கின்றனர்; வேண்டுமானால் ஒரு பெண் பிறந்துவிட்டுப் போகட்டும். அப்பெண்ணை நல்ல நல்ல உடைகளில் அலங்கரித்து, மற்றவர்கள் வீடுகளுக்கு பெருமையுடன் அழைத்துச் செல்லலாம். அவர்கள் எல்லாரும் மகிழ்ச்சி யடைவார்கள். மிருகங்களை அதட்டுவதைப்போல் அதட்டும் சுபாவமும், நாற்றமும் உள்ள ஒருவனை அப்பெண் மணந்து கொள்ளமாட்டாள். தனக்கு வேறு விதமான கணவனை அவள் தேடிப் பிடிப்பாள். மணக்காத மனைவிக்கு இன்னும் பிறக்காத குழந்தை இவ்வுலகத்தில் சுகமாகவே இருப்பாளென்று நினைத்தான் அவன்.

அவன் தட்டை எடுத்து வாயில் வைத்துக்கொண்டு, அதில் நீராகாரமாக இருந்த உணவை உறிஞ்சிக் குடித்தான். அதை அவன் ருசித்து, அதிலிருந்த சுகமான குளிர்ச்சியை அனுபவிக்க வில்லை. தட்டுக்கு மேற்புறமாகக் கண்களைச் செலுத்தி அங்கிருந்தவர்களைப் பார்த்தான் அவன். அவளுடன் தான் நடத்திய வாழ்க்கை ஒரு முடிவுக்கு வந்துவிட்ட தென்ற எண்ணம் திடீரென்று அவனுக்கு ஏற்பட்டது. அவளுடைய விசாலமான முகத்தில் காலனின் கைவிரல்கள் பதிந்துவிட்டன என்பதில் ஐயமில்லை. முகத்தில் மகிழ்ச்சிக் குறிகள் தென்பட்டன என்பது உண்மையே. ஆயினும் உண்மையில் அதில் அமைதி எப்பொழுதும் இருந்ததில்லை. கண்களைச் சுற்றிக் கறுப்பு வளையங்கள் விழுந்திருந்தன. வெளிப் பார்வைக்குப் புலப்படாத நிழலொன்று அவளுடைய முகத்தின்மீது படிந்திருந்தது. அவ்வறையில் அதன்மீது மட்டுமே அந்நிழல் படிந்திருந்ததாகத் தோன்றிற்று. அவளுடைய கண்களில் ஒளியே இருந்ததில்லை. கடந்த ஏழு வருஷங்களில் அவள் ஒரு நாளாவது அவனைக் கண்ணெடுத்துப் பார்த்ததில்லை. ஆனால் கடந்த சில வாரங்களாக அவள் ஏழாவது மாதத்தைத் தாண்டிவிட்ட பிறகு என்று ஷிச்சிலினுக்குத் தோன்றிற்று - அவளுடைய கண்களில் மங்கிய ஒளியொன்று அவ்வப்போது தோன்றியது. இதிலிருந்து என்றுமில்லாத தன்னம்பிக்கை பெற்றவள்போல அவள் தன் முழுப் பார்வையையும் செலுத்தி அவனுடைய முகத்தைக் கடுமையாகப் பார்த்தாள்.

அவளெதிரில் இருந்த தட்டில், இன்னும் தொடாமல் இரண்டு உருளைக் கிழங்குகள் இருந்தன.

'தின்னு' என்று அக்குடியானவன் அவள்மீது எரிந்து விழுந்தான்.

அவள் ஏறிட்டு அவனுடைய நெற்றியை நோக்கினாள். விறைத்துப் போனதைப் போன்றிருந்த அவளுடைய அவயவங்களில் ஆச்சரியத்தின் அறிகுறிகள் படர்ந்தன. "நான் ஏன் உண்ண வேண்டும்?"

"சாப்பிட்டாகிவிட்டதா? அப்படியானால் எழுந்து போ" என்று உரக்கக் கூறினான் அவன்.

## 4

"இன்னும் விளக்கைப் போட்டுக்கொண்டிருக்கிறான். அதற்கென்ன சொல்லுகிறாய்?" சமையலறையிலிருந்த ஜன்னலில் முகத்தைப் பதித்துக்கொண்டு, குங்கலின் தாயார், வெளியில் நோக்கினாள். அவள் இருந்த இடத்திலிருந்து, அண்டை வீட்டை அடுத்திருந்த சிறு கூரையை அவள் பார்க்க முடிந்தது.

"சும்மா இரு. விரைவில் அவன் எழுந்து விடுவான்."

"இப்படி எரிப்பதற்குக் காசு கொடுப்பது நாமா, அவனா?"

"வாயை மூட மாட்டாய், நீ? அவன் நடவடிக்கையில் கொஞ்சம்கூடத் தவற மாட்டான்."

காட்லிப் குங்கல் கதவருகில் இருந்து, அம்மாவுக்கும் அண்ணனுக்கும் நடந்த வாக்குவாதத்தைக் குறிப்பாக கவனித்தபடி நின்றான். உணர்ச்சித் துடிப்புப் படபடத்துக் கொண்டிருந்த அவனுடைய முகத்தில், கொதிப்பின் அறிகுறிகள் தென்பட்டன.

"அதற்குப் பணம் கொடுப்பது யார் யார் என்றுதான் கேட்கிறேன்."

"நிறுத்து -"

அவன் குரல் ஒலி இப்போது கூச்சலாக மாறியிருந்தது. அவனுடைய சவுக்கடி போன்ற குரலைக் கேட்டவுடன் காலஞ்சென்ற தன் கணவனுடைய நினைவு அவளுக்கு வந்தது. அவளுடைய தோற்றம் குழைந்தது. மகனை அவள் ஏறிட்டுப் பார்த்தாள். இப்போது அவன் உயரமாக வளர்ந்திருந்தான். அவன் வளர்ந்து பெரியவனாகி விட்டது பற்றி அவளுக்கே கர்வமாயிருந்தது. கிறிஸ்டியன் தம்பியின் பக்கம் திரும்பினான்: "போய் படுத்துக்கொள்; ஓடு. மீண்டும் விரைவில் எழுந்திருக்க வேண்டும்" என்று அவனைப் பார்த்து பொரிந்து தள்ளிவிட்டு, வெளிச்சம் வந்த இடத்துக்குச் சென்றான். மஞ்சிக் கயிறு, உடைந்த மண் பாண்டங்கள், பாத்திரங்கள், சாக்கு மூட்டைகளுக்கு இடையில் ஓர் இளைஞன் கோரைப் பாய்மீது படுத்து, படித்துக் கொண்டிருந்தான். லங்கோடு மாதிரி, சிறு கால்சட்டையொன்று அணிந்திருந்தான். அவன் மார்பு பட்டுப்போல் வழவழப்பாகவும், வெய்யிலினால் கருத்தும் இருந்தது. அவனையடுத்து மெழுகெண்ணெயில் எரியும் விளக்கொன்று எரிந்து கொண்டிருந்தது. அவனுடைய மேற்சட்டையும், மடிப்புக் கலையாத கைகளுடனிருந்த காற்றணையும், அடுத்தடுத்து, சுவற்றில் தொங்கின. அவற்றின் கீழ் செருப்பு, ஜோடுகள் வைக்கப்பட்டிருந்தன. அவ்விளைஞன் புத்தகத்தைக் கீழே வைத்தான். அமைதியும், ஒளி மிகுந்து மிருந்த அவன் முகம், ஒளி மறைவற்ற தோற்றமுடையதா யிருந்தது.

குங்கல் அவ்வாலிபனை நோக்கிக் கண்களை இடுக்கிக் கொண்டான். "இடம் போதவில்லை என்று நினைக்கிறேன், தோழர்."

"தூங்குவதற்கு இது போதும்" என்றான் இளைஞன்.

அவன் பெயர் கோஸ்லின். அவனும் குங்கலும் பில்லிங்கனில் நண்பரானார்கள். கோஸ்லின் தோட்ட வேலை செய்பவனென்றும், இப்போது அவன் வேலையில் இல்லை என்றும் அறிந்து, அவனைக் குங்கல் ஓவர்வீலர்பாக்கிற்கு வந்துவிடுமாறு

அழைத்தான். கிறிஸ்டியனுக்கு இப்போது எல்லாம் வயலில் வேலையிருந்தது. கோஸ்லினுக்கு இருக்க இடமும், உண்ண உணவும் கொடுத்தால், அறுவடை வேலையில் உதவியாக இருப்பானென்று நினைத்து அழைத்து வந்திருந்தான். ஆனால் அவனை வீட்டில் வைத்துக்கொள்வது பற்றி எவ்வித முடிவுக்கும் வரமுடியவில்லை. தன் தங்கையின் சளசள வென்ற பேச்சு, கடுமையான வார்த்தைகளை வீசும் அம்மாவின் வாய், எப்போதும் உன்னிப்பாக கவனிக்கும் காட்லிப் கண்கள், இவைகளுக் கிடையில் புதியவர்களை வீட்டிற்கு வரவிடாமலிருப்பதே நல்லது என்று குங்கல் நினைத்தான்.

இளைஞன் படித்துக்கொண்டிருந்த புத்தகத்தின் பக்கங்களைப் புரட்டியபடியே, அவனுக்கு அருகில் பாய்மீது உட்கார்ந்தான் குங்கல். அவர்களிருவரும் அப் புத்தகத்திலிருந்த படங்களைப் பார்த்தனர். அவை மிக அழகான வர்ணப்படங்கள். எண்ணற்ற தலைவர்களின் படங்களையும், தேசியக் கொடிகளையும் ஏந்தி ஆயிரக்கணக்கானவர் நின்றனர். ஏதோ ஈ-மச்சடங்குகள் நடந்து கொண்டிருந்தன. இப்படங்களை யெல்லாம், தலையும் தலையும் வைத்துக் கோஸ்லினும், குங்கலும், பார்த்துக் கொண்டிருந்தனர். "எங்களைப் போன்றவர் களுக்கு இதற்கெல்லாம் நேரமிருப்பதில்லை" என்றான் குங்கல். கோஸ்லின், அவ்வப்போது புத்தகம் படிப்பது என்ற வழக்கத்தை நான் மேற்கொண்டிருக்கிறேன். இதை விட்டால், ஆண்டு முழு வதும் செய்வதற்குத்தான் வேலை என்ன இருக்கிறது?

"ஆனால், இங்கு வெகு சீக்கிரம் உனக்குப் பொழுது போய்விடும்."

"அதுவும் சரிதான். எதையும் என்போன்றவர்கள் மறப் பதில்லை. இவ்வளவு வருஷங்களாக என் மனம் சிந்தித்துக் கொண்டிருந்ததே இதுதான். எனக்கு மீண்டும் சில விதைகள் மட்டும் கிடைக்குமானால்? கத்தரிக்கோல் அழுத்திய கோடுகள் மீண்டும் என் கட்டை விரலில் வரமுடியுமானால் - எவ்வளவு மகிழ்ச்சியாக இருக்கும்."

குங்கல் அவனை ஆச்சரியத்துடன் பார்த்தான். “அப்படியா? நாளை மாலை உன் கட்டை விரலில் கத்தரிக்கோல் கோடுகள் பெறலாம்” என்று கூறிச் சிரித்தான்.

“ஆமாம். எல்லாம் சரியாகவே நடந்து வருகிறது.”

“நீ எவ்வளவு காலமாக இதைச் செய்து வருகிறாய்?”

“இரண்டு வருஷமாக. நீ?”

“சில நாட்களாகத்தான்.”

“இன்னும் ஆட்கள் சேரவில்லை போலிருக்கிறதே - உன்னையும், தம்பியையும் தவிர?”

“இன்னும் என் தம்பி காட்லிப் சிறு பயலாகத்தான் இருக்கிறான். இதோ பார், கோஸ்லின் நீதான் எனக்கு உதவி செய்யவேண்டும். நினைத்தாலே பயமாக இருக்கிறது. அடுத்த தடவை இருபது பேரைக் கொண்டு வருவதாக வீராப்பு பேசினேன். நீ, நான், காட்லிப்பைத் தவிர, இன்னும் பதினேழு பேர் எங்கே?”

“அவர்களைப் பற்றி ஆழ்ந்து சிந்திக்க வேண்டும். ஒவ்வொருவரிடமும் பேசிப் பார்க்க வேண்டும்.”

“சிலருக்கு இஷ்டமே. ஆனால் தைரியம்தான் இல்லை. வீட்டில் பெரியவர்கள் அவர்களுடைய கைகளைக் கட்டிப் போட்டு உட்கார வைத்திருக்கிறார்கள். உதாரணமாக, பால் ஆல்கியர் இருக்கிறான். நம்மைப் பார்க்கும்போது எல்லாம் அவன் வாயைத் திறந்துகொண்டு நிற்கிறான். அவனுடைய தந்தை என்ன சொன்னார் தெரியுமா? ‘நாலு நாய்கள் கூடு மிடத்தில், இன்னும் இரண்டு வரத்தான் வரும். ஆனால் நீ போய் இதில் சேரவேண்டாம். அதனால் நமக்கு லாபம் எதுவுமில்லை’ என்றாராம். இதை பால் ஆல்கியரே கூறினான்.”

“முதல் போட்டால்தான் லாபம் வருமென்று அவனிடம் சொல். அவன் மட்டில் சேர்ந்தாலும் போதும். அதனால் கடைசியில் லாபம் வரும்.”

“மொர்ஸின் மகனும் நம்மை எதிர்க்கவில்லை. ஆனால் அவனுடைய தந்தை, ‘இந்த உலகமே வருவதானாலும் சரி, இது நமக்கு வேண்டாம்’ என்கிறாராம். ராணுவத் தலைவர் என்ற எழுத்துக்களையும் அழகாக எழுதிக் கண்ணாடி போட்டு மிக அழகான துணியில் கட்டிக்கொடுப்பதாக இருந்தாலும், ‘வேண்டவே வேண்டாம். இதைப்போன்ற பொருள்கள் வேண்டாம்’ என்று அவர் எதிர்க்கிறார்.”

“அவற்றை ரஷ்ய மொழியில் எழுதிக் கொடுத்தால் தேவலையா என்று கேள். மற்றவர்களுக்கு உழுவதில், தங்களுடைய குதிரைகளை இழக்கத் தயாரா? இப்போது கூட்டங்கள் போடுவதுடன், நமது இயக்கத்தின் உயிர் நாடியாக உள்ள கிராமங்களுக்கும் செல்லவேண்டும். நீ நன்றாகப் பேசவேண்டும் கூட்டத்தில் நீ இரண்டொரு வார்த்தைகள் பேசினாயென்று கேள்விப்பட்டேன்.”

“நம் ஆட்களிடையில் நாமே பேசுவதென்பது சற்று புதிதாக இருக்கிறது.”

இவ்வாறு கூறினான் குங்கல். ஆயினும் இப்படி ஒப்புக் கொண்டது பற்றி அடுத்தகணமே மனம் வருந்தினான். இப்போது அறுவடை நடந்து கொண்டிருந்தது. இதற்கிடையில் பயனற்ற வேலையில் தன் முயற்சிகள் வீணாகிவிடக்கூடா தென்ற பயம் அவனுக்கு. கிழவன் மொர்ஸின் உணர்ச்சியற்ற முகத்தையும், அடர்ந்த தாடியையும், ஷூச்சிலினின் பெரிய மயிரடர்ந்த மூக்கோட்டைகளையும், ஆல்கியரின் கடுமையான தோற்றத்தையும் பற்றிய நினைவுகள் அவனுக்கு வந்தன. இக்கூட்டத்தினால் பயனேற்படாமல் போகலாமென்ற நினைப்பு அவன் உள்ளத்தில் தோன்றியபோது, அவனுக்கு இருப்புக் கொள்ளவில்லை.

“ஓவர்வீலர்பாக் ஜெர்மனியில்தானே இருக்கிறது?” என்றான் கோஸ்லின்.

குங்கல் ஆச்சரியமடைந்தான். “ஆமாம். அது ஜெர்மனி தான் என்பதில் ஐயமில்லை.”

“இங்கு நீ யாருக்கும் கடன் கொடுக்க வேண்டியது இல்லையே?”

“ஏன் இல்லை?”

“வரி பாக்கி இல்லையே?”

“ஏன் இல்லை?”

“இவ்வூரில் யூதர்கள் இல்லையென்றாவது கூற முடியுமா?”

“முடியாது. வெளியூரிலிருந்து இரண்டு பேர் வந்திருக்கிறார்கள். ஒருவன் பெயர் நாப்தல். மற்றொருவன் அவனுடைய மருமான்.”

“கம்யூனிஸ்டுகள் இங்கு இல்லையல்லவா?”

“இல்லை. அதை மட்டும் நிச்சயமாகக் கூறலாம்.. கம்யூனிஸ்டுகள் இங்கில்லை. அதாவது நகரத்தில் உள்ளவர் களையும், பாட்ஸன்பாக்கில் உள்ள இப்ஸ்ட் மாதிரியும் இருக்கும் உண்மையான கம்யூனிஸ்டுகள் இங்கில்லை என்று கூறுகிறேன்.”

தாய் சமையலறை ஜன்னலில் முகத்தைப் பதித்துப் பார்த்துக் கொண்டிருப்பாள் என்ற நினைவு குங்கலுக்கு திடீரென்று வந்தது. அவன் மேற் கூரையில் தலை இடித்துக் கொள்ளாதவாறு, ஜாக்கிரதையாக எழுந்த வண்ணம், “இதைப் பற்றி மீண்டும் நாளை பேசுவோம். இப்போது தூங்கு வதற்குப் போகலாம்” என்றான்.

குங்கல் வீட்டையடைந்தான். அவன் நினைத்தபடியே, தாய் இன்னும் ஜன்னலருகில் நின்று கொண்டிருந்தாள். “அவனுடைய கூலி என்னவென்பதை கணக்குப் போட்டு, அதில் அந்த மெழுகெண்ணெய்ச் செலவுகளைக் குறைத்து விடுவதுதானே-” என்று கூறினான். பிறகு தம்பியிருந்த பக்கம் திரும்பி, “ஏன் இங்கேயே சுற்றிக்கொண்டிருக்கிறாய்?” என்று உறுமினான்.

காட்லிப் கடைக்கண்ணால் அண்ணனை ஒருதரம் பார்த்து விட்டு, அங்கிருந்து மெதுவாக அகன்றான். அவர்களுடைய தாய் பெருமூச்செறிந்தாள். கடைசியில் கொட்டகையில் எரிந்த விளக்கு அணைந்தது. கோஸ்லின் இருட்டில் படுத்துக் கொண்டான். கொட்டகையில் வேக்காடாக இருந்தது. விடிந்தால் வயலுக்குப் போகலாம், வெட்டாமலிருக்கும் 200 சீமைத்தக்காளி செடிகளை வெட்டலாம் என்று எதிர்பார்த்துப் படுத்திருந்தான். மொத்தத்தில் நகரத்திலிருந்து இங்கு வந்து விட்டது அவனுக்கு மகிழ்ச்சியே அளித்தது. ஏதோ கைச் செலவுக்காவது பணமும் கொஞ்சம் கிடைக்குமென்று நினைத்தது உண்மையே. அது ஒருபுறமிருக்க, தோட்டத்தில் வேலை செய்யும் வாய்ப்பையாவது குங்கல் கொடுத்தான் அல்லவா? கடந்த சில ஆண்டுகளில் ஒருவித பயம் அவனுக்குப் பெருகி வந்தது. கல்லறையில் இருப்பதுபோல், வாழ்க்கையே தன்னைப் பிணித்துக் கைதியாக்கி விடுமோ என்ற நினைப்பு அவனுக்கு இருந்தது. இப்போது அது திடீரென்று மறைந்தது. நரகத்தில் விறகு வெட்டலாமென்று சைத்தான் அனுமதி கொடுப்பதானால், அந்த சைத்தானுடன் கூட அவன் ஒத்துப் போகத் தயாராக இருந்தான்.

## 5

ஆல்கியர் வீட்டுக்கு முன்னால் கொஞ்சம் கொஞ்சமாகக் கூடிவிட்ட மக்கள், தாங்கள் கொடுத்த பணத்திற்குத் தகுந்த பலனை அடைந்தனர். ஒருவரையொருவர் குத்தும் சத்தமும், பயமுறுத்தலும், வசை மொழிகளும் கேட்டன. கிறீச் சென்று இருக்கும் இக்குரல், கத்திக் கத்தி, கரகரத்த குரலுடன் பேசும் இவன், இதுவரையில் கேள்விப்படாத வசைகளை வாரிப் பொழிந்து, இரைந்து கொண்டிருந்த இக்கிழவன் ஆல்கியர் என்பதை அவர்கள் நம்ப முடியவில்லை. அவ்வப் போது சில வார்த்தைகளை அவன் முணுமுணுத்துத் திரிவதை எல்லோரும் பார்த்திருக்கிறார்கள். அன்று மழை சற்று நேரம் தான் பெய்தது. ஆயினும் சரியாக அடித்துப் பெய்ததால் அவர்களுடைய ஜோடுகளும், உடைகளும் நனைந்து விட்டன. அதனால் தானியங்களை திருப்பித் திருப்பிப் போடவேண்டியதாயிற்று.

உணவுக்காக அவர்கள் ஆவலுடன் காத்திருந்தனர். ஆல்கியரின் வீட்டெதிரில் நடந்த தகராறுகளை உற்றுக் கேட்டு நின்றனர். “காஸ்டிரீசியஸ், விவசாய யந்திரங்கள்” என்று எழுதப்பட்டிருந்த பெரிய, சாம்பல் நிற லாரி அவர்களருகில் நின்றது, அரைமணி நேரத்திற்குமுன் வயலுக்குப் போய் ஆல்கியரை அழைத்து வந்தனர். இவ்விசேஷ நிகழ்ச்சிக்குக் காரணம் என்னவென்று அவனுடைய வீட்டு வாசலில் கூடியிருந்தவர்களுக்கு ஓரளவு புரிந்தது. அதிகம் ஊகிக்கும் தொல்லையில்லாமலே, அந்நிகழ்ச்சியைப் பற்றிப் பிரமாதப் படுத்திக் கொண்டிருந்தனர்.

ஷூச்சிலின் முகம் வயலிலிருந்து ஓடிவந்த வேகத்தில் சிவந்தும், ஊதியுமிருந்தது. தெருவின் மறுபுறத்தில் வரும் போது, அங்கு இருந்த கூட்டத்தைப் பார்த்து, “என்ன நேர்ந்தது?” என்றான். “புதிதாக வாங்கியிருந்த யந்திரச் சல்லடையை எடுத்துக்கொண்டு போகிறார்கள்.”

எதிர்ப் புறத்திலிருந்து ஷூச்சிலின், வீட்டருகில் வந்தான். கண்களை இடுக்கி, மூக்கோட்டைகள் விரிய, அவன் ஜன்னலை நோக்கினான். மெர்ஸின் மகனும், கிறிஸ்டியன் குங்கலும் எதிர்புறத்திலிருந்து வந்தனர். மெர்ஸிடம் குங்கல் ஏதோ எடுத்துரைத்துக் கொண்டிருந்தான். அவர்கள் அங்கிருந்த. கூட்டத்தைப் பார்த்தனர். அதன் காரணம் பற்றி விசாரித்து விட்டு, கூட்டத்துடன் கூட்டமாக அவர்களும் நின்றனர்.

கடைசியில் கதவை திறந்தனர். லாரி டிரைவர் யந்திரத்தை தூக்கிக்கொண்டு வெளியில் வந்தான். பளுவினால் முழங்கால் வளைந்திருந்தது. தோள்புறமாகத் தலையைத் திருப்பி “மண்டையில் மூளையில்லை, உங்களுக்கு? இதற்கு நான் என்ன செய்வது? இதோ எனக்கு உத்தரவு. உத்தரவுப் பிரகாரம் நான் நடந்து கொள்ளுகிறேன்” என்றான்.

அவன் தனது பின்புறத்தால் ஆல்கியரை வீட்டினுள் தள்ளினான். ஆனால் ஆல்கியர் மீண்டும் வெளியில் வந்து விட்டான். பைத்தியம் பிடித்தவன்போல் கத்திக்கொண்டே அவன் டிரைவரைப் பிடித்து உலுக்கினான். அவனுடைய தொப்பி கீழே விழுந்தது; வழுக்கைத் தலை எல்லோருக்கும் தெரிந்தது.

ஆல்கியர் தன் தொப்பியை எடுப்பதற்குக் குனிந்தபோது, டிரைவர் யந்திரத்தை தூக்கினான். ஆல்கியர் "அவனை நிறுத்துங்கள், நிறுத்துங்கள்" என்று கூவினான். லாரியின் கதவை முழங்கையால் அழுத்திக்கொண்டு, அதில் யந்திரத்தை ஏற்றுவதற்காக டிரைவர் தனது இடுப்பை முன்னுக்குத் தள்ளினான். இருவரும் பேசவோ, அசையவோ இல்லை. லாரிக் கதவை மூடினான் டிரைவர். ஆல்கியருக்கு இப்போது வாயடைத்து விட்டது. வீட்டெதிரில் நின்ற மக்களைப் பார்த்தபடி அப்படியே நின்றான். இப்போது அவன் கூச்சல் போடவில்லை. மெதுவாக வீட்டினுள் திரும்பிச் சென்றான்.

யந்திரத்தை ஏற்றியிருந்த லாரி அங்கிருந்து புறப்பட்டுச் சென்றது. கூட்டத்திலிருந்தவர்கள் இன்னும் நெருங்கி நின்றனர். அவர்கள் கலைந்து போகவில்லை. ஆல்கியருடைய கண்கள் அவர்களை முறைத்துப் பார்த்தன. அவர்கள் ஆல்கியரை உற்று நோக்கினர்; ஆயினும் வெகுநேரம் பார்க்க முடியவில்லை. அவன் முகம் மாறியிருந்தது. தான் பேராபத்திலிருப்பதையும், ஒருவரும் தனக்கு உதவ முடியாது என்பதையும் திடீரென்று உணர்ந்து கொண்டவனுடைய முகத்தைப்போல் மாறியிருந்தது அது.

வெளியில் கூட்டம் கூடியிருந்தது என்பதை அப்போதே உணர்ந்தான் ஆல்கியர். அதன் காரணமும் அவனுக்குத் தெரிந்தது. அண்டை வீட்டுக்காரர்களான ஷூச்சிலின், மெர்ஸ், குங்கல், ஆகியவர்களை அவன் அடையாளம் கண்டு கொண்டான். நிகூபாரின் மனைவி கீழுதட்டைக் கடித்துக் கொண்டு, அசட்டு முகத்துடன் அங்கு நின்றாள். 'நான் இங்கே பிறந்து இதைப் போன்ற மக்களிடையில் வாழ்வில் பெரும் பகுதியைக் கழித்து விட்டது எனக்கே ஆச்சரியமாக இருக்கிறது' என்று நினைத்தான் ஆல்கியர். ஒரு நாள் இதே மக்கள் அவனுடைய சவப்பெட்டியுடன் நடந்து வருவார்கள் என்பதை நினைக்க அவனுக்கு இன்னும் வேடிக்கையாக இருந்தது... அவர்களுடைய தலைகளுக்கு மேல், பாஸ்தியன் வீட்டுத் தோட்டத்தைச் சுற்றியிருந்த சுவற்றுக்கும் மேல், வீடுகளின் ஓட்டுக் கூரைக்கும் மேல் அவன் பார்வையைச் செலுத்தினான். மழையும், இருட்டும், ஆகாயத்தையே கரு நிறமாக்கியிருந்தன. இப்படிப்பட்ட ஆகாயத்தின் கீழ் இருப்பது

கூட அவனுக்கு ஆச்சரியமளித்தது. அவன் தனது வீட்டினுள் சென்று உட்கார்ந்து, சிந்தனையில் மூழ்கினான். இச்செய்தியினால் அவனுடைய மனைவியும், குழந்தைகளும் துன்பப்படுவதைப் பார்ப்பதற்காக வெளியிலிருந்தவர்கள் காத்துக் கொண்டிருந்ததைப் போல் பாஸ்தியனுக்குத் தோன்றிற்று. யாரோ தன் குரல்வளையைப் பிடித்துக்கொண்டது போன்ற குரலிலேயே அவன் சாதாரணமாகப் பேசுவான். இப்போதும் அதே குரலில் திட்டினான். ஆனால் முன்போல் காட்டுக் கத்தலாகக் கத்தாமல், மெதுவாக அவர்கள்மீது வசை மொழிகளை வீசினான். மற்றவர்களை உண்மையில் தாக்குபவை இப்படிப்பட்டவை தான். நீங்கள் நாசமாய் போக என்றான்.

சற்று நேரம் கழித்து ஆல்கியரின் மனைவி, மகன், பெண் ஆகிய மூவரும் வீடு வந்து சேர்ந்தனர். வேலை செய்து கொண்டிருந்த ஆல்கியரை யாரோ வந்து அவசரமாக அழைத்து வந்துவிட்டதால், மனைவி மக்கள் சற்று பயத்துடனேயே வந்தனர். குளிரும், மழையும், வேலையும் சேர்ந்து அவர்களுடைய உடல் அயர்வுற்றிருந்தது. அவர்களுடைய வீட்டு வாசலில் கூட்டத்தைக் கண்டவுடன், அவர்களுக்கு திகீரென்றது. அப்படியே நின்று விட்டனர். அவர்களைப் பார்த்த நொடியிலேயே, “உங்கள் யந்திரச் சல்லடையை எடுத்துப் போய்விட்டார்கள்” என்று அங்கிருந்தவர்கள் குரல் கொடுத்தனர்.

மரியாவுக்கு, தான் செய்தது குற்றமே என்று தோன்றிற்று. அவள் நெற்றியில் கீற்றுகள் விழுந்தன. ஒருவரையும் அவள் ஏறிட்டுப் பார்க்கவில்லை. முகம் சிவந்து விட்டது. இப்போது அவள் யாரையும் மதிக்காதவள்போலத் தோன்றினாள். அவள் உள்ளே நுழைந்ததும், அறையின் பின்புறமிருந்த சுவரருகில் ஆல்கியர் அவளை அழைத்துச் சென்றான். அவர்களிருவரும் கிசுகிசுவென்று பேசிக்கொண்டனர். தாயார் மரியாவைப் பார்த்து, “பார்த்தாயா?” என்று சீறினாள். உள்ளேயிருந்து பேச்சுக் குரல் எதுவும் வெளியில் கேட்காததாலும், உள்ளிருந்தவர்களுடைய முகம், விளக்கேற்றப்படாததால் வெளியில் தெரியவில்லை யாதலாலும், தாங்கள் மழையில் நிற்பதை வெளியிலிருந்தவர்கள் உணர்ந்து வீடு சென்றனர்.

## 6

மொர்ஸ் மகன் 'இரவு வீடு வந்தபோது, அவனுடைய தந்தையைத் தவிர எல்லோரும் சமையலறையில் உணவருந்திக் கொண்டிருந்தனர். "ரிவ்க் இங்கே வந்திருக்கிறார். தேனீ விவரப் பதிவுப் புத்தகத்தைக்கொண்டு வந்து உன் தந்தையிடம் கொடுத்தார்" என்று அவனுடைய தாய் கூறினாள். மொர்ஸ் தன் தங்கையைப் பார்த்தான். அவள் ஒருதரம் புருவத்தைச் சுளித்து, உடனே அதையடுத்துப் புன்னகை புரிந்தாள். நகரப்புறங்களில் அணியும் நாகரிக முறையில் அவள் உடையை அணிந்திருந்ததைக் கண்டான் மொர்ஸ். அவள், உயர்ந்த மார்பகங்களும், ஒய்யார நடையுமாக பார்ப்பதற்கு நன்றாக இருப்பாள். தங்கை, தாய், வேலைக்காரி ஆகிய மூவருடைய முகத்தையும் பார்த்தவுடன், நீண்ட நாட்களாக திட்டம் போட்டு வந்த விஷயம் இன்று ஒரு முடிவுக்கு வரப்போகிறதென்று அவனுக்குத் தோன்றிற்று. அவன் விரைவாக உணவு கொண்டு அறையிலிருந்து வெளியில் ஓடி வந்தான். அந்த வேகத்தில் கூடத்திலிருந்த ரிவ்க்மீது இடித்துக்கொண்டான். அவர் ஒரு பள்ளி ஆசிரியர். வேடிக்கையாகப் பேசுவார். சுமார் நாற்பது வயது இருக்கும். குட்டையாகவும், கூராகவும் கத்தரித்து விடப்பட்ட தாடி. அப்போதே அதில் நரை தோன்றியிருந்தது. அவர்கள் இருவரும் கை குலுக்கினார்கள். அவர்கள் பார்த்துக்கொண்ட பார்வையில், அவரவர்கள் மனதிலிருந்த வெறுப்புச் சற்று வெளியாயிற்று. மொர்ஸின் தந்தை சமையல் அறைக்குள் வர விரும்பினான். ஆனால் மொர்ஸ் சற்று முரட்டுத்தனமாகவே தந்தையை இடை மறித்து, "கொஞ்சம் இருங்கள் அப்பா, உங்களோடு பேச வேண்டும்" என்றான். அவனைக் குறிப்பாக நோக்கினான் கிழவன். "அப்படியானால் சரி, வா, இப்படி" என்றான்.

மொர்ஸ் நாற்காலியில் உட்கார்ந்தான். பள்ளி ஆசிரியர் உட்கார்ந்திருந்ததால் அந்த இடம் இன்னும் சூடாகவே இருந்தது. தந்தையும் மகனும் ஒருவரையொருவர் நோக்கினர். நாள் தோறும், மணி தோறும், பார்த்துக் கொள்பவரைப்போல் அல்லாமல், முதன் முதலாக சந்திப்பவர்களைப்போல அவர்கள் உற்று நோக்கினர். கடைசியாக, வெறுப்படைந்து அப்படிப் பார்த்துக்கொள்வதை நிறுத்தினர்.

"உங்களுடன் கொஞ்சம் பேச வேண்டியிருக்கிறது" என்று மெர்ஸ் வேண்டா வெறுப்புடன் தொடங்கினான்.

தந்தையின் முகத்தில் கோபம் தோன்றிற்று. குங்கலுடன் சேர்ந்துவிட்டதாக மகன் கூறப் போகிறான் என்று அவனுக்கு நிச்சயமாகத் தெரியும். அவன் உள்ளத்தில் ஆத்திரம் கொந்தளித்து எழுந்தது. அடுத்த நிமிஷம் பையன், அவன் அமர்ந்திருந்த நாற்காலி எல்லாம் அந்த மாவட்ட அலுவலகத்தில்- அதாவது, அந்த அறையிலேயே - விழுந்து நொறுங்கியிருக்கும்.

மெர்ஸ் விருப்பம் இல்லாமலே பேசுபவனைப் போல், "தங்கைக்கு வெகு விரைவில் கலியாணம் செய்து வைக்கப் போவதைப்போல் தோன்றுகிறது. நானும் அவ்வளவு விரைவாகவே, கூடிய சீக்கிரம், கலியாணம் செய்துகொள்ள விரும்புகிறேன். ஒரு பெண்ணைத் தேடுங்கள்" என்றான். பிறகு அவன் குனிந்த தலையை நிமிர்த்தி, தந்தையைக் கோபமாகப் பார்த்த போது, உண்மையிலேயே தந்தையைப் பயமுறுத்துவதுபோல் இருந்தது. மனதிலிருந்த ஒரு பெரிய சுமையை இறக்கி வைத்தவர்போல் மகனைப் பார்த்தான் கிழவன். அவனுக்கு இது சற்று வேடிக்கையாக இருந்தது என்பதைக் கண்கள் எடுத்துக் காட்டின. வேலைக்காரியுடன் எவ்வளவு நாட்களுக்கு முன் அவன் உறவு வைத்துக் கொண்டிருந்தான் என்பதைக் கணக்குப் போட்டுப் பார்த்தான். பையனை அவன் சற்று கடுமையாகவே நடத்தி வந்தான். அவனுக்குப் போதிய பணம் கொடுப்பதில்லை. இவ்வளவு நாட்கள் அவன் தந்தையுடன் தனியாகப் பேச மறுத்து வந்தான். இப்போது சற்று விட்டுக் கொடுப்பதுதான் நல்லதென்று தந்தைக்குத் தோன்றிற்று. அவன் வாயில் இனிமை சொட்ட, சிரித்தவாறே "நீ மிகவும் அவசரப்படுகிறாய்" என்றான்.

தந்தையின் முகத்தை மெர்ஸ் தைரியமாகப் பார்த்து, உரக்க "ஆமாம்" என்று பதிலளித்தான்.

தந்தை சிரிப்பை கஷ்டப்பட்டு அடக்கிக்கொண்ட போதிலும், அவ்வாறு அடக்கிக்கொண்டதன் காரணமாக அவனுடைய தாடி படபடத்தது. "ஆத்திரம் அதிகமாக இருப்பதாகத் தோன்றுகிறது."

தன்னுடைய தந்தையின் தாடியைப் பிடித்துக் குலுக்கி விடப்போவதுபோல் மெர்ஸ் எழுந்திருந்தான். ஆனால் கை விரல்களை மடக்கிக்கொண்டு அப்படியே நின்றுவிட்டான். “தங்கை கலியாணத்திற்குப் பிறகு ஒரு நாள்கூட நான் கலியாணமின்றி இருக்க மாட்டேன். நீங்களே பெண் பார்த்துச் செய்தால் போதும். அவள் யார், எப்படியிருப்பாள் என்றெல்லாம் எனக்குக் கவலையில்லை. அந்த விவகாரமே எனக்கு வேண்டாம். நான் ஒருத்தியைக் கலியாணம் செய்துகொள்ள வேண்டும். அவ்வளவுதான்.”

இந்தத் தடவை, பொங்கி வந்த சிரிப்பைக் கிழவன் அப்படியே விழுங்கி விட்டான். மகனை ஊன்றிக் கவனித்தான். இதோ பார். இருட்டில், வாசற்படியில் நின்று, யாரோ ஒருத்தியைக் கையைப் பிடித்து இழுப்பதல்ல இந்த விஷயம். கலியாணமென்றால் உன்னருகில் பஞ்சணையில், வாழ்நாளெல்லாம் படுப்பதென்று பொருள்.

மகன் தன் தொடையைத் தானே ஒரு குத்துக் குத்திக் முகம் கருத்து, பயங்கரமாக இருந்தது. கொண்டான். பொறுக்க முடியாமல் தவித்துக் கொண்டிருந்த இந்நிலையில், வாழ்நாள் முழுமைக்கும் திட்டம் போடுவது கேலிக் கூத்தாகத் தோன்றியது அவனுக்கு. பார்வையில் சிரிப்புத் தோன்ற, கிழவன் அவனைப் பார்த்து, “ஏதோ பார்க்கலாம். உன் தங்கைக்கு வரனாக ரீவ்க் கிடைத்தது பற்றி எல்லோரும் வயிறு எரிந்து போவார்கள் என்று எனக்கு நிச்சயமாகத் தெரியும். இந்த ஊர்க்காரன் அல்லவாதலால், படித்தவனாதலால், அவனுக்கு கௌரவச் சம்பளம் வருமாதலால், அவனைப்பற்றி ஏதேதோ சொல்லுவார்கள். எனவே இங்கிருந்து ஒருத்தியை என் மகனுக்குக் கட்டிப் போடுவதில்கூட தவறில்லை. “பெண் பொருத்தமாக இருக்கிறாள். இப்படிப்பட்ட மணமக்களைப் பார்த்து எவ்வளவோ வருஷங்களாயின என்று சொல்லும் அளவுக்கு அசிங்கமில்லாமலிருந்தால் போதும்.”

“கிடைப்பதை நீங்களே முடிவு செய்துவிடுங்கள். பலர் இருந்தாலல்லவா, ‘இது தேவலை, அது தேவலை’ என்று சொல்லுவதற்கு? ஷில்ஸுக்கு மகள் இல்லையாதலால், நான்

பிழைத்தேன். மகள் இருந்தால் ஷூச்சிலின் மைத்துனன் ஆகிவிடுவான். அப்புறம் என் கதி அதோகதிதான்."

"ஆனால் கான்ராடு பாஸ்தியனுக்கு ஒரு மகள் இருக்கிறாள். ஆமாம், இப்போதுதான் நினைவு வருகிறது. அவள் அப்படி யொன்றும் மோசமல்ல. வயது வந்தவள்தான். அவளுடைய பெயர் ஸோபி என்று நினைவு."

"அவள் வயது வந்தவள்தானா?" அவளைத் தன்னுடைய மனக் கண்ணால் பார்க்க முயன்றான் இளைஞன். அனேகமாக அவன் ஒவ்வொரு நாளும் அவளைப் பார்த்தேயிருந்தான். இப்போது அவனுக்கு வந்த நினைவெல்லாம் எலும்பும் தோலுமாக, வெளிரிட்டுப் போயிருந்த ஒரு உருவம்தான்.

"அவளுக்கு ஒரே தடவையில் மூன்று குழந்தைகள் பிறக்க வேண்டுமென்று திட்டம் போடுகிறாயா, என்ன?"

"இல்லை. பெண் பார்க்கும்படி உங்களிடம் சொன்னேனே தவிர, சர்க்கரைப் பொம்மை ஒன்று வாங்கி வரும்படி சொல்லவில்லை. போகட்டும், அவளுக்கு இப்போது என்ன வயது ஆகிறது?"

"பதினேழு ஆகப்போகிறது."

தன்னுடைய கோரிக்கையை வைத்துக்கொண்டு அவளுடைய வயதை கணக்கிட முயற்சிப்பவன்போல மொர்ஸ் முகத்தில் சிந்தனையும், கவலையும் ஒருங்கே படர்ந்தன.

"சரி. அவளை ஒருதரம் நான் பார்த்து வருகிறேன்" என்று மொர்ஸ் எழுந்தான். அவனுடைய தந்தையும் எழுந்தான். "சற்றுப் பொறு. அவளை முதலில் நான் பார்க்கிறேன். அவள் நமக்குப் பொருத்தமாக இருப்பாளா என்று என்னால் கண்டு பிடித்துவிட முடியும். அப்புறம் இருவரும் போய் பார்க்கலாம்."

# 7

பாஸ்தியனும், அவனுடைய மனைவியும் ஆடு மாடுகளுக்குத் தீனி வைத்து, அவற்றைக் கட்டிய பிறகு, முதலிரண்டு மக்களையும், யோஹானையும் அழைத்துக் கொண்டு அறுத்த. கதிர்களைக் கட்டச் சென்றனர். கருமேகக் கூட்டங்கள் பூமிக்கு வெகு அருகில் மிதந்து சென்றன. அவை இப்போது ஆற்றங்கரையின் வலதுபுறம் போய்க்கொண்டிருந்தன. அப்பக்கத்தில் வானம் அவ்வளவு இருண்டதாயில்லை. கருமேகக் கூட்டங்களுக் கிடையில் அங்கங்கே தோன்றிய இடைவெளிகளில் சிறு சிறு வெண்மேகத் துண்டுகளும் தோன்றி மறைந்தன. பழ மரங்களைச் சுற்றிக் கதிர்களைக் கட்டத் தொடங்கினான் யோஹான். இதுவரை ஏதோ ஒரு மாதிரியாகப் பழைய முறையிலேயே அவன் வேலை செய்து வந்தான். மற்றவர்கள் செய்யச் சொன்னதைச் செய்தான். ஆனால் மற்றவர்களுடைய பயம் அவனையும் இப்போது பற்றிக்கொண்டது. அவன் கழுத்தின் மீது மீண்டும் விழத் தொடங்கிய பெரும் மழைத்துளிகள் அவனுக்கு அச்சத்தை யளித்தன. எல்லோரும் வேலையை நிறுத்திவிட்டு, மேலே ஏறிட்டுப் பார்த்தனர் கருவானம் அங்கிருந்த ஐவர் முகத்தி குழந்தைகள் கூடலும் பிரதிபலித்தது. விழித்திருந்த போதும், தூங்கிய போதும் ஒரே ஒரு நினைவு மட்டும் கடந்த சில வாரங்களாக யோஹானுடைய உள்ளத்தை வாட்டிக் கொண்டிருந்தது. ஆனால் அன்று இடி இடித்து ஓய்ந்த அந்தக் கணத்தில் அவன் அதை மறந்து விட்டான்.

அடுத்த இரண்டொரு வினாடிகளுக்குள் அவர்கள் சொட்டச் சொட்ட நனைந்து விட்டனர். யோஹானுக்குப் பழைய நினைவுகள் வந்தவுடன், சில வசை மொழிகளை திடீரென்று, வீசினான். பாஸ்தியனுடைய சிறு பையன் அழ ஆரம்பித்தான். சில நிமிஷங்கள் வரை மழை, திரைபோட்டதுபோல், அடித்துப் பெய்தது. பிறகு அது குறைந்தது. மாலையொளி கூட கொஞ்சம் வந்த மாதிரி தோன்றியது. நனைந்த உடைகளுடன் அவர்கள் வேலை செய்தனர். ஈரம் அப்படியே சதையைக் கவ்விக் கொள்ளுவது போன்ற உணர்ச்சி அவர்களுக்கு உண்டாயிற்று. ஆயினும் விடாப்பிடியாக வேலையில் ஈடுபட்டனர்.

“மரங்களுக்குக் கீழே இடம் நன்றாக இருக்கிறது. அதோ அந்த மரத்தடியில் இவற்றைக் கொண்டுபோய் வைக்கலாம்” என்றான், யோஹான்.

“அது கூடாது. மற்றவர்களுடைய பழ மரங்களைச் சுற்றி நமது கதிர்களைக் கட்டிவிட்டுப் போகக்கூடாது. அதோ அங்கிருக்கும் மரங்கள் ஷூச்சிலினுடையவை.”

அவருடைய வேலை முடிந்துவிட்டது அல்லவா? அவருடைய கண்டுமுதல் ஆகிவிட்டது. நாம் இப்போது இக்கதிர்களை அங்கு கொண்டு செல்வதனால் அவருக்கு என்ன நஷ்டம்? அது போகட்டும் அவர் இவ்வளவு சீக்கிரமாக தானியங்களைக் கொண்டுபோய் பதுக்கிக் கொள்ள வேண்டிய அவசியமென்ன? என்றான் யோஹான்.

“அது அவன் இஷ்டம், பிசாசு மாதிரி வேலை செய்யும் பெரும் மனிதன் அவன். தானே உழைத்து, வேலையில் பகுதியையும் செய்கிறான். எனவே இது அவனுடைய இஷ்டம் என்று விட்டுவிடு. அவன் எலும்பில் என்னதான் இருக்கிறதோ, என்னவோ? காலையில் எப்படிப் புறப்படுகிறானோ அதே மாதிரி மாலையில் வயலிலிருந்து வருகிறான். “கணவனுக்கு ஏற்ற மாதிரி அவனுடைய மனைவியும்கூட” என்று பாஸ்தியன் பதிலளித்தான்.

“நமக்கு அடுத்த வீட்டில் கர்ப்பவதியாக இருக்கிறாளே, அவளா?” என்றான் யோஹான்.

“ஆமாம். அவன் தன் மனைவியை எப்படிக் கசக்கிப் பிழிந்து வேலை வாங்குகிறான் என்பது இந்தப் பழ மரங்களி லிருந்து தெரிகிறது. மூச்சு விடுவதற்குக்கூட அவளுக்கு நேரமிருப்பதில்லை. ஷூச்சிலின் ஒரு கிறிஸ்தவனா? அவனை விட இந்த மரமே தேவலை என்று கூறலாம். இது என் கருத்து. அவளிடம் எப்படி வேலை வாங்குகிறான் என்று கேட்டால், இந்த வயலிலேயே விழுந்து அவள் உயிரை விட்டுவிடுவாள் போலிருக்கிறது. ஆனால் குழந்தை மட்டும் எந்த நிமிஷத்திலும் பிறந்து விடலாம்” என்று பாஸ்தியன் பதில் அளித்தான்.

பாஸ்தியன் அண்டை அயலார்பற்றிப் பேசுவதேயில்லை. அப்படிப்பட்டவன் வேலையைப் பாதியில் நிறுத்திவிட்டு, ஷூச்சிலினைப் பற்றித் தன்னிடம் கூறியது யோஹானுக்கு ஆச்சரியமளித்தது.

" 'உயிரிருக்கும் வரையில்தான் உதாரம். இறந்தவர்களிடம் கொடுப்பதற்கு ஒன்றுமில்லை'யென்று ஒரு பழமொழியுண்டு. ஷூச்சிலின் விவகாரமே வேறு. அவள் செத்த பிறகுதான் அவனுக்குக் கொண்டாட்டம். அவள் போவதாகவும் தோன்றவில்லை. கணவன் வீடு திரும்பும்போது அவளும் தன்னுடைய பெருவயிறுடன் வருகிறாள். வயிற்றிலிருப்பது சரியான குழந்தையாகத்தான் இருக்கவேண்டும். உள்ளே அப்படியே கவ்விக் கொண்டிருக்கும்போல் இருக்கிறது."

பேசுவதை, திடீரென்று நிறுத்திவிட்டு, நீர்ப் பாய்ச்சிய வயல்களுக்கு அப்பால் நோக்கி, "டோரா, டோரா. குனி, குனி. ஏன் குனியவில்லை. ஸ்பூனை விழுங்கிவிட்டாயா?" என்று பதறிப்போய் கத்தினான் பாஸ்தியன்.

தெருவருகில் நின்ற டோரா கண்ணெடுத்து - தந்தையை யல்ல - யோஹானைப் பார்த்தாள். களைத்து வெளிறிட்டிருந்த அவள், ஓட்டையொன்றின் வழியாகப் பார்ப்பது போல் மங்கலாகத் தோன்றினாள். தலையில் கைக்குட்டையைக் கட்டவில்லை. கூந்தல் ஈரமும், வழவழப்பும் பெற்றிருந்தது. கீழே குனிந்தபோது அவள் அடித்துக்கொண்டிருந்த கதிர்களில் கூந்தல் சிக்கிக்கொண்டது. பாஸ்தியன் மனைவி மற்றவர்களைப் பற்றி எவ்விதக் கவலையுமில்லாமல் தன் வேலையைச் செய்து கொண்டிருந்தாள். வேலை அவ்வளவு சுறுசுறுப்பாக இல்லை என்பது உண்மைதான். ஆயினும் நிறுத்தாமல், நிதானமாகச் செய்து கொண்டிருந்தாள். பொதுவாகக் கோடையில் இவ்வளவு சீக்கிரமாக இருட்டாது என்றாலும், இப்போது இருள் சூழ்ந்து வெகு நேரமாகி விட்டது.

பிறகு அவர்கள் தெரு வழியாக நடந்து சென்று கொண்டிருந்தபோது, "நீ தங்கிவிட்டது மிகவும் நல்லதாயிற்று, யோஹான். நீ இல்லாவிட்டால் எங்கள் பாடு திண்டாட்டமாகி யிருக்கும்."

கிராமத்தில் ஏற்றிய விளக்குகளைக் கண்டவுடன் டோரா திடீரென்று அவற்றை நோக்கி ஓடத் தொடங்கினாள்.

பாஸ்தியன் தலையை ஆட்டிவிட்டு, "உடலில் கொஞ்ச நஞ்சமுள்ள பலமும் இப்படி ஓடுவதில் போகப் போகிறது" என்றான்.

"கீழ் நாடுகளில் இந்த கிராமம் அளவு சொத்து ஒவ்வொரு வரிடமும் இருக்கும். அவர்கள் விற்காத பொருள் இல்லை."

எனக்குத் தெரியும் என்று பாஸ்தியன் அமைதியாக பதிலளித்தான். "நானும் நாலு ஊர்களைச் சுற்றிப் பார்த்திருக்கிறேன். அந்தப் பக்கங்களில் நிலைமை வேறுதான். இங்கெல்லாம் எவரும் ரொட்டி விற்று லாபம் சம்பாதிக்க மாட்டார்கள். பிழைப்புக்கு ஆதாரம் ரொட்டியே அல்லவா? மெர்ஸ்கூட அதில் லாபம் சம்பாதிப்பதில்லை. அவர்கள் சௌக்கியமாகத் தான் இருக்கிறார்கள். வளமாக இருக்கும் நாட்களில் பன், முட்டைக் கலந்த ரொட்டிகள் செய்து கொள்ளுகிறார்கள். அதில் அவர்களுக்குக் கஷ்டம் ஒன்றுமில்லை. ஆனால் நமக்கோ, ஒரு முட்டையில் சற்று விரிசல் விழுந்து விட்டால் போதும், வீட்டில் கொஞ்சம் உப்புக் குறைந்துவிடும். ஒரு ஊசி அல்லது நூல் குறைந்துவிடும்."

"மழை வந்ததில் சிலருக்கு சந்தோஷம். போன வருஷத்திய விளைச்சலில் அவர்களிடம் மிச்சமிருக்கிறது. இந்த வருஷத்து தானியம் வந்துதான் ஆகவேண்டும் என்ற கட்டாயம் அவர்களுக்கு இல்லை."

"அவர்கள் நம்மைப் போன்றவர்களல்ல" என்றான் பாஸ்தியன்.

கிராமக் கோடியில் தன் வீட்டெதிரில் சென்று டோரா நின்றாள். அவள் தோற்றத்தில் குழப்பம் குடி கொண்டிருந்தது. போலி வெளிச்சமொன்று தவறான இடத்திற்குத் தன்னை அழைத்து வந்து விட்டதைப்போன்று அவள் காணப்பட்டாள். மூடியிருந்த கதவுக்குப் பின்னால் மூன்று சிறு குழந்தைகள் ஒன்றாக அழுது கொண்டிருந்தன. பெற்றோர்கள் வயலிலிருந்து வரும் வரையில் விளக்குப் போடக் கூடாதென்று அவர்களுக்கு உத்தரவு.

இன்னும்கூட அவள் விளக்கேற்றவில்லை. கணப்பிலிருந்த நெருப்பைக் கிளறிக் கொண்டிருந்தாள். குழந்தைகள் கடைசி கண்ணீர் துளிகளைத் துடைத்துக் கொண்டனர். எல்லோரும் கணப்பைச் சுற்றி நின்று, அது பற்றிக் கொள்வதற்காகக் காத்திருந்தனர். யோஹான் ஈரச் சட்டையைக் கழற்றினான். அவனிடம் மாற்றுச் சட்டை இல்லை. அதைப் பார்த்துவிட்டுத் தானோ என்னவோ, மார்க்கரெட் பாஸ்தியன் திடீரென்று, "உன் தகப்பன், அந்த ஷில்ஸ், என்னதான் செய்கிறான்?" என்று கேட்டாள்.

"செய்வதற்கு என்ன இருக்கிறது? சும்மா உட்கார்ந் திருக்கிறார்."

"நீ எது வரை படித்திருக்கிறாய்? உனக்கு என்னென்ன தெரியும்?"

"எனக்கா? இலவசமாக யாராவது உணவளித்தால் அதைத் தின்னத் தெரியும். அவ்வளவுதான்; ஒரு காலத்தில் நான் பவுன்டரியொன்றில் வேலை செய்தேன். இது சுமார் மூன்று வருஷங்களுக்கு முன். என் சகோதரி வீட்டைப் பார்த்துக் கொள்ளுகிறாள் - அதைப் பார்த்துக் கொள்ளுவதாக அவள் நினைப்பு."

"நாம் எல்லாரும் ஒன்றுதான். ஏதோ ஒரு மாதிரியாகப் பிழைத்துக் கொண்டிருக்கிறோம்" என்றான் பாஸ்தியன்.

உடனே அவனிடம் எல்லாவற்றையும் சொல்லிவிட்டால் என்னவென்று யோஹானுக்குத் தோன்றியது. தான் கூறுவதைக் கேட்டு பாஸ்தியன் திடுக்கிடலாம். ஆனால் தன்னை வெளியில் அனுப்பிவிட மாட்டார் என்று அவனுக்கு நம்பிக்கை உண்டாயிற்று. "ஏன் இப்படி நான் இருக்கவேண்டும்! இந்தக் கேள்வியை நானே கேட்டால் எனக்கு உதைதான் கிடைக்கும்" என்று வாய்விட்டுக் கூறினான்.

"அதைக் கேட்க வேண்டிய அவசியமில்லை. நமக்கு வேண்டிய உணவும், உடையும் இருக்கிறது. அவ்வளவு போதும்."

யோஹான் நாக்கைக் கடித்துக் கொண்டான்.

# IV

கிராமத்தில் போரடி தொடங்கியது. அதை முதன்முதலில் ஆரம்பித்தவர்களில் ஜேகப் ஷூச்சிலினும் ஒருவன். போரடி இயந்திரம் மெர்ஸ் களத்தில் இருந்தது. அதற்குச் செலுத்த வேண்டிய பணத்தில் பெரும் பகுதியை மெர்ஸ் கொடுத்திருந்தான். மற்ற பகுதியை மக்கள் ஊர்ப் பொதுவில் கொடுத்திருந்தனர். குறிப்பிட்ட வரிசைப்படி அவர்கள் அவ்வியந்திரத்தை உபயோகித்துக் கொள்ள வேண்டுமென்று உத்தரவு.

சூஸானுடைய கைக்குட்டை, கண்ணிமைகள், உடைகள் ஆகியவற்றின் மீதெல்லாம் உமிக் கருக்குகள் படிந்திருந்தன. அவளுடைய தொண்டை காய்ந்துவிட்டது. வயிறு இன்னும் பெரிதாகவே இருந்தது. ஷூச்சிலின் அவளுக்கு இட்ட வேலையைச் செய்யும்போது, தரையின்மீது அவள் ஊர்ந்து போக வேண்டியிருந்தது. கனமான மூட்டைகளைச் சுமக்க வேண்டியிருந்தது. ஆனால், யோஹானிடம் பாஸ்தியன் கூறியதைப் போல, சரியான குழந்தைக்கு ஆபத்தில்லை. ஷூச்சிலினுக்கு உத்தரவுபோடும் அதிகாரமிருந்தது, பெண்சாதி அதன்படி நடந்தாள், குழந்தை வயிற்றினுள் சுகமாகவே இருந்தது.

ஆனால் ஒருநாள் காலை, பால் வாங்கும் நிலையத்துக்குப் போய்க் கொண்டிருந்தபோது அது நடந்தது. வாளிகளைச் சுமந்துகொண்டு அவள் கிட்டத்தட்ட நிலையம் வரை வந்து விட்டாள். முந்திய பிரசவ காலங்களில்கூட, தான் இப்படித் தான் உழைக்க வேண்டியிருந்தது என்பது அவளுடைய அப்பாவி உள்ளத்தில் உதயமாயிற்று. இப்போது தொடங்கியிருந்த வலியும், முன் மாதிரி, மாறுதலேயில்லாத முறையில் அவளை வருத்தியது. ஷூச்சிலினுடைய குத்துகளை நினைத்த போது,

இப்போது ஏற்பட்டிருந்த வலி மிகக் குறைவு என்றே தோன்றிற்று. அவள் நினைத்தது நடப்பதற்குக் கொஞ்ச நேரம் பிடிக்கலாம். அவள் அவ்வாளிகளைக் கொடுப்பதற்குப் போதிய நேரம் இருந்தது.

அங்கு மற்றும் பல பெண் பிள்ளைகள் காத்திருந்தனர். அவளை அவர்கள் யாரும் கவனிக்கவில்லை. அவர்கள் ஏதேனும் பேச்சுக் கொடுத்தாலும் அதற்கு பதிலளிக்கும் வழக்கம் சூஸானுக்கு இல்லை. கியூ வரிசையில் அவளும், வாளிகளை அருகில் வைத்துவிட்டு நின்றாள். அவள் வலியினால் முனகிக் கொண்டிருந்ததை மற்றவர்கள் கவனிக்கவில்லை. திடீரென்று அவள் கீச்சென்று கத்தியபோதுதான் திரும்பிப் பார்த்தனர். அவள் தன்னுடைய குரலையே கேட்டு, முகத்தில் ஒருவர் குத்த வந்ததைப்போல், பயத்தினால் கண்களை மூடிக்கொண்டாள். யாரையோ கெஞ்சுவதுபோல், அவளுடைய முகம் மாறிற்று.

ஒருவரும் தன்னை அடிக்கவில்லை என்று கண்டவுடன், அவள் கண்களைத் திறந்தாள். அவளைச் சுற்றி ஆவலும், பரபரப்பும் நிறைந்த பல விழிகள் உருட்டிப் பார்த்துக் கொண்டிருந்தன. பயந்துபோய், தன்னைச் சுற்றியிருந்த வட்டத்தை விலக்கிக்கொண்டு, தள்ளாடித் தள்ளாடிச் சில அடிகள் எடுத்து வைத்தாள் - வீட்டை நோக்கி. அடுத்த கணம் கீழே விழுந்து புழுவைப்போல் துடித்தாள். இப்போது அனுபவிக்கும் வலி, நாள்தோறும் அவள் அனுபவித்துப் பழகியதைப் போன்றதல்ல வென்றும், வழக்கமாக மக்கட்பேறுக்கு முன் எடுக்கும் வலியைப் போன்றதுகூட அல்லவென்றும் அறிந்து கொண்டாள். பேச முயன்றாள். ஆனால் போரடி வேலை காரணமாக அவளுடைய குரல் கம்மியிருந்தது. ஒன்றும் தோன்றாமல் அங்குமிங்கும் பார்த்தாள். ஏதோ ஒரு முக்கியமான பொருளை மறந்துவிட்டவள் போலவும், அப்பொருளின்றி அவள் இருக்கவும் முடியாது, இறக்கவும் முடியாது என்று நினைப்பவள் போலவும் சூஸான் நோக்கினாள்.

அப்போது மரியா ஆல்கியர் கூட்டத்தைத் தள்ளிக் காண்டு அங்கு வந்தாள். ஷூச்சிலின் வீட்டுப் பெண்பிள்ளை சொல்ல முடியாமல் தவித்துக் கொண்டிருந்த வார்த்தை, 'வாளிகள்'

என்பதுதான் என்று அவள் தெரிந்து கொண்டாள். உடனே அங்கிருந்த வாளிகளை எடுத்துப் போய் தோட்டத்தில் வைத்து விட்டு, மற்றவைகளையும் கவனித்துக் கொண்டாள். இதற்கு இடையில் அங்கிருந்த பெண்கள் மருத்துவச்சியை அழைத்து வரத் தீர்மானித்தனர். ஆனால் சூஸான் இதை ஏற்கவோ, மறுக்கவோ முன் வரவில்லையாதலால், இது சற்று தாமதமாயிற்று. இதற்குள் மரியா திரும்பி விட்டாள், அன்றைக்குப் பால் கணக்குத் தீர்க்கும் நாள். சூஸானுக்குச் சேர வேண்டிய பணத்தை வாங்கி, அவளுடைய அங்கியில் திணித்தாள் மரியா. வலி மீண்டும் வந்து, அவளைத் துடிதுடிக்கச் செய்தது. இப்போது அவள் வாய் விட்டுக் கதறவில்லை. அதற்கு வேண்டிய சக்திகூட உடலில் இல்லை. மற்ற பெண்கள் வைத்தகண் வாங்காமல் அவளையே பார்த்துக்கொண்டு நின்றனர். அவர்களுக்கும் அதற்கும் சம்பந்தமில்லையாயினும், இப் பிள்ளைப்பேறு அவர்களுடைய உள்ளங்களைக் கவர்ந்தது. அவர்கள் கண்ட துன்பம் அவர்களைக் கலக்கிவிட்டது. ஆனால் சூஸானைப் பொறுத்தவரை, அது பொறுக்க முடியாத வலியல்ல. உழைப்புக்கு இடையில் அளிக்கப்பட்ட ஓய்வே அது என்று வைத்துக்கொள்ளலாம். இதுவரையில் அவளுக்கு வாழ்க்கையில் துன்பம் ஒன்றுதான் தெரியும். மூச்சு விடுவதற்குக்கூட அவளுக்கு நேரமிருந்த தில்லை. இப்போது திடீரென்று அவள் முன் உதவாக்கரை அமைதி தோன்றிற்று. அவள் நன்றாகவும், தெளிவாகவும் சிந்திக்க முடிந்தது. அடுத்த கணம் அவ்வளவும் அந்தகாரத்தில் மூழ்கிவிட்டது. சுற்றியிருந்த பெண்கள் கண் கொட்டாமல் அவளையே பார்த்துக் கொண்டிருந்தனர். பொறுக்க முடியாத பிரசவ வேதனைக்கிடையில், மனித குலத்தினரை வாட்டிவரும் மிகக்கொடிய சிந்தனை, அவளுடைய உள்ளத்தில் மின்னலடித்தது - அவளுடைய உள்ளம் சாவை நாடிற்று.

ஆனால் அவளுடைய முகம், இவ்வுலகில் என்றென்றும் நிரந்தரமாக இருக்க வேண்டுமென்ற ஆசையைத்தான் எடுத்துக் காட்டிற்று. அவளுடைய கையைப் பிடித்துக் கொண்டிருந்த மரியா ஆல்கியரின் உறுதியான, உருண்டை முகத்தில், - மிருதுவாகவும், தெளிவாகவும் இருந்த கண்களில் அவ்வாசை பிரதிபலித்தது.

மரியா, தன்னுடைய வாளிகளையும், அவளுடைய வாளிகளையும் ஒரு கையில் மாட்டிக்கொண்டு, மற்றொரு கையில் அவளைத் தாங்கியவாறு நடந்தாள். அவர்கள் போய்ச் சேருவதற்கும், பிரசவ நேரம் வருவதற்கும் சரியாக இருந்தது. சில நிமிஷங்கள் கழித்து ஓர் ஆண் குழந்தை பிறந்தது. ஷூச்சிலின் வீட்டையடுத்துள்ள பாஸ்தியன் குடும்பத்தினருக்குக் குழந்தை அழுவது நன்றாகக் கேட்டது.

ஷூச்சிலின் அன்று நடுப்பகல் வீட்டுக்கு வந்தபோது, எல்லாம் அதனதன் இடத்தில் ஒழுங்காக இருந்தன.

அவனுக்குத் திகைப்பாக இருந்தது. ஆனால் சம்பவங்களின் போக்கை மாற்ற அவனால் இப்போது இயலாது என்று தெரிந்து கொண்டு, கிழவன் மெர்ஸிடம் சென்று, மகன் பிறந்த செய்தியைச் சொன்னான். அங்கிருந்து கோயில், அதிகாரியிடம் போய், குழந்தைக்குப் பெயர் வைக்கவேண்டுமென்று கூறிப் பதிவு செய்துகொண்டான். இரண்டாவது நாள் தாயாரின் மார்பகங்கள், பால் நிறைந்து பருத்து நின்றன.. மூன்றாவது நாள் எழுந்து வீட்டு வேலைகளைச் செய்தாள். நாலாவது நாள் எப்போதும் போல் வேலை செய்யத் தொடங்கினாள். கணவனைப்போல அவளும் நம்பிக்கையிழந்துவிட்டாள்; சாவைப்பற்றி அவள் அப்புறம் நினைக்கவில்லை.

## 2

ஆல்கியர் பால் வண்டியில் ஏறி டவுனுக்குச் சென்றிருக்கலாம். ஆனால் அது அவனுக்கு இஷ்டமில்லை. அவன் நடந்து செல்லவே விரும்பினான். மற்றவர்கள் அவனைக் கேள்வி கேட்பது - குறிப்பாக, ஊர் திரும்பிய பிறகு அவன் பதிலளிக்க வேண்டிய நிலை ஏற்படுவது - அவனுக்குப் பிடிக்கவில்லை.

கடைசியில் மழை நின்றுவிட்டது. சுற்றிலும் எழுந்த தூசியையும், வெப்பத்தையும் பார்த்து, கோடை வந்துவிட்டது போலுமென்று ஆல்கியர் நினைத்திருப்பான். ஆனால் அறுவடை முடிவடைந்து விட்டது என்று அவனுக்கே தெரியுமாதலால், அப்படி

நினைக்கவில்லை. அவனுடைய உள்ளத்திலிருந்த கொந்தளிப்புச் சற்று குறைந்த போதிலும் திடீரென்று அவனுக்குக் களைப்பு ஏற்பட்டிருந்தது. இரு ஊர்களை இணைத்து வயல்களுக்கிடையில் சென்ற பாதையில், அவன் நடந்து கொண்டிருந்தான். வயல் வரப்புகளைத் தாண்டியவுடன், ஊர்க் குடியிருப்பு ஆரம்பமாயிற்று. வெறும் மணற் குழிகளைச் சுற்றி வேலி போட்டிருந்தனர். இவ்விடத்திற்கு வந்தவுடன் அவனையுமறியாமல் ஒருவித பயம் உண்டாயிற்று. அவன் போகும் வழியில் ஒரு குறுகிய வாய்க்கால் இருந்தது. நீரில் அங்கங்கே எண்ணெய் மிதந்தது. அதன் கரையில், பூட்சுகளுக்குக் கறுப்பு நிறம் பூசும் தொழிற்சாலையின் எதிரிலிருந்த ஹோட்டலில் தங்க நினைத்தான் ஆல்கியர். அவன் போகும் வேலையில் வெற்றிபெறுவது நிச்சயமென்றால் தான் அவனுக்கு அங்கு இருப்புக்கொள்ளும். அப்போதுதான் மூச்சுப் பிடித்துக் கொண்ட மாதிரி இருக்காது. நிம்மதியாக இருக்க முடியும்.

வாய்க்காலைக் கடப்பதற்குப் போடப்பட்டிருந்த இரும்புப் பாலத்தின் வழியாகச் சென்று அவன் அக்கரையடைந்தான். தொழிற்சாலைப் பக்கத்திலிருந்து குல்லாயணிந்த பல சிறுவர்கள் அவனை நோக்கி வந்தனர். அவர்கள் பீர்பானத்திற்கு இரண்டொரு காசுகள் சம்பாதிக்க வேண்டுமென்ற கவலையுடையவர்களாகத் தோன்றவில்லை. அவர்கள் சற்று கர்வம் பிடித்தவர்களாக இருப்பார்கள் போலிருக்கிறது என்று அவன் நினைத்தான். தனது தலைமீதிருந்த தொப்பி மிகப் பெரிதாக இருக்கிறதென்ற நினைவு, முதல் தடவையாக அவனுக்கு வந்தது. அதன் ஓரங்கள் கிழிந்திருந்தன. அவனுடைய இதயம் துயரத்தால் நிறைந்தது.

இப்போது மேடு பள்ளங்களற்ற ஒரு தெருவுக்கு வந்தான் ஆல்கியர். அதன் இருபுறங்களிலும் வெள்ளை வெளேரென்று, அப்பழுக்கற்ற வீடுகள். அவற்றைக் கண்டவுடன், 'உண்மையில் இவ்வூரை விட்டுப்போக மனம் வருமா?' என்ற சந்தேகம் அவன் மனதில் உதித்தது. நகரப் பூங்காவில் நுழைந்து, அங்கிருந்த இருசரளைக் கல்நடை பாதைகளை தாண்டிச் சென்றான். நீண்ட அங்கிகளையுடுத்து, பூங்கா வேலியோரமிருந்த செடிகளைச் சிலர் கத்தரித்து விட்டுக் கொண்டிருந்தனர். அவன் இப்போது

நெருங்கிக்கொண்டிருந்தது ஒரு பழமையான ஊர். அதைச் சுற்றி சுவர் எழுப்பப்பட்டிருந்தது. அவன் அதன் வாசலை அடைந்தான். காஸ்திரீயசின் கடை இருந்த மார்க்கெட்டுக்கு இன்னும் ஐந்தே நிமிஷ நடைதான் என்று தெரிந்தவுடன் ஆல்கியருக்குத் தூக்கி வாரிப்போட்டது. இரு கைகளாலும் தொப்பியைப் பிடித்துக் கொண்டான். செங்கற் சுவற்றில் பொருத்தியிருந்த இரும்பு வளையங்களைக் கவனித்தான். முதன் முதலில் அவற்றைப் பார்த்தபோது அவன் சிறுவன். தந்தை, தம் சகோதரருடைய உயிலை ஆட்சேபிப்பதற்கு அவ்வூருக்கு வந்தபோது, அவனும் தந்தை கையைப் பிடித்தவாறு, அவ்வாசலைத் தாண்டிச் சென்றான். வழக்குத் தோற்றுவிட்டது. அத்தோல்வி ஆல்கியரின் இளம் உள்ளத்தில் - 14வது வயது முடியும் வரையில் - ஒரு நிழலைப்போல் படிந்திருந்தது. அக்காலத்தில் தன்னுடைய சின்னஞ் சிறு கைகளினால் செய்ததுபோல், இப்போது அவனுடைய பெரிய கைகள், அந்த இரும்பு வளையத்தை கலகலவென்று ஆட்டின. முன்மாதிரியே இப்போதும் கையில் துரு ஒட்டிக்கொண்டது; இப்போதும் ஆத்திரம் வந்தது. போர்க் காலத்தில் அவன் எவ்வளவோ ஊர்களைப் பார்த்திருந்த போதிலும், இது ஒன்றே அவனுக்குப் பிடித்திருந்தது. வளைவு கொடுத்துக் கட்டப்பட்டிருந்த வாயிலில் விளக்கேற்றியிருந்தனர். அங்கிருந்து, மாதாகோவில் கோபுரம், எதிரிலிருந்த வீடுகளுக்கு மேல் குத்திட்டு நிற்பது தெரிந்தது. கடவுளின் இருப்பிடம் இதுவாகத்தான் இருக்க வேண்டுமென்று அவன் முடிவு செய்தான்.

இப்பழங்கால வாசலைவிட்டு, உள்ளே மார்க்கெட் சதுக்கத்துக்கு வந்தபோது, தொப்பியிலிருந்து கையை எடுத்து விட்டு, அதைத் தன் நெஞ்சின்மீது வைத்துக்கொண்டான். அது சந்தை கூடும் நாளல்ல. ஆயினும் வழக்கத்துக்கு விரோதமாக அங்கு கூட்டம் கூடியிருந்தது. காஸ்திரீயசின் கடை போர்டு மக்களுடைய தலைக்குமேல் தெரிந்தது. அதைக் கண்டவுடன், தனது சொத்தைத் திருப்பிப் பெறமுடியவில்லையானால் அதைவிட இழிவு வேறில்லை என்ற எண்ணம் அவனுக்கு அப்போது உண்டாயிற்று. சாதாரண நாட்களில் சதுக்கத்தில்

இவ்வளவு மக்களும், கூச்சலும், குழப்பமும் இருந்ததில்லை. இன்று கண்ட கொந்தளிப்பைக் கண்டு ஆல்கியர் வியப்படைய வில்லை. அவன் உள்ளத்திலும் உணர்ச்சிகள் அவ்வாறே இருந்தன. மக்கள் இல்லங்களிலிருந்து இச் சதுக்கத்திற்கு வருவது அவனுடைய மனதிற்கு இசைந்த வேலை.

நாலைந்து பேராகக் கூடிக் கூடி, நெருங்கி நின்று மக்கள் பேசிக்கொண்டிருந்தனர். பூட்ஸுகளுக்கு வர்ணம் பூசும் தொழிற்சாலையிலிருந்து வந்த தொழிலாளர்களும், கோல்டு அன்டு சன் என்ற கம்பெனியில் வேலை செய்யும் பெண்களும், வர்த்தகத் துறையிலிருந்த பலரும், இரும்புத் தகடுகளைச் சுருட்டி, குழாய்களைப்போல் சுமந்து செல்லும் கூலி வேலைக் காரர்களும் அங்கிருந்தனர். யாருக்கோ விற்பதற்காக எடுத்துச் சென்ற ஒரு பிரம்பு நாற்காலியைக் கீழே வைத்து, ஒருவன் அதன்மீது உட்கார்ந்திருந்தான்.

அக்கூட்டத்தின் நடுவிலிருந்தவனை பார்க்க முடியவில்லை யென்றாலும், பிடிவாதத்துடன் அவன் எதையோ பேசிக் கொண்டிருந்தது ஆல்கியர் காதில் விழுந்தது. ஆத்திரமாக, கீச்சுக் குரலில் அவன் ஏதோ கத்திக் கொண்டிருந்தான். நேற்று அங்கு மாட்டுச் சந்தை. குப்பையும், சாணியுமாக அவ்விடமெல்லாம் அசுத்தமாக இருந்தது. இரு கூட்டங்களுக்கு இடையிலிருந்த காலி இடத்தில் குப்பை கூளங்களை, புறாக்கள் கொத்திக் கொண்டிருந்தன. அங்கிருந்த செந்நிற டவுன் ஹால் சுவற்றில் விளம்பரத் தாள்கள் ஒட்டப்பட்டிருந்தன. இரு கூட்டத்தினர் அதன் எதிரில் நின்றனர். சதுக்கம் அவர்களுக்குப் பின்புறம் இருந்தது. துண்டுப் பிரசுரங்களை விநியோகித்தவர்கள் ஆல்கியரின் கையிலும், ஜேபியிலும் அவற்றைத் திணித்தனர். மூன்றாவது ஞாயிற்றுக்கிழமை தனது பெண் மரியா செய்ததைப் போலவே, ஆல்கியரும் இப்போது செய்தான். சற்று மெதுவாகப் போகலாமென்று நினைத்து, அந்த துண்டுக் காகிதங்களை ஒழுங்காக மடித்து, படிக்காமலே பைக்குள் வைத்துக்கொண்டான். டவுன் ஹாலுக்கு எதிர்ப்புறமிருந்த ஆபீஸ் கட்டடத்திற்கு. அக்கூட்டத்தைச் சுற்றிக்கொண்டு, அவன் வந்து சேர்ந்தான்.

பெரும்பாலான காரியாலயங்கள் மூடியிருந்தது அவனுக்கு ஆச்சரியமாக இருந்தது. வெண்ணெய், பால் விற்கும் ஸ்டிராப் கடை திறந்திருந்தது. பால் வாங்கும் நிலைய அதிகாரி லுடெக் கதவெதிரில் கைகளைக் கட்டிக்கொண்டு நின்று கொண்டிருந்தார். "என்ன செய்தி, ஆல்கியர்" என்றார். காஸ்திரீ சியஸின் கடையும் திறந்திருந்தது. வெள்ளை மேலங்கியுடுத்த ஒரு பெண்ணும். வேலை பயிலும் ஓர் ஆடவனும் கதவுகளை மூடும் தருவாயிலிருந்தனர். விற்பனையை கவனிக்கும் ஒருவன் வெளியில் வந்து நின்றான். அவன் முகம் சிவந்தும், பயந்ததைப் போலவுமிருந்தது. ஆல்கியர் அவனருகில் சென்றதும், "இனி எதுவும் முடியாது. நாங்கள் கடையை மூடிக் கொண்டிருக்கிறோம்" என்று அவன் கூறினான். "உள்ளே போகவேண்டும்" என்றான் ஆல்கியர். "இதற்காகவே நான் வந்திருக்கிறேன். அதிக நேரம் இருக்கப் போவதில்லை."

"இனி முடியாது, நேரமாகிவிட்டது."

ஆல்கியருக்குப் பின்னால் நின்றவர்களைப் பார்த்த விற்பனையாளனுக்கு திகிலெடுத்தது. ஆல்கியரும் திரும்பிப் பார்த்தான். பின்னால் பத்துப் பன்னிரண்டு வாலிபர்கள் இருந்தனர். "உள்ளே போங்கள். ஒவ்வொருவரும் உள்ளே நடவுங்கள்" என்று கூவினர். ஆல்கியரும் பயத்துடன், விற்பனையாளனையும் வாலிபர்களையும் மாறி மாறிப் பார்த்தான். "உள்ளே, உள்ளே" என்று கத்தியதுடன், அதற்குத் தகுந்தபடி அவர்கள் காலால் தாளமும் போட்டனர். திடீரென்று விற்பனையாளன் உள்ளே தாவிக் கதவை மூடினான். ஆல்கியரும் கடையினுள் நழுவினான்.

கதவைப் பூட்டிய பிறகு, பின்கட்டு வழியாக ஆல்கியரைக் கொல்லைப் புறத்திற்கு இழுத்துச் சென்று, அங்கு வந்து சேரும் வீதியில் விட்டுவிட முயன்றான் விற்பனையாள். "இப்போது கணக்கு முடித்துக் கொண்டிருக்கிறோம், ஐயா. அடுத்த தடவை பார்க்கலாம், போ." வெளியில் ஜன்னல் கதவுகள் கீழே சரித்து விடப்படும் சத்தம் கேட்டது. இமை கொட்டும் நேரத்தில் இருட்டிவிட்டதுபோல் தோன்றிற்று. விற்பனையை கவனித்துக் கொண்டிருந்தவன் மின்சார விளக்கைப் போட்டான்-திடீரென்று

ஆல்கியரும் தன் தொப்பியை சட்டென்று எடுத்து, அடுத்தகணம் மீண்டும் வைத்துக்கொண்டான். ஒருகணம் அவனுடைய வழுக்கைத் தலை வெளிச்சத்தில் தோன்றி மறைந்தது. அவன் கண்கள் வாளிகளுக்கு அடியில் போட்டிருந்த அரக்கு வைத்தக் கட்டையையும், உலோகப் பகுதிகளையும், தொட்டிகளையும், சல்லடைகளையும் நோக்கின. அப் பொருள்கள் எல்லாம் மின்சார ஒளியில் பளபளவென்று பிரகாசித்துக் கொண்டிருந்தன. ஆல்கியர் தன்னுடைய கஷ்டத்தைச் சொல்ல ஆரம்பித்தான். அடுத்த அறையிலிருந்து, "அடக் கடவுளே, இது என்ன புதுக்கதையாக இருக்கிறதே?" என்று ஒரு குரல் கேட்டது. ஆல்கியர் தனது துன்பப் படலத்தை அவிழ்த்து விட்டான். கொஞ்ச நேரம் கழித்து முதலாளியே மாடிப் படிகளில் இறங்கி வந்து, ஆபீஸ் அறைக்குள் நுழைந்தான். வந்தவன் காஸ்திரீசியஸ் அல்ல; அவன் பெயர் பாம்.

ஆல்கியரின் தோள்மீது கை வைத்து, அவனுடைய முகத்தை உற்று நோக்கினான் பாம். விவசாயியின் தாடி அவனுடைய முகவாய்க் கட்டையைத் தொட்டது. தவணை முறையில் பொருள்கள் வாங்கிய விவசாயிகள் அவனை மாதமொன்றுக்கு நாலைந்து தடவையாவது கோர்ட்டுக்கு இழுக்க முயற்சிப்பது உண்டு. அவர்களிடம் பேசிப் பேசி வழக்கம். இப்போதும் அமைதியாக, மெதுவாகப் பேசினான். "அன்புள்ள ஆல்கியர்! உங்களைத் தெரியாதா, எனக்கு? உங்களிடம் எனக்கு எப்போதுமே மிகுந்த அனுதாபம் உண்டு. என் வியாபாரத்தையே கூடிய சீக்கிரம் மூடிவிடப் போகிறேன். எனக்கு உதவ ஒருவருமில்லை. எனவே உங்களுக்கு என்னால் ஒன்றும் செய்ய முடியாது. டவுன் ஹாலுக்குப் போனால், அங்கு, இரண்டாவது நம்பர் அறையில், செய்தி ஸ்தாபனமொன்று இருக்கிறது. விவசாயிகளுக்கு ஆலோசனை கூறும் சங்கம் அது. எனக்குக்கூட அதைப் பற்றி அவ்வளவு தெரியாது; மற்றவர்களையும் கேளுங்கள்." ஒரு கையால் அவன் கதவைத் திறந்தான். மற்றொரு கையால் விளக்கை அணைத்தான். எப்படி வந்தோமென்றுகூடத் தெரியாது, ஆல்கியருக்கு - அவன் கட்டடத்திற்குப் பின்புறம், வெளியில் நின்று கொண்டிருந்தான்.

அங்கு காலிப் பெட்டிகள் அடுக்கி வைக்கப்பட்டிருந்தன. அவைகளுக்கிடையில் புகுந்து, பின் பக்கத்துக் கதவைத் திறந்து கொண்டு தெருவுக்கு வந்து சேர்ந்தான். அங்கிருந்து சதுக்கத்தை அடைந்தான்.

சிவப்புக்கல்லினால் கட்டப்பட்ட டவுன் ஹால், போருக்குப் பிறகு எழுந்த புதுக் கட்டடம். அதற்கு இரண்டு பகுதிகள் இருந்தன. ஒரு பக்கத்தைப் போலீஸ் துறையினரும், மற்றொரு புறம் சிவில் கேசுகள் விசாரணை செய்யும் பிரிவினரும் உபயோகித்து வந்தனர். வாசலில் நின்று கொண்டிருந்த போலீஸ்காரன், ஆல்கியரை, ஆய்வாளர் காரியாலயத்திற்கு அனுப்பினான். ஆல்கியர் அங்கு செல்லவில்லை. இரண்டாவது நம்பர் அறை எங்கிருக்கிறதென்று அவனே தேடினான். எங்கெங்கோ நுழைந்து புறப்பட்டதில் வழி தவறிவிட்டது. மீண்டும் அந்தக் கட்டடம் முழுவதும் தேடியலைந்தான். கடைசியில் அவன் தேடிய அறைக்கு வந்து சேர்ந்தான்.

கதவெதிரில் ஒரு பெஞ்சி போடப்பட்டிருந்தது. அதில் பலர் காத்துக்கொண்டிருந்தனர். அது என்ன அறையென்று ஆல்கியருக்குத் தெரியாது. அவனுக்குக் களைப்பாக இருந்ததால் அங்கு உட்கார்ந்தான். முயற்சிகளெல்லாம் பயனற்றுப் போய் விட்டால் என்ன செய்கிறது என்ற பயம் இப்போது அவனுக்கு இல்லை. டவுனுக்கு வந்தது தவறு, இங்கு வந்து காத்திருப்பது அதைவிடத் தவறு. ஊரில் தன் மகன் வயலை உழுது கொண்டிருக்கும் இச் சமயத்தில், இங்கு, இப்படி, தான் நேரத்தை வீணாக்குவதை நினைத்து நொந்து கொண்டான். அறுவடை முடிந்த பிறகு, அங்கிருந்த கட்டைகளைக்கூட மாடுகள் மேய்ந்து விட்டன. பால் அவ்வயல்களை உழுது கொண்டிருந்தான். அவன் தன்னந்தனியாக உழுதது அதுவே முதல் தடவை. ஆல்கியர் முதல் தடவை உழுதபோது அவனுடைய தந்தை, தாய் ஆகிய இருவரும் மகிழ்ச்சியடைந்தனர். தந்தை முதுகில் தட்டிக் கொடுத்தார்; தாய் ஜன்னல் வழியாகப் பார்த்து, “உனக்கு நல்ல அதிருஷ்டம் வரட்டும் ஆல்கியர்” என்றாள். இன்று காலை, எல்லாம் அவசர அவசரமாக நடந்தது. பால் அரை மனதுடன், இஷ்டமில்லாமல், “சரி, சரி. நானே தனியாக உழுகிறேன், போ” - என்றான்.

அவன் செய்த ஒவ்வொரு வேலையும் தோல்வியேயாயிற்று. விவசாயத்தில் மகிழ்ச்சியென்பதே இல்லை. குங்கல்களினால் போன வருஷமெல்லாம் அவனுக்கும், மகனுக்கும் தகராறு. கடைசியில் பால் தன் இஷ்டம்போலத்தான் நடப்பான் என்று ஆல்கியருக்கு நன்றாகத் தெரியும். அதனால்தான் 'கடவுள் விட்ட வழி! போய்ச் சேர்ந்துகொள், போ' என்று அவன் சொல்லவில்லை. முந்திய நாள் இரவுகூட பால், "நான் அவர்களுடன் சேரக்கூடாதா, அப்பா?" என்றான், "என் மகன் மற்றவர்களுக்கு வேலை செய்வது எனக்குப் பிடிக்கவில்லை. நாம் பெரிய பணக்காரர்கள் அல்லவென்பது உண்மைதான். அதற்காக இந்த மாதிரி வேலை செய்யவேண்டிய அளவுக்கு நாம் இன்னும் வரவில்லை." இதைக்கேட்டு பால் ஆத்திரமடைந்தான். காலைத் தரைமீது உதைத்தெழுந்து, "என்ன? மற்றவர்களுக்கு வேலையா? எங்கே?" என்று கத்தினான். "பிரைடிஸ் பின்னால் ஓடுவது, நம் துணிமணிகளுக்கு வேறு யாரோ பணம் கொடுப்பது, - இப்படியெல்லாம் செய்தால், நீ அவர்களுக்கு-" "அவர்களுக்கு என்ன?" ஆல்கியர், "சும்மா இரு" என்றான். 'போ, போய்ச் சேர்ந்து தொலை' என்று சொல்லவில்லை. உள்ளத்தில் அவனுக்கு பாலைவிட மரியாவிடம் அதிக விருப்பம் இருந்தது. அவள் எப்போதுமே நிதானமானவள். மற்றவர்களுக்கு உதவுவதற்கு எந்த நிமிஷத்திலும் தயார். அவனுடைய மக்களே அவனுக்கு ஏன் எதிரிகளானார்கள் என்பது அவனுக்குத் தெரியவில்லை. கைக்கு எட்டியது வாய்க்கெட்டாமல் போவது ஏன்? இது அவனுக்குப் பெரிய புதிராக இருந்தது.

சிந்திப்பதை நிறுத்திவிட்டு, சுற்றுமுற்றும் பார்த்தான். அவனை அடுத்து உட்கார்ந்திருந்தவன் உருவத்தில் சிறியவனாக இருந்தான். மீசை எந்த நிறமென்று குறிப்பாகச் சொல்ல முடியாத கிழவன். அவனும் ஆல்கியரும், சந்தேகமும், துயரமும் கலந்த நோக்குடன் ஒருவரையொருவர் பார்த்துக் கொண்டனர். கிழவன் உடனே தனது மனைக்கட்டில் போட்டிருந்த சிறு தோட்டத்தைப் பற்றி கூறத்தொடங்கினான். "பிரஷ்யாவில் இப்போது புதிதாக ஒருவரை நியமித்திருக்கிறார்களாம் - மற்றொரு பிரபு அவர்" என்றான். ஆல்கியர் தனது தோள்களைக்

குலுக்கிவிட்டு, ஏதாவது பேசவேண்டுமென்பதற்காக "அவர் கத்தோலிக்கரா?" என்று கேட்டான். ஆமாம் அவர் கத்தோலிக்கர். "அவர் ஏதேனும் செய்ய முடியுமா?" அவரால் ஒன்றும் செய்ய இயலாது என்று இருவரும் முடிவு கட்டினார்கள்.

அவர்களுக்கு முன்னால், வரிசையாக நாலுபேர் காத்துக் கொண்டிருந்தனர். ஆபீஸ் ஒரு மணிக்கு மூடுவது வழக்கம். அதற்குப் பிறகு மூன்று மணிக்குத்தான் திறப்பார்கள். இங்கு காத்துக் கிடப்பதைவிட, அங்கு வாய்க்கால் கரையிலிருந்த சாராயக் கடையொன்றில் இருந்திருக்கலாம். வீட்டுக்குப் போக அவனுக்கு பயமாக இருந்ததால், இங்கு உட்கார்ந்திருந்தான். சற்றுநேரம் கழித்து எழுந்து, நேர் எதிர்ப்புறமாக நடந்தான். படிக்கட்டுகளைத் தேடி கட்டடத்தில் சுற்றிச் வந்தபோதிலும், அவை வரவில்லை ; அங்கிருந்து கீழே இடது பக்கத்திற்கு வந்துவிட்டான். இறங்கும் நேரத்தில், ஒரு பெரிய சிவப்பு நிறச் சுவரொட்டி விளம்பரம் கண்ணில் பட்டது. 'ஐநூறு மார்க் பரிசு'. இவ்வளவு பெரிய பரிசுத் தொகை பற்றிய விளம்பரத்தைப் பார்த்தவுடன் அவனுக்கு வாயடைத்து விட்டது. அப்பரிசை எப்படிப் பெறுவதென்று பார்ப்பதற்காக அருகில் சென்றான்.

> மேலே இருக்கும் படம் ஹான்ஸ் ஷூல்ஸ் என்பவனுடையது. வயது இருபது. லிப்சிக்கில் வசிப்பவன். ஏப்ரல் 3ந்தேதி அவ்வூரில் பட்டினி ஊர்வலம் என்ற பெயரில் நடந்த ஆர்ப்பாட்டத்தில் அவன் ஒரு போலீஸ்காரனைக் குத்திக் கொன்று விட்டு, தப்பிவிட்டான். நீலநிறச்சட்டை, குட்டையான கால்சட்டை, காற்றணை, மேலே கூராக நீட்டிக் கொண்டிருக்கும் குல்லாய் – இவை அணிந்திருந்தான். அவனைப் பிடித்துக் கொடுப்பவர்களுக்கோ, அல்லது பிடிப்பதற்குத் தகுந்த புலன் அளிப்பவர்களுக்கோ மேற்கூறியப் பரிசுத் தொகை அளிக்கப்படும்.

ஆல்கியர் சில அடிகள் பின்னுக்கு வந்து, அங்கிருந்த புகைப்படத்தை உற்று நோக்கினான். அதை அவன் பார்க்கப் பார்க்க, அப்படம் யாருடையதென்பது தெளிவாயிற்று. தன் தொப்பியை இரு கைகளாலும் இறுகப் பற்றியபடி, தலையைப்

பின்னுக்குத் தள்ளி நிமிர்ந்து பார்த்தான். பெரிய காற்றடித்து தாடியைக் கலைத்துவிட்ட மாதிரி, அது நாலா புறங்களிலும் பறந்தது. அருகிலிருந்த கதவைத் திறந்து, 'அவன் இருக்கு மிடம் எனக்குத் தெரியும்' என்று கூவ விரும்பியவன்போல இரண்டடி எடுத்து வைத்தான்.

அதே சமயம் திறந்த வெளியில் சற்று மூச்சு வாங்க வேண்டுமென்று தோன்றிற்று, அங்கிருந்த படிகளின் வழியாக நடந்து மெதுவாகக் கீழே இறங்கினான். சதுக்கத்தில் மக்கள் நிறைந்திருந்ததால் அவ்விடம் கன்னங்கரேலென்றிருந்தது. அங்கிருந்து நகர இஷ்டமில்லாதவர்களைப்போல், அவர்கள் மூச்சைப் பிடித்துக்கொண்டு பிடிவாதமாக நின்றனர். தனக்கு நியாயமாகச் சேரவேண்டிய பணம் போய்விடுமோ என்ற பயம் ஆல்கியருக்கு உண்டாயிற்று. கிராமத்திற்குத் திரும்பிச் சென்று, குடியானவன் மெர்ஸிடம் தனக்குத் தெரிந்ததைக் கூறுவது நல்லது. மெர்ஸ், போலீஸாரை அழைத்து, அவர் களிடம் அவ்வாலிபனை ஒப்படைத்து விடுவான். திடீரென்று அவர்கள் வருவார்கள். அவனுக்குக் கைவிலங்கு மாட்டி, கிராமத் தெருக்களின் வழியாக அழைத்துச் செல்வார்கள். இதில் யாராவது தலையிட்டு தனக்கு வரக்கூடிய பணத்தை அடித்துக்கொண்டு போய்விடலாமென்ற பயம் ஆல்கியர் உள்ளத்தில் அதிகரித்துக் கொண்டே வந்தது.

சதுக்கத்தை ஒருதரம் சுற்றிவிட்டு, நகர வாசல் வழியாக நடந்து, இரும்பு வளையமொன்றைத் தட்டியதுகூட அவனுக்கு நினைவில்லை. ஆழ்ந்து சிந்தித்த வண்ணம் நடந்து கொண்டிருந்தான். அவனுடைய துண்டுபோடும் இயந்திரம் பழுதடைந்து விட்டது. மெர்ஸிடம் இருந்த யந்திரத்தைத் தன் மனைவி உபயோகிப்பதற்கு அனுமதி தரவேண்டுமென்று ஆல்கியர் போனவாரம் கேட்டான். ஏதோ ஒரு காரணத்தைச் சொல்லி மெர்ஸ் அதைத் தர மறுத்து விட்டான். கான்ராடு பாஸ்தியன் வேறு பணம் கேட்டிருந்தான். ஆல்கியருக்கு கம்யூனிஸ்டுகளினால் பயனில்லை. மற்றவர்களினாலும் பயனில்லை. எவரும் அவனுக்கு எதுவும் கொடுத்ததில்லை. ஆனால் ஒன்று மட்டும் நிச்சயம். காலரா, தொத்து நோய்களை

விட, நூறாயிரம் குங்கல்களைவிட, கம்யூனிஸ்டுகள் என்றால் மொர்ஸுக்குப் பிடிக்கவே பிடிக்காது. கிராமமெல்லாம் இவ் வாலிபனைத் தாக்குவதையும், தூற்றுவதையும் பார்க்க எவ்வளவு வேடிக்கையாக இருக்கும்!

மொர்ஸிடம் முன்பு ஆல்கியர் சென்ற போது சாப்பாட்டு நேரமாகிவிட்டது. கதவிலிருந்த விரிசல் வழியாக பன்றிக் கறி வாசனை வந்து கொண்டிருந்தது கிறிஸ்துமஸ் பண்டிகை காலத்தில் வருமே, அதைப் போன்ற நறுமணம். இந்தப் பையனுக்கு தந்தை ஒருவர் உண்டு அல்லவா? இவன் ‘பசி, பசி’ என்று தெருவில் ஓடும்போதெல்லாம் அவர் இவனுடைய காலில் விழுவார். கிழவன் மொர்ஸ் தன்னுடைய வயலில் ஆட்டுக்கிடப்பு வைக்க வேண்டுமென்று கோரி, இடையனுக்குப் பணம் கொடுத்திருந்தான். இப்படிச் செய்தால் வயலுக்கு நல்ல எரு கிடைக்குமென்பது அவனுடைய கருத்து.

ஆல்கியர் பூங்காவைவிட்டு வெளியில் வந்து, மேடு பள்ளங்களற்ற வெண்ணிறப் பாதையில் ஓடிக்கொண்டிருந்தான். அவனுக்கு வரக்கூடிய பணம் வராமல் போய்விடுமோ என்ற பயம் அவன் உள்ளத்தைத் துருவிக்கொண்டிருந்தது. அவன் இல்லாதபோது அவனுடைய மனைவி என்னென்னவோ சொல்லலாம், குழந்தைகள் முணுமுணுக்கலாம். அவர்கள் என்ன செய்தால் அவனுக்கு என்ன? உடனே மொர்ஸிடம் தனது கோரிக்கையைக் கேட்டுப் பெறாவிட்டால், அப்புறம் எல்லாவற்றையும் தனக்குள்ளேயே வைத்துக் கொள்ள வேண்டும் - என்றென்றும். அந்த கிராமத்தில், அவனிடமிருக்கும் வரையில்தான் அந்த ரகசியம் பத்திரமாக இருக்கும். ஆண்டிரியாஸ் பாஸ்தியனுக்கு ஒன்றும் தெரியாது என்பதில் ஐயமில்லை. தெரிந்தால் இப்படி இருக்கமாட்டான். ஆண்டிரியாஸுக்கோ, ஹான்ஸ் ஷூல்ஸுக்கோ, அவன் அதாவது ஆல்கியர் - தானாக ஒன்றும் சொல்லப்போவதில்லை. நிம்மதியாக உணவு கொண்டு, உறவினன் வயலில் வேலை செய்து, அவ்வாலிபன் பிழைத்துவிட்டுப் போகட்டும். கோயில் அதிகாரியிடமும் இதைப்பற்றி எதுவும் சொல்ல வேண்டியதில்லை. இந்தத் தொல்லையெல்லாம் தனக்கு எதற்கு என்று நினைத்தான்

ஆல்கியர். கடவுளுக்குத் தெரியாதது ஒன்றுமில்லை. தன் மனைவி, மக்களுக்குக் கூட ஒரு வார்த்தை சொல்லப் போவதில்லை. அந்த சுவரொட்டி விளம்பரம் தன்னுடைய கண்ணில் பட்டது எவ்வளவு அதிருஷ்டம்.

அவன் கால்கள் ஏற்கனவே சோர்வடைந்திருந்தன. இன்னும் ஒரு மணிநேர நடை பாக்கியிருந்த போதிலும் அவன் மிகவும் சந்தோஷமாக இருந்தான். இன்னும் அவன் சிந்திக்க வேண்டியது எவ்வளவோ இருந்தது. வாய்க்காலைக் கடப்பதற்குப் போட்டிருந்த குறுகிய இரும்புப் பாலத்தின்மீது அவன் காலடி எடுத்து வைத்ததும், 'அதுதான் நல்லது. உன்னுடைய திட்டத்துக்கும் அது ஒத்துவரும் அல்லவா?' என்று நினைத்தான்.

ஆனால் அந்த 'உன்னுடைய' என்ற வார்த்தைக்கு அர்த்தம் என்ன என்பது அவனுக்கே அவ்வளவு சரியாகத் தெரியவில்லை.

## 3

"நல்லது. அப்படியே ஆகட்டும்" என்று கூறி, ரேடியோவை நிறுத்தினான், பிரைடிஸ். உடனே குங்கல் எழுந்து, வானிலை அறிக்கையைக் கேட்பதற்காக, ரேடியோவை மீண்டும் வைத்தான். அவனும், நண்பர்களுமாக எட்டுப் பேர் குங்கல் வீட்டு ஷெட்டில் உட்கார்ந்திருந்தனர். பிரைடிஸ் அங்கு, தன் உறவினர் ஹீன்ரீஷ் பிரைடிஸின் காரில், தனது கூட்டத்தினரைப் பார்வையிடுவதற்காக வந்திருந்தான். அவனுடைய கண்கள், இங்கு எல்லோருக்கு முள்ளதைப் போலவே இடுங்கிக் குறுகியிருந்தன. முகவாய் நீண்டு கூராயிருந்தது. அவன் மேற்கொண்டிருந்த பைத்தியக்கார இலட்சியத்திற்கு வேலை செய்து அவனுடைய உடல் மிகவும் நலிந்திருந்தது. பப்பான் பிரசங்க ஒலிபரப்பைக் கேட்பதற்காக, ரேடியோ வைத்திருந்தவர்கள் வீட்டில் தங்க நினைத்து, அவன் குங்கல் வீட்டுக்கு வந்திருந்தான். அங்கு அடை வீட்டுக்கு எதிரில் அவனுடைய கார் இருந்தது. வர்ணம் பூசிய மரப்பெட்டிமீது அவன் உட்கார்ந்திருந்தான். போன வாரம் குங்கலும், கோஸ்லினும் பேசிக்கொண்டிருந்த அதே இடத்தில்தான் இப்போது அவர்கள் உட்கார்ந்திருந்தனர்.

பழைய மரப்பெட்டிகளைக் கொண்டு கோஸ்லின் இரண்டாவது அறையொன்றைக் கட்டியிருந்தான். அது கருவிகளைப் போட்டு வைப்பதற்கு உபயோகிக்கும் அறை. அவன் வசித்து வந்த ஷெட்டை அடுத்திருந்தது அது. தான் வசித்த அறையிலுள்ள மின்சாரக் கம்பிகளைத் தேவையானபடி மாற்றியமைத்து, அங்கு கோஸ்லின் ஒரு ரேடியோவையும் வைத்திருந்தான். ஒரு சாக்குத் துணியை சாயத்தில் நனைத்து, படுக்கை விரிப்பாக அவன் உபயோகித்து வந்தான். சுவற்றில் ஆணியடித்து வைக்கப்பட்டிருந்தவை, பத்திரிகைகளிலிருந்து கத்தரித்து எடுக்கப்பட்ட படங்கள், அக்டோபரில் பீட் கிழங்குகள் சாகுபடிக்குப் பிறகு அங்கு இருக்க முடியாதென்று தெரிந்த போதிலும், அங்கேயே நிலையாக இருப்பவனைப்போல் ஏற்பாடுகளைச் செய்திருந்தான் கோஸ்லின். ஒடிந்த கருவிகளைச் சீர்படுத்தி வைத்தல், இரும்புக் கம்பிகளைப் பொருத்துதல் ஆகிய வேலைகளில் கோஸ்லினுக்கு இணை ஒருவருமில்லை. அவன் கைவைத்தால் போதும் வளைந்த ஆணிகள் தாமாக நிமிர்ந்து கொண்ட மாதிரியிருந்தன.

இவ்வளவு கைத்திறனை வைத்துக்கொண்டு இவ்வளவு நாட்கள் அவன் சும்மா இருந்துவிட்டான். திறமையெல்லாம் அவனிடம் முடங்கிக் கிடந்தது. பலகைகள், விதைகள், பொருள்கள், கிளிஞ்சல்கள் - இவ்வளவு சிறிய பொருள்கள் கூட வீணாகாமல் இப்போது ஏதேதோ உபயோகமானவற்றைச் செய்து கொண்டிருந்தான்.

பிரைடிஸ் தன்னை அறியாமலே கோஸ்லினைப் பார்த்துக். கொண்டிருந்தான். நகரத்தில் இருந்தபோதும் அவனைப் பார்த்திருக்கிறான். அப்போது கோஸ்லின் சிறுவனாக இருந்தான். இங்கு, கிராமத்தில், அவன் நன்றாக வளர்ச்சி பெற்று விளங்கினான். அவனுடைய முகம் கருத்து, அமைதியாக இருந்தது. அதிக வேலையினால் உண்டாகும் சோர்வு அதில் காணப்படவில்லை. "இன்னும் ஒரு வாரத்தில் மீண்டும் உங்களுக்கு கட்சி உடைகள் கொடுக்கப் போகிறார்கள்" என்று பிரைடிஸ் கூறினான். அதற்குக் கோஸ்லின், "ஒவ்வொன்றிலும், நல்லது. கெட்டது இரண்டையும் ஆலோசித்து வேலை செய்ய வேண்டும்.

பப்பானிடமிருந்து நமக்கு மீண்டும் உடைகள் கிடைக்கின்றன. அவர் நம்மிடம் இருந்து எதிர்பார்ப்பது என்ன? என்றான், மெதுவாக. நீடர்வைலர்பாக்கிலிருந்து வந்திருந்த இளைஞர் கோஷ்டித் தலைவனும், இளைஞர் சிலரும், "அதெல்லாம் வெறும் பேச்சு. நம்மை அவ்வளவு சுலபமாக ஏமாற்றிவிட முடியாது" என்றனர்.

"ஆகட்டும். இதை விரைவில் முடித்துவிட்டு, நான் புறப்பட வேண்டும். ஓபர்வைலர் பாக்கிலுள்ள நீங்கள் எட்டுப் பேர் கொண்ட உங்களுடைய குழுவை இந்த மாதத்திற்குள் நிறுவி ஏற்பாடு செய்து விடுவீர்கள் அல்லவா? அவ்வளவுதான் வேண்டியது. குழுத் தலைவன் குங்கல்."

கோஸ்லின் உள்ளத்தில் திடீரென்று ஏமாற்றத்தின் நிழல் விழுந்து மறைந்தது. அவ்விடத்தில் இயக்கத்தை நிறுவி, அதற்கு வேண்டிய ஏற்பாடுகளையெல்லாம் செய்தவன் அவன் தான். போனவாரம் ஆல்கியர் வீட்டுப் பையனைக்கூட இதில் சேர்த்தான். (தந்தை நகரத்திற்குச் சென்று வெறுங்கையுடன் திரும்பிய பிறகு, பால் இவர்களுடன் சேருவதென்று தானே முடிவு செய்தான்.) வெளிப்படையாகப் பார்க்குமிடத்து, தன்னைப் போன்றவர்களைவிட, கௌரவமான உள்ளூர் விவசாயி ஒருவரைத் தேர்ந்தெடுப்பது நல்லதுதான். குங்கலைப் பின்பற்றுபவர்கள் பலர் இருப்பார்கள். மக்கள், தன்னைப் போன்றவர்களை 'பணத்திற்கு வேலை செய்பவன்' என்றுதான் கருதுவார்கள். பிரைடிஸ் செய்ததுதான் சரி என்று கோஸ்லின் நினைத்தான்.

அவ்வறையிலிருந்தவர்கள் எல்லோரும் குங்கலைப் பார்த்தனர். அவன் என்ன நினைக்கிறான் என்பதை முகத்திலிருந்து தெரிந்து கொள்ள முடியவில்லை. "கூடிய சீக்கிரம் உங்களுடைய முதல் கூட்டத்தை நடத்த வேண்டும். அதற்கு வேண்டிய ஏற்பாடுகளைச் செய்து கொள்ளுங்கள். நான் இங்கு இருக்கமாட்டேன். பில்லிங்கன் மேற்பார்வையின்றி, இனி நீங்கள் சுதந்திரமாக இயங்க வேண்டும். நீடர்வைலர் பாக், ஓபர்வைலர் பாக், பாட்ஸன்பாக், பியூரேன் ஆகிய நான்கு ஊர்களும் சேர்ந்து சூறாவளி இயக்கம் நடத்தவேண்டும்.

சூறாவளிப் படைத் தலைவன் பாட்ஸன்பாக்கிலுள்ள ஜில்லிஷ்" என்றான் பிரைடிஸ்.

கோஸ்லின் உள்ளத்தில் மீண்டும் பளிச்சென்று முற்கூறிய உணர்ச்சி மின்னலடித்து மறைந்தது. எல்லோருக்கும் ஆச்சரியம் மகிழ்ச்சி. ஆனால் 'இந்த ஜில்லிஷ் யாரென்று கூட எனக்குச் சரியாக நினைவில்லையே' என்று நினைத்தான் கோஸ்லின். எட்டு அங்கத்தினர்களைச் சேர்த்து வெகு விரைவில் பாட்ஸன்பாக்கில் ஒரு குழு அமைத்தவன் ஜில்லிஷ்தான். இதற்கு முன் அவ்வூர் கம்யூனிஸ்ட் முன்னணி ஊழியர்களின் கோட்டையாக இருந்தது. உண்மையில் பியூரேன் கோஷ்டியை நியமித்ததும் அவனேதான்.

அவன் நல்ல கனமான, உடற்கட்டுள்ள விவசாயி. மிகவும் இளைஞன் என்று சொல்லுவதற்கில்லை. தாடி, தலைமயிர் எதுவுமில்லை. அவனுடைய செம்பட்டை மயிர்தான் அவன் அப்படியிருப்பதற்குக் காரணம் என்று சிலர் கூறினர். அவனுக்கு நல்ல பலமிருந்தது. மிருகத்தனமான செயல்களுக்குப் பேர்போனவன். இரண்டு மாதங்களுக்குமுன் செந்தொண்டர் விளையாட்டு நிகழ்ச்சியொன்று பில்லிங்கனில் நடந்தது. விஷ்டு கார் ஒன்று அப்போது வருமென்று எதிர்பார்த்தனர். அப்போது அவன் தெருவுக்குக் குறுக்கே கம்பியைக் கட்டி மறித்துவிட்டான். சில நாட்களுக்கு முன் இஸ்டுக்குக் கொடுத்த அறையில், அவனுடைய கண் போய்விட்டது. அவ்விவசாயி செந்தொண்டர் படையைச் சேர்ந்தவன் என்பதற்காக அவனை ஜில்லிஷ் அடித்தான். கோர்ட்டில் வழக்கு இன்னும் நடந்து கொண்டிருந்தது.

ஜில்லிஷுக்கு ஆறு குழந்தைகள். இவர்களை வைத்துக் காப்பாற்றவே அவனால் முடியவில்லை. அந்நிலையிலுள்ளவன் இப்ஸ்டை ஏன் அப்படி வெறுத்தான் என்று கோஸ்லின் அத்தாக்குதல் சமயத்தில், தன்னைத்தானே கேட்டுக்கொண்டான். தனக்கு வேண்டுமென்று நினைத்த நிலத்தை கம்யூனிஸ்டுகள் எடுத்துக்கொள்ள விரும்பியதால் ஜில்லிஷுக்கு இந்த வெறுப்பு வந்ததோவென்று கோஸ்லின் நினைத்தான். பெரிய ஆட்டு மந்தைகளுக்குச் சொந்தக்காரனாக வேண்டுமென்று ஜில்லிஷ்

கனவு கண்டான். இந்தக் கனவைக் கலைத்தவர்கள் கம்யூனிஸ்டுகள் என்பதனால் அவனுக்கு ஆத்திரம். அவனுடைய மிருகச் செயல்கள் அவனையே வாட்டியெடுத்தபோது, அவற்றின் பலனையெல்லாம் கடவுள் தலையில் போடுவது அவன் வழக்கம். அப்படிப்பட்ட கடவுளை அவர்கள் கேலி செய்தனர் என்பதனால் அவனுக்கு எரிச்சல்.

"இப்போது நடந்ததெல்லாம் நம்மைப் பொறுத்தவை. ஆரம்பப் பேச்சு என்று சொல்லலாம். குழுத் தலைவர்களிடையில் விவாதம் நீடர்வைலர்பாக்கில் புதன்கிழமை நடக்கும். அது பற்றிய விவரங்கள் உங்களுக்கு உரிய காலத்தில் கிடைக்கும்" என்றான் பிரைடிஸ்.

அவன் எழுந்ததும் மற்றவர்கள் எல்லோரும்கூட புறப்படத் தயாராயினர். "வாழ்க இயக்கம்" என்ற கோஷம் திடீரென்று கிளம்பியது. அடை வீட்டெதிரில் காரைச் சுற்றி நின்று கொண்டிருந்தவர்கள் இதைக் கேட்டு திடுக்கிட்டனர்.

பிரைடிஸ் புறப்பட்டுப் போன பிறகு, அங்கிருந்த இளைஞர்கள் தாங்கள் கேள்விப்பட்ட விஷயங்களைப் பற்றி விவாதிக்கத் தொடங்கினர். கோஸ்லின் சிந்தனையில் ஆழ்ந்திருந்தான். மொத்தத்தில் ஜில்லிஷை அவன் புரிந்து கொள்ள முடிந்தது. பலவித நெருக்கடிகளுக்கிடையில்தான் அவனும் வேலை செய்து வந்தான். வீட்டிலும், வெளியிலும், குடும்பத்திலும், அவன் பெறும் உபகார ஊதியத்திலிருந்தே பிழைப்பு நடந்து வந்தது. அதனாலேயே அவன் ஒரு முடிவுக்கு. வந்திருந்தான். சகதியில் கிடந்து அவன் உழல விரும்பவில்லை; அதிலிருந்து கரையேற விரும்பினான். மற்றவர்களுடைய பிழைப்பு அவனுடையதைவிட மோசமாக இருந்தது; சிக்கலாக இருந்தது. தான் இருந்த இடத்தையே - அடை வீட்டுக்கு எதிரில் தன் காலடியில் இருந்த புழுதி நிலத்தையே - கோஸ்லின் சொந்த பூமியாகக் கருதினான்.

# 4

லூசி மெர்ஸ், ஆசிரியர் ஹீன்ரிஷ் ரிவ்க் ஆகிய இருவரும் விவாகம் செய்து கொள்ள நிச்சயித்தனர். அவர்கள் நிச்சயதார்த்தம் முடிந்த பிறகு, அதை ஊரிலுள்ள நண்பர்களுக்குக் கூறுவதற்காகக் கோயிலிருந்து புறப்பட்டனர். லூசியின் தாய் உணவு தயாரிப்பதற்காக வீடு சென்றாள். அதைக் கலியாண விருந்து என்று சொல்ல முடியாது. அது பெண் வீட்டாருடன் ஒரு குடும்பமாக உட்கார்ந்து ரிவ்க் உண்ணப் போகும் முதல் சாப்பாடு என்பதற்காக, அதை கவனத்துடன் தயாரிக்கச் சென்றாள், லூசியின் தாய்.

கிழவன் மெர்ஸ், அவனுடைய மகன் ஆகிய இருவரும் கான்ராடு பாஸ்தியனுடைய அழைப்பை ஏற்றனர். லூசி மெர்ஸ் தொப்பியும், நகரத்தினர் அணியும் நாகரிக உடையும் அணிந்திருந்தாள். அவள் ரிவ்க்கைவிட ஏறக்குறைய சாண் உயரம் அதிகம். அவர்கள் இன்னும் கைகோத்துக் கொண்டு நடக்கவில்லை. ஆயினும் அங்குள்ள குடியானவர்களெல்லாம் அவர்களைக் கணவன் மனைவியாகவே பாவித்தனர். ரிவ்க்குக்குக் கூச்சமாக இருந்தது. இப்படி அப்படித் திரும்பாமல், நேராகப் பார்த்தபடி நடந்தான். ஆனால் லூசி மெர்ஸ் அப்படியல்ல. சுற்றியிருந்தவர்களின் வாழ்த்துக் குரலில் சிறிதளவு கேலியும் கலந்திருந்த போதிலும், அவள் அதை நிமிர்ந்த மார்புடன், அமைதியாக, ஏற்றுக்கொண்டாள். அவளுடைய கரிய, ஒளி மிகுந்த கண்களில்கர்வம் தோன்றியது. “பெண் அழகாகத்தான் இருக்கிறாள்.” “கேட்பதற்கு முன்னாலேயே, அவளுக்கு அரசாங்கத்திலிருந்து வரவேண்டிய பணம் வந்துவிடும், பார்.” “புதியபடுக்கை காரணமாகவாவது அவன் உயருகிறானாவென்று பார்க்கலாம்”- இவ்வாறு அங்கிருந்த குடியானவர்கள் பேசிக்கொண்டனர்.

கோயிலில் கொடிப் பந்தல்களைத் தாண்டி, அதிகாரி இருக்குமிடத்துக்கு மணமக்கள் சென்றனர். அதிகாரியின் பெயர் பிராமுல்லர். வீட்டில் சாதாரணமாக அணியும் ஆடைகளையே அவர் அணிந்திருந்தார். தோட்ட வேலை செய்வதற்கும், நாட்டில் சுற்றுப் பிரயாணம் செய்வதற்கும் அவருடைய

உத்தியோகம் போதிய அவகாசமளித்தது என்று தெளிவாகத் தெரிந்தது. அவருடைய முகம் வெய்யிலினால் கருத்திருந்தது. கன்னத்தில் இரு வடுக்கள் இருந்தன. அவர் இங்கு வந்து வெகு நாட்களாகவில்லை. இதற்கு முன் ஒரு நகரத்தில் இருந்தார். தமது பிரசங்கங்களில் உலக விஷயங்களைச் சற்று அதிகமாகவே புகுத்தி வந்தார் என்ற காரணத்தினால், அவரை அங்கிருந்து மாற்றிவிட்டனர் என்று மக்கள் பேசிக்கொண்டனர். ஆனால் பிராமுல்லருக்கு அவ்விடம் திருப்தியாகவே இருந்தது. அவர் பில்லிங்கனில் பிரைடிஸ் குடும்பத்தினருடன் நட்புறவு கொண்டிருந்தார். அவர்கள் பிராமுல்லரை அவ்வப்போது ஊரைச் சுற்றிக் காட்ட அழைத்துச் சென்றனர். அவருடைய வீட்டில் பின்புற ஜன்னலிலிருந்து பார்த்தால் சிறு காடு ஒன்று காணப்பட்டது. அவருடைய அறையில் கல்வாழை முதலியவை பூத்தொட்டிகளில் வைக்கப்பட்டிருந்தன. சுவர்மீது கொடிகள் படரவிடப்பட்டிருந்தன. புத்தக அலமாரியொன்று அங்கு இருந்தது. பிஸ்மார்க், லூதர் முதலியவர்களுடைய படங்கள், விசாலமான மேஜையொன்றின் மீது வைக்கப்பட்டிருந்தன.

கிராமக் கோயில் அதிகாரியின் மனைவி, மதுவும் கிண்ணங்களும், ரொட்டியும் கொண்டு வந்தாள். உருவத்தில் அவள் மிகவும் சிறியவள். எப்போதும் ஏதோ ஒரு நோயினால் அவதிப்பட்டுக் கொண்டிருந்தாள். மூன்று குழந்தைகளுக்குத் தாயாகி விட்டதால், உடல் மிகவும் பலஹீனமடைந்திருந்தது. பிராமுல்லர், நீ இப்போது கலியாணம் செய்து கொள்ள நிச்சயித்திருக்கும் பெண் நல்லவள், ரிவ்க் உனக்குத் தகுந்தவள். நீரில் கிடக்கும் மீனைப் போன்ற உடல் நலம் அவளுக்கு இருக்கிறது. லூஸி, நீ கடைசியில் படித்தது நகரத்தில் தானே? என்று கேட்டார்.

"ஆமாம். நகரத்திலுள்ள பெண் பள்ளிக்கூடமொன்றில் இரண்டு ஆண்டுகள் படித்தாள்" என்று ரிவ்க் பதிலளித்தான். "கலியாணத்திற்குப் பிறகு எனக்குக் கிடைக்கப்போவது என்னவென்று இப்போதே எனக்குத் தெரியும். நான் சொல்லிக் கொடுத்த பாடங்களை என்னிடமே ஒப்புவிக்கப் போகிறாள் என்பதை நினைக்க எனக்குச் சற்று பயமாயிருக்கிறது."

லூசியைத் தவிர மற்றவர்கள் சிரித்தனர். லூசி "பள்ளிக் கூடத்தில் இரண்டு ஆண்டுகள் வீட்டு வேலை, வரவு செலவுக் கணக்கு எழுதுவது முதலியவை கற்றுக்கொண்டேன் என்று அமைதியுடன் கூறினாள்." ரிவ்க் அப்போதே உன் மணிக் கட்டில் இரண்டொரு அடி வைத்தானா? என்றார் பிராமுல்லர். உடனே, இல்லை, இல்லை. அப்போதுகூட அவள் நல்ல பெண் என்றே பெயரெடுத்திருந்தாள் என்று சட்டென்று பதிலளித்தான் ரிவ்க்.

அவனுக்கு லூசியின் கைகள் நன்றாக நினைவிருந்தன. அவற்றை மடித்து மேஜைமீது வைத்துக் கொண்டபோது, மற்றவர்களைவிட அவளுடைய கைகள் வெள்ளையாக இருந் தன. சில சமயங்களில் பிரம்பை எடுக்கலாமாவென்று அவன் கை துருதுருத்ததுண்டு. ஆனால் அவன் தன்னைத்தானே கட்டுப்படுத்திக் கொண்டான். அப்போதே நல்ல உடல் வளர்ச்சி பெற்றிருந்ததுடன், பெரியவளாகியும் இருந்தாள். அவளை அடித்தால். அவ்வப்போது அவனுக்குக் கிடைத்து வந்ததேன், ரொட்டி அல்லது அதைப்போன்ற பொருள்கள் பிறகு கிடைக்காமல் போகலாம். அந்தக் காலத்திலேயே ரிவ்க் ஒரு திட்டம் போட்டிருந்தான். தன்னுடைய தாயார் இறந்த பிறகு - அவளைக் காப்பாற்றும் பொறுப்புத் தீர்ந்த பிறகு - இவ்விடத்திலேயே அவன் இருக்க நேர்ந்தால், வயிறு நிறைய உண்டு வாழவும், சற்று சுகமாக இருக்கவும் நினைத்தான்.

பிராமுல்லர் திடீரென்று, "அதிருக்கட்டும். பிரஷ்யாவிலுள்ள அப்புதுமனிதன் பற்றி என்ன நினைக்கிறாய்?" என்று கேட்டதும், ரிவ்க் திடுக்கிட்டான்.

"சொல்வதற்கு என்ன இருக்கிறது? பொறுத்திருந்து பார்க்கலாம்."

"இதில் பொறுத்திருந்து பார்ப்பதற்கு ஒன்றுமில்லை. இப்படிச் சொல்வது பற்றி நான் அசட்டுப்பட்டம் கட்டிக் கொள்ளப்போவதில்லை, ரிவ்க். பழைய ஆட்சி ஒழிந்தது பற்றி நான் மகிழ்ச்சியடைகிறேன்" என்றார் பிராமுல்லர்.

இப்பேச்சை எந்த அளவுக்கு வளரவிடலாமென்பது பற்றி ரிங்க் யோசனை செய்தான். நகரத்தில் அவனுக்குப் பல உறவினர்

இருந்தனர். இன்று காலை பிராமுல்லர் கோயிலில் பேசிய போது, "கடவுளின் கட்டளைகளை எழுதி வைத்திருந்த பெட்டியை யூதர்கள் மாட்டு வண்டியொன்றில் ஏற்றிச்சென்றனர். அறுவடை காலத்தில் பெட்டியில்லாமல் மக்கள் கஷ்டப் பட்டனர். அறுவடைக்குப் பிறகு வயல்களிலிருந்த கட்டைகள் மீது வண்டி சென்று கொண்டிருந்தபோது, கடகடவென்று ஆடத் தொடங்கியது. வண்டியிலிருந்து பெட்டி நழுவியது. ஒருவன் அதை விழாமல் கைகளால் தாங்கினான். உடனே பளிச்சென்று மின்னலடித்துப் பெருமழைப் பொழியத் தொடங்கியது. அந்த இடத்திலேயே, தலைமீது இடிவிழுந்து அவன் இறந்து போனான். கடவுளின் கருத்துக்கு விரோதமாக வேலை செய்யத் தொடங்கியவனுடைய கர்வத்தை அவர் இவ்வாறு ஒடுக்கினாரென்று புனித புத்தகங்கள் கூறுகின்றன என்று விளக்கினார்.

"அவை மீண்டும் கத்தோலிக்க மதத்தை எடுத்துரைத் திருக்கின்றன போலும்" என்றான் ரிவ்க்.

அவனுடைய மதுக் கிண்ணத்தில் பூவிதழ் ஒன்று கிடந்தது. அதை எடுத்து வெளியில் போட்டான். லூசி ஒருவருக்கும் தெரியாமல் அவனுடைய உடையைப் பற்றி இழுத்தாள். வீட்டில் உருளைக் கிழங்குப் பாத்திகளில் உப்பு நீர் நிறைந்து நின்றதாம். அவற்றை வடிக்க வேண்டியிருந்ததாம். அவர்கள் புறப்பட்டனர்.

"இது எல்லாக் கலியாணங்களையும் போன்றதன்று. அப்படி இதை கருதுவதற்கில்லை, ரிவ்க். நான் உங்களுக்குச் சொல்லக்கூடியது என்ன இருக்கிறது? பொதுவாக எல்லா மணமக்களுக்கும் கூறும் வார்த்தைகளை உனக்கும், லூசிக்கும் நான் கூறப்போவதில்லை. வாழ்க்கையை நீங்கள் விளையாட்டாக நினைப்பவர்களல்ல. உங்களுடைய பெற்றோர்களை நான் கேட்டதாகச் சொல்லுங்கள்."

எதிர்பார்த்ததைவிட மிக முன்னதாகவே அவர்கள் வீடு வந்து சேர்ந்தனர். இதற்கிடையில் வீட்டுக்கு வந்த விருந்தினர் களுக்குத் தோட்டத்தில் போட்டிருந்த பெஞ்சியில் இடம் கொடுத்து உட்கார வைத்திருந்தான், கான்ராடு பாஸ்தியன்.

இந்த பெஞ்சிகளை நேற்று அவன் அங்கு போட்டதன் நோக்கம் இதுதான். சமையலறையிலிருந்து ஸோபியிடம் ஒரு தட்டில், மூன்று கிளாஸ் பதனீர் கொடுத்து அனுப்பினர். பார்வைக்கு ஸோபி பாஸ்தியன், ஆன்டிரியாஸின் மூத்த பெண்ணைப்போல இருந்தாள். அவளுடைய புருவங்கள் இன்ன நிறமானவை என்று சொல்ல முடியாதவாறு இருந்தன. அவளுடைய கருநிறக் கண்ணிமைகளின் நிழல், பயத்தினால் வெளிறிட்டிருந்த முகத்தின்மீது விழுந்திருந்தன. வெண் நிற உடை தரித்திருந்தாள். மெலிந்திருந்த அவளுடைய கழுத்திலும், கைகளிலும் நீல நரம்புகள் நன்றாகத் தெரிந்தன.

மெர்ஸின் மகன் பூஞ்செடிகளுக்கிடையிலிருந்த நீல நிறக் கண்ணாடி உருண்டையைப் பார்த்தபடி நின்று கொண்டிருந்தான். அவன் உள்ளத்தில் ஆத்திரம் கொந்தளித்துக் கொண்டிருந்தது. அங்கு காலடிச் சத்தம் கேட்டுத் திரும்பிப் பார்த்த போது, ஸோபி மெதுவாகவும், கையிலிருந்த பானங்கள் சிந்திவிடாதவாறும் வருவதைப் பார்த்து ஏமாற்றமடைந்தான். அவள் அருகில் வர வர ஏமாற்றமும் அதிகரித்தது. தட்டிலிருந்த பானம் ஒன்றை எடுத்துக் குடித்துவிட்டு, உள்ள சொத்தையெல்லாம் பறிகொடுத்தவனைப்போல் முகத்தை வைத்துக்கொண்டு நின்றான்.

“வா, வந்து அவனுடன் கை குலுக்கு” என்று அவளை அழைத்தான் பாஸ்தியன்.

முதலில் மெர்ஸுடனும், பிறகு அவனுடைய மகனுட னும் கைகுலுக்கினாள் ஸோபியா. கலவரத்தினால் அவளுடைய கைகள் சில்லிட்டிருந்தன. நாடி அடித்துக்கொள்வது கை நுனி வரை தெரிந்தது. அவளுடைய கைவிரல்களை மெர்ஸின் மகன், தனது கைப்பிடியில் இறுக்கிக் கொண்டிருந்தான். அவனுடைய தோற்றம் கொஞ்சம் கொஞ்சமாக மாறி, இறுதியில் அது புன்னகையாயிற்று. அவ்வாண்டில் அதுவரையில் சிரிக்கவே யில்லை. அவன் முகத்தில் புன்னகை தோன்றியது அதுவே முதல் தடவை. அவனுடைய தந்தையின் முகமும் புன்னகை காட்டியது. ஆனால் அவர் சட்டென்று அதை மறைத்துக் கொண்டார். இப்படி மகிழ்ச்சிகர மாறுதல்களை விருந்தாளிகளிடம்

கண்ட பாஸ்தியனுக்குப் பெரிய சுமையொன்றைத் தலையிலிருந்து இறக்கி வைத்த மாதிரியிருந்தது. அவன் பெருமூச்சு விட்டான். பெண்ணின் கைகளை விட்டுவிடும்படி கூறுவதற்கு அடையாளமாக மெர்ஸ் தன் மகனை மெதுவாகத் தள்ளினான். மகனைப்பற்றி இப்போது அவனுக்கு சற்று நல்ல நல்ல அபிப்பிராயம்கூட ஏற்பட்டதால், மனதிற்குள் ஓரளவு உவகை தோன்றிற்று. கான்ராடு பாஸ்தியனின் தந்தையை அவனுக்குத் தெரியும். மிக மிக எளிய நிலையிலிருந்தவன். இப்போது பாஸ்தியனை அதிர்ஷ்டக்காரன் என்றே சொல்ல வேண்டும். அவனுடைய பெண் தன் பிள்ளைக்குப் பிடித்திருந்தது பற்றி மெர்ஸ் திருப்தி அடைந்தான்.

மெர்ஸின் மகன் அவளுடைய கையை விட்டுவிட்டு, அவளையே கூர்ந்து நோக்கியவாறு நின்று கொண்டிருந்தான். அவளுடைய வெளிறிட்ட முகம் மேலும் வெள்ளையாயிற்று. அவளுடைய தோள்கள் நடுங்கின. கைகள் கனத்து, இரு புறங்களிலும் கடிகார இயக்க ஊசற்குண்டுவைப்போல ஆடின. மெர்ஸுக்கு இருப்புக் கொள்ளவில்லை. பெண் பார்க்க வந்த மெர்ஸின் மகன் திருப்தியடைந்தானென்பதை அவன் முகமே எடுத்துக் காட்டிற்று. நோயும் நொடியுமாக உள்ள தன் மகளுக்கு ஒரு நல்ல மணமகன் கிடைப்பானென்று பாஸ்தியன் எப்போதும் நினைத்ததில்லை. எனவே உள்ளத்தில் மகிழ்ச்சி பொங்க, “போ, அம்மா எங்கேயிருக்கிறாள் என்று பார்” என்று அவளை அனுப்பி வைத்தான்.

ஸோபி மீண்டும் அங்கிருந்த இரு விருந்தினருடனும் கைகுலுக்கி விட்டுச் சென்றாள். மெர்ஸின் மகன் அவளுடைய மணிக்கட்டருகில் கையைப் பிடித்து உலுக்கினான். அங்கிருந்து அவள் சமையற்கட்டிற்கு ஓடினாள்.

அவளுடைய தாய், பாட்டி, பாட்ஸன்பாக்கில் அவளுக்குப் பெயரிட்ட கிழவி, வேலைக்காரி ஆகியோர் சமையலறையில் இருந்தனர். அவளுக்காகக் காத்திருந்தனர். “என்ன நடந்தது? எப்படியிருக்கிறது நிலைமை?” என்று அவர்கள் கேட்டனர். ஜன்னலருகில் உட்கார்ந்து, ஸோபி கைகளால் முகத்தை மூடிக்கொண்டாள். தாய் பரபரப்புடன் அவளை அழைத்து,

முகத்திலிருந்த கைகளை எடுத்துவிட்டு "வாயைத் திறந்து பேசு, நீ என்ன ஊமையா?" என்றாள். ஸோபிக்கு. அழுகை வந்துவிட்டது. உட்கார்ந்திருந்த பெண் பிள்ளைகள் எல்லோரும் சூள்கொட்டி, "சரி, சரி" என்றனர். தகர டப்பாவில் உருளும் சிறு கல்லின் சத்தத்துடன் கிழவி சிரித்தாள். "இப்போதே நீ அழ ஆரம்பித்து விட்டால் அப்புறம் என்ன இருக்கிறது" என்றாள் தாய்.

## 5

பன்றிகள், கோழிக் குஞ்சு, ஆப்பிள் ஆகியவற்றிலிருந்து வரும் வருமானத்தை வைத்துக்கொண்டு அப்போது குழாய்க்குக் கொடுக்க வேண்டிய தவணைகளைக் கணக்குப் போட்டேன். இந்த வருஷம் ஆப்பிளில் நல்ல வருமானம். கோல்டு அன்டு சன் கம்பெனியார் கிலோவுக்கு ஆறு காசு கொடுக்கிறார்கள் - நம்பினால் நம்பு, நம்பாவிட்டால் போ. வந்த வருமானத்தை யெல்லாம் இந்த பன்றிகள்தான் கொண்டுபோய் விட்டன. நாம் தவணை தவற வேண்டியதாயிற்று. பாஸ்தியன் முகத்தில் கவலையும், கலவரமும் ஆழப்பதிந்திருந்தன. எதிரில் மேஜைமீது பணம் வைக்கப்பட்டிருந்தது. அதிலிருந்து அவனுக்கு இந்நினைவுகள் எல்லாம் வந்தன.

"சந்தைச் சதுக்கத்தில் காஸ்திரீசியஸ் - நினைவிருக்கட்டும். அது எப்படி நடந்ததென்று கூறுகிறேன், கேள். அடுத்த வீட்டில் ஹீஸ்லர் அப்போதுதான் தன் குழாயை வைத்துப் பொருத்தி யிருந்தான். அவர்கள் வீட்டு நிக்கலஸுக்குக் கலியாணமாகப் போகிறது, தெரியுமா? அவனுக்கு வரப்போகும் மாமனாரும், மாமியாரும், தங்களுடைய பெண் தண்ணீர் சுமக்கக்கூடாது என்று கூறினார்களாம். நானும் அந்தக் குழாயிலிருந்து தண்ணீர் எடுத்துக்கொள்ளலாமா என்று ஹீஸ்லரைக் கேட்டேன். அவன் முடியாதென்று கூறிவிட்டான்."

"இப்போதே மணி நாலு ஆகப் போகிறது. அதையெல்லாம் இப்போது என்னிடம் சொல்ல வேண்டிய அவசியமில்லை" என்றான் யோஹான். டவுனுக்குப் போகவேண்டிய வேலை அவனுக்கு திடீரென்று நினைவு வந்தது. கழுத்தில் கல்லைக்

கட்டியதுபோல, கிராமத்திலிருப்பது அவனுக்குப் பெரும் சுமையாகத் தோன்றியது.

"நீ அவனுக்குப் பணம் கொடுக்கப் போவதால், இப் பணம் எப்படி வந்தது என்று உனக்கும் தெரிந்திருக்க வேண்டியதே. ஹீஸ்லர் முடியாதென்று கூறியவுடன், அவனைத் தலைகுனிய வைப்பதற்காக நானும் ஒரு குழாய் வாங்கி வைக்க நினைத்தேன். அதனால் தலை போவதாயிருந்தாலும் பரவாயில்லை. அவனை அவமானப்படுத்த வேண்டுமென்று செய்ததே இது என்று சொன்னேன் அல்லவா? நம் டோரா எங்கே, எங்கே போய்விட்டாள் அவள்? அவளும் இந்தப் பணத்தைப் பார்த்தால் நல்லது. விஷயங்களையெல்லாம் தெரிந்து கொள்ளுவாள்."

"பசு மாடுகளை மேய்த்து வர அவள் வயலுக்குப் போனது தான் உங்களுக்குத் தெரியுமே" என்றாள் அவனுடைய மனைவி.

"நிக்கலஸுடைய சைக்கிளைக் கேட்டு வாங்கிக்கொண்டு போகட்டுமா?" என்று யோஹான் கேட்டான்.

"வேண்டாம் இதைப் பற்றி அவன் கேள்வி கேட்கத் தொடங்குவான்."

அங்கிருந்த பணத்தை எடுத்துப் பையில் போட்டுக் கொண்டான் யோஹான். "அதெல்லாம் வேண்டாம். பணத்தைக் கொடுத்துவிடு. அவர்களிடம் பேசு உனக்குத்தான் நன்றாகப் பேசத் தெரியுமே. மீதியுள்ள பாதிப் பணத்தையும் இன்னும் இரண்டு வாரத்தில் தருவதாகக் கூறிவிட்டு வா."

யோஹான் போன பிறகு பாஸ்தியன் திடுக்கிட்டு எழுந்து உட்கார்ந்தான். "ஏய், மார்க்கரெட்! தெரியாத முன்பின் ஒரு பையனிடம் இவ்வளவு பணம் கொடுக்கலாமா?"

"அவன் கொண்டுபோய்க் கொடுத்துவிட்டுத் திரும்பி வந்துவிடுவான். மேலும், அவனுடைய சட்டையும், பையும் இங்கேயே இருக்கின்றன."

யோஹான் வேலிக் கதவை மூடிக்கொண்டுப் புறப்பட்டதும், அவன் உள்ளத்தில் உற்சாகம் உண்டாயிற்று. 'அப்பா! இன்னும்

அரை மணி நேரத்தில் நான் டவுனில் இருப்பேன். என் நண்பர்களை அங்கு காணலாமென்பது நிச்சயம்.'

சூஸான் ஷூச்சிலின் வாயைத் திறந்த வண்ணம் ஜன்னலருகில் நின்று, அவனைப் பார்த்தாள். அவளுடைய கையில் ஒரு சிறு குழந்தை இருந்தது. அழுக்கடைந்த, கனமான கம்பளியில் அதைச் சுற்றித் தன்னுடன் அணைத்திருந்தாள். 'சுகமா' என்று கேட்கும் முறையில், யோஹான் அவளைப் பார்த்துத் தலையாட்டினான். நிகூபாரின் பெண் பிசாசை மீண்டும் சந்தித்தான். கிரீச்சிடும் தள்ளு வண்டியொன்றை இழுத்துச் சென்றாள் அவள். புல்லும், செடி கொடிகளும் அதில் நிறைந்திருந்தன. பல சிறுவர்கள் அவளைச் சுற்றி நின்று ஊளையிட்டனர். அவர்களில் சிலர் விளையாட்டுக்காக, அதிலிருந்த புல்லைப் பிடுங்கிக் கீழே எறிந்துவிட்டு ஓடினர். அதற்காக அவள் அங்கங்கே நின்று, அதை அரித்து எடுத்து மீண்டும் வண்டியில் போட்டுக்கொண்டு போகவேண்டியதாயிற்று. முதலில் யோஹான் அவளுடைய கண்ணில் படாமல் போக விரும்பினான். அவளுடைய தோற்றம் மிக வெறுப்பளிக்கக் கூடியதுதான். ஆயினும் அவன் சற்று யோசித்து, கீழே விழுந்த புல்லையெல்லாம் சேகரித்து வண்டியில் போட்டு உதவினான். காட்டுப் பாதையும், ஊர்ச் சதுக்கமும் சேருமிடத்தில் - குடையுடன் ஒரு கிழவன் நின்றான். அவன் அவ்வூருக்குப் புதிது என்றாலும், “வணக்கம் நாப்தல்” என்று மக்கள் அவனை அழைத்தனர். அவர்கள் அவ்வப்போது பேசிக்கொண்ட யூதன் இவன்தானோ, என்னவோ அவன் யோஹானைப் பார்த்தான். 'இவன் யார், ஊருக்குப் புதிதாக இருக்கிறானே' - என்று அவனும் நினைத்திருக்கலாம். கிராமக் கோடியில் ஆல்கியரைப் பார்த்தான் யோஹான். தன்னுடைய மகனுடைய முகத்திற்கருகில் கையை வீசி, அவன் ஏதோ பேசிக்கொண்டிருந்தான். யோஹான் அழைத்ததைக் கேட்டு, அவன் பளிச்சென்று திரும்பிப் பார்த்தான்.

அங்கிருந்து அவன் நெடுஞ்சாலைக்கு வந்து சேர்ந்தான். அறுவடை ஏற்கனவே முடிந்து விட்டது. பீட் ரூட்டும், உருளைக் கிழங்கும் மட்டுமே பாக்கியிருந்தன. பசுமையாகவும் மேடு பள்ளங்களுடனும் கூடிய மைதானங்கள் மறைந்து, எல்லாம்

சுத்தமாகவும், தரையின் இயல்பு தோன்றுவதாகவும் இருந்தால் நன்றாக இருக்குமென்று தோன்றியது. ஆற்றங்கரையோரமுள்ள வயலில், மஞ்சள் மேகம் வந்து படிந்ததைப்போன்று, ஆடுகள் மேய்ந்து கொண்டிருந்தன. நிலத்தை உழுது கொண்டிருந்த விவசாயியொருவன் இரு குதிரைகளையும், கலப்பையையும் பின்பற்றி அமைதியாக நடந்து கொண்டிருந்தான். இப்போது அவ்வயல் முழுவதும் பழுப்பு நிறமே தோன்றியது. நீண்ட தாடியுடன், அவ்வுழவன் கடவுளின் பிரதிநிதியைப்போல் இருந்தான். யோஹான் அவனை அடையாளம் கண்டு கொண்டான். அப்படி உழுது கொண்டிருந்தவன் கிழவன் மெர்ஸ்.

மைதானத்திற்கு அப்புறமிருந்த காட்டின் ஓரத்தில் யாரோ மரம் வெட்டிய சத்தம் கேட்டது. அடுத்த வீட்டுக்காரர் மகன் நிக்கலஸ் அங்கு இருந்தான். யோஹான் ஓடத் தொடங்கினான். அவனுடன் நிக்கலஸ் ஹீஸ்லர் பேசுவதுண்டு. தன் சொத்து, வரப்போகும் விவாகம் முதலியவை பற்றியெல்லாம் பேசியிருக்கிறான். உள்ளூரில் குங்கல் குழுவில் அவன் சேர்ந்திருந்தான். இவ்வங்கத்தினர் பதவியினால் தங்களுக்கு நல்ல லாபம் வரப்போகிறதென்று அவனும், அவனுடைய தந்தையும் நினைத்தனர். போர்க்காலத்தில் தந்தையின் கையில் காயம் பட்டது. அவருக்குக் கொஞ்சம் உபகாரச் சம்பளம் வந்தது. நிக்கலஸ், குடும்பச் சொத்துகளின்மீது கடன் எதுவுமில்லாமல், அவற்றைத் தனது சந்ததிகளுக்கு விட்டுச் செல்லும் நாள் வருமென்று எதிர்பார்த்துக் கொண்டிருந்தான். யோஹானுக்கு அப்போது தன் தந்தை நினைவு வந்தது. அவனுடைய பிறப்பு பற்றிய பத்திரம், வேலைக்குப் பதிவு செய்துகொண்ட கார்டு, கடந்த இரண்டு ஆண்டுகளாக சந்தாச் செலுத்தாத சோஷலிஸ்ட் கட்சி அங்கத்தினர் பதவி ஆகியவற்றைத் தன் தந்தை தனக்கு விட்டுச் செல்லுவார் என்ற எண்ணம் யோஹானுக்கு உண்டாயிற்று.

அவன் சென்ற பாதையின் இரு புறங்களிலும் வெகு தூரம் பீட் கிழங்கு வயல்கள் தென்பட்டன. குறுக்கே காய்ந்துபோன ஒரு சிற்றாறு வந்தது. யோஹான் சீட்டியடித்தான். அவன் மனதினுள் அதற்கு வேண்டிய ஆர்வம் எப்போதும் இருந்தது.

குளிரில் கன்னங்கள் மரத்துப் போயிருந்தாலும், காற்றணையில் அவன் உடலெல்லாம் சில்லிட்டிருந்த போதிலும், இப்படி சீட்டியடிக்க வேண்டுமென்ற உணர்ச்சி மட்டும் அவர்கள் எல்லோருக்கும் இருந்தது. கிறிஸ்துமஸ் பண்டிகைக்காக, மரங்களைப்போல் அலங்கரிக்கப்பட்ட விளக்குகள், ஜன்னல்களிலிருந்து 'மினுக்', 'மினுக்'கென்று வெளியில் காணப்பட்டன. திரும்பிய இடமெல்லாமல் கிறிஸ்துமஸ் பாட்டுகளே. அத்துடன் அவர்களும் சீட்டியடித்தனர். முதன் முதலாக அவனுடைய தலைமீது அடி விழுந்தபோது அவ்வாறு ஆயிற்று. அவன் அப்படியே அயர்ந்து போய் நின்றுவிட்டான். இரண்டாவது தடவை அடி விழுந்தபோது அவன் முன்னுக்கு நடந்து சென்றான். ஆனால் மூன்றாவது தடவை மட்டும் விழுந்த அடிக்கு பதிலடி கொடுத்தான்.

இப்போது காட்டின் ஒரு பகுதி வழியாக நடந்து சென்றான். வெய்யில் சுகமாக இருந்தது. நிக்கலஸை நினைத்தபோது அவனுக்குச் சிரிப்பு வந்தது. இன்னும் மனைவி வீட்டுக்கு வரவில்லை. ஆயினும் சந்ததிகளைப்பற்றி இப்போதே கனவு காண ஆரம்பித்து விட்டான். 'எனக்கு மகன் ஒருவன் பிறக்காமல் போகலாம்' என்று நினைத்தான் யோஹான். டவுனில் அவனுக்கு மிகவும் பிடித்த பெண் ஒருத்தி இருந்தாள். அவளுக்கு ஹார்த்தா என்று பெயர். அங்கிருந்து அவன் புறப்படுவதற்குமுன், "நீ ஆட்டோவுடன் ஏன் நட்புக் கொள்ளக்கூடாது? நான் போன பிறகு என் இடத்துக்கு அவன்தான் வரப்போகிறான். நீ அவனுடன் பல இடங்களுக்கும் சென்று பழகிக்கொள்ளுவது நல்லது. அதைப்பற்றி நான் ஒன்றும் தப்பாக நினைக்க மாட்டேன். நாளை அல்லது. மறுநாள்கூட நீ அவனுடன் செல்லலாம்" என்றான்.

அவன் காட்டைக் கடந்து, உருளைக்கிழங்கு பயிரிட்டிருந்த வயல்களையும், உழவுக்குக் கொண்டு வரப்படாத மைதானங்களையும் பார்த்தபடி நடந்து சென்றான். வழியில் சிவப்புச் சட்டையணிந்த, பருமனான, ஒரு பெண்ணைத் தாண்டிச் சென்றான். சில நிமிஷங்களுக்கு அவர்கள் அடுத்தடுத்து நடந்தனர். அவளுடன் பேசலாமாவென்றுகூட நினைத்தான்.

இதற்குள் அவளே முதலில் பேசினாள். "நீ பாஸ்தியனுக்கு உறவு அல்லவா?" அவன் தலையை ஆட்டினான். "என் பெயர் மரியா ஆல்கியர். நீ வருவது தெரிந்திருந்தால், ஊரிலிருந்து உன்னுடனேயே வந்திருப்பேனே." இப்போது நகரத்திற்குப் போகும் நோக்கம் பற்றி ஒருவரும் கேட்காமலே அவனிடம் கூறினாள். அக்டோபரிலிருந்து மீண்டும் வேலைக் குப் போக வேண்டுமாகையால், வேலை பார்த்துக் கொடுக்கும் பெண்ணிடம் சென்று கொண்டிருந்தாள்.

"வேலை கிடைப்பது கஷ்டமாயிற்றே."

"பூ! கஷ்டமென்ன? அந்தப் பெண்ணின் ஆபீசில் நான் உட்கார்ந்திருக்கிறேன் என்றும், என்னை அடுத்து அதே. பெஞ்சியில் ஆறு அல்லது ஏழு பேர் உட்கார்ந்திருக்கிறார்கள் என்றும் வைத்துக் கொள். பெரிய மனிதர் வீட்டிலிருந்து, யாராவது ஒருவர் வந்து, எங்களையெல்லாம் பார்ப்பார்கள். என்னைத்தான் உடனே வேலைக்குத் தேர்ந்தெடுப்பார்கள். சுத்தமாகவும், பலமுள்ளவளாகவும் இருக்கிறேன் என்பது பார்த்தவுடனேயே அவர்களுக்குத் தெரியுமல்லவா?"

யோஹான் அவளைச் சடக்கென்று ஒரு தடவை பார்த்தான். உடனே இருவரும் விழுந்து விழுந்து சிரித்தனர். மணற் குழியை அடுத்துள்ள வேலியின் வழியாக நடந்து கொண்டிருந்தபோது அவர்கள் இருவருக்கும் ஒரே எண்ணம் தோன்றிற்று. "ஆமாம். நீடர்வைலர்பாக்கில்கூட நாம் சந்திக்கலாம். ஏன் கூடாது? அங்கு ஒரு படகை வாடகைக்கு அமர்த்திக் கொண்டு, இருவரும் அதில் உல்லாசமாகப் போகலாம்."

ஒற்றை நாடியாகவுள்ள பெண்களையே யோஹானுக்குப் பிடிக்கும். பழுப்பு அல்லது வெண் நிறமாக இருக்க வேண்டும். இவள் பருமனாகவும், சிவப்பாகவுமிருந்தாள். அவனைவிடப் பெரியவளோ, என்னவோ? ஆயினும் காலிலிருந்து தலை வரையில், அமைதியாக, அவள் தன்னைப் பார்த்த விதம் அவனுக்குப் பிடித்திருந்தது. இவ்வளவு நாள்பட்ட கஷ்டத்திற்குப் பிறகு சற்று ஓய்வெடுத்துக்கொண்டால் யாரும் அவனைக் குறைகூறமாட்டார்கள் அவர்கள் எவ்வளவு கண்டிப்பானவர்களாக

இருந்த போதிலும் சரி. இங்கு ஒரு பத்து நிமிஷம் எங்கேயாவது இருந்துவிட்டு, பழைய படி தனது வேலையை கவனிக்கலாம். அவனிடம் சில காசுகளே இருந்தன. வாய்க்காலைக் கடப்பதற்குப் போட்டுள்ள இரும்புப் பாலத்திற்கு முன்னால் ஒரு ஹோட்டல் இருந்தது இப்போது அவனுக்கு நினைவு வந்தது.

ஏற்கனவே தாமதமாகிவிட்டதென்று மரியா கூறினாள். உரிய காலத்தில் போய்ச் சேரவேண்டியதுதான் முக்கியமென்று அவன் பதிலளித்தான். எதிர்பாராமல், திடீரென்று இதில் இறங்கி விட்டதைப் போன்ற உணர்ச்சி அவளுக்கு உண்டாயிற்று. ஆனால் கடந்த சில வாரங்களாகக் கஷ்டமும், கவலையும் அவளைப் பிடுங்கித் தின்றன. இந்நீண்ட பாதையில் நடந்து வந்தபோதுகூட தன் வாழ்க்கைக் குறித்து நினைத்து நினைத்து, மனச் சோர்வு ஏற்பட்டிருந்தது. துன்பமும், துயரமும் அவளைக் கொன்று விடுவதற்கு முன்னால், இப்படிச் சற்று சந்தோஷமாக இருப்பதும் நல்லது.

அந்தச் சிறு ஹோட்டலுக்கு எதிரில் பூங்காவொன்று இருந்தது. மூன்று மரங்கள் இருந்தன. ஒவ்வொன்றின் கீழும் மேஜை போட்டிருந்தனர். அவற்றில் ஒன்றில் உட்கார்ந்து, மெதுவாகப் பானங்களை அருந்தினர். கிளாஸிலுள்ளதைச் சாப்பிடுவதற்குப் போதிய நேரமே அவர்களுக்கு இருந்தது. யோஹானுக்குப் பேச விருப்பமில்லை. ஆயினும் சும்மா உட்கார்ந்திருக்க மரியாவுக்குப் பிடிக்காதோ, என்னவோ? எனவே, பேச வேண்டுமென்பதற்காக அவளிடம் பேச்சுக் கொடுத்தான். அனேகமாக அவளுக்கு ஒரு காதலன் இருக்கலாம். அவள் தனக்குக் கையைக் கொடுத்த முறையையும், கேட்ட கேள்விகளுக்கு மிக இயற்கையாக பதிலளித்ததையும் யோஹான் கவனித்தான். சிலர், இல்லாத சிரிப்பை வரவழைத்துக்கொண்டு பேசுவார்களே, அதைப் போலில்லை மரியா. அவள் பார்வை, பேச்சு, நடவடிக்கை - எல்லாமே அமைதியாக இருந்தன. அர்த்தமற்ற பரபரப்பு அவளிடமில்லை. அவளுடைய கையைப் பிடித்துக் கொண்டான் யோஹான். அவன் இளைப்பாறக்கூடிய நேரத்தில் பாதி கழிந்து விட்டது என்று அவனுக்குத் தெரியும். மேலே பார்த்தனர். சிறு சிறு

விளக்குகள் மரங்களிலிருந்து தொங்கிக் கொண்டிருந்தன. மரங்களிலிருந்து சில இலைகள் காற்றில் மிதந்து வந்து கீழே விழுந்தன. அவை சரகுகள் அல்ல; மிகவும் பெரிதாகி விட்டதால், கனம் தாங்காமல் உதிர்ந்துவிட்டவை. மரியா அவனை உற்றுப் பார்த்த வண்ணம் உட்கார்ந்திருந்தாள். அவளுடைய உள்ளம் அமைதியாயிருந்தது. ஆயினும் அவள் சிரிக்கவில்லை.

பாலத்திற்கு அப்பாலிருந்த செருப்புத் தொழிற்சாலையிலிருந்து தொழிலாளர் வெளியில் வந்து கொண்டிருந்தனர். சிலர் அத்தோட்டத்தில் வந்து, காலியாக இருந்த மேஜையருகில் உட்கார்ந்தனர். மரியாவைப் பிடித்திருந்த கையை எடுத்துவிட்டு, அவர்களுடைய பேச்சைக் காது கொடுத்துக் கேட்டான் யோஹான். அரசாங்கம், பப்பான், வரப்போகும் மாரிகாலம், தேர்தல், கோல்டு அன் சன் முதலியவற்றைப் பற்றியெல்லாம் அவர்கள் பேசினார்கள். மரியாவின் கை இருந்த இடத்திலேயே இருந்தது. ஆனால் யோஹான், அவர்கள் பேசியதைக் கேட்பதற்காகப் பின்னுக்கு சாய்ந்து உட்கார்ந்திருந்தான். அவனிடம் பரபரப்புத் தோன்றிற்று. விவரிக்க முடியாத பயம் அவனைப் பிடித்துக் கொண்டது. இவ்வளவு பயம் அவனுக்கு என்றைக்கும் வந்ததில்லை. மரணத்திற்கு முன் ஏற்படும் பயங்கர வேதனையைப் போன்றதாக இருந்தது. முன்னொரு தடவை இதைப்போலவே ஓடி வந்தான். இப்போது, மீண்டும் தன் உயிருக்கே ஆபத்து வந்துவிட்டதென்ற நினைப்பு அவனை வதைத் தெடுத்தது. உடனே அங்கிருந்து புறப்பட்டு ஊருக்குள் ஓடிவிட நினைத்தான். தன்னுடைய மனிதர்களிடையில் இருக்க வேண்டுமென்ற ஆவல் பிறந்தது. அங்கிருந்து எழுந்து, ஹோட்டல் காரனுக்குக் கொடுக்க வேண்டிய பணத்தை மரியாவின் அருகில் வைத்து விட்டுப் புறப்பட்டான். மிகவும் தாமதமாகி விட்டது. மற்றொரு முறை சந்திப்போம். மரியா ஆச்சரியத்துடன் அவன் போவதைப் பார்த்தாள். அடுத்த மேஜைகளிலிருந்தவர்கள் சிரித்தனர். ஏன் அம்மா, உன் நண்பனுக்கு மிக அவசரம் போலிருக்கிறது" என்றனர்.

# 6

சுத்தமாகப் பெருக்கி, சுத்தம் செய்யப்பட்ட வீதிக்கு வந்தான் யோஹான். அங்கிருந்த பூங்காவுக்குள் நுழைந்து ஊர் வாசலையடைந்தான். கடை வீதியில் ஆள் நடமாட்டமில்லை. அப்படிப்பட்ட சமயங்களில் அது பிரம்மாண்டமானதாகத் தோற்றமளித்தது. சதுக்கத்தின் நடுவில் நிழலுக்காக இரு பெரிய குடைகள் கட்டியிருந்தனர். இங்குப் பழக்கடைகள் இருந்தன. அவன் தெருவைக் கடந்தான். அவனுடைய சொந்த ஊரில் கோயிலும், கடை வீதியும், தொழிற் பகுதியும் வெவ்வேறு இடங்களில் ஒதுங்கியிருந்தன. ஆனால் இங்கு அவை ஓரிடத்தில் நெருங்கியிருந்தன. கடையில் அவர்கள் தவணைப் பணம் வாங்கிக் கொள்ள மறுத்தனர். “ஏன், இரண்டு தவணைகளில் பணம் வாங்கிக்கொண்டால் என்ன? பொருளைக் கைப்பற்றுவதை விட இது உங்களுக்கு எவ்வளவோ நல்லது அல்லவா?” “அடுத்த மாதம் எப்படி வசூலிப்பது!” என்று முதலாளி கேட்டான். ‘கொடுக்கா விட்டால் அதன் பலனை அவன் அனுபவிக்க வேண்டியதுதான்’ என்று யோஹான் நினைத்தான். ஆனால் அவன் கூறியது வேறு, “அதற்குள் இந்த அறுவடை முடிந்துவிடும் அல்லவா?” “அதைப் பற்றி மிகவும் தெரிந்தவன்போல் பேசுகிறாயே. அப்போதுதான் தன்னிடம் பணமேயில்லாததுபோல் அவனுக்குத் தோன்றும்” என்று பதிலளித்தான் முதலாளி. உடல் கனமெல்லாம் ஒரு காலில் இருக்கும்படி நின்று கொண்டிருந்த யோஹான், இப்போது பொறுமையிழந்து அதை மறுகாலுக்கு மாற்றினான்; தோள்களை ஒரு தரம் குலுக்கிவிட்டு, முதலாளியிடமிருந்து ஒரு ரசீதை கிட்டத்தட்ட உருவிக்கொண்டு ஓடினானென்றே சொல்ல வேண்டும். அங்கிருந்து மாதாகோயில் புறமாகச் சென்று, முதலில் ஒரு சந்திலும், பிறகு மற்றொரு சந்திலுமாக விரைந்தான். ஒரு வீட்டிலிருந்து இரு ஸ்வஸ்திகா சின்னம் போட்ட கொடிகள் தொங்கிக் கொண்டிருந்தன. அதன்முன் செய்தித்தாளை உள்ளடக்கிய கண்ணாடிப்பெட்டி ஒன்று வைக்கப்பட்டிருந்தது. ஆங்கிரீவ் என்ற செய்தித்தாள் விரித்து வைக்கப்பட்டிருந்தது. ஆத்திரமும், துயரமும், படபடப்பும் தோன்றும் முகங்கள் அப்பெட்டியின் முன் நின்று கொண்டிருந்தன.

யோஹான் கூட்டத்துடன் கூட்டமாக நின்று மூன்று வாக்கியங்களைப் படித்தான். உடனே அவனுடைய உள்ளத்தில் பற்பல எண்ணங்கள் எழுந்து வதைக்கத் தொடங்கியவுடன், அவ்விடத்தைவிட்டு அகன்றான். கோல்டு அன்டு சன் கம்பெனியின் சங்கு அவ்வூரையே துளைக்கக்கூடியதாயிருந்தது. அதைக் கேட்டவுடன் அவனுக்குத் தூக்கிவாரிப் போட்டது. பழங்கள் வரும் காலத்தில் அவர்கள் அதிக நேரம் வேலை செய்வது வழக்கம். தொழிற்சாலையிலிருந்து கூட்டம் கூட்டமாக வந்த மக்கள் தெருக்களில் போய்க் கொண்டிருந்தனர், அவர்களில் பெரும்பாலோர் பெண்கள். கடைகளை மூடுவதற்கு முன்னால், பொருள்கள் வாங்கவேண்டுமென்று அவர்கள் அவசர அவசரமாக நடந்து கொண்டிருந்தனர். ஒரு ஷிப்டில் வேலை செய்த பெண்கள் வெளியில் வந்தால் போதும் - தெருவெல்லாம் நிறைந்துவிடும். அவ்வளவு சிறிய ஊர் அது. அதில் தனக்கு வேண்டிய செய்தியை சேகரிப்பது சுலபமென்று நினைத்தான் யோஹான். ஆயினும் எவரையும் கேட்க அவனுக்கு தைரியமில்லை. ரொட்டிக் கடையிலிருந்து வெளியில் வந்து கொண்டிருந்த பெண்பிள்ளையைக் கேட்டிருக்கலாம். அவளுடைய தலைமயிர் கறுப்பாக இருந்தபோதிலும், குட்டையாக இருந்தது. முகம் களைப்பாகவும், மஞ்சள் நிறமுள்ளதாகவுமிருந்தது. அவள் இரண்டு ரொட்டிகளுடன் கடையிலிருந்து வெளியில் வந்தாள். அவளுடன் பேசியிருந்தால் அவள் தன்னை வீட்டுக்கு அழைத்துச் சென்று, கணவனுக்கு அறிமுகப்படுத்தியிருப்பாள். அல்லது "நீ நாசமாய் போக" என்று திட்டிவிட்டுப் போனாலும், போயிருப்பாள். திறந்த கழுத்துடனிருந்த பச்சை ஜாக்கெட் அணிந்திருந்தாள். அதிலிருந்த சின்னம் என்னவென்று அவனால் பார்க்க முடியவில்லை.

கடைசியில் ஒரு சிறு கடைமுன் யோஹான் நின்றான். உண்மையில் அது கடை அல்ல. முன்பு யாரோ ஒருவர் வசித்த வீடு அது. அதன் ஜன்னலிலிருந்து பார்த்தால், தோல் பெல்ட் போல், ஊர்ப் பிரயாணம் செய்பவர்கள் உபயோகிக்கும் பொருள்களும் ஆன்டீபா சின்னமும் கிடந்தன. ஒரு சித்திரப் பத்திரிகையொன்று சுவரருகில் கிடந்தது. உள்ளே போவதற்கு

யோஹானுக்கு தைரியமில்லை. யாராவது வெளியில் வருவார்களாவென்று பார்த்தான். வெகுநேரம் கழித்து இருவர் வந்தனர். அவர்களை சரியான வாலிபர்களென்று சொல்ல முடியாது. ஆனால் உருவத்தில் இருவரும் சிறியவர்களாகவே இருந்தனர். ஒருவன் மெக்கானிக் உடையும், ஆன்டீபா சின்னமும் அணிந்திருந்தான். மற்றவன் சின்னம் எதுவும் அணியவில்லை; மெக்கானிக்கின் தோள்மீது கைபோட்டபடி வெளியில் வந்தான்.

யோஹான் அவர்களைப் பின்பற்றி ஓடினான். மிதி வண்டிகளைச் சீர்பார்க்கும் கடையொன்றில் அவர்கள் நுழைந்ததைப் பார்த்து, அவனும் அதற்குள் புகுந்தான். அதே சமயம், முன்பு கண்ட பெண், சமையற்கட்டிலிருந்து இரண்டு ரொட்டிகளை எடுத்துக்கொண்டு களைத்த முகத்துடன், வெளியில் வந்தாள். அவனைக் கண்டவுடன், “உனக்கு என்ன வேண்டும்?” என்று கேட்டாள். “லிப்சிக்கில் இருந்து வந்திருக்கும் தோழன் நான்” என்று பதிலளித்தான் யோஹான். “எங்களுடன் சாப்பிடப் போகிறாயா?” என்றாள் அப்பெண்மணி.

“நிச்சயமாகச் சாப்பிடுவான்” என்றான். மெக்கானிக் உடை தரித்திருந்தவன். அவனுடைய பெயர் உல்ப். மற்றொருவன்கூட முதலில் வீட்டுக்குப் போக நினைத்தான். பிறகு அவனும் இவர்களுடன் சேர்ந்து சாப்பிட உட்கார்ந்தான்.

தொழிற் பட்டறையை மூடிப் பூட்டிவிட்டு, அவர்கள் உள்ளே உட்கார்ந்தனர். டீ, புது ரொட்டி, ஈரல் குழம்பு முதலியவை அங்கு இருந்தன. மெக்கானிக்குக்கு லிப்சிக் முன்னாடியே தெரியும். எனவே அதைப் பற்றி விசாரித்தான். நீ கட்சியில் இருக்கிறாயா என்று யோஹானைக் கேட்டான். யோஹான் இன்னும் கட்சி அங்கத்தினனாகவில்லை, ஆனால் கட்சி அங்கத்தினரொருவரை உடனே பார்க்க விரும்புவதாகத் தெரிவித்தான். உடனே மெக்கானிக் அருகிலிருந்தவன் முதுகின்மீது கை வைத்து, “இதோ இருக்கிறான் ஒருவன்” என்றான். அவனுடைய பெயர் ரென்டல் என்று யோஹான் அறிந்து கொண்டான். கிராமத்திலிருக்கும்போதே ரென்டாலைப் பற்றி அவன் கேள்விப்பட்டிருந்தான்.

அங்கு வந்த காரணமென்னவென்று கேட்டான் ரென்டால். தயங்கித் தயங்கிக்கொண்டே யோஹான் தன் கதையை எடுத்துரைத்தான். உணவுத் தட்டைப் பார்த்தபடியே அவன் பேசினானென்றாலும், மற்றவர்கள் முகம் மாறுவதும், கடுமையாவதும் அவனுக்குத் தெரிந்தது. கடைசியில், "எங்களைப் பார்க்க வரும்போதுகூட நீ ஜாக்கிரதையாக இருக்கவேண்டும். ஆயினும் நீ எங்களுக்கு எவ்வளவோ செய்யலாம்" என்றான் ரென்டால்.

"இங்கு இருப்பது சுலபமாக இல்லை" என்றான் யோஹான். "தெருவில் நான் நடக்கும் போதெல்லாம், எல்லோரும் என்ன பேசுகிறேன் என்று என்னையே பார்க்கிறார்கள். ஓர் அறையில் அடைபட்டுகிடப்பவனைப் போன்ற உணர்ச்சி ஏற்படுகிறது."

"மக்களுடன் எல்லா வழிகளிலும் பேசிப் பழகக் கற்றுக் கொள்ளவேண்டும். அப்படிச் செய்வது உனக்கு நல்லது. அதற்காகக் குறைப்பட்டுக் கொள்ளாதே. அவர்களுக்கு சரியான வழிகாட்ட வேண்டுமானால், நீ அவர்களுடன் இரண்டு விதங்களில் பேசவேண்டும் - வெளிப்படையாகவும், ரகசியமாகவும் பேசக் கற்றுக்கொள்ள வேண்டும். சில சமயங்களில் பளிச்சென்று கன்னத்தில் அறைந்தாற்போல பேசவேண்டும். மற்ற நேரங்களில் மிருதுவாகப் பேசவேண்டும். குழந்தைகளுக்கு மருந்து கொடுப்பது போலத்தான். நல்லது, யோஹான் நான் இப்போது புறப்பட வேண்டும். என் மனைவிக்கு உதவியாகக் குழந்தைகளைப் பார்த்துக் கொள்ளவேண்டும். அவள் இப்போது கோல்டு அன்டு சன் கடை நிர்வாகஸ்தர்கள் குழுவில் இருக்கிறாள்."

இவ்வாறு யோஹானுக்கு பதிலளித்த பிறகு ரென்டால் புறப்பட்டுச் சென்றான். அங்கிருந்த பெண், "நாம் எவ்வளவு செய்தபோதிலும்கூட நீடர்வைலர்பாக்கைத் தாண்டி அப்புறம் போகமுடியவில்லையே" என்றாள். அதற்கு உல்ப், "ஒவ்வொரு ஞாயிற்றுக்கிழமையும் நாம் கிராமங்களுக்குப் போகிறோம். ஆனால் நமக்கு கார் வசதி சரியாகக் கிடைப்பதில்லை; அதற்கு வேண்டிய பணம் திரட்டுவதும் கஷ்டமாக இருக்கிறது. அக்கம் பக்கத்திலுள்ள நாஜிகளுக்கு மூன்று கார்கள் இருக்கின்றன. சாராயம் காய்ச்சும் தொழிற்சாலையிலிருந்து ஒன்று, பூட்சுக்கு

வர்ணம் பூசுகிறவர்களிடமிருந்து ஒன்று, பிரைடிஸிடமிருந்து ஒன்று - அங்கிருந்த பெண் எழுந்து விளக்கேற்றினாள். அங்கு குவிந்து கிடந்த கம்பிகள், மிதி வண்டிச் சக்கரங்கள், ஒடிந்த கட்டைகள் முதலியவற்றைப் பார்த்தான் யோஹான். மிகவும் தாமதமாகிவிட்டதோ என்னவோ? அவன் எழுந்தவுடன், ரென்டால் கூறியது சரி. அவ்வப்போது நீ எங்களுக்கு உதவ இடமிருக்கிறது. ஏனெனில் நீ சரியான இடத்திலிருக்கிறாய்-" என்று கூறினாள், அங்கிருந்த பெண் பிள்ளை.

அவ்விடத்தைவிட்டு வெளியில் வந்த பிறகு, யோஹான் மனதில் அமைதி ஏற்பட்டிருந்தது. ஊரில் அங்கங்கே விளக்குகள் எரிந்து கொண்டிருந்தன. அவனுடைய சொந்த ஊரிலிருந்த அவ்வளவு விளக்குகள் அல்ல, அவசியமான - அளவுக்கு இங்கும் இருந்தன. வெள்ளை வெளேரென்றிருந்த கடை வீதியும், டவுன் ஹாலும், ஊர்க் கோடி வரையில் பரந்து விரிந்ததுபோல் தோன்றியது. அவற்றின் மேல் பரப்பின்மீது, மங்கிய நிலவொளி விழுந்து கொண்டிருந்தது.

யோஹான் நெடுஞ்சாலையை அடைந்தான். கிராமத்திற்குச் செல்வது அவனுக்கு மிகச் சுலபமான வேலை. வழியில் திடீரென்று அவனுக்கு மரியாவின் நினைவு வந்தது. வரும் பொழுது ஹோட்டலில் அவளை விட்டுவந்த பிறகு, அவளைப் பற்றிய நினைவே அவனுக்கு இல்லை. தனக்காக மறுநாள் அவள் காத்திருப்பாள் என்று யோஹான் நினைத்தான். இது மிகச் சிறிய விஷயமே யாயினும், சற்று அவனுக்கு ஆறுதல் அளிப்பதாக இருந்தது. வாழ்க்கை வெறும் சுமையே என்ற நினைவைப் போக்குவதற்கு இந்த நினைவு அவனுக்கு. உதவியது. மிகத் தாமதமாகிவிட்ட போதிலும், பாஸ்தியனும் அவனுடைய மனைவியும் வாசலில் நின்று யோஹான் வரவுக்காகக் காத்துக் கொண்டிருந்தனர்.

"பார்த்தீர்களா, அவன் வந்துவிட்டான்."

"ஏன் வராமலென்ன? ஊருக்கு ஒரு கடிதம் எழுதி, அதை ரயிலிலுள்ள தபால் பெட்டியில் போட்டுவிட்டு வந்தேன். அதனால்தான் தாமதமாகிவிட்டது."

# 7

தந்தை செய்து கொண்டிருந்த வேலையைத் தான் மேற்கொண்டு, அவனுக்குச் சற்று ஓய்வு கொடுக்கலாமென்று மெர்ஸின் மகன் வயலுக்கு வந்தான். தகப்பனுக்கு அவன் தீங்கிழைக்க வந்தவனென்று நினைத்ததோ, என்னவோ - அங்கிருந்த சிறு நாய் கலப்பைக்கு இடதுபுறம் இப்படியும் அப்படியுமாக ஓடிக் குலைத்தது. ரொட்டி, பீர் பானம் ஆகியவற்றைக் கொண்ட பாத்திரங்களை மெர்ஸின் மனைவி வெள்ளைத் துணியில் சுற்றி அனுப்பியிருந்தாள். அவற்றை எடுத்து வந்தவன், வயலில் சில அடிகள் எடுத்து வைத்தான். அதற்குள், அன்றைய வேலை முடிந்து விட்டதால், குதிரைகளைக் கலப்பையிலிருந்து அவிழ்த்து விட்டான் மெர்ஸ், அவன் செய்வதன் அர்த்தத்தைப் புரிந்துகொண்ட மகனும் தந்தைக்கு உதவி செய்தான். மெர்ஸும், வேலைக்காரியும் இவ்வளவு நேரம் காடாரம்ப நிலம் வரை உழுது கொண்டிருந்தனர். குதிரைகளை இப்போது செல்லமாக அழைத்து, வரப்புக்கு அப்பால் மேய்ச்சல் தரையாகக் கிடந்த இடத்தில் மேயவிட்டான். அவ்வூரில் பொதுவாக அப்படி விடமாட்டார்கள்.

அவனும், அவனுடைய மகனும் வரப்பின் மேல் வந்து உட்கார்ந்தனர். ஓய்வு நேரம் அதிகமாக இருக்குமென்று தெரியுமாதலால், அவர்களிருவரும் அப்படியே மல்லாந்து படுத்தனர். குதிரைகளுக்கே இது ஆச்சரியமாக இருந்தது. அவர்களை ஒரு கணம் நின்று பார்த்துவிட்டு, சுற்றிச் சுற்றி ஓடத் தொடங்கின. ரொட்டியைத் தின்று கொண்டே அவர்கள் குதிரைகளைப் பார்த்தனர். இந்தப் பக்கங்களில், தங்களைத் தவிர வேறு எவரும் இப்படி குதிரைகளைச் சுயேச்சையாக மேய விடுவதில்லை என்று நினைப்பதில் அவர்களுக்கே திருப்தி. வெய்யில் காலம் போய்விட்ட போதிலும், நிலம் இன்னும் சூடாகவே இருந்தது.

அப்போது மெர்ஸ் திடீரென்று பேசத் தொடங்கினான். "இதோ பார். ஸோபி பாஸ்தியனுக்கும், உனக்கும் கலியாணப்

பேச்சு விஷயம் இருக்கிறதே - அது ஒன்றும் சரியாக வருமென்று தோன்றவில்லை.”

அவனுடைய மகன் புருவங்களை உயர்த்திப் பார்த்தானே தவிர, தந்தை கூறியதை மறுக்கவில்லை. முகத்தில் புன்னகையுடன், “எல்லாம் சரியாக வரும், அப்பா.உங்களுக்கு அதைப் பற்றிக் கவலையே வேண்டியதில்லை” என்றான்.

“அசட்டுத்தனமாகப் பேசாதே. அவர்கள் எப்போதும் அப்படித்தான் என்று நினைத்தோம். ஆனால் அவனுடைய மகன் இருக்கிறானே அந்தப் பயல், அவனைப்பற்றி சிந்திக்க வேண்டும். கிழவன் அவளுக்கென்று பணம், காசு கொடுக்கப் போவதில்லை. கட்டிய துணியைத் தவிர அவளுக்கு வேறு ஒன்றும் கிடைக்காது.”

“நல்லது, அதனால் என்ன?” இவ்வாறு கேட்ட பிறகு அவ் விளைஞனுடைய கண்களிலிருந்த உணர்ச்சி மறைந்தது. போன ஞாயிற்றுக்கிழமை முதல் அவனுடைய உள்ளத்தைக் கிளறிக் கொண்டிருந்த பொருள் பற்றி நினைவு வரும் போதெல்லாம், உணர்ச்சியற்ற தோற்றமும் உண்டாயிற்று. அடுத்திருந்த வயல்களிலிருந்து, உரமும், கனிவும் நிரம்பிய கனைப்புச் சத்தம் கேட்டது. உடனே அவர்கள் இருவரும் பேசிக் கொண்டிருந்த விஷயத்தை மறந்து விட்டனர். அவர்கள் இருவருடைய முகத்திலும் பேரானந்தம் தோன்றிற்று.

மெர்ஸின் மகன் எப்போதும் அமைதியாகவே பேசுவான். இப்போது அதைவிட அமைதியான குரலில், “இதைப் பற்றிப் பேசாமல் இருந்துவிடுவதே நல்லது. அவளுக்கென்று சொத்து சுகம் இருக்குமானால், இருக்கட்டும். இல்லாவிட்டால் அதை விட நல்லது” என்றான்.

அப்படிச் சொன்னானே தவிர, பணமே இல்லை யென்றால் எப்படி நல்லது என்று அவனுக்கும் தெரியாது. ஆனால் தலைக்கு அணி, பணம், கலியாண உடைகள், உறவினர் ஆதரவு இவை எதுவுமில்லாமல், கட்டின துணியுடன் தன்னிடம் வருபவள், முற்றிலும் தன்னை நம்பியே இருப்பாள் என்ற பெருமை அவனுள் இருந்திருக்கலாம். “இந்த இலையுதிர் காலம் முடிவதற்குள்

விவாகத்தை முடித்துக் கொள்ளுகிறேன் - ஆமாம், அப்படித்தான் செய்யவேண்டும்."

அவன் இரண்டு கைகளையும் ஆட்டி, தனது திட்டமான முடிவு இது என்பதை எடுத்துக் காட்டினான். அதில் அப்பெண்ணுக்கும், தனது கௌரவத்திற்கும் ஆபத்து இருப்பதாக மொர்ஸுக்குத் தோன்றிற்று. இதுவரையில் மகனைக் காட்டிலும் அறிவிலும், உடல் வலிவிலும் அவன் உயர்ந்தே விளங்கினான். பையன் இன்னும் சிறுவன்தானே.

அவளுக்கு நீ ஏதாவது அளிக்க விரும்புகிறாயா? அப்படியானால், ஒன்று செய். நீ கொடுக்க நினைப்பதைக் கொடு. உன் பங்கிலிருந்து அதை எடுத்துக் கொள்ளுகிறேன். எப்படியும் அந்த வீட்டை விற்கப் போகிறேன் அல்லவா?

இதைக் கேட்டு இளைஞன் ஆச்சரியமடைந்தான். கடை வீதியிலிருந்த காஸ்திரீசியஸ் வீடு மொர்ஸுக்குச் சொந்தமான தென்று அந்த கிராமத்தினருக்குக்கூடத் தெரியாது. அதை அவன் 1923ல் வாங்கினான். ஒயிட்மன் இயந்திரத் தொழிற் சாலைக்குக் கொடுக்க வேண்டிய பவுன் கடனைக் காஸ்திரீசியஸ் கொடுக்க முடியவில்லை. அதனால் அவ்வீட்டை அவன் விற்க வேண்டியதாயிற்று. அப்போது, "காஸ்திரீசியஸின் கடை மட்டுமல்ல, அதன் மீதுள்ள கூரையையும் சேர்த்து வாங்கி விட்டேன்" என்று பெருமைப்பட்டுக் கொண்டான், மொர்ஸ். இப்போது தந்தை அவ்வீட்டை விற்கப்போவதாகக் கேள்விப் பட்டதும், "எல்லாம் போக, அவ்வீட்டை எதற்காக விற்க வேண்டும்?" என்று கேட்டான் மொர்ஸின் மகன்.

"ஒரு பெரிய செல்வத்தோடு மனைவி வரவேண்டும் என்று நினைக்கும் உதவாக்கரைப் பயலை உனக்குத் தெரியுமா?" என்றான் கிழவன்.

மகன் ஒன்றும் புரியாமல், "யாரது?" என்று கேட்டான்.

"உன் தங்கைக்குக் கணவனாக வரப் போகிறானே அவன். அவன் என்ன சொன்னான் தெரியுமா? மாமா, லூசியின் குடும்பம் அழகாக நடப்பதற்கு-" என்று மொர்ஸ் ஆத்திரத்துடன் ஆரம்பித்தான். அவனையும் அறியாமல் தனது பெரிய தாடியைச்

சிறு பந்துபோல் உருட்டி இழுத்தபடி ரிவ்க்கைப் போல் பேசிக் காட்டினான்.

“ரிவ்க்குடன் நான் பேசுகிறேன்”

“உன்னால் அது முடியுமா, என்ன?”

“நிச்சயமாக இன்றைக்கே செய்கிறேன், பாருங்கள்.”

“உழவு முடிந்தவுடன், நான் இன்று டவுனுக்குப் போக வேண்டும். கிரால் ஹோட்டலில் என்னைச் சந்திக்கும்படி நாப்தெலுக்குச் சொல்லியனுப்புகிறேன். இவற்றையெல்லாம் பற்றி அவன் என்ன நினைக்கிறான் என்று பார்க்கலாம்.”

எல்லாம் இப்படியே நடந்து கொண்டு போகுமானால், இக் குதிரைகள், நிலங்கள் முதலியவற்றை வைத்துக்கொண்டு மகன் எவ்வித சுகத்தையும் அனுபவிக்கப் போவதில்லை என்று மெர்ஸ் நினைத்தான். அந்த நிலை வரும்போது ‘ஒன்றுமில்லையானால், அதைவிட நல்லது’ என்று அவன் சொல்லமாட்டான். பாஸ்தியன் வீட்டுத் தோட்டத்தையும், அந்த ஞாயிற்றக் கிழமையையும் நினைக்கும் போதெல்லாம் அவனுக்கு ஆத்திரம் வந்தே திருமென்பது கிழவன் கருத்து.

அனுடைய மகன் விழித்த கண் விழித்தபடியே இருந்து விட்டு, “அவன் யாரென்று தெரியுமா, அந்த ரிவ்க்?” என்று கேட்டான்.

“அவனையே கேள். சுலபமாகக் காலத்தை ஓட்டிவிட்டுப் போக நினைக்கிறேன். சுத்த சோம்பேறிப் பயல். கம்பளியில் புகுந்த மூட்டைப் பூச்சி மாதிரி, இங்கே வந்து புகுந்து கொள்ளப் பார்க்கிறான். நிச்சயம் செய்த கலியாணத்தைக் கலைக்க ஒருவரும் விரும்ப மாட்டார்களல்லவா?”

இளைஞனுக்குச் சிரிப்பு வந்துவிட்டது. “அவன் கைத்தடிக்குள் பணத்தை மறைத்து வைத்துக்கொண்டு திரிகிறான். அந்தத் திருட்டுப் பயல் தன்னைப் பற்றி என்ன நினைத்துக் கொண்டிருக்கிறான், தெரியுமா? ‘பெரிய மனிதன் மாதிரி நடந்து கொண்டு, அக் குடியானவன் மகளைக் கலியாணம் செய்து கொண்டால்...?’”

அவன் எழுந்திருந்தான். தந்தையின் மனம் அமைதியாக இருந்தது. இப்போது நடந்த பேச்சினால் ஒரு பயனுமில்லை யென்றாலும், அவர்களிடையில் பரஸ்பர நம்பிக்கை உண்டாயிற்று. அங்கிருந்து இளைஞன் விடுசேர பத்து நிமிஷமாயிற்று. அவன் நேராகத் தோட்டத்திற்குச் சென்றான். அங்கு துணி காயப் போடுவதற்குக் கொடி கட்டும் முயற்சியில் ரிவ்க் லூசிக்கு உதவி செய்து கொண்டிருந்தான்.

"என்ன செய்தி, ரிவ்க்? உன்னுடன் ஒரு நிமிஷம் பேச வேண்டும்" என்றான்.

கலியாணம் நிச்சயமான பிறகு அவன், தனது மைத்துனனுடன் ஒரு வார்த்தைகூடப் பேசியதில்லை. அவர்கள் ஒருவரையொருவர் சந்தித்துக் கொள்ளும்போது, ரிவ்க்குக்கு என்னவோ போலிருக்கும். இப்போதுகூட அவனுக்கு ஒரு மாதிரியாகத்தான் இருந்தது.

"இதோ பார், ரிவ்க். ஞாயிற்றுக் கிழமைகளில் மட்டுமே. நீ இங்கு வருகிறாய். மற்ற நாட்களில்கூட இங்கு வந்தால் பாலும், பழமும் கிடைக்கும் -"

லூசி எங்கிருக்கிறாளென்று இங்குமங்கும் பார்த்தான் ரிவ்க். பிறகு அகல மூக்கும், கருத்த முகவாயுமாக நின்ற இளைய மெர்ஸைப் பார்த்தான். வாலிபனுடைய முகம் வெய்யிலினாலும், வியர்வையாலும் வீங்கிய தோற்றமளித்தது. அவனும் பள்ளியாசிரியனின் வெளிறிட்ட முகத்தைப் பார்த்தான். அவர்களுடைய பார்வையில் திடீரென்று வெறுப்புத் தோன்றியது. "நீ எதைப் பற்றிப் பேசுகிறாய் என்றே புரியவில்லை" என்று மெதுவாகக் கேட்டான்.

"கலியாணத்திற்குக் கொடுக்க வேண்டிய பங்கைப் பற்றித்தான் கூறுகிறேன்."

"கலியாணத்திற்குப் பங்கா? எல்லாவற்றையும் சீராக வைத்துக்கொண்டு, குடும்பத்தைத் தொடங்குவதற்கு ஆயிரம் மார்க் பணம் தரும்படி உங்கள் தகப்பனாரைக் கேட்டேன். ஏனெனில்..."

இளைஞன் மொர்ஸுக்கு திடீரென்று அப்போதுதான் நிலைமை புரிந்தது. ஆயிரம் மார்க் மதிப்புள்ள பொருள்களை தந்தை விற்றாக வேண்டும். "இந்தப் பக்கங்களில் பெண் வீட்டுக்காரார்களுக்குக் கலியாணச் செலவு மட்டும் கிட்டத்தட்ட அவ்வளவு ஆகுமே."

சமாதானமான குரலில், "ஆமாம், தெரியும். நானும் இந்தப் பக்கத்துக்காரன் தானே. என்னைப் பொறுத்த வரையில், இதெல்லாம் ஒன்றுமில்லாமல் நடத்தி விடுவதுகூட எனக்கு இஷ்டம்தான்."

"லூசி" என்று அண்ணன் அழைத்தான்.

லூசி வந்து அவர்கள் இருவருக்கும் இடையில் நின்றாள். குடியானவர் அணியும் உடையே அவள் அணிந்திருந்தாள். தலையில் ஒரு கைக்குட்டையைக் கட்டிக் கொண்டிருந்தாள். ரிவ்க் ஷர்ட்டும், டையும் அணிந்திருந்தான்.

"இதோ பார், லூசி. உனக்கு மற்றவர்களைப்போல், சிறப்பான முறையில், விவாகம் செய்துகொள்ள வேண்டு மென்றிருக்கிறதா?"

லூசிக்கு இந்தக் கேள்வி ஆச்சரியமளித்தது. "ஆமாம்" என்றாள்.

அந்த நிமிஷத்தில், ஏதோ ஒரு சிந்தனை எழுந்ததன் விளைவாக இளைஞனுடைய கண்களில் உணர்ச்சியற்ற பார்வை படர்ந்தது. அவனுக்கும் கலியாணமாகப் போகிறது. அதில் பெண் வீட்டாரிடமிருந்து என்ன எதிர்பார்க்கலாம்? இந் நினைப்பு அவன் உள்ளத்தில் எழுந்தது. ரிவ்க் மீது கடுமை யாகச் சொல்மாரி பொழிய நினைத்த அவனுடைய எண்ணம், இப்போது திடீரென்று மாறிவிட்டது. "அது சரி. பெரிய இரட்டைக் கலியாணமாக நம் வீட்டில் நடத்தி விட்டால் போகிறது" என்றான்.

# V

"ஏன் மீண்டும் கிராமத்துக்கு வந்துவிட்டாய்?"

"நான் சொன்னாலும்கூட உனக்குப் புரியாது."

"புரியாமலென்ன? சும்மா சொல்லு."

"நிலத்தை ஒருவர் உழும்போது, அங்கேயே தம்மை ஒரு நாள் புதைக்கப் போகிறார்கள் என்ற நினைவு அவருக்கு வருகிறது. அந்த அளவு நிலமாவது தமக்குச் சொந்தமாக இருக்கும். அது தம்முடையதுதான் என்ற உறுதிப்பாடு ஏற்படுகிறது."

"அதெல்லாம் உன்னுடையதென்று கூறிக்கொள்ளுவதால், உனக்கு என்ன வருகிறது? அது உன்னுடையதல்ல என்பதனால் உண்டாகும் நஷ்டமென்ன?"

அதுதான் சொன்னேனே நான் சொன்னாலும் உனக்குப் புரியாது என்று. தனக்கென்று ஒரு பொருள் ஒவ்வொரு வருக்கும் வேண்டும். அவனவனே சம்பாதித்துக் கொண்டது தான் அவனுக்குச் சொந்தமாக இருக்கும். யாருக்காக வேலை செய்கிறோம் என்று தெரியாமலே இருக்கும் ஒருவனுக்கு இப்படிப்பட்ட வாய்ப்புக் கிடைக்காது."

"நான் உனக்கு மோசமாகவா வேலை செய்தேன்?" என்று யோஹான் கேட்டான்.

பாஸ்தியனுக்குத் தூக்கிவாரிப் போட்டது; ஆச்சரியத்துடனும், பயத்துடனும், அவன் பாதி மூடியிருந்த தன்னுடைய பூனைக் கண்கள் மூலம் யோஹானைப் பார்த்தான். "நான் சொன்னது அதுவல்ல. நீ நல்ல உழைப்பாளி." அவர்கள் எதிரிலிருந்த நாற்காலியின் மேல் பல சிறு கருவிகள் கிடந்தன. அவற்றைச்

சரிபார்த்து, சீர்படுத்திக் கொண்டிருந்தனர். டோரா கிழிந்த உடைகளைத் தைத்துக் கொண்டிருந்தாள். சிறுவர்கள் அங்கிருந்த ஆணிகளை அதனதன் நீளத்திற்குத் தகுந்தபடி பிரித்து, தீப் பெட்டிகளில் போட்டுக் கொண்டிருந்தனர். பொருள்களை சீர்படுத்துவதில் யோஹான் நிபுணன். அவர்கள் அங்கு உட்கார்ந்து வேலை செய்து கொண்டிருந்தபோது, வாசல் கதவு திறக்கப்படும் சத்தம் கேட்டது. கதவருகிலிருந்த பீப்பாயை யாரோ உதைத்ததும், டக் டக் என்று வெடி வெடித்தது போன்ற காலடிச் சத்தமும், மூவர் பேச்சுக்குரலும், வீட்டுக் கதவு தட்டப்படும் சத்தமும் அடுத்தடுத்துக் கேட்டன. “உள்ளே வரலாம்” என்று கூறு முன்னரே கதவைத் திறந்து கொண்டு அவர்கள் உள்ளே வந்து விட்டனர். பாஸ்தியன், யோஹான், குழந்தைகள் ஆகியவர்கள் எல்லோரும் திடுக்கிட்டு, வந்தவர்களை நோக்கினர்.

ஆனால் பாஸ்தியனைப் பொறுத்த வரையில், திடுக்கிடக் காரணம் எதுவுமில்லை. தலையை ஆட்டினான். அவனுக்குத் தெரிந்த காட்லிப், கிறிஸ்டியன் குங்கல், குங்கலுடன் உழைத்துப் பாடுபடும் கோஸ்லின் ஆகிய மூவருமே. பளபளவென்று மின்னும் பூட்சுகளும், பெல்ட்டும் அணிந்து அங்கு வந்திருந்தனர். அங்கு வந்து, கையிலிருந்த உண்டியலைக் குலுக்கினர்.

காட்லிப் குங்கல் கதவருகில் நின்றான். முன்பு அவன் மிகவும் இளைத்திருந்தான். கடந்த ஒரு மாதமாக அறுவடை வேலையில் தீவிரமாக ஈடுபட்டிருந்ததால், அவனுடைய உடல் வலுவும், உறுதியும் பெற்றிருந்தது. வேலையில் ஈடுபட்டிருக்கும் நேரம் போக, மற்ற சமயங்களில் எல்லாம் அவன் தன் அண்ணனை சந்தேகக் கண்ணோடு, கூர்ந்து கவனிப்பது வழக்கம். இப்போதும் அப்படி நோக்கியவாறு நின்றிருந்தான். இங்கு வந்த வாய்ப்பைப் பயன்படுத்திக்கொண்டு அறையையும், மேஜை மீதிருந்த கருவிகளையும் ஒருதரம் பார்த்தான் குங்கல்.

கோஸ்லின் பல துண்டுப் பிரசுரங்கள் கொண்டு வந்திருந்தான். மேஜைமீது ஒரு மூலையில், காலியாக இருந்த இடத்தில் அவற்றை வைத்தான். “பாஸ்தியன், நாஜி தேர்தல் நிதிக்கு ஐம்பது காசுகொடு. அது உனக்குக் கஷ்டம்தான் என்று எனக்குத் தெரியும். ஆனால் யாருக்குக் கொடுக்கிறாய் என்பதை

நினைத்துப்பார். ஹிட்லருடைய கைக்கு இந்தப் பணம் போய்ச் சேருகிறது. இதை அவர் மிக கவனமாகப் பாதுகாத்து, உன் குழந்தைகளுக்கு நிலமும், உணவும் கிடைக்கச் செய்யப் போகிறார், பார்" என்றான்.

வந்த சிரிப்பை அடக்கிக் கொண்டான் பாஸ்தியன். அவனுடைய சிரிப்பு முகம் கண்டதும், 'கிராமத்திற்குத் திரும்பி வருமுன் அவன் இப்படித்தான் இருந்தான்' என்று யோஹான் நினைத்தான். "என்னிடம் ஐம்பது காசுகள் இருந்தால், அதைக் கொண்டு என் குழந்தைகளுக்கு இப்போது ஏதாவது வாங்குவேன், தம்பி" என்று பாஸ்தியன் கூறினான்.

"காசு கொடுக்க முடியாவிட்டால், உங்கள் நேரத்தில் ஒரு மணி நேரமாவது கொடுக்கலாம். அதையாவது செய்வீர்கள் அல்லவா அப்படிச் செய்வதாக வாக்களியுங்கள்."

பாஸ்தியன் முகத்தில் இருந்த புன்னகை இப்போது மறைந்து விட்டது. மெல்லவும் முடியாமல், துப்பவும் முடியாமல் திண்டாடினான். அவன் வாக்களித்தால், வாக்களித்தபடி நடக்க வேண்டும். அவன் வாக்களிக்கவில்லையென்றால்.... இம்மூவருக்கு ஆதரவாக கிராமத்தில் எத்தனை குடும்பங்கள் இருந்தனவென்று தெரிந்துகொள்ள முயன்றான். பயத்துடன் யோஹானை நோக்கினான்.

சரியாக இதே சமயத்தில், பாஸ்தியனின் முகத்தை உன்னிப்பாகக் கவனித்த கோஸ்லின், யோஹானைப் பார்த்து, "நீகூட வருகிறாய் அல்லவா? பாஸ்தியனையும் அழைத்து வா" என்றான். அவர்கள் ஒருவரையொருவர் பார்த்தனர். அவர்கள் இருவருக்கும் ஒரே கருத்து உதித்ததைப் போல் தோன்றிற்று: 'நான் கூறியதற்கு ஒத்து வருவாய் என்றே நினைக்கிறேன். உன்னுடைய தோற்றம் எனக்குப் பிடித்திருக்கிறது.' முதலில் யோஹானின் இதயம் படக் படக்கென்று அடித்துக் கொண்டது. ஆனால் விரைவில் தன்னைத்தானே கட்டுப்படுத்திக் கொண்டான். அவர்கள் இஷ்டம் ஒருபுறமிருக்க, தங்களுக்குள் ஏதோ ஒருவித இணைப்பு இருந்த மாதிரி அவர்கள் இருவரும் ஒருவரை யொருவர் சற்று நேரம் பார்த்துக் கொண்டனர் - குங்கல்

உண்டியலை மீண்டும் குலுக்கியதால் அங்கு நிலவிய நிசப்தம் கலைந்தது. அவனுடைய கூரிய பார்வையினால் பாஸ்தியனுக்குக் கலகலத்து விட்டது. அச்சிறுவன் தன்னை ஏதாவது செய்ய முடியுமா? நீண்ட பெருமூச்சுவிட்டு, பத்துக் காசுகளை எடுத்து உண்டிப் பெட்டியில் போட்டான். வந்தவர்கள் அவனுக்கு வந்தனமளித்துவிட்டு, "வாழ்க" என்று கத்திக்கொண்டு அவ்விடத்தை விட்டு அகன்றனர்.

யோஹானும், பாஸ்தியனும் தங்கள் இடங்களுக்குச் சென்று வேலை தொடங்கினர். வெகுநேரம் ஒருவரும் பேசவில்லை. கடைசியில் பாஸ்தியன், "இதைப்பற்றி உன் கருத்து என்ன?" என்றான்.

"நீ என்ன நினைக்கிறாய்?"

"இதெல்லாம் உபயோகமில்லாத வேலை."

"அப்படியானால் பத்துக் காசுகளை எதற்காகக் கொடுத்தாய்?"

"இருக்கிற தொல்லையை அதிகரித்துக்கொள்ள வேண்டாமென்றுதான்."

அங்கு வந்த மூன்று இளைஞர்களும் ஷூச்சிலின் வீட்டுக்குப் போனார்கள். அவர்கள் வருவதை முன்னாடியே பார்த்த ஷூச்சிலின், அவர்களை சந்திப்பதற்குத் தன் மனைவியை அனுப்பினான். குழந்தையை அவள் பெரிய துணியில் சுற்றி எடுத்துக்கொண்டாள். நடந்துகொண்டே குழந்தைக்குப் பால் கொடுப்பதற்கு இசைவாகத் தோள்களைக் குறுக்கியவாறு, பெருமூச்சுடன் வந்து கதவைத் திறந்தாள். வாயை மூடிக்கொண்டு அவளால் மூச்சுவிட முடியவில்லை. அவள் பேசியது மற்றவர்களுக்குக் கேட்டதா என்பது சந்தேகம்; "ஒருவரும் வீட்டில் இல்லை."

கோஸ்லினினுடைய ஒளி முகத்தில் வெறுப்பும், பயமும் தோன்றின. அவனும், அவனுடனிருந்தவர்களும் அவசர அவசரமாக அங்கிருந்து அகன்றனர்.

நிக்கலஸ் வீட்டில், அவனுடைய தாய், குதிரை லாயத்தி லிருந்தவாறே அவர்களுக்குப் பதிலளித்தாள். "உங்களுடன் பேச நேரமில்லை. நீங்கள் வருவீர்களென்று நிக்கலஸ் கூறினான். சமையலறை மேஜைமீது பத்துக் காசு இருக்கிறது. வேண்டுமானால் அதை எடுத்துக் கொள்ளுங்கள். ஆமாம் - அதைத்தான்.

அங்கிருந்து அவர்கள் ஆல்கியர் வீட்டுக்குச் சென்றனர். அவர்களுடைய குடும்பத்தினர் எல்லோருமே உணவு கொள்ள உட்கார்ந்திருந்தனர். அவர்கள் உள்ளே வந்ததைக் கண்டவுடன் பால் முகம் சிவந்துவிட்டது. அவனுடைய தாய், சகோதரி ஆகியவர்களுடைய முகங்களும் மாறின. ஆல்கியர் அமைதியாக, "நான் ஏழை. உங்களுக்குக் கொடுப்பதற்கு என்னிடம் ஒன்றுமில்லை. மேலும் என் மகன்தான் உங்களுடன் சேர்ந்திருக்கிறானே" என்றான்.

"அவனை சுலபமாகவா சேரவிட்டீர்கள்? என்னென்ன வெல்லாமோ செய்து அல்லவா, கடைசியில் சேருவதற்கு அனுமதித்தீர்கள்" என்றான் குங்கல்.

"அது இருக்கட்டும்" என்று கூறி, குங்கலின் சட்டையைப் பிடித்து இழுத்தான் கோஸ்ஸின்.

ஆல்கியர் பதிலளிக்கையில், "நான் வயதானவன். அரசியலில் பங்கு கொள்ள என்னால் முடியாது. உங்களை நான் ஆதரிக்கவு மில்லை, எதிர்க்கவுமில்லை" என்றான்.

"என்னை ஆதரிக்காதவர்கள் எல்லாம் என்னை எதிர்ப்பதாகவே அர்த்தமென்று கூறுவார்கள், தெரியுமல்லவா, உனக்கு?" என்றான் கோஸ்லின்.

நாவினால் கன்னத்தைத் தள்ளினான் ஆல்கியர். "ஆமாம், எனக்குத் தெரியும். அதனால்தான் அப்படிச் சொன்னேன், தம்பி" என்று கூறியதைப் போலிருந்தது அவன் முகம்.

"வாழ்க - பால், நாளைக்குச் சந்திப்போம்."

பயமும், வெட்கமும் கலந்த குரலில், "வாழ்க" என்றான் பால். அவனுடைய தோழர்கள் கதவை மூடிக்கொண்டு போன

பிறகு, இவர்கள் என்ன சொல்வார்களோ என்ற அச்சம் எழுந்தது. அவனுடைய அம்மாவுக்கு மட்டுமே இது ஆச்சரியமாக இருந்தது; தந்தை தனது நாக்கை இப்படியும், அப்படியுமாகத் திருப்பினானே தவிர, ஒன்றும் பேசவில்லை.

அங்கிருந்து மூன்று இளைஞர்களும் ஆசிரியர் ரிவ்க்கிடம் வந்தனர். “ஐயா, ரிவ்க். நாஜி கட்சி தேர்தல் நிதிக்கு இரண்டொரு மார்க் பணம் கொடுங்கள்” என்றனர்.

“முடியாது, தம்பிகளே; காரணம் உங்களுக்கே தெரியும்.”

“நீங்கள் கொடுப்பது பற்றிய செய்தி இவ்வறைக்கு வெளியில் போகாது. சத்தியமாகச் சொல்லுகிறோம், ஐயா.”

இருதலைக்கொள்ளி எறும்புபோல் இருந்தான் ரிவ்க். அவர்களுக்குப் பணம் கொடுத்தால், அது அவனை உடனடியாக பாதிக்கும்; கொடுக்காவிட்டால், அது நாளை பாதிக்கும். ஆனால் ஒன்று மட்டும் நிச்சயம். இன்று இன்றுதான், நாளை நாளைதான்.

“இன்னொரு தடவை பார்த்துக்கொள்ளலாம், தம்பிகளா, மனதில் எதுவும் வைத்துக்கொள்ள வேண்டாம். உத்தியோகத் திலிருப்பவர்களிடம் பதினைந்தாந் தேதிக்குப் பிறகு பணம் இருக்காது. போய் வாருங்கள் வாழ்க.”

அதற்குப் பிறகு அவர்கள் மெர்ஸைப் பார்க்கச் சென்றனர். கதவைத் தட்டு முன்னரே அவருடைய மகன் வயல் வெளியிலிருந்து ஓடி வந்து, “நில்லுங்கள். அப்பாவைப் பார்ப்பதற்குச் செய்யும் முயற்சியை நீங்கள் கைவிட்டுவிடலாம்” என்றான்.

“உன்னுடைய சேதி என்ன?”

“அதெல்லாம் கலியாணமான பிறகு. ஒருத்தியை மணம் செய்து கொண்ட பிறகு, நான் உங்களுடைய ஆள். அப்போது என் வீட்டுக்கு நானே எஜமானாக இருப்பேன் - கலியாணமான பிறகு.”

அவர்கள் மேலே நடந்தனர். அவர்கள் இன்று முதன் முதலில் பண வசூலுக்குக் கிளம்பியபோது, பகல் வெளிச்சம் இருந்ததால், மக்கள் அங்கங்கே வேலை செய்து கொண்டிருந்தனர்,

அவர்கள் தெரு நடுவிலுள்ள வீடுகளுக்கு வந்த போது, எல்லோரும் அவரவர்களுடைய இரவுச் சாப்பாட்டை முடித்து விட்டனர். கடைசி வீட்டிற்கு அவர்கள் சென்ற நேரத்தில், அவ்வீட்டு விவசாயியின் மனைவி, குழந்தைகளைப் படுக்கையில் வைத்துத் தூங்கப்பண்ணிக் கொண்டிருந்தாள்.

## 2

இரு பெரிய டிரக்குகளும், பிரைடிஸின் காரும், ஹோட்டல் எதிரிலிருந்த சதுக்கத்தில் நின்றன. பெண்களும், குழந்தைகளும் அவற்றை வேடிக்கை பார்த்துக் கொண்டிருந்தனர். அங்கு ஆண்கள் அதிகமில்லை. அவர்கள் எல்லோரும் உள்ளேயிருந்தனர். சிலருக்கு அங்கு வந்து நிற்பதற்கு இஷ்டமில்லை. கதவுக்கு முன்னால் ஒரு பெரிய ஸ்வஸ்திகா கொடி தொங்கிக் கொண்டிருந்தது. அதன் கீழ்ப் பக்க ஓரம் பூமியில் புரண்டு கொண்டிருந்தது. மற்றொரு ஓரம் மேலே கூரைக்கும் மேலே தொங்கியது. கிராமத்தின் இருண்ட தெருக்களில் மேலும் மூன்று கொடிகள் நடப்பட்டிருந்தன. கிராமமே மாறிப்போனது போல் தோன்றியதால், அவ்வூர் குழந்தைகள் எல்லோரும் மிகவும் ஆச்சரியமடைந்தனர். அச்சின்னம், பிரம்மாண்டமான சிலுவைக்குக் கை வைத்தது போலவும், அது தங்களைப் பிடித்து நசுக்குவதற்குத் துழாவுவதைப் போலவும் அச்சிறுவர்கள் நினைத்து நடுக்கமுற்றனர்.

முதலில் ஹோட்டல்காரன் தனது அறைக்குச் செல்லும் கதவைத் திறந்து விடுவதற்கு இசையவில்லை. பிரைடிஸ் அவனுக்கு இரண்டு மார்க் பணம் கொடுத்தான். அங்கு ஒரு கூட்டம் ஏற்பாடாகி இருந்தது. அது தொடங்குவதற்குப் பதினைந்து நிமிஷங்களுக்கு முன்னால், பிரைடிஸ் வந்து சேர்ந்தான். குறித்தபடி அவன் வந்தவுடன், அந்த கிராமத்திலுள்ள நிலைமை பற்றியும், பேச வேண்டிய விவரங்கள் பற்றியும் கோஸ்லின் விரைவில் அவனுக்கு விளக்கி வைத்தான். சில சமயங்களில் அவன் புருவங்களை உயர்த்தி, ஹோட்டல் முன்புறமிருந்த கூடத்தை நோக்கினான். அங்கு கூட்டத்துக்காக, வரிசையாகவும், நெருக்கமாகவும் நாற்காலிகள் போட்டிருந்தனர். கூட்டம் மிக கவனத்துடன் ஏற்பாடு செய்யப்பட்டிருந்தது: கொடிகள்,

சுவரொட்டி விளம்பரங்கள், துண்டுப் பிரசுரங்கள், முந்திய இரவு வசூலான பண விவரம் ஆகிய எல்லாவற்றையும் தயாராக வைத்திருந்ததுடன், ஒரு கோஷம்கூட இந்தக் கூட்டத்துக்காகக் கட்டியிருந்தனர். 'ஜெர்மானியக் குடியானவனுக்கு உதவி செய்வது எந்தக் கட்சி?' என்பதுதான் அந்த கோஷம். கூட்டத்தில் பேசுபவர்களின் பட்டியல்கூட தயாராக இருந்தது - டவுனிலிருந்து மூத்த பிரைடிஸ், பாட்ஸன்பாக்கிலிருந்து ஜில்லிஷ் ஆகியோர்.

குடியானவர்களில் பலர் கறுப்பு உடை அணிந்திருந்தனர் சாவு விழுந்த வீட்டுக்குத் துக்கம் கேட்கப் போகிறவர்களைப் போல. சிலர் ஷர்ட்டுகள் அணிந்திருந்தனர். சுற்றிலுமுள்ள கிராமங்களிலிருந்து வந்த வாலிபர்கள்தான் பெரும்பாலும் அந்த அறையிலிருந்தனர். வந்திருந்த குடியானவர்கள் வேடிக்கை பார்க்க வந்தவர்களே. ஆனால் இப்போது அங்கு நடந்தவைகளைப் பார்த்தவுடன் அவர்களுக்கு ஒன்றும் தோன்றவில்லை. இப்படிப் பட்ட கஷ்டமான நாட்களில்கூட இவ்வளவு இளைஞர்கள் உயர்தர பூட்ஸுகளும், உடைகளும் அணிகின்றனர் என்றால், இதற்குக் காரணமாக உள்ள சக்தி, மிகப் பெரிதாகத்தான் இருக்கவேண்டும். இவ்வளவு சக்தி வாய்ந்த இயக்கத்தில் சேராமல் ஒதுங்கியிருக்கும்படி தங்களுடைய பிள்ளைகளை வைத்துக்கொண்டிருப்பது எவ்வளவு தவறு! இவ்வாறு சிந்திக்கச் செய்தது அன்று அவர்கள் கண்ட காட்சி. அக் கூட்டத்தில் பெண்கள் அதிகமாக இல்லை. நிக்கலஸின் காதலி அங்கு வந்திருந்தாள். குங்கலின் தங்கையும், மருத்துவப் பெண் மேரியன் சைடலும் அங்கிருந்தனர். இரண்டு ஆண்டுகளுக்கு முன் நகர மருத்துவ நிலையத்தில் பயிற்சி பெற்றாள் மேரியன். இவர்களைத் தவிர நிகூபார் வீட்டுப் பெண்பிள்ளையும் அகஸ்மாத்தாக அங்கு வந்து சேர்ந்தாள். அருகிலிருந்தவர்கள் சற்று ஒதுங்கிப் போய் நின்றனர். அடுத்த நிமிஷம் யாரோ அவள்மீது பீர் வானத்தைக் கொட்டி, உடையையெல்லாம் பாழ்படுத்தி விட்டனர். வேண்டுமென்றே யாரேனும் இப்படிச் செய்தார்களா, அல்லது எதிர்பாராமல் நடந்ததாவென்று ஒருவருக்கும் தெரியாது. ஆனால் இமை கொட்டும் நேரத்தில் அது நடந்து விட்டது.

பிரைடிஸ் அருகில் வந்து நின்றான் குங்கல். முதலில் அவனைச் சந்திப்பதற்குக் குங்கலுக்கு சற்று தயக்கமாகத்தான் இருந்தது. ஆனால் தேர்தல் இயக்கம் காரணமாக பிரைடிஸ், தானே அங்கு வந்திருந்தான். அவனருகில் நிற்பதில் தனக்கு பாதகமொன்றும் வராதென்று நினைத்தே குங்கல் அவனை அணுகி நின்றான். பிறகு அங்கு வந்திருந்த குடியானவர் களுடன் மெதுவாகப் பேசினான். அவர்களிடம் என்ன கூறுவதென்பதைப் பற்றி முன்னதாகவே கோஸ்லினுடன் பேசித் தெரிந்து கொண்டிருந்தான். அவர்களில் சிலர் புன்னகை புரிந்தனரென்று அவனுக்குத் தெரியும். கிழ மொர்ஸின் தாடி, சிரிப்பை அடக்கியதன் காரணமாகப் படபடவென்று அடித்துக் கொண்டிருந்தது. குங்கலுக்கு திடீரென்று ஒரு யோசனை உண்டாயிற்று. வரப்போகும் விவாகத்திற்கு அவன் என் அடை வீட்டிலிருந்து காய்கறிகள் வாங்குவான, வாங்க மாட்டானா?

பிரைடிஸ் விரைவாக அவனிடம் வந்தான். ஒவ்வொரு நாளும் மாலையில் அவன் நாட்டின் பல்வேறு இடங்களுக்குக் காரில் செல்வது வழக்கம். ஒவ்வொரு நாள் இரவிலும் ஐந்து கிராமங்களிலாவது பொதுக் கூட்டங்களில் பேசுவதென்று ஏற்பாடு செய்து கொண்டிருந்தான். எனவே இந்தக் கூட்டத்திலும் அவன் சுருக்கமாகவே பேச முடிவு செய்திருந்தான். பால் வாங்கும் சங்கத்தில் இருபது வருஷங்கள் அங்கத்தினராக இருந்ததால், மக்களிடம் பேசும் விதம் அவனுக்கு நன்றாகத் தெரிந்திருந்தது. ஆனால் தேர்தல் இயக்கத் துவக்கத்தில் அங்கத்தினர் பதவியை ராஜிநாமாச் செய்துவிட்டான். முழங்கைக்கு மேல், தோள் அருகில் ஒரு காலத்தில் துப்பாக்கி குண்டு பாய்ந்ததால், இடது கையை அனாயாசமாக ஆட்ட முடியவில்லை. பேசும்போது வலது கையையே ஆட்டியாட்டிப் பேசினான். அத்துடன் இடையிடையில் நிகழ்ச்சி நிரல்மீது வலது மணிக்கட்டினால் அடித்து எதையோ விளக்கிக் கொண்டிருந்தான். ஐந்து கிராமங்களில், இன்றிரவு, இப்படி ஐந்து தடவை செய்ய வேண்டியிருக்கும். ஒவ்வொரு தடவை மேஜையை அடித்துப் பேசிய போதும், குடியானவர்களுக்குத் தூக்கிவாரிப்போட்டது. நெற்றியில் ஆணியடித்ததைப்போல, அவன் கூறிய விஷயங்கள்

அவர்களுடைய நினைவில் பதிந்தன. பேசி முடித்ததும் பிரைடிஸ் கையை உயர்த்தியவாறு அறையை விட்டு வெளியே விரைந்து சென்றான். 'வாழ்க' என்ற சத்தம் ஓய்ந்தவுடன், மோட்டார் புறப்படும் கடகட சத்தம் அங்கு இருந்தவர்களுக்குக் கேட்டது.

பாட்ஸன்பாக்கிலிருந்து வந்த ஜில்லிஷ், தோழர்களுக்குப் பின்னால் நின்று கொண்டிருந்தான். பிரைடிஸ் போன பிறகு அவன் முன் வரிசைக்கு வந்தான். உடனே கூட்டத்தில் ஒருவித பரபரப்பு ஏற்பட்டது. அவன் சக்தி வாய்ந்தவனென்று அவர்களுக்கு எப்படியோ தெரிந்தது. ஆள் நல்ல பருமன் கட்டை குட்டையாக இருப்பான். மொட்டைத் தலை. அவனை ஒன்றின்மீது ஒன்றாகவுள்ள இரண்டு உருண்டைகளுக்கு ஒப்பிடலாம். உடல் ஒரு உருண்டை, அதன் மீதிருந்த தலை, மற்றொரு உருண்டை. அப்படியொன்றும் அசட்டு முகம் அல்லவென்றாலும், தெளிவானதல்ல. அவன் தந்திரக்காரனென்று சொல்லி நிறுத்திவிடக் கூடாதென்று எடுத்துரைப்பதைப்போல் இருந்தது அவனுடைய பார்வை.

கைகளை மேஜைமீது ஊன்றி, முன்புறம் சாய்ந்த வண்ணம் நின்றான் ஜில்லிஷ். கை விரல்கள் விரிந்து எதிரில் படிந்திருந்தன. இயற்கையிலேயே குழி விழுந்த கண்கள். அங்கிருந்த ஒவ்வொருவருடைய உடலிலிருந்தும் ஒரு சொட்டு இரத்தத்தை உறிஞ்சிக் குடிக்கும் கொசுக்களைப்போல, அவனுடைய கண்கள் அங்கு நாற்காலியிலிருந்த ஒவ்வொருவரையும் சுற்றிச் சுற்றி வந்தன. அவன் குடியானவர்களை நோக்கிப் பேசத் தொடங்கினான்:

"ஏ ஓவர்வைலர்பாக் ஜனங்களே, 'இந்த ஜில்லிஷ் எதற்காக இங்கு வந்திருக்கிறான், என்ன வேண்டும், அவனுக்கு? அவனை நமக்குத் தெரியும். புதிதாக, நமக்குத் தெரியாதது, அவன் என்ன சொல்லப் போகிறான்?' என்றெல்லாம் யோசனை செய்கிறீர்கள். மிகவும் நல்லது. அவன் இங்கு ஏன் நிற்கிறான்? அடால்ப் ஹிட்லரின் உடை ஏன் அணிந்திருக்கிறான்? வீட்டில் உட்கார்ந்து வேலை செய்யாமல் இங்கு வந்த காரணமென்ன? இக்கேள்விகள் உங்கள் மனதில் எழுகின்றன அல்லவா? நாஜி சூறாவளிப் படையில் ஜில்லிஷ் ஏன் சேர்ந்தான்? ஆமாம், எதற்காக?

அதற்குக் காரணம் கூறுகிறேன். நாஜிகளுடன் ஜில்லிஷ் ஏன் சேர்ந்தானென்று கேட்டால், நிலைமை இப்படி நெடுநாள் நீடிக்க முடியாது. அவனுக்கு நாலு குழந்தைகள் இருக்கின்றன, எல்லாம் பட்டினி கிடக்கின்றன. இப்படி வெகுநாள் இருக்க முடியாது என்ற காரணத்தினால்தான் ஜில்லிஷ் நாஜிக் கட்சியில் சேர்ந்தான். ஜில்லிஷ் ஜெர்மன் குடியானவன். அவனுடைய நிலத்தை இவர்கள் பாழ்படுத்தி வருகின்றனர் அதனால்தான் அதில் சேர்ந்தான்.

"எதிரிகள் நமது தேசத்தில் விட்டுவைத்த கொஞ்சத்தையும் இந்த யூதர்கள் உறிஞ்சிக் குடித்துக் கொண்டிருக்கின்றனர். முன்னொரு தடவை துப்பாக்கியைக் கையிலெடுத்தான் ஜில்லிஷ். இப்போது மீண்டும் எடுத்திருக்கிறான். துப்பாக்கியில்லாதவர்கள் கரண்டிக் காம்பைக் கையிலெடுத்துக் கொள்ளலாம். யூதர்களையும், செங்கும்பலையும் ஜெர்மன் கிராமங்களிலிருந்து விரட்டுவதற்கு அது போதும்.

"இப்போது நீங்கள் எல்லோரும் விவரங்களைக் கேட்டீர்கள். நம் நாட்டு பிரச்னைகளை இந்த முறையில் ஒழுங்குபடுத்த வேண்டுமென்று அடால்ப் ஹிட்லர் கூறுகிறார். ஜில்லிஷ் கூறுவது என்னவென்றால்: உபயோகமில்லாதவர்களுக்கெல்லாம் இதுவரை நாம் பணத்தைக் கொட்டிக் கொடுத்து துயருற்று இருக்கிறோம். இப்போது சரியானவர்களுக்குக் கொடுத்து உதவுவோம். இனிமையாகப் பேசுபவர்களுக்கு அல்ல - ஏழை எளியவர்களுக்கு. இங்குள்ள எல்லோருக்கும் சேர்த்து எவ்வளவு நிலமிருக்கிறதோ, அதைவிட அதிக நிலம் வைத்திருக்கும் தனி மனிதர்கள் சிலர் இருக்கிறார்கள். அவர்கள் தங்களுடைய நிலங்களைக் கண்ணால்தான் பார்த்திருக்கிறார்கள். இப்போது உடலை வளைத்து, கையினால் உழைக்கவும், நெற்றி வேர்வை நிலத்தில் விழ வேலைசெய்யவும்கூட அவர்கள் கற்றுக்கொள்ளப் போகிறார்கள். இதற்கு நான் கூறும் வார்த்தைகளையே வாக்குறுதியாக எடுத்துக் கொள்ளுங்கள். நமது ஜெர்மனியிலுள்ள வயல்களை ஒரு மாபெரும் கலப்பையினால் உழுதுவிடப் போகிறோம். இதில் வரப்புகளெல்லாம் மாறப்போகின்றன; நான் சொல்லுகிறேன் பாருங்கள்.

"நீங்கள் சம்பாதிப்பவைகளை, யூதர்கள் விழுங்கிவிடாமல், உங்களுடைய சந்ததிகளுக்கு விட்டுச் செல்லவேண்டுமென்றால், நீங்கள் தோள்மீது சுமந்து கொண்டிருக்கும் கடன் தொல்லை நீங்க வேண்டுமானால், நிலமும் ஆடுமாடுகளும், வேலை செய்யும் கருவிகளும் உங்களுக்கு வேண்டுமென்றால், உங்களுடைய குழந்தைகள் வாழ்க்கையில் வெற்றிபெற வேண்டுமென்று நீங்கள் விரும்பினால், இப்போது ஜில்லிஷ் அணிந்திருக்கும் அதே மாதிரி உடையை நீங்களும் அணிய முற்படுங்கள் ஆமாம், இந்த மாதிரிச் சட்டைதான்."

மேஜை மீதிருந்து கையை எடுத்து, சட்டையை இழுத்துக் காட்டினான். அது துணியினால் செய்ததென்று கூறுவதை விட, வெண்கலத்தினால் செய்ததென்று கூறுவதே பொருந்தும். பெருமூச்சு வாங்குபவனைப் போலிருந்தான் அவன். சில விவசாயிகள் அவனருகில் வந்தனர். மற்றும் சிலர் தங்களுக் குள் ஏதோ மெதுவாகப் பேசிக்கொண்டனர். கதவருகில், சலசலப்பொன்று தோன்றிற்று. குதிரை உதைத்துக்கொள்ளுமே, அதைப்போல. ஜில்லிஷ் நின்றபடியே காலைத் தூக்கி ஒரு வீசு வீசினான். கையை உயரத் தூக்கி வைத்துக்கொண்டான். மற்றபடி அவனுடைய உடல் அசையவில்லை. சொற்கள் மட்டும் வாயிலிருந்து வந்த வண்ணமாயிருந்தன.

உடனே விவசாயிகள் அசையாமல், மௌனமாக உட்கார்ந்தனர். திடீரென்று, முடிப்பதற்கான முன்னறிவிப்பு எதுவுமின்றி, ஜில்லிஷ் தனது பேச்சை முடித்துக்கொண்டான். அங்கிருந்த இளைஞர்கள் பாட ஆரம்பித்தனர். புனித வெள்ளிக்கிழமையன்று நடக்கும் விழாவைப் போன்றிருந்தது அந்த நிகழ்ச்சி. விவசாயிகளுக்கு முதுகெலும்பு சில்லிட்ட உணர்ச்சி உண்டாயிற்று. 'வாழ்க' என்று ஜில்லிஷ் இடி முழக்கம் செய்தான். அங்கிருந்த விவசாயிகளெல்லாம் திடுக்கிட்டு, ஒருதரம் கண்களை மூடித் திறந்தனர். கூட்டம் அத்துடன் முடிந்துவிட்டது. சிறுவர்கள் அங்கு நின்ற மோட்டார்களை நோக்கி ஓடினர். அதற்குள் மூன்று டிரக்குகள் ஆட்களுடன் புறப்பட்டுப் போய்விட்டன. கிராமத்தில் எங்கு பார்த்தாலும் பரபரப்பு.

## 3

கதவருகில் ஜில்லிஷின் ஆட்களிடையில் தோன்றிய பரபரப்புக்குக் காரணம் என்னவென்றால், கம்யூனிஸ்ட் பிரசார வண்டியொன்று பியூரேனிலிருந்து பாட்ஸன்பாக்குக்கு வந்து கொண்டிருந்த செய்தி எட்டியதுதான். கூட்டத்திற்குப் பிறகு புறப்பட்ட டிரக்குகள் கொஞ்ச தூரம் சென்றவுடன், அவற்றை நிறுத்தும்படி கூறினான் ஜில்லிஷ். அவனும், நண்பர்கள் சிலரும், அம்மூன்றில் நல்ல வண்டி எதுவோ அதில் - அதாவது, சாராயக் கம்பெனி டிரைவர் ஓட்டி வந்த வண்டியில் - ஏறிக்கொண்டனர். அவர்கள் ஏறிய வண்டி அதி விரைவாகப் போய்விட்டதால் மற்றவை இரண்டும் பின்தங்கி விட்டன. முதலாவது வண்டியும், பாட்ஸன்பாக்கிலிருந்து வந்த டிரக்கும் மில் வருவதற்கு முன்னரே சந்தித்தன. டிரக்கிலிருந்த இரண்டொருவரை ஜில்லிஷ் அடையாளம் கண்டு கொண்டான். அவர்களில் ஒருவன் ரெண்டல். மற்றொருவன் இப்ஸ்ட். ரெண்டல் மிகக் குட்டையாக முடி வெட்டியிருந்தான். இப்ஸ்ட் ஒரு கண்ணுக்கு கட்டுப் போட்டிருந்தான். ஜில்லிஷ் குத்திய குத்தினால் அவன் ஒரு கண்ணை இழந்து விட்டான். அதற்கு மருந்து போட்டுக் கட்டிக்கொண்டு, அங்கு உட்கார்ந்திருந்தான்.

பல வருஷங்களாக அவ்விடத்தில் கம்யூனிஸ்டுகள் பலங்குன்றாமல் இருந்ததற்குக் காரணம் இப்ஸ்ட்தான். அவர்கள் செல்வாக்குடனிருந்த பகுதிகளில் அதுவும் ஒன்று. அவன் மட்டுமே தன்னந்தனியாக அங்கு வேலை செய்து வந்தான். சிலர் டவுனுக்கு அருகில் - நீடர் வைலர் பாக்கிலும், பியூரேனிலும் - கம்யூனிஸ்டுக் கட்சிக்கு உழைத்து வந்தனர். பியூரேனில் சுரங்க வேலை முடிந்த பிறகு, இப்ஸ்ட் தனது குடும்பத்துடன் அங்கிருந்து புறப்பட்டான். முதன் முதலில் அங்கிருந்த விவசாயிகள் அவனை எதிரியாகக் கருதினர். அமைதியாகவும், உறுதி தளராமலும் இருந்து அவர்களுடைய எதிர்ப்பை இப்ஸ்ட் சமாளித்தான், பிறகு அவர்கள் அவனுடன் ஓரளவு பேசத் தலைப்பட்டனர். கேள்விகள் கேட்டனர். சிலர் அவனோடு நட்பு கொள்ளவும் ஆரம்பித்தனர். ஆனால் ஜில்லிஷுடன் மட்டும் அவன் ஐந்தாறு வார்த்தைகளுக்குமேல்

பேசியிருக்க மாட்டான். அவன் அவ்வளவு புத்திசாலியல்ல வென்றும், சுத்த மந்தமென்றும் இப்ஸ்ட் நினைத்தான். அவனுடைய பேச்சில் நட்போ, பகையோ எப்போதும் இருந்ததில்லை. அதற்குப் பிறகு ஜில்லிஷ் நாஜிகளுடன் சேர்ந்து விட்டான். அப்படிச் சேர்ந்தது ஏதோ திடீரென்று நடந்த நிகழ்ச்சியாகத் தோன்றியது. அதாவது, அதுவரையில் அவனுடைய கருத்துக்கள் பற்றி இப்ஸ்டுக்கு ஒன்றுமே தெரியாது. ஜில்லிஷ் அவ்வாறு செய்தது அவனுக்கு ஆச்சரியமாயிருந்தது. சுளித்த முகத்துடன் எப்போதும் மௌனமாக உட்கார்ந்திருக்கும் ஜில்லிஷ், ஹோட்டல் கூட்டத்தில் தன்னையும் மறந்து, தீப்பொறி பறக்கப் பேசியதைக் கேட்டபோது, இப்ஸ்ட் தன்னுடைய கண்களையே நம்பவில்லை. ஏதோ ஒரு வார்த்தை சொன்னான். அதில் ஜில்லிஷை அவமானப்படுத்துவது ஒன்றுமில்லையென்பது அவனுடைய கருத்து. ஆயினும் ஜில்லிஷ் திரும்பி, இப்ஸ்ட் முகத்தில் ஒரு குத்து விட்டான். இப்ஸ்டின் கண் போய்விட்டது.

இப்ஸ்ட் மீண்டும் அந்த ஊரில் காலடியெடுத்து வைக்க மாட்டானென்று ஜில்லிஷ் நினைத்தான். ஆனால், புண் ஆறு முன்னரே, ஆஸ்பத்திரியிலிருந்து தன்னை அழைத்துச் செல்லும் படி நண்பர்களை கேட்டுக்கொண்டது மட்டுமின்றி, அக ஏற்பாடு செய்திருந்த சுற்றுப் பயண திட்டத்திலும், கட்டுக் கட்டின கண்களுடன் அவன் கலந்து கொண்டான்.

இரு டிரக்குகளில் இருந்தவர்களும், ஒருவரையொருவர் அடையாளம் கண்டு கொண்டனர். வரப்போகும் கைகலப்பு பற்றி, அவர்களுடைய உள்ளம் படபடத்தது. வண்டிகள் அருகருகாக ஒன்றையொன்று கடக்கும் நேரம். கோஷங்கள் எழுந்தன. கண்ணிமைக்கும் நேரத்தில் இப்ஸ்டினுடைய இடுப்பைப் பிடித்து அலக்காகத் தூக்கிவிட்டான் ஜில்லிஷ். இப்ஸ்ட் உடல் சிறியது; அதிகப் பருமனில்லை - ஆயினும், அடுத்திருந்தவர்கள் அவனைத் தங்கள் பக்கம் இழுக்கவில்லை. இழுத்திருந்தால் அவனுடைய உடல் பிய்ந்து போயிருக்கும்.

ஒரு கணம் இப்ஸ்ட் அந்தரத்தில் தொங்கினான். டிரக்கின் வேகம் குறையவில்லை. பற்றியிருந்த இப்ஸ்டை ஜில்லிஷ் அப்படியே விட்டுவிட்டான்.

இப்ஸ்டின் டிரக் திரும்பிற்று. இதற்குள் தனது காரை ஜில்லிஷ் சாலைக்குக் குறுக்கே நிறுத்தினான். இரண்டு வண்டிகளிலிருந்தவர்களும், ஒருவரையொருவர் கடித்துத் தின்று விடுபவர்கள்போல கீழே குதித்தனர். இரத்தம் பெருக்கெடுத்தோடும் போலிருந்தது. "ஜில்லிஷ், ஜில்லிஷ்!" என்று கணீரென்று அழைத்தான் ரெண்டல்.

ரெண்டலும் பார்வைக்கு சிறியவனாகவே இருந்தான். ஆனால் அவனுடைய குரல் இயற்கையிலேயே கணீரென்று இருந்தது. இவ்வளவு சிறிய உடலில் இவ்வெண்கலக் குரல் எப்படி வந்ததென்று பலர் அதிசயித்தனர்.

ஜில்லிஷ் மிகப் பெரிய குரலெடுத்து, "சித்தத்திற்குக் காத்திருக்கிறேன்!" என்றான். அவனுக்கு அவ்வளவு பெரிய குரல் இருந்தது பற்றி யாரும் ஆச்சரியப்படவில்லை.

அங்கு சற்றே நிசப்தம் நிலவியது. ஒருவரையொருவர் புரிந்து கொள்வதற்கு ஒருகணம் பிடித்தது. உரத்த குரலில், மூன்று கேள்விகள், ஜில்லிஷ்! என்றான் ரெண்டல்.

"கேள், பார்ப்போம்!"

இருவரும் தங்களுடைய ஆட்களைக் கையமர்த்தினர். கீழே கிடந்த இப்ஸ்டை ரெண்டலின் நண்பர்கள் தூக்கி வந்தனர். அவன் இன்னும் நினைவிழந்த நிலையிலேயே இருந்தான். பெருமூச்சு வாங்கிக்கொண்டிருந்தது. அங்கிருந்தவர்கள் எவரும் பேசவில்லை. மாலை நேரம். மணி சுமார் எட்டு அல்லது ஒன்பது இருக்கலாம். வெளிச்சம் மங்கிக் கொண்டு வந்தது. அறுவடையான பிறகு வயல்களிலிருந்த கட்டைகள், அம்மங்கிய ஒளியில், விளக்கி வைத்த பாத்திரத்தைப்போல் பளபளத்தன.- இலையுதிர் காலம் வரப்போகிற தென்பதற்கு அறிகுறி. மற்ற இரண்டு டிரக்குகளும் விளக்குகளைப் போட்டுக்கொண்டு வருவது தெரிந்தது. அவர்களைப் போகும்படியோ, நிற்கும் படியோ ஒருவரும் சொல்லாததால், வண்டிகளை அங்கேயே நிறுத்தினர். ஜில்லிஷ், ரெண்டல் ஆகிய இருவரும் ஒருவரையொருவர் அணுகினர். தாக்கிக் கொள்ளும் உத்தேசம் இப்போது அவர்களுக்கு இல்லை. ஒருவரையொருவர் ஊன்றிப்

பார்க்க வேண்டுமென்ற ஆவலால் அவ்வாறு நெருங்கி வந்தனர். ஜில்லிஷ் முகத்தில் துயரத்தின் ரேகை தென்பட்டது. இதைக் கண்டவுடன் ரெண்டலுக்கு ஆச்சரியம் உண்டாயிற்று. பிற்காலத்தில் இந்நினைவு வந்தபோதெல்லாம் இக்காட்சி அவனுடைய மனக்கண்முன் எழுவதுண்டு. "நம்முடைய பாட்ஸன்பாக்கில் கதிரடிக்கும் யந்திரத்திற்கு குடியானவன் கிரேவ்ஸ் அதிக வாடகை கேட்டபோது, நீயும், நானும் ஒன்றாகச் சேர்ந்து போராடி அதைக் குறைத்தோமல்லவா? நாம் செய்த வேலை எவ்வளவு நல்லது?" என்றான் ரெண்டல்.

ஜில்லிஷுக்கு ஆச்சரியம் அளவு கடந்துவிட்டது. அவன் ரெண்டலைப் பார்த்தான். அவன் கூறியதைப் பற்றிச் சிந்தித்து, "நாம் செய்தது நல்லதுதான்!" என்றான்.

"நீடர்வைலர் பாக்கில் நாம் இருவரும் ஆல்பிரெக்ட் ஆஸிக்கின் பண்ணை பறிபோவதைத் தடுத்தோமே, நினைவிருக்கிறதா? அதுமட்டும் சாதாரண வேலையா?"

இதைக்கேட்டு ஜில்லிஷ் தலைகுனிந்தான். நெற்றியில் ஒரு கண் இருந்ததைப் போலவும், அதன் மூலம் பார்ப்பதே சுலபமாக இருந்ததைப் போலவும் அவன் தோற்றமளித்தான். "ஆமாம், அதுவும் நல்ல வேலைதான்!" என்றான்.

இதற்குமேல் ரெண்டல் பேசிய ஒவ்வொரு வாக்கியமும் மிக மெதுவாக இருந்தது. "மூன்றாவதாக, புதன்கிழமையன்று பாட்ஸன்பாக்கில் ஒரு கூட்டம் நடக்கவிருக்கிறது. அவ்வூரைக் கடந்து போகும்போது எனக்கு எவ்வித ஆபத்தும் நேரிடாமல் நீதான் பார்த்துக்கொள்ள வேண்டும்" என்றான்.

"இப்போது அது என்னால் முடியாது! நீ காத்திருக்க வேண்டியதுதான்" என்றான் ஜில்லிஷ்.

"எது வரையில் காத்திருக்க வேண்டும்?"

"செவ்வாய்க்கிழமை வரை."

"மிகவும் நல்லது" என்று சொல்லிவிட்டு ரெண்டல் திரும்பிச் சென்று, தான் வந்த டிரக்கில் ஏறிக்கொண்டான்.

"அவன் போகட்டும், விட்டுவிடுங்கள்!" என்று கூறி, கீழே காறித் துப்பிவிட்டு ஜில்லிஷ் தனது வண்டியிலேறினான்.

# 4

ஷூச்சிலின் விறகு கொண்டுவரப் போனபிறகு, அணிந்திருந்த நல்ல உடைகளுடன் மீண்டும் அவள் படுக்கையில் படுத்தாள். கைக்குழந்தை உடலை இப்படியும், அப்படியும் வளைத்து, மெதுவாக அழுத்த கையை நீட்டி, ஒரு விரலால் தொட்டிலை ஆட்டத் தொடங்கினாள். அப்படியே தூங்கிவிட்டாள். வெளியிலிருந்து உரத்த குரலொன்று அவளை அழைத்தது: "சூஸான், சூஸான்."

அவள் துள்ளி எழுந்தாள். ஆனால் அவளுடைய கணவன் வரவில்லை. அவனுடைய குரல் அவள் காதுகளில் எப்போதுமே ஒலித்துக் கொண்டிருந்தது. பயத்தினால் மார்பகத் திலிருந்து பால் துளிகள் சிந்தி, அவளுடைய ஆடை நனைந்து விட்டது. குழந்தையை மீண்டும் எடுத்துவிட்டுக் கொள்வதைத் தவிர வேறு வழியில்லை. அவளுடைய அங்க அமைப்பையும், சாம்பல் பூத்த முகத்தையும் பார்த்தவர்கள், அவள் ஒரு பெண் என்றே சொல்ல மாட்டார்கள். இப்போது அவளுடைய தோற்றம் மேலும் மோசமாகியிருந்தது. இருந்த கொஞ்ச நஞ்ச நம்பிக்கையும் போய்விட்டதற்கு அறிகுறியாக, அவளுடைய நெற்றியின் நடுவில் ஒரு கோடு தோன்றியிருந்தது. அத்துடன் அவளுடைய அழகு பூர்த்தியாகிவிட்டது என்று கூறலாம். அவள் தனது சட்டையைத் திறந்தாள். குழந்தை சிவப்பாக இருந்தது. கழுத்தில் மடிப்புகள் விழுந்திருந்தன. உலகத்தை அப்படியே பிழிந்தெடுத்துவிட விரும்புவதைப்போல், அது கைவிரல்களை மூடிக்கொண்டிருந்தது. அவள் மார்பிலுள்ள பாலில் கடைசி சொட்டு வரை உறிஞ்சிவிடப் போவதைப்போல் தாடையை முன்னுக்குத் தள்ளிக்கொண்டு வந்தது. இக்குழந்தையைக் கண்டாலும் அவளுக்கு பயமே. அவள் மார்பகத்தைத் திறந்தாள். முகத்திலிருந்த நம்பிக்கையிழந்த தோற்றம் கடைசி தடவையாக மறைந்து, பொறுமை தோன்றிற்று.

குழந்தை குடித்து முடித்த பிறகு, தண்ணீர்த் தொட்டியினுள் ஒரு நிமிஷம் பார்த்தாள். பொதுவாக எல்லாத் தாய்களும் செய்வதைப்போல் முன்புறம் குனிந்தாள்; தலை சுற்றத் தொடங்கியது. அவளுடைய நெற்றியினுள் விவரிக்க முடியாத பரபரப்பும், குழப்பமும் உண்டாயிற்று. எதையாவது சிந்திக்க முற்பட்டால்போதும், உடனே அவளுக்குத் தலைவலி ஆரம்பமாகி விடுவது வழக்கம். இக்குழந்தை பிறந்த பிறகு அது இன்னும் அதிகமாகிவிட்டது. ஆனால் கடைசியில் அவளுடைய சிந்தனை உருவாகிவிட்டது. அது உறுதியாகவும், தெளிவாகவும் இருந்ததுபற்றி ஆறுதலடைந்து, அவள் பெருமூச்செறிந்தாள். அச்சிந்தனையையொட்டி, அவள் கீழே குனிந்து மெதுவாகக் காலணிகளைப் போட்டுக்கொண்டாள். கட்டம் போட்ட காலிக்கோ துணி உடைக்கு மேல், மற்றொரு உடையை அணிந்து கொண்டாள்.

காலையில் புறப்படு முன் அவளுடைய கணவன் அவளைப் பார்த்து, “என்ன இது? வயலுக்கு வரவில்லையா? என்று கேட்டான். இங்கிருக்கிற துணிகளையெல்லாம் முதலில் துவைக்க வேண்டும்” என்றாள்.

உடைகளை இழுத்துவிட்டு, தலைமயிரை முடித்து, ஒரு கைக்குட்டையும் அதன் மேல் போட்டுக் கட்டினாள். அவள் வெளியில் வந்தபோது அண்டை வீட்டிலிருந்த இரு பெண்கள் தெருவில் போய்க் கொண்டிருந்தனர். இப்போது சூஸான் அவர்களைப் போலவே இருந்தாள். அவர்களைப் பார்த்து, “என்ன சேதி, சௌக்கியமா?” என்றாள். கதவுக்கு வெளியில் கூரையின் கீழிருந்த தொட்டியில், அழுக்குத் துணிகள் ஊற வைக்கப்பட்டிருந்தன. ஒரு துடைப்பத்தை எடுத்து, தொட்டியில் பின்னிக்கிடந்த துணிகளைப் பிரித்து நீரில் அமுக்கினாள். சற்று நேரத்திற்கு முன் தொட்டிலைப் பார்த்த அதே பார்வையுடன், இப்போது அவள் குழாயை நோக்கினாள். உள்ளே ஏதோ ஒருவித வலி வயிற்றிலிருந்து முழங்கால் வரை, தோன்றிற்று. வரப்போகும் துன்பத்திற்கு உடல் தனது எதிர்ப்பைக் காட்டுவதைப்போல் இருந்தது அது. முதலில் அங்கு ஊறிய அழுக்குத் துணிகளில் சிலவற்றை, காலியாகக் கிடந்த வாளியில்

பிழிந்து போடலாமென்று நினைத்தாள். ஆனால் தொட்டியை, கீழிருந்த கூரையின் சற்று நிதானித்து, வீட்டைச் சுற்றி இழுத்துச் சென்று, குழாயருகில் வைத்தாள். அவ்வேலை மிகவும் கடினமாக இருந்ததால், அவளுடைய இதயம் படபடவென்று அடித்துக் கொண்டது. அவளுடைய குழந்தையைக் கண்டால் எப்படி அவளுக்கு பயமோ, அதே போல அவளுடைய இதயத்தைப் பற்றி நினைத்த போதும் அவளுக்கு பயமாக இருந்தது. சற்று நின்றாள்.

குழாயின் கைப் பிடியைப் பிடித்து, தன்னுடைய பலமெல்லாம் வைத்து அடித்து, கிணற்றையடுத்திருந்த தொட்டியை நிரப்பினாள். துணி காயப்போடுவதற்காக வீட்டுக்கும், அதையடுத்திருந்த ஆப்பிள் மரத்திற்கும் கயிறு கட்டியிருந்தாள். அது எவ்வளவோ நாட்களுக்கு முன் கட்டியது. ஆயினும் இப்போது அதையே பார்த்தபடி நின்றாள். அவ்விடத்தில் சுத்தமாகத் துவைத்த துணிகள் காயப்போட்டிருந்த தோற்றம் அவளுக்கு உண்டாயிற்று. வெள்ளையாகவும், நீலமாகவும், சிவப்புக் கட்டங்களுடனும், அவை பல்வேறு நிறக்கொடிகள் காற்றில் படபடத்ததைப்போல் ஒரு கணம் தோன்றிற்று. ஆனால் இன்று தொட்டியில் ஊறிக் கொண்டிருக்கும் துணிகள் இப்படி காற்றில் பறக்கப்போவதில்லை. இதை அவளுடைய பலங்குன்றிய மனமல்ல, அவளுடைய இதயமே எடுத்துரைத்தது. அவள் செய்யப் போகும் வேலையை எவருமே முடித்ததில்லை. எனினும், மேலே மிதந்து கொண்டிருந்த துணிகளை, கணவனுடைய இரு பெரிய சொக்காய்களை, குனிந்து தண்ணீருக்குள் அமுக்கினாள். பிறகு நிமிர முயன்றபோது அவளால் முடியவில்லை. அதற்குக்கூட சக்தியில்லையென்று கண்டு, மீண்டும் குனிந்தாள். தொட்டியின் ஓரத்தைப் பிடித்துக்கொண்டு அப்படியே சற்றுநேரம் இருந்தாள். அவளுடைய உடலெல்லாம் பால், வியர்வை, ரத்தம் ஆகியவை கலந்த ஒருவித நுரை நீரில் மூழ்கியிருந்ததைப் போலிருந்தது.

வீட்டையும் ஆப்பிள் மரத்தையும் அவள் விரைவாக ஒருதரம் நோக்கினாள். அங்கே யாரோ ஒளிந்திருந்ததைப் போலவும், எந்த நிமிஷத்திலும் அவர் வெளியில் வரலா மென்று

நினைப்பது போலவும் இருந்தது, அவளுடைய தந்திரப்பார்வை. ஒருவரும் வரவில்லை. எப்போதுமே அப்படித்தான். அவள் ஒரு சிறுமியாக, மற்ற குழந்தைகளுடன் கண்ணாமூச்சி விளையாடிய போதுகூட அதைப்போலவே நடந்தது. அப்போது அவர்கள் ஒளிந்து கொள்ளவில்லை. அவளுக்கு அசட்டுப்பட்டம் கட்டுவதற்காக, அங்கிருந்து ஓடிவிடுவது அவர்களுடைய வழக்கம். மீண்டும் துணிகளை கசக்க ஆரம்பித்தாள். குழந்தைகளுக்கு அவை சனிக்கிழமையன்று தேவை. அவை இப்போது தொட்டியில் மேலே வந்தன; எல்லாமே தலைகீழாயிருந்தன.

அவைகளுக்குப் பிறகு மிக அசிங்கமான துணிகளெல்லாம் மேலே வந்தன. பிரசவ காலத்தில் உபயோகித்த துணிகளில் கறுப்பும், சிவப்புமாகக் கறைகள் படிந்திருந்தன. அவளுடைய தாய் நொண்டி; அக்கா, தங்கை ஒருவருமில்லை. அண்டை அயலார் அவளுக்கு எப்போதும் உதவியதில்லை. யாரையாவது உதவிக்கு வைத்துக் கொள்ளலாமென்றால், அதற்குக் கணவன் பணம் கொடுக்க மறுத்துவிட்டான். அவனிடம் பணம் இல்லையோ, என்னவோ? எனவே துணிமணிகளைத் துவைப்பதைக்கூட அவளே கவனிக்க வேண்டியதாயிற்று. அவற்றில் ஒரு துணியை எடுத்துக் கசக்கத் தொடங்கினாள். கறைகளை ஒரு பிரஷ் வைத்துக்கொண்டு தேய்த்துப் பார்த்தாள். பிறகு மரத்தொட்டி மீதும், அதனருகிலிருந்த கல்லிலும் போட்டுத் தேய்த்தாள். ஆனால் கறை அதில் அப்படியே இருந்தது; சற்று மங்கக்கூட இல்லை. அதிலிருந்து மறையாதது மட்டுமல்ல. அங்கிருந்த தெளிந்த நீர், அவளுடைய கைகள், தோள்கள், சுவர், வீட்டுக்கும் ஆப்பிள் மரத்திற்கும் நடுவிலிருந்த இடைவெளி, ஆகிய எல்லாவற்றிலுமே கரும்புள்ளி, செம்புள்ளி குத்திய மாதிரியிருந்தது. மீண்டும் நிமிர்ந்து நின்றாள். நெற்றியைச் சுளித்து, வீடும், மரமும் இருந்த இடத்தைத் துயரத்துடன் நோக்கினாள். அவளுடைய பார்வை, 'கடவுளே, காப்பாற்று' என்று கூறுவதைப்போல் இருந்தது. அதிக உயரமில்லாத மரங்களின் உச்சியில், கண் வைத்தவாறு சற்றுநேரம் நின்றாள். அவற்றில் கண்ணாடிக் குண்டுகளைப்போல் பளபளவென்று

பச்சையாகத் தொங்கிய ஆப்பிள் பழங்கள் அவளை உற்றுப் பார்த்தன. வீட்டுக்குச் சென்று படுக்கையில் படுத்துக் கொள்ளலாமாவென்று நினைத்தாள். அது அவ்வளவு சுலபமல்லவென்பதை இதயம் எடுத்துரைத்தது. இனி எதுவும் அவளுடைய பிரயோஜனமில்லை. நடப்பது நடந்தே தீரும். கடந்த நேரத்தைப்பற்றி நினைக்கவே பயமாக இருந்தது. அதிக நேரமாகி விட்டதா, அல்லது நேரமே ஆகவில்லையா? உண்மையில் சுமார் மூன்று மணி நேரமல்லவா கழிந்துவிட்டது!

கடகடவென்று ஒரு வண்டி வந்து வீட்டெதிரில் நின்றது. 'சூஸான், சூஸான்' என்ற உரத்து அழைக்கும் சத்தம் கேட்டு, உலுக்கி விழுந்து எழுந்தாள். அவளுடைய தோள்களும் புருவங்களும் பயத்தினால் துடித்தன. முகம் சாம்பல் போல் வெளுத்துவிட்டது. அவளுடைய மந்த உள்ளத்தில் ஏதோ அரைகுறையான எண்ணங்கள் எழுந்தன. கொஞ்ச நேரம் சிறு சிறு கலவரங்களே அவள் மனதில் தோன்றி மறைந்தனவாதலால், பெரிய பயம் ஒன்றும் உருவாகவில்லை. அவள் கணவன் விறகு கொண்டு வருவதற்குச் சென்றான். வரும் வழியில் சூடாக ஏதேனும் வயலுக்கு எடுத்துச் செல்லலாமென்று வீட்டுக்கு வந்திருந்தான். சூஸான் சமையலறைக்குள் ஓடினாள். அங்கு அழுக்கும், தூசியுமாக இருந்த தட்டுகளுக்கிடையில் உருளைக் கிழங்குகள் இருக்கின்றனவாவென்று தேடினாள். வாசற்படியில் கணவன் விரல்களைச் சொடுக்கிக் கொண்டும், பொறுமையிழந்து குதிகால்களினால் தரைமீது 'டக்' 'டக்'கென்று சத்தப்படுத்திக் கொண்டும் சற்றுநேரம் நின்றான். அவளும் இன்று பொறுமை யிழக்கும் நிலைக்கு வந்து விட்டாள், ஆனால்,- அது என்ன கதையோ தெரியாது கணவனென்றால் வழக்கமாக உண்டாகும் நடுக்கம் இப்போது குறைந்திருந்தது. இதற்குள் அவன் வண்டியருகில் போய் நின்று, "சூஸான். வந்து இதை இறக்க வரப் போகிறாயா இல்லையா?" என்று கத்தினான். அவள் அடுப்புக்கருகில் எடுப்பான பலகையொன்றின்மீது உட்கார்ந்திருந்தாள். இரு முழங்கால்களுக்கிடையில் உருளைக் கிழங்கு பானையை இடுக்கிக். கொண்டு, வேக வைத்த கிழங்குகளை பிசைந்து கொண்டிருந்தாள்.

வெளியிலிருந்து அவன் மீண்டும் கூப்பிட்டான். அவளுக்குக் கால்கள் உள்ள வரையில்-அவன் குரல் கொடுத்தால் போதும் அவை அவளைத் தன்னிடம் இழுத்து வந்துவிடுமென்று அவனுக்குத் தெரியும். அவளுடைய வாழ்க்கை வண்டி இதற்குமேல் ஓடாதென்று அவளுக்குத் தெரியும். ஆயினும் போகாமலிருக்க முடியாது. எனவே எழுந்து போனாள். அவளுடைய மார்பகங்களில் பால் நிறைந்துவிட் டது. இப்போது, இந்த நிமிஷத்தில், குழந்தையை எடுத்து விட்டுக்கொண்டால் எல்லாம் சரியாகிவிடும். இவ்வாறு நினைத்தாளே தவிர, அவள் அப்போதே வண்டியை அணுகி விட்டாள். "ஒரு கை பிடிக்க மாட்டாயா? அதிக நேரம் ஆகாது, பிடி" என்று வண்டி மேலிருந்தவாறு கணவன் குரல் கொடுத்தான்.

வண்டிமாட்டையடுத்து நின்று, நுகத்தடிப் பக்கத்திலிருந்த கட்டைகளை அவள் இழுத்தாள். குதிரை வாங்கப் பணம் இல்லாததால், வண்டியில் அவன் பசுமாட்டைக் கட்டியிருந்தான். கன்று போடுவதனால் ஒருபுறமும், சுமையிழுப்பதால் மறுபுறமுமாக, அப்பசு மிக விரைவாக நலிவுற்று வந்தது. பெண்பிள்ளை சற்று பின் வாங்கி நின்றாள். அவளுடைய கணவன் வண்டி மேலிருந்து கட்டைகளைக் கீழே எறிந்து கொண்டிருந்தான். அவனுக்கு வயலுக்குப் போக வேண்டுமென்ற அவசரம். விறகு கட்டைகளை ஏற்றி வருவது, இறக்குவது முதலியவை அவனுக்கு ஒரு பெரிய வேலையல்ல; ஆனால் அவளுக்கோ அது உயிரையே கொஞ்சம் கொஞ்ச மாகக் குடிக்கும் சித்திரவதை. காற்றில் சுழலும் யந்திரத்தின் உடைந்த கைகளைப்போல, விறகை வாங்கிக் கீழே போடுவதில் அவளுடைய கைகள் முன்னும் பின்னும் ஊசலாடின. அவளுடைய மகன், கைக் குழந்தைக்கு முந்தியவன், கட்டைகளை இழுத்துச் சென்று கூரைக்கீழ், தண்ணீர்த் தொட்டியருகில் போட்டான். அவன் பார்வைக்கு தந்தையைப் போலவே இருந்தான். சிவப்பு நிறம். கழுத்தில் விழுந்திருந்த சுருக்கங்களில் வியர்வை வழிந்து ஓடிற்று. பரட்டைத் தலையுடன் அவன் இங்குமங்கும் ஓடி, விறகுக் கட்டைகளை வீடு சேர்த்துக் கொண்டிருந்தான்.

வேலை முடிந்த பிறகு வண்டி புறப்பட்டது. பசு மெதுவாக வண்டியை இழுத்துக்கொண்டு நடந்தது. சிறுவனும் கணவனும்கூட அதனுடன் சென்றனர். இதற்கிடையில் கணவன் எதையோ மறந்துவிட்டதால், அவளைக் கைதட்டி அழைப்பதற்காகத் திரும்பினான். அவனுக்கு என்ன வேண்டுமென்று தெரிந்துகொள்ள முயற்சித்தாள். தோட்டத்தில் வைத்துவிட்டு வந்த பொருளைக் கொண்டுவரவோ, அங்கு காத்திருந்த ஒருவரிடம் செய்தி சொல்லவோ வேண்டுமென்று கூறினான் போலும். வீட்டில் குழந்தை வீறிட்டழுதது. மார்பகங்கள் அப்படிப் பால் நிரம்பி, கனத்து, அவளுக்குத் தொந்தரவு கொடுத்தது, அவளுடைய சொந்த பலத்தினால் அல்ல. எந்த நிமிஷத்தில் உயிர் போய்விடுமோவென்ற அளவுக்கு, அவள் மிகவும் பலஹீன நிலையிலேயே இருந்தாள். அவள் மூலமாகப் பாய்ந்து சென்ற சக்தி அது. உடைந்த பொருட்களையெல்லாம் போட்டு வைக்கும் தோட்டப் பகுதி அங்கிருந்து வெகு தொலைவிலில்லை. பதினைந்து நிமிஷத்தில் நடந்து போய்விடலாம். மிகச் சிறிய சிந்தனைகூட எழுவதற்கு இடமளிக்காத அவளுடைய உள்ளம், இப்போது இரண்டு வழிகள் அவள் முன்னிருந்ததைத் தெளிவாக எடுத்துக் காட்டின - காட்டுக்குப் போய் வந்து குழந்தையை கவனி. துணி துவைத்துப் போடு, சமையல் செய், பால் கறந்து வை, கால்நடைகளுக்குத் தீனி போடு, பாத்திரங்களைக் கழுவு, மீண்டும் குழந்தையை எடுத்துவிடு. இதெல்லாம் முடியா தென்றால் மீண்டும் வீட்டுக்கு வருவதில்லையென்ற முடிவுடன் இங்கிருந்து போய்விடு.'

'இவ்விரண்டு வழிகளையும் ஒருத்தியே சிந்திப்பதைப் போல், மேற்கூறிய இரண்டு வழிகளையுமே ஏன் பின்பற்றக் கூடாது?' என்ற எண்ணம் அவளுக்கு உண்டாகியிருக்கலாம். அவள் ஓட்டமும், நடையுமாக வீட்டையடைந்தாள். உடையை இழுத்துவிட்டுக் கொண்டாள். தலையைச் சுற்றிக் கைக் குட்டையைக் கட்டினாள். தெரு வழியாக அவள் நடந்து சென்றபோது, நாலைந்து இடங்களில் 'என்ன சேதி, சுகமா?' என்று வீட்டினுள்ளிருந்தும், வேலிகளுக்குப் பின்னிருந்தும் சிலர் கேட்டனர். 'ஏதோ, இருக்கிறேன்' என்றும் 'சுகம் தான்,

வந்தனம்' என்றும், அவள் மெதுவாகப் பதிலளித்து விட்டுச் சென்றாள். முதல் தடவையாக அவள் அக்கிராமத் தெருவில் பயமின்றி நடந்து சென்றாள். முன்னொரு நாள் கர்ப்பவதியாகப் பெரிய வயிறுடன் அந்த வழியாக அவள் நடந்து சென்றபோது எல்லோரும் பார்த்தார்கள். அப்போதும் அவள் தனியாகத்தான் சென்றாள். பயமென்பதே அவளுக்கு அன்று தோன்றவில்லை. அதற்குப் பிறகு இன்று பயமின்றி அவள் நடந்து சென்றாள். தான் நின்று கொண்டிருப்பதைப் போலவும், வீடுகளும், அடை வீடுகளும், வேலிகளும், தன்னைக் கடந்து ஓடுவது போலவும் அவளுக்குத் தோன்றிற்று.

அவள் மெர்ஸ் வீடு வரை சென்று, அங்கிருந்து மலையடிவாரத்திற்குப் போகும் பாதையில் திரும்பினாள். வீட்டில் உடைந்த பொருள்களைப் போட்டு வைக்கும் இடத்திலிருந்து எதையோ எடுத்து வரும்படி கணவன் கூறியதை அறவே மறந்து விட்டாள். நேராகக் காட்டினுள் விரைந்து சென்றாள். உடலிலுள்ள பலமெல்லாம் போனபிறகு கூட, அதன் துளிகள் உள்ளே எங்கோ ஓரிடத்தில் ஒட்டிக் கொண்டிருக்கும். அவற்றையும் வடித்தெடுத்து இப்போது உபயோகித்து விடலாம், சேமித்து வைக்க வேண்டிய அவசியமில்லை.

காட்டினிடையில் சில மரங்களை வெட்டியதால், சற்று திறந்த வெளியொன்று அங்கு ஏற்பட்டிருந்தது. சூஸான் அங்கு வந்து சேர்ந்தாள். வெட்டிய மரங்களுக்கு நடுவிலுள்ள இடைவெளியில் புல்லும், மலர்களும் மண்டிக்கிடந்தன. அவள் உட்கார்ந்தாள். அங்கிருந்து, மரங்களின் உச்சியைக் கடந்து பார்வையைச் செலுத்தினால், கீழே பள்ளத்தாக்குத் தென்படும். அவள் இருந்த இடத்திலிருந்து எதிரில் கோடு இழுத்ததைப் போல் தோன்றும் குன்றுகள் வரையில் பசுமையும், அமைதியும் குடிகொண்டிருந்தன. மரங்களில் இருந்த இலைகள் மட்டுமே அங்கங்கே சற்று பழுப்பு நிறம் காட்டின. சூரிய வெளிச்சம் ஒரு பெரிய வலையைப்போல் அப்பகுதியின் மீது விரிந்து கிடந்தது. ஒளி மிகுந்திருந்த போதிலும் கண்கூசும்படியாக இல்லை. எதிரில் ஆறு இருந்தது. அதில் இரு படகுகளும், கரையோரம்

சில வீடுகளும், அவ்வொளியில் அற்புதமாகக் காட்சியளித்தன. ஆறு சென்ற பக்கம் அவள் பார்த்தாள். எழுந்து சற்று தூரம் நடந்தாள். ஆற்றிலிருந்து பிரிந்த கால்வாயொன்று, மரப்பொந்தில் புகுந்துவேறொரு பக்கம் பாய்ந்து கொண்டிருந்தது. அவ்விடத்தில் அவள் மீண்டும் உட்கார்ந்தாள்.

அவள் இருந்த இடத்திலிருந்து ஆறு மட்டுமின்றி, கிராமத்தின் ஒரு பகுதிகூட நன்றாகத் தெரிந்தது. அங்கு பல வீடுகள் இருந்தன. ஒரு வீட்டின் பின்னால் தொட்டியில் அழுக்குத் துணிகள் மிதந்தன. அவ்வீட்டினுள் ஒரு குழந்தை அழுது கொண்டிருந்தது. அவளுடைய புருவங்களுக்கிடையிலுள்ள சுருக்கங்களுக்கும் ஆற்றுக்கும் எவ்வளவு உறவுண்டோ, அவ்வளவு உறவுதான் அக்குழந்தைக்கும் அவளுடைய மார்பகத்திற்குமிருந்தது. சகதியில் நடந்து செல்பவர்கள், உறுதியான இடத்தைத் தேடித் துழாவுவதைப் போல, அவளுடைய மந்த உள்ளம் ஒரு பற்றுக்கோலைத் தேடியது. ஒன்றும் கிடைக்கவில்லை. அருகிலிருந்த புல்லையும், செடிகளையும் அவளுடைய கை இறுகப் பற்றியது. கடைசியில் அவளுக்குக் கூட ஒரு நினைவு கிடைத்தது. வெகு நாட்களுக்கு முன் அவளுடைய தந்தையின் பண்ணையில் ஒரு சிற்றாள் வேலை செய்தான். ஒரு தடவை அவன் அவளை அணைத்துக் கொண்டான். அவன் கண்களிலிருந்த ஒளியை, அங்கு சூழ்ந்திருந்த இருட்டுக்கூட மறைக்க முடியவில்லை, இவ்வுலகில் அவள் ஒளியைக் கண்டது அவ்வொரே தடவைதான். அந்நிகழ்ச்சியை நினைத்தபோது முகத்தில் புன்னகை மலர்ந்தது. அவ்வொளியைத் தொடப் போவதாக நினைத்துக் கைகளை எடுத்தாள்.

மகிழ்ச்சிமிக்க ஒளி விளக்குகள் உள்ளத்திலிருந்து மறையும் வரை அவள் மண்டியிட்டவாறே உட்கார்ந்திருந்தாள். சுய உணர்வு வந்தவுடன் பழைய திகில்கள் தலையெடுத்தன. அங்கிருந்த ஆற்றையடைய வேண்டும்; எப்படி அடைவது? அப்போது ஓர் எண்ணம் உதித்தது. தன்னால் சிந்திக்க முடியுமென்று அவளுக்கே அப்போதுதான் தெரிந்தது. வாய்க்கால் மரத்திற்கு அப்பால் ஓடிக் கொண்டிருந்தது. அதில் அதிக ஆழமில்லை. ஆயினும் விரைவாகப் போய்க்கொண்டிருந்தது.

நீரை அவள் கையினால் தொட்டாள். ஊசி குத்தியது போல் உடலெல்லாம் சிலிர்த்தது – அவ்வளவு குளிர்ந்த நீர். சடக்கென்று கையை எடுத்து உடையில் துடைத்துக் கொண்டாள். பெருமூச்சு விட்டபடி, காலிலிருந்த ஜோடுகளைக் கழற்றினாள். அவற்றைப் பார்த்தபோது அவளுக்கு இரக்கமுண்டாயிற்று. ஒன்றின்மீது ஒன்றாக இரண்டு உடைகள் அணிந்திருந்தாள். அவற்றையும் கண்டு அவள் இரக்கம் கொண்டாள். ஏனெனில் உடலைவிட உடைக்கு மதிப்பு அதிகமென்பது அவளுடைய கருத்து. அவற்றைக் கழற்றி வைத்த பிறகு, உடலில் மிகுந்திருந்த உள்ளங்கியைத் தொடைகளிடையில் இறுக்கிப் பிடித்தவாறு, மரப்பொந்துக்குள் இறங்கினாள். சலசலவென்று தலைமீது விழுந்த தண்ணீர் முகத்திலும், மார்பிலும் வழிந்து ஓடிற்று. அப்படியே உடல் நீரினுள் படியும்படி படுத்துக் கொண்டாள். அவ்வாய்க்கால் வழியே போவதென்றால் இன்னும் அரைமணியாவது வேண்டும். இவ்விடத்திலேயே இறக்க எல்லையற்ற பொறுமை வேண்டும். அவளிடம் அதற்கு என்றைக்குமே குறைவில்லை.

அவளுடைய கணவன் மாலையில் வீடு வந்தபோது, குழந்தை அழுது அழுது விரைத்துப் போயிருந்தது. முகம் நீலமாக இருந்தது. மனைவி வீட்டிலில்லை. கந்தைத் துணிகளைச் சுருட்டி, அதற்குக் காம்பு வைத்தான். பிறகு தீவனம் வைக்கும் வாளியின் அடியில் நின்ற பால் கஞ்சியில் அதை நனைத்துக் குழைந்தையின் வாயில் வைத்தான். அது உயிருள்ள குழந்தை; எப்படியோ வாழ விரும்பியது. எனவே வாய்க்கு எட்டியதை அது உறிஞ்சிக் குடித்தது. அதற்குப் பிறகும் அது அலறத் தொடங்கியது. அலறியது போதுமென்று தோன்றியவுடன், அப்படியே படுத்துத் தூங்கிவிட்டது. வீடுகளில் இரவுச் சாப்பாடு முடிந்த பிறகு, சிறுவர்கள் பயத்துடன் குழந்தையைச் சுற்றிச்சுற்றி வந்தனர். குழந்தையின் தாய் இன்னும் வீடு திரும்பவில்லை. பல ஆண்டுகளாக மனதினுள் அவன் வேண்டிக்கொண்டிருந்தது இப்போது நடந்துவிட்டதாகத் தோன்றிற்று. ஆனால் அவனுடைய கோரிக்கை வாய்விட்டுச் சொல்ல முடியாத அவ்வளவு பயங்கரமானது என்றும்கூட ஏதோ ஒன்று அவனுக்கு

உணர்த்திற்று. அவனுடைய கனவு நனவாகியுள்ள இந்த நேரத்தில், இவ்வளவு பயங்கரக் கோரிக்கையை ஒருவன் வேண்டியிருப்பான் என்றும், அந்நிகழ்ச்சியை விரும்பியவன் தானே என்றும் நினைக்க அவனால் முடியவில்லை. பொதுவாக இதைத்தான் வருத்தமென்று கூறுவராகையால், அப்படிப்பட்ட கருத்து தனக்கு இருந்ததேயில்லை என்ற முடிவுக்கு வந்தான். எது வந்த போதிலும் அதை அமைதியாகவும், சோர்வுறாமலும் ஏற்க வேண்டுமென்பது அவனுடைய அபிப்பிராயம். நடப்பது நடக்கட்டுமென்று இருந்தான்.

அன்று மாலை வெகுநேரம் கழித்து மழை வந்தது. வாய்க் காலில் விழுந்தவளுடைய உடலை, மலை மீதிருந்து, தண்ணீர் அடித்துக்கொண்டு வந்தது. அது கிட்டத்தட்ட ஆற்றுக்கே வந்து விட்டதென்று சொல்லலாம். அவளுடைய அங்கிகளையும், ஜோடுகளையும் முதன் முதலில் கண்டவனுக்குச் சுற்று முற்றும் பார்க்கவும் பயமாக இருந்தது. பிணம் எதுவும் கண்ணில் படவில்லையென்று ஆறுதலடைந்தான்.

அவள் விட்டுச்சென்ற பொருள்களை எடுத்து வந்தவன் நிக்கலஸ். உபயோகமற்ற சாமான்களைப் போட்டு வைக்கு மிடத்தில், ரொட்டியைத் துண்டு போடுவதற்குப் புதிதாக வாங்கிய கத்தியையும் மறதியாகப் போட்டு விட்டான் ஷிச்சிலின். வயலுக்குப் போகும்போது அவன் மனைவியிடம் கூறிவிட்டுச் சென்றது இதைப் பற்றித்தான். காட்டிலிருந்து அவளுடைய அங்கிகளையும், ஜோடுகளையும் எடுத்து வந்த நிக்கலஸ், அவற்றை எல்லோருக்கும் காட்டினான். அவளுடைய உடைகளைப் பார்த்தவுடன் கணவனுக்குத் திடீரென்று மின்சாரம் தாக்கியதைப்போல், உடலெல்லாம் சிலிர்த்தது. அவன் மனதிலுள்ள இரகசியத்தை எவ்வளவு கஷ்டப்பட்டு அடக்கியிருந்தானென்பது, பற்களை நறநறவென்று கடித்துக் கொண்டிருந்ததிலிருந்து தெரிந்தது. கை விரல்களை உறுதியாக மூடியிருந்தான். கால் சட்டையின் பொத்தான்களைப் போட்டு இறுக்கியிருந்தான். ஆனால் அவன் இதயம் மட்டும் மகிழ்ச்சியினால் குதித்தது. மூச்சுத் திணறியது. நிக்கலஸுடன் என்ன பேசுவதென்று தெரியவில்லை. “உள்ளே வா” என்று

மட்டும் கூறினான். நிக்கலஸுக்கு இருப்புக் கொள்ளவில்லை. தன்னைவிடப் பெரியவன் கஷ்டப்படுகிறானென்ற துயரம். நிக்கலஸுக்கு இருபத்துநாலு வயது. உயரமாகவும், மெலிந்தும் இருந்தான். அவனுடைய பலமெல்லாம் அவனுடைய சுறுசுறுப்பில் காணப்பட்டது. அவனை உள்ளே வரச்சொன்ன பிறகுதான், அவ்வாறு கூறியது பற்றி குடியானவனுக்கு வருத்தமாயிருந்தது. ஆயினும் நிலைமையை சமாளிப்பதற்காக, “இப்படி உட்கார்” என்றான். நாற்காலியின் கால்களில் தன் காலைச் சுற்றிக்கொண்டு, மேஜை மீதிருந்த விரிப்புத்துணி மடிந்திருந்த இடத்தில் கையை ஊன்றியவாறு உட்கார்ந்தான். விரலால் மேஜையைத் தடவிக் கொடுப்பதைத் தவிர, வேறு ஒன்றும் தோன்றவில்லை. ஒரே குழப்பமாக இருந்தது. அவன் உட்காருவதனால் நாற்காலி தேய்ந்து விடுமென்று தோன்றியது, பெரியவனுக்கு. கீழே உட்கார்ந்திருந்தால் அவன் மகிழ்ச்சியடைந்திருப்பான் போலிருக்கிறது.

இப்போது குடியானவனிடம் மகிழ்ச்சியுமில்லை, வருத்தமுமில்லை. விவரிக்க முடியாத பரபரப்பு ஒன்றே மிஞ்சி நின்றது. “இப்படியும் நடக்குமா, சொல்லு” என்று பல தடவைகள் கூறினான். “சொல்லுவதற்கு என்ன இருக்கிறது?” என்றான் நிக்கலஸ். பாதங்களைத் தரையில் டக் டக் என்று தட்டியவாறு, பாதி மூடிய கண்களால் ஷுச்சிலின் இளைஞனை நோக்கினான். கிராமத்தினிரின் உள்ளங்களிலிருந்த துயரமெல்லாம். ஒருங்கே திரண்டு, அவனுடைய முகத்தில் குடி கொண்டதைப் போன்ற தோற்றம் அதில் காணப்பட்டது. அக்கிராமத்திலிருந்த ஆண், பெண், குழந்தைகள் ஆகிய அவ்வளவு பேரும், நிக்கலஸ் காட்டிய ஈரத் துணிகளைக் கண்டவுடன் என்ன நினைத்தார்களோ, அதையே இவ்விருவரும்கூட நினைத்தனர் ‘என்ன மோசமான நிகழ்ச்சி இது !’ அவள் போன பிறகு நல்ல நிலமும், புது வீடும், குதிரையும்கூட அவனுக்கு வரலாம். ஆயினும் நடைபெற்றது, என்னவோ போல் ஆகிவிட்டது. துரதிருஷ்டம்தான். மாசு ஒரு பொருள் மீது படிந்த பிறகு, அதை அகற்றுவது சுலபமான வேலையல்ல. இப்படியாகிவிட்ட தென்பதற்காகக் கிடைத்த நிலத்தை உழாமலிருப்பதும், புது வீட்டுக்குப் போகாமலிருப்பதும்,

பசுவைக் கட்டிய வண்டியில் குதிரையைப் பூட்டாமலிருப்பதும் முட்டாள்தனம். அது ஷூச்சிலினுக்குத் தெரியும்.

பெரிய சுமையொன்றை இறக்கிவிட்டவனைப்போல் பெரு மூச்சு விட்டான். அவன் முகத்தில், பார்ப்பதற்குப் புதிதாக ஒன்றுமில்லையாகையால், ஸோபா, கடிகாரம், துணிமணிகள் வைக்கும் மேஜை முதலியவற்றைப் பார்த்துக் கொண்டிருந்தான் நிக்கலஸ். குடியானவனுடைய விவாக நாளன்று இம்மேஜையும், நாற்காலியும், மற்ற பொருள்களும் இங்கு வந்தன. கலியாண ஊர்வலம் ஒரு பெரிய கேலிக்கூத்தா யிருக்குமென்று அவனுக்கு பயமாக இருந்தது. அவனுடைய முன்னோர்களைவிட, இப்பொருள்களுக்கு அவனைப் பற்றி அதிகம் தெரியுமென்று நினைக்க இடமிருந்தது. நிக்கலஸ் நோக்கிய இடத்தைக் குறிப்பாகவும், ஒரு நாய் பார்ப்பதைப் போல் சந்தேகக் கண்களுடனும் பார்த்தான்.

நிக்கலஸுக்கு ஏற்கனவே பெண் பார்த்தாகிவிட்டது. இவ்வாண்டு கலியாணம் கலியாணம் நடத்த ஏற்பாடாகி யிருந்தது. எனவே குடியானவனுடைய சொத்துகளின் மதிப்பு எவ்வளவிருக்குமென்று கச்சிதமாகக் கணக்குப்போட முடிந்தது. அவற்றுடன் வரும் மகிழ்ச்சியும், கஷ்டமும்கூட அவனுக்குத் தெரியும். வரப்போகும் மனைவி அப்பழுக்கற்றவளென்பதில் ஐயமில்லை. அவள் பெற்றோர்களும் கௌரவமானவர்கள். அவர்களுடைய வயல்கள் நல்ல இடத்திலிருந்தன. கால்கள் தான் அவளுக்குச் சற்று குட்டை. நடப்பது ஒரு மாதிரியா யிருந்தது. ஆயினும் கன்னக்கதுப்புகள் உருண்டையாகவும், பளபளப்புடனும் இருந்தன. அவனுடைய மனதிலிருந்த ஆசைக்கும், ஆவலுக்கும் தகுந்த பெண்தானா இவள் என்று கேட்டால், 'இல்லை' என்றே பதிலளிக்க வேண்டியிருக்கும்.

அவன் திடீரென்று கண்களை மூடினான். ஷூச்சிலின் இவ்வளவு கவலைகளுக்கிடையிலும்கூட, 'ஏன் இப்படி கண்களை மூடிக்கொள்ளுகிறான்?' என்று சிந்தித்தான். உடனே அவனுக்கு எல்லாம் நினைவு வந்தது. இவ்வாண்டு அவனுக்குக் கலியாணம் நடக்கப்போகிறது, அவன் யாரை மணக்கப் போகிறான், அவர்களுடைய வயல்கள் எப்படிப்பட்ட இடத்திலிருக்கின்றன,

மணமக்கள் இருவரும் ஒருவருக்கொருவர் ஏறக்குறைய ஏற்ற ஜோடிதான் என்ற நினைவு எல்லாம் அவனுடைய உள்ளத்தில் தோன்றின. நிக்கலஸ் திடீரென்று எழுந்தான். "கொஞ்சம் இரு; நானும் வருகிறேன். அவளைத் தேட வேண்டுமல்லவா?" என்றான், அவளுடைய கணவன். இப்போதுதான் முதன்முதலாக அவன் உள்ளத்தை பயம் கௌவிக் கொண்டது.

கிராமத்திலிருந்தவர்கள் அவளைத் தேடிக் கண்டுபிடிக்க முடியவில்லை. காட்டிலாகா சிப்பந்திகள் கண்டு பிடித்தனர். அவளுடைய உடல் பில்லிங்கன் மாஜிஸ்டிரேட்டிடம் ஒப்படைக்கப்பட்டு, பதிவும் செய்யப்பட்டது. சம்மன் வருவதற்கு முன்னரே, குடியானவனுக்கு இதெல்லாம் தெரியும். மாஜிஸ்டிரேட்டிடம் ஒப்படைக்கப்பட்ட உடல் அவன் மனைவியினுடையதுதானா என்று பார்க்கும்படியாக உத்தரவு வந்தது.

இதற்கிடையில், அண்டை அயலார்கள் வீட்டை கவனித்துக் கொண்டனர். இறந்து போனவள் செய்யாமல் விட்டுச் சென்றதை பலர் வந்து முடித்துக்கொடுத்து உதவினர். வந்தவர்களில் சிலர் மேஜையிலும், படுக்கையடியிலும், ஸோபாவுக்குப் போட்டிருந்த உறைக்குள்ளும் கைவிட்டுப் பார்த்த னர். சிலர் குழந்தைகளை கவனித்துக் கொண்டனர். சிலர் உணவு தயாரித்துக் கொடுத்தனர். வீட்டுக்கும் ஆப்பிள் மரத்துக்குமாகக் கட்டியிருந்த கயிற்றில் ஆடைகள் பட படத்துக் காய்ந்து கொண்டிருந்தன. இப்போது அது வெறும் தோற்றமல்ல. உண்மையாகவேதான் அவை உலர்ந்து கொண்டிருந்தன. அந்தப் பெண்பிள்ளை இருந்தவரை இவை இப்படி நடக்கவில்லையென்றால், அதற்குக் காரணம் அவளே தான். அவள் பெரிய முட்டுக்கட்டையாக இருந்தாள். எல்லாமே இப்போது கூடிய வரையில் திட்டப்படி நடந்தன. இறந்தவர்களுக்குச் சுமையில்லாது போகலாம். ஆனால் பிழைத்து இருப்பவர்களுக்குப் பொறுப்பு விட்டுப்போகாது. அல்லவா?

# VI

ஷச்சிலின் பால் வாங்கும் நிலையத்தில் லுடெக்குக்காகக் காத்திருந்தான். பால் வண்டியில் நகரத்திற்கு அழைத்துப் போவதாக லுடெக் கூறியதால், அவன் அங்கு வந்திருந்தான். கறுப்புத் துணியில் தைத்த நல்ல உடையணிந்திருந்தான். அவனுடைய உடல் உறுதியானது. இவ்வளவு இருந்த போதிலும், மனதினுள் ஏதோ பயம். தலையைச் சுற்றி இரும்புக்கட்டுப் போட்டது போன்ற தொப்பியணிந்திருந்தான். ஏதேதோ எண்ணங்கள் வந்து அவனை மொய்த்த போது, அவனுக்கு எரிச்சலும், கோபமும் உண்டாயிற்று. அங்கு போவோர், வருவோரைப்பார்க்க அவனுக்கு விருப்பமில்லையாதலால், மறுபுறம் திரும்பி உட்கார்ந்தான். ஆயினும் அவர்களுடைய வருத்தம் தோய்ந்த கண்கள் தன் முதுகில் பதிந்த உணர்ச்சி அவனுக்கு உண்டாயிற்று. கடைசியில் டிரக்கிலேறி, லுடெக் அருகில் அமர்ந்தபோது, மனம் சற்று, அமைதியடைந்தது.

லுடெக் தலையிலிருந்து கால்வரை தோலால் செய்த உடைகள் அணிந்திருந்தான். பில்லிங்கன் கடை வீதியில் முட்டைகள், பால் பொருள்கள் விற்பனை செய்யும் ஸ்டிராப் கம்பெனிக்கு லுடெக் வலதுகரம் போன்றவன். காலையிலிருந்து மாலை வரை அவனுக்கு வேலை இருந்து கொண்டேயிருக்கும். அவனே எல்லாவற்றையும் கவனித்து வந்ததால், எதிலும் இம்மிகூடத் தவறாது. கோடுகளும், கட்டங்களும் போட்ட உடைகளையணிந்து, ஏராளமான பெண்களும், சற்று வயது வந்த ஸ்திரீகளும், பால் பண்டங்களைக் கொண்டு வருவார்கள். அவர்களைப் பார்த்தும், பேசியும் அவனுக்கு வழக்கமாகி விட்டது. பெண்களைக் கண்டாலே அவனுக்கு வெறுப்பு. அவர்களுடைய சளசளவென்ற பேச்சும், நச்சரிப்பும் அவ னுக்குப்

பிடிக்கவில்லை. எனவே அவன் இதுவரை விவாகம் செய்து கொள்ளவில்லை. அவனும், ஷூச்சிலினும், கிராமத்திலிருந்து டவுனுக்குப் போகும் சாலையில், புழுதிப் படலத்தினிடையில் டிரக்கில் சென்று கொண்டிருந்தனர். இப்படிப்பட்ட நேரத்தில் அவசியமான விஷயங்களைக் கேட்டுத் தெரிந்து கொள்ளும் சுபாவம் லுடெக்குக்கு உண்டு. அருகில் ஏதேதோ திட்டங்களுடன் உட்கார்ந்திருந்த விவசாயின் வாயிலிருந்தே அவன் செய்த குற்றத்தை வரவழைக்க வேண்டுமென்று தோன்றிற்று. அவர்களுடைய வண்டி மரங்களடர்ந்த ஓரிடத்துக்கு வந்தபோது, “உன் மனைவி அப்படிச் செய்யும் படியாக என்ன நடந்தது?” என்று கேட்டான்.

“என்ன ஆயிற்று தெரியுமா? பால் அவளுடைய தலைக்கேறியிருந்தது” என்றான் குடியானவன்.

மரங்களைக் கடந்து விட்டனர். அறுவடையாகிவிட்ட வயல்களில் இளம் வெய்யில் சுகமாகக் காய்ந்து கொண்டிருந்தது. கேள்வியைச் சரியாகக் கேட்டால், சற்று விவரமான பதில் வரலாமென்று நினைத்து, “உடல் எவ்விடத்திலிருந்து கிடைத்தது?” என்றான். “எனக்கே தெரியாது. நான் இல்லை அங்கே” என்று சுருக்கமாகப் பதிலளித்துவிட்டுச் சும்மாயிருந்தான் குடியானவன்.

இப்போது வண்டி கரையோரமாகப் போய்க் கொண்டிருந்தது. ஆற்றங்கரையோரத்தில் சில வீடுகள் இருந்தன. அங்கிருந்தவர்கள் தோட்டச் சுவற்றின்மீது சாய்ந்தபடியே மீன் பிடித்துக் கொண்டிருந்தனர் - அவ்வளவு அருகிலிருந்தது நீர் நிலை. ஒரு சிறு தெப்பக்கட்டையொன்று நீரோடு மிதந்து சென்றது. அதிலிருந்த குடிசையில், சட்டை போடாத ஒருவன் படுத்திருந்தான். நாய் ஒன்றுகூட அதில் இருந்தது. அந்தக் காட்சி குடியானவனுக்கு அதிசயமாகப்பட்டது. ஆறு அவனுக்குப் பிடிக்கவில்லை. அவனுடைய வயல்கள் குன்றின்மீது இருந்தன. ஆற்றங்கரையைக் கண்ணால் கண்டு ஓராண்டாயிற்று. அங்கிருந்த சுவர், தெப்பக் கட்டை, மினுமினுப்புடன் ஓடும் தண்ணீர் ஆகியவற்றை சந்தேகக் கண்ணோடு பார்த்தான். அவன் வயிற்றில் என்னவோ செய்தது. வெண்ணெய்யோ, நெய்யோ,

செரிக்காமலிருக்கும் போது சங்கடப்படுத்துமே - அதைப்போன்ற - உணர்ச்சி. டிரக் வேகத்தினால் அவனுடைய எலும்புகளே கடகடத்துக் கொண்டிருந்தன. அவர்கள் டவுனுக்கு அருகில் வந்துவிட்டனர். 'அவளை நானா விரட்டினேன்?' என்ற கேள்வி குடியானவன் மனதில் எழுந்தது. 'நான்தான் விரட்டினேன். சந்தேகமென்ன? எப்படி விரட்டினேன் என்று கேட்கிறாயா?' இவ்வாறு லுடெக்குடன் மனதிற்குள் வாக்குவாதம் நடத்தினான். லுடெக்குக்கு சமாதானம் சொல்லுவது மிகக் கஷ்டம். அவனிடமிருந்து தன்னைப் பாதுகாத்துக்கொள்ளுவதைப் போல நினைத்து, மனதிற்குள்ளேயே அவன் விவாதித்துக் கொண்டான். 'அவளை விரட்டியடிக்காமல் நான் எப்படி இருக்கமுடியும்? அவள் பிழைத்திருக்கும்போது அவளுடைய தகப்பன் நிலத்தைக் கொடுத்தானா, அவளுக்கு? அதை எப்படியாவது கைப்பற்ற வேண்டுமென்றுதான் எனக்கு இருந்தது. எனக்கு அந்த ஆசையில்லையென்றாலும்கூட, அவளை நான் விரட்டியேயிருப்பேன் - தெரிகிறதா உனக்கு? இவ்வளவு விரட்டியிருக்க மாட்டேனோ, என்னவோ, கொஞ்சம் குறைவாக இருந்திருக்கலாம், அவ்வளவுதான்.'

முதலாவது பிரவசத்தின்போது நடந்த நிகழ்ச்சியொன்று அவனுக்கு நினைவு வந்தது. படுக்கையைவிட்டு எழுந்து, உருளைக் கிழங்குகளை வெட்டியெடுப்பதற்கு வயலுக்கு வந்திருந்தாள். இன்னும் பலஹீனமாகவேதான் இருந்தாள். எனவே முழங்கால் மடிந்து போய், முன்புறமாக விழுந்துவிட்டாள். வெட்டியிருந்த சில கிழங்குகள், இங்கும் அங்குமாகச் சிதறியோடிவிட்டன. முகமெல்லாம் மண். அவளைப் பற்றி கேள்வி மேல் கேள்வியாகக் கேட்டுக்கொண்டிருந்த லுடெக்குக்கு இக்கதையைச் சொல்லிவிட்டு, "பொருள்களை வீணாக்கும் நிலையில் நான் இல்லை. சும்மா என்னைக் கேள்விகள் கேட்காதே. இத்துடன் விட்டுவிடு" என்று கூறி நிறுத்தினான். இவனிடமிருந்து இதற்குமேல் ஒன்றும் வராதென்று லுடெக்குக்குத் தெரியும்.

இரும்புப் பாலத்தையும், ஊர் வாசலையும் கடந்து டிரக் தார் ரோடுமீது சென்று கொண்டிருந்தது. அதை ஸ்டிராப் கம்பெனி

வாசலில் கொண்டு போய் நிறுத்தினான் லுடெக். குடியானவனும் இறங்கி, அவனிடம் விடை பெற்றுக் கொண்டான்.

லுடெக் கையைக் கட்டிக்கொண்டு அவனையே பார்த்த வண்ணம் நின்றான். கீழே நோக்கியபடி, தோள்களைத் தூக்கியவாறு நடந்தான் ஷூச்சிலின். அவன் தலையைச் சுற்றியிருந்த இரும்பு வளையம் தொப்பி - உள்ளே சென்று, அவனுடைய மூளையையே பிடித்துவிடும் போலிருந்தது. அவ்வூரே ஒரு தொப்பியாக மாறி, அவன்மீது ஏறி உட்கார்ந்து விட்டதாகத் தோன்றிற்று. எதிர்பார்த்ததைவிட முன்னதாகவே அவன் மாஜிஸ்டிரேட் ஆபீசுக்கு வந்து சேர்ந்தான். வந்த வேலையை வாசலிலிருந்தவனிடம் தெரிவித்ததுடன், உட்சட்டையைத் திறந்து, ஜேபியிலிருந்த உத்தரவையும் எடுத்துக் காட்டினான். தாழ்வாரத்தின் வழியே நடந்து 27 இலக்கமிட்டிருந்த அறைக்கு வந்தான். உள்ளே போகச் சற்று தயக்கமாயிருந்தது. ஆனால் கையில் நல்ல பலமிருந்ததால், கதவை அவன் தட்டிய தட்டு அந்தப் பகுதியெங்கும் எதிரொலித்தது.

அவன் நுழைந்த அறை, எதிர்பார்த்ததைவிடச் சிறிய தாகவேயிருந்தது. பல அலமாரிகளும், ஒரு மேஜையும் இருந்தன. மேஜைக்குப் பின்னால், உடலெல்லாம் சுருக்கங்கள் விழுந்த கிழவனாரொருவர் கண்ணாடியணிந்து உட்கார்ந்திருந்தார். ஷூச்சிலின் இருந்த இடத்திலிருந்து கைகள் மட்டுமே தெரிந்தன. அவை மிக நீண்ட கைகளாகத் அவருடைய தோன்றின. அவருக்குப் பின்னால் மற்றொரு கதவு இருந்தது. அதைத் திறந்து கொண்டு அடுத்த அறைக்குப் போகலாம். அக்கதவுக்கு மேல் பெரிய ஹின்டன்பர்க் படமொன்று, கண்ணாடிச் சட்டம் போட்டு மாட்டியிருந்தனர். அவனைச் சத்தியம் செய்யச் சொல்லுவார்களோ என்னவோ என்ற நினைப்பு எழுந்தது. எதற்காகவென்று தெரியாவிட்டாலும், சத்தியம் செய்வது சற்று பயமாக இருந்தது.

“சரி, என்ன வேண்டும் உனக்கு?”

மீண்டும் ஷூச்சிலின் தனது உட்சட்டைப் பொத்தானைக் கழற்றி, அங்கிருந்து வந்த உத்தரவை எடுத்துக் காட்டினான்.

கிழவனார் அதைப் படித்தார். பல கேள்விகள் கேட்டு, அவன் கொடுத்த பதில்களை ஒரு அச்சடித்த காகிதத்தில் எழுதிக் கொண்டார். லுடெக்கிடம் காணப்பட்ட பேராசையும், முரட்டுத் தனமும் அவரிடமில்லை. ஆயினும் லுடெக் கனவு கூடக் காண முடியாத முறையில், ஷூச்சிலினுடைய உள்ளத்தை ஆராய்ந்து விட்டார். அவரிடமிருந்த அதிகாரத்தை உபயோகித்துப் பல கேள்விகள் கேட்டார். அவன் பதிலளித்தான். அவனுடைய பெற்றோர், மனைவியின் பெற்றோர், அவனுக்குப் பிறந்த குழந்தைகள் ஆகிய எல்லா விவரங்ககளையும் கேட்டார். அவனுடைய இறந்த மகனைப் பற்றியும் கூற நேரிட்டது. இவற்றையெல்லாம் கேட்கும் உரிமை அவருக்கு உண்டு. ஆனால் இப்படிக் கிடைத்த செய்தி எதையும் தனக்காக அவர் உபயோகித்துக்கொள்ள முடியாது. அவ்வுரிமை இருந்திருந்தால், இப்படி எலும்பும், தோலுமாக வெளுத்துப் போய் இருக்க மாட்டாரோ என்னவோ. ஷூச்சிலின் அளித்த பதில் எதுவும் அவருக்குத் திருப்தியாக இல்லையென்றாலும், அவற்றை மிகவும் ஜாக்கிரதையாகக் குறித்துக் கொண்டே வந்தார். பொதுவாக அவதூறு பிறப்பதற்கு எவ்வாறு இடமேற்படுகிறதென்ற காரணம், அப்போது முதன் முதலாக அவனுக்குத் தெரிய வந்தது. கிழவர் அவனுடைய வாக்குமூலத்தைக் கொடுத்துக் கையெழுத்திடச் சொன்னார். அதைப் படிக்கத் தொடங்கி, ‘இவையெல்லாம் உண்மையென்று சத்தியமாகச் சொல்லுகிறேன்’ என்று அச்சடித் திருந்த இடத்துக்கு வந்ததும், “இங்கு அகப்பட்டுக் கொண்டேன்” என்று அவன் நினைத்தான். வாக்குமூலத்தை அப்படியே ஏற்றுக் கையெழுத்திடுவதைத் தவிர வேறு வழியில்லை.

“ஒரு நிமிஷம் பொறு.”

அதைக் கேட்டதும் அவனுக்குத் தூக்கிவாரிப் போட்டது. அங்கு அவனுடைய மனைவியின் உடல் வைக்கப்பட்டிருந் ததை இவ்வளவு நேரம் மறந்து விட்டான். அவன் வாய் திறந்து கொண்டது; பெருமூச்சு வாங்கியது. எதிரில் சிறு உருவத்துடன் உட்கார்ந்திருந்தவர், நாற்காலியிலிருந்து எழுந்து, பின்னாலிருந்த அறைக்குள் சென்றார்.

சற்றுநேரம் கழித்து அவன் பயம் கொஞ்சம் குறைந்தது. பெண்பிள்ளையின் சடலத்தைக் காட்டவில்லை; அவளுடைய புகைப்படத்தையே அவனுக்குக் காட்டினார்கள். அதற்கு முத்திரையிடப்பட்டிருந்தது. அவனுடைய கஷ்டத்தைப் போக்கிக் கொள்ளவும், ஆடு, மாடு, நிலபுலன்களுக்காகவும் அவளைக் கலியாணம் செய்துகொள்ளத் தீர்மானித்தபோது அவனுக்கு எவ்வளவு வெறுப்பு உண்டாயிற்றோ, அவ்வளவு வெறுப்பும், கலக்கமும், அப்படத்தைப் பார்த்தவுடன் அவ னுக்கு ஏற்பட்டன. இப்போது அவனுடைய கோரிக்கை ஒன்றே ஒன்றுதான் - பெண்பிள்ளையின் உடலை அடையாளம் கண்டு பிடித்து நிச்சயம் செய்துவிட்டால் அவளை சீக்கிரம் புதைத்து விடலாம். அது அவளுக்கும் நிம்மதி, அவனுக்கும் நல்லது. "ஆமாம். அவள் என் வீட்டுப் பெண்பிள்ளை தான்" என்று அவசர அவசரமாகக் கூறினான்.

அவளைப் புதைப்பதற்காகவும், மரணத்தைப் பதிவு செய்வதற்காகவும் அவன் கொடுக்க வேண்டியிருந்த கட்டணம் கூட அவனுக்கு மனத் துயரளிக்கவில்லை. வெளியில் வந்த பிறகு, படபடப்புத் தணிந்து, மனம் அமைதியுற்றது. அப்போது அருகிலிருந்த ஜன்னல்களிலொன்றில் னைக்கப்பட்டிருந்த சிவப்பு விளம்பரமொன்றை அவன் பார்த்தான் - ஐநூறு மார்க் பணம் வெகுமதி. அவ்வளவு பணம் வெகுமதியாக அளிப்பது அவனுக்கு வியப்பாயிருந்தது. அருகில் சென்று, தலையிலிருந்த தொப்பியை அகற்றினான். இப்போது அது தலைக்கு இரும்புக்கட்டுப் போட்ட மாதிரியில்லை. அவன் விளம்பரத்தைப் படித்தான். விஷயம் புரிந்தது. ஒருவனை மற்றொருவன் குத்திக் கொன்றுவிட்டான். குத்தியவனுக்குச் சற்று வெண்ணிறமான தலைமயிர். நீலம்பூத்த கண்கள், நீல நிறச் சட்டை. காற்றணையும் அணிந்திருந்தானாம். இவனைப் பிடித்துக் கொடுப்பவர்களுக்கு அவ் வெகுமதியளிக்கப்படு மென்பதை உணர்ந்தான்.

அவர்கள் தேடியவனுடைய புகைப்படம்கூட அருகில் இருந்தது. ஷூச்சிலின் அதை மேலெழுந்த வாரியாகப் பார்த்தான். அவன் எதிலும் ஒதுங்கியே இருந்தான். குழந்தை பிறப்பதற்குச்

சில மாதங்கள் முன்னும், அது பிறந்த பிறகும் கூட அவன் மற்றவர்களுடன் கலகலப்பாக இருந்ததில்லை. எவர் முகத்தையும் பார்த்ததில்லை. இவ்வளவு பணத்தையும் வெகுமதியாகப் பெறும் ஒருவன் உண்மையிலேயே இவ்வுலகத்தில் இருக்கிறானா என்று தன்னைத்தானே கேட்டுக்கொண்டான். குழந்தைக்குத் தாயிடமிருந்து கிடைக்கும் பால்போல, இது ஒருவனுக்குக் கிடைக்கப்போகிறது. கொலைகாரன், கொலையுண்டு மாண்டவன் ஆகியவர்களைவிட, இப் பரிசு பெறப்போகிறவனைப் பற்றியே அவன் வெகுநேரம் சிந்தித்தான். ஒரே குழப்பம். இவ்வளவு கஷ்டங்களுக்கும், துன்பங்களுக்கும் உள்ளாகிய பிறகு அவனுக்குக் கிடைத்தது என்ன? கடுமையாக உழைத்த போதிலும்கூட தனக்கு ஒன்றுமில்லாமலிருப்பதையும், மிகச் சுலபமாக யாரோ ஒருவன் ஐநூறு மார்க் அடித்துக்கொண்டு போகப் போவதையும் ஒப்பிட்டுப் பார்த்தான். தலைகுனிந்தவாறு அவ்விடத்திலிருந்து சென்று, மாடிப் படிகளில் இறங்கி வெளியே வந்தான். சதுக்கத்துக்குப் போகவில்லை. ஊர் எல்லைச் சுவர் அருகிலேயே இருந்தான். பிறகு ஒரு கிளாஸ் பீர்பானத்துடன் அவன் இளைப்பாற உட்கார்ந்தபோது சுதந்திர வேகம் அவன் உள்ளத்தில் பாய்ந்தோடியது. பார்த்தாலே வெறுப்பூட்டும் அந்தப் பெண் பிள்ளையை இனி வீட்டில் பார்க்க முடியாது என்ற விடுதலையுணர்ச்சி. அதை நினைத்தாலே சுகமாகவும், சந்தோஷமாகவும் இருந்தது.

## 2

பாட்ஸன்பாக்கிலிருந்து பண்ணை வேலை செய்யும் இரு இளைஞர்கள் செவ்வாய்க் கிழமை காலை ஆட்டு மந்தையுடன் நகரத்திற்கு வந்து சேர்ந்தனர். ஆடுகளையும், தங்களையும் ஏற்றி வருவதற்கு அவர்களுக்கு வண்டியொன்றும் கிடைக்க வில்லை. ஊரிலிருந்து முந்திய இரவு புறப்பட்டு கால்நடையாகவே வந்துவிட்டனர். நகர வாசல் வழியாகப் பூங்காவுக்கு வரவில்லை. ஆடு மாடுகளை ஓட்டிக்கொண்டு எவரும் அவ்வழியாக ஊருக்குள் வரக்கூடாதென்று உத்தரவு. எனவே வலது புறமாகத் திரும்பி மணற் குழிகளுக்குப் பின்புறம் வந்தனர். நகர வாசல்

சுவர் இடிந்துபோன இடத்தில், குன்று போல் மண் மேடிட்டிருந்தது. அங்கு பல சந்துகள் வளைந்து வளைந்து சென்றன. பாசிபடர்ந்த பல பழைய வீடுகளும், பல -புது வீடுகளும் அங்கு காணப்பட்டன. ஜோடுகளுக்கு வர்ணம் பூசும் தொழிற்சாலையில் வேலை செய்பவர்களும், மணற் குழிகள் மூடிய பிறகு வேலை யிழந்தவர்களும், அங்கு வசித்து வந்தனர். அங்கிருந்த வாசல் வழியாக பாட்ஸன்பாக் இளைஞர்கள் வந்தனர்.

அவர்கள் உள்ளே வந்தபோது இளைஞர் கூட்டமொன்றை சந்தித்தனர். வந்தவர்களில் ஒருவன் ஜில்லிஷ் கோஷ்டியைச் சேர்ந்தவன். நகர வாசலருகில் இருந்தவர்களில் ஒரு வாலிபன் ஞாயிற்றுக்கிழமையன்று ரெண்டலின் டிரக்கில் வந்தவன். அவன், வந்த பண்ணையாளை அடையாளம் கண்டு கொள்ளவில்லை. குறிப்பாக எந்த நோக்கமுமின்றி நோக்கினான். ஆனால் பண்ணையாள் அவனை அடையாளம் கண்டு கொண்டான். நகரவாசிகளை நாட்டுப்புறத்தவர்கள் மிகவும் சுலபமாக அடையாளம் கண்டு கொள்ளுகிறார்கள். பண்ணையாள் அவன் மேல் உராய்ந்து கொண்டே அப்புறம் சென்று, "உங்கள் இப்ஸ்ட் எப்படி இருக்கிறான்?" என்று புன்னகையுடன் கேட்டான். அவனுடைய தோள்பட்டையைப் பற்றி "இப்போது நீ இருக்கும் நிலையிலிருக்கிறான்" என்று கூறி ஒரு குத்துவிட்டு வீழ்த்தினான், அங்கிருந்த வாலிபன்.

அதிகாலையாக இருந்தபோதிலும், தெருவில் உடனே பெரிய கலவரம் உண்டாயிற்று. ஆடுகள் நாலா பக்கங்களி லும் இழுக்கத் தொடங்கின. அன்று மாலை பண்ணையிலிருந்து சென்ற இரண்டாவது பையன் பாட்ஸன்பாக்குக்கு திரும்பி வந்தபோது, அவர்களை அடித்தவன் வழுக்கைத் தலையனா வென்று கேட்டனர். அவன் "ஆமாம்" என்று பதிலளித்தான்.

அன்றிரவு சாராயக் கம்பெனி டிரக் டிரைவர் நகரத்தை நோக்கி சாலையில் வண்டியோட்டிக்கொண்டு போனான். அவனுக்கு அடுத்த இடத்தில் ஜில்லிஷ் உட்கார்ந்திருந்தான். குங்கல், அவனுடைய தம்பி, கோஸ்லின் ஆகியவர்களுடன் மற்றும் பன்னிரண்டு பேர் அவ்வண்டியிலிருந்தனர். மணற் குழியருகில் சென்றதும், "இப்போது ரெண்டல் பீர் சாப்பிட்டுக்

கொண்டிருப்பான்” என்றனர். பாலத்தருகில் வந்தபோது, “இப்போது ரெண்டல் மனைவியிடம் போயிருப்பான்” என்று பேசிக்கொண்டனர். பூங்காவை அணுகியபோது அவர்கள், “இப்போது ரெண்டல் கால்சட்டைப் பொத்தான்களை அவிழ்த்துக் கொண்டிருப்பான்” என்றனர்.

இருந்த இடத்திலிருந்து ஜில்லிஷ் திரும்பிப் பார்க்கவில்லை; சிரிக்கவுமில்லை. நகரத்தையடைவதற்குச் சற்று முன் வண்டியின் டயர்களில் ஒன்று வெடித்து விட்டது. அதையெடுத்துவிட்டு, மற்றொரு டயர் போட்டனர். அப்போது ஜில்லிஷூக்குப் பெருமூச்சு வாங்கியது. குங்கல் பார்வைக்கு அமைதியாக இருந்தபோதிலும், மனதில் பரபரப்புடன்தான் இருந்தான். முதன் முதலில் அவன் இப்பிரயாணம் செய்வதாயில்லை. ஆனால் அவனுடைய தம்பி, வெளிறிட்ட முகத்துடன் தன்னை உற்று நோக்குவதைக் கண்டவுடன், வெடித்தெழுந்து புறப்பட்டான். கோஸ்லின் வழக்கம்போல் அமைதியுடனும் உற்சாகத்துடனும் இருந்தான். அவர்கள் வந்தபோது, அதிகாரிகள், வியாபாரிகள், யூதர் போன்ற பணக்காரர் வாழும் இல்லங்களில் விளக்குகள் எரிந்து கொண்டிருந்தன. இரவு பொதுவாக அவர்கள் நேரம் கழித்துப் படுக்கைக்குச் சென்று, காலையில் நேரம் கழித்து எழுபவர்கள். வந்தவர்கள் நகரவாயில் வழியாகக் கடை வீதியை அடைந்து, பிறகு அங்கிருந்து ஐஷெல் சந்தியில் வண்டியை ஓட்டிச்சென்றனர். அவர்கள் தேடி வந்த சிறு ஹோட்டலில் விளக்குகள் இன்னும் எரிந்தன. ரேடியோ சத்தம் காதைத் துளைத்தது. வண்டியை அங்கு நிறுத்திவிட்டு, எல்லோரும் கீழே குதித்தனர். அதே நிமிஷம் சடசடவென்று ஜன்னல் கதவுகள் மூடப்பட்டன. ஜில்லி ஷுடன் வந்தவர்கள் அவ்வளவு பேரும் ஒரே சமயத்தில் கதவின்மீது விழுந்து, அதைத் திறக்கப் பார்த்தனர். இடையில் சில பலகைத் துண்டுகளாலான ஒரு கதவே இருந்தது. இரு பக்கத்தி லிருந்தவர்களும் பலங்கொண்ட மட்டும் தள்ளினர். திடீரென்று டிரைவர் வண்டிக்குச் சென்று, இரும்புச் சம்மட்டியைத் தூக்கி வந்தான். பலங்கொண்ட மட்டும் அந்த ஜன்னல் கதவின்மீது ஒரு அடி அடித்தான். அவ்வளவு தான் ஜன்னல் உடைந்ததுடன்,

உள்ளிருந்து அதை முட்டித் தள்ளிக் கொண்டிருந்த ஒருவனுடைய தலையும் சிதறியது. அவனுடைய உடல் அப்படியே விழுந்து, முக்கித் துடிதுடித்தது. இப்போராட்டம் எவ்வாறு முடியுமென்று சொல்ல முடியவில்லை.

அப்போது 'ரெண்டல்' என்று ஒருவன் குரல் கொடுத்தான். எங்கே அவன்? பலருடைய முகங்களும் இங்குமங்கும் திரும்பி, அவனைத் தேடின. பிழைத்திருந்தவர்களிடையில் அவன் இல்லை. இறந்தவன் அடிபட்டுக் கீழே விழுந்தவன் இதற்குள் பிணமாகி விட்டான் - அவன் ரெண்டலல்ல. பூமியதிரக் குதிபோட்டுச் செல்லும் காளைபோல, ஜில்லிஷ் வெளியில் பரபரவென்று ஓடினான். மற்றவர்களும் அவனுடன் சென்று, மூன்றாவது வீட்டில் புகுந்தனர். கதவைத் திறந்ததும் குறுகிய, மாடிப்படிகள் தென்பட்டன. அவை சுற்றிச் சுற்றிச் செல்லும் படிகள். அவற்றின்மீது வெளிச்சம் விழுந்து கொண்டிருந்தது. கதவு திறக்கப்பட்டது கண்டு, பெண்களும், குழந்தைகளும், லங்கோடணிந்த இரு கிழவர்களும் பயந்து போய் எட்டிப் பார்த்தனர். ஜில்லிஷ் அப்போது முன்னுக்கு வந்து, "ரெண்டல்" என்றான்.

மாடி மேலிருந்து பார்த்தவர்களில் குட்டையாகவும், பருமனாகவும் இருந்த ஒருத்தி, ஒரு சிறு சட்டையை எடுத்து மாட்டிக்கொண்டு, அதன்மீது துணியொன்றைப் போர்த்திய வண்ணம், "நான் அவருடைய மனைவி" என்றாள். "உங்களுக்கு என்ன வேண்டும்?"

அப்போது ரெண்டலும் அங்கு வெளியில் வந்தான். அவன் உடம்பைத் துடைத்துக் கொண்டிருந்தான், அந்தத் துண்டையே மேலே போட்டுக்கொண்டு வெளியில் வந்து, "என்ன வேண்டும்?" என்று கேட்டான். மனைவியருகில் நின்றபோது அவன் மேலும் மெலிந்தவன் போலவும், அவளை விடச் சிறியவன் போலவும் இருந்தான்.

ஜில்லிஷ் அசையாமல் இருந்த இடத்திலேயே இருந்தான். பாய்வதற்கு முன் பதுங்குபவனைப்போல் காட்சியளித்தான். தலை சாய்ந்திருந்தது. மாடியில், தான் இருந்த இடத்திலிருந்து

பார்த்தபோது, ரெண்டலுக்குக் கீழேயிருந்த ஜில்லிஷின் வழுக்கைத் தலை வெள்ளையாகப் பளபளவென்று தெரிந்தது. கூட்டத்தின் முதல் வரிசையில் குங்கல் இருந்தான். எனவே, அவனே பதிலளிக்க வேண்டியிருந்தது. "எங்கள் ஆட்களில் ஒருவனை நீ கொன்றாய் அல்லவா?" டிரைவரிடமிருந்து குங்கல் இரும்புச் சம்மட்டியை வாங்கிக் கொண்டிருந்த போதிலும், தன்னிடம் ஆயுதமிருக்கிறதென்ற நினைவில்லாமலே அவன் பேசியதாகத் தோன்றிற்று. "நானா! கொன்றேனா? இல்லவே யில்லை" என்று ரெண்டல் பதிலளித்தான். இவ்வாறு கூறியது நல்லதா, தன்னுடைய ஆட்களுக்கு இதனால் நன்மை யுண்டாகுமாவென்ற ஐயம் அடுத்த வினாடி அவனுக்கு உண்டாயிற்று. அடுத்த கணம் குங்கலும், "இத்தாக்குதல் நியாயம்தானா, இதனால் என்ன பயன்?" என்று தன்னைத்தானே கேட்டுக்கொண்டான். இந்த நிமிஷம் வரையில் இன்னதென்று புரியாத ஒரு சக்தி அவனுக்கு வழிகாட்டிப் பாதுகாத்து வந்ததைப் போல் தோன்றியது. இப்போது செய்யவிருந்ததிலும் அது தனக்குப் பாதுகாப்பளிக்குமாவென்று சற்றுத் தயங்கினான். அது துணை செய்யலாம், செய்யாமலும் போகலாம்.

இதற்கிடையில் ரெண்டல் சில வார்த்தைகள் கூறினான். மிகக் கஷ்டப்பட்டு தன் குரலையே அடக்கிப் பேசினான்: "நாங்கள் உனக்கு அளித்த பாதுகாப்புக்கு பதில் இதுதானா, ஜில்லிஷ்?" - இப்படிக் கேட்டுக் கொண்டிருக்கும்போதே ஜில்லிஷ் ஒரு தாவுத் தாவி மேல் படியை அடைந்தான். மாடிப் படிகள் அவ்வளவுமே இதனால் அதிர்ந்தன. அப்போது கதவுக்குப் பின்னாலிருந்து யாரோ, "போலீஸ்" என்றனர்.

திடீரென்று நிசப்தம் நிலவியது. வீட்டிலிருந்தவர்கள் இரவில் அணிந்த படுக்கையுடைகளுடனும், வாலிபர்கள் தங்களுடைய இயக்கத்தின் சின்னமான சட்டைகளுடனும், ஒருவரையொருவர் பார்த்துக்கொண்டு மாடிப்படிகள் மீது நின்றனர் - கூண்டுக்குள் கோபத்துடன் பார்த்துக்கொள்ளும் இரு மிருகங்களைப்போல. கதவை ஒருவர் உள்ளிருந்தே தாளிடும் சத்தம் கேட்டது.

கலவரங்கள் மீண்டும் ஓய்ந்த இவ்வாய்ப்பையும் பயன் படுத்திக்கொண்டு ரெண்டல் பேசினான். முன்னைவிட மெதுவாகவும், விரைவாகவும் வார்த்தைகள் அவனுடைய வாயிலிருந்து வந்தன. "நீயே இவ்வளவு கஷ்டப்பட்டு இங்கு வந்து விட்டதால், நான் வந்து உன்னைப் பார்க்க வேண்டிய அவசியமில்லை. போன ஞாயிற்றுக்கிழமை நான் வயலில் கேட்ட இரு கேள்விகளுக்கு, 'நாம் செய்ததே சரி' என்று பதிலளித்தாய். மீண்டும் உன்னை இப்போது கேட்கிறேன். இரண்டு ஆண்டுகளுக்குமுன் ஒரு நாள், நாம் இருவரும் பியூரேனிலிருந்து ஆலைக்கு நடந்து சென்றோம், நினைவிருக்கிறதா? அப்போது நீ என்ன சொன்னாய்? 'எண்டர்சுக்கு நான் அவ்வப்போது வேலை செய்கிறேன். அடிமைகளை வேலை வாங்குவதுபோல் வேலை வாங்குகிறான்' என்றாய்..."

ரெண்டல் பேசிக் கொண்டிருக்கும்போது ஜில்லிஷ் தலையசைத்தான். மார்பின்மீது பதிய அவனுடைய தலை இப்போது பின்னுக்குச் சென்றது. கழுத்துப் பின்புறமாக வளைந்திருந்தது. இதெல்லாம் சில வினாடிகளில் நடந்தது. 'தலையசைப்பதைத் தவிர வேறு ஒன்றும் செய்யவில்லையே ரெண்டல் ஏதோ மந்திர வித்தை கற்றவன் போலிருக்கிறதே', என்று ஜில்லிஷின் நண்பர்கள் நினைத்தனர்.

ஆனால் ஜில்லிஷின் முகம் தனக்கு வெகு அருகில் வந்ததையுணர்ந்தான் ரெண்டல். திடீரென்று அவனுடைய இதயம் வெடித்ததைப் போன்ற உணர்ச்சி ஏற்பட்டது. எனவே அவன் உரத்த குரலில், "ஒரு வேளை எண்டர்ஸ்கூட ஒரு குழுத் தலைவனோ என்னவோ. நீ சூறாவளிப் படையின் தலைவன். ஆனால் ஜில்லிஷ், உன்னை அவர்கள் கைப்பொம்மையாக ஆட்டி வைக்கிறார்கள். உழைத்துப் பாடுபட்டு வாழ்க்கை நடத்துபவன் நீ. வாழ்வு முழுவதும் நீ அப்படித்தான் இருப்பாய். நீயும் அவர்களுடன் சேர்ந்து நாட்டை ராணுவத்தின் காலடியில் போட்டு மிதிக்க உடன்படுவதானால். அது உன் விருப்பம்."

இப்படி அவன் பேசிக்கொண்டிருக்கையிலேயே, ஜில்லிஷ் அவன்மீது பாய்ந்தான். நிலைமை பழையபடியாகி விட்டது.

அங்கிருந்தவர்கள் ரத்தம் கொதித்தது. பலத்திற்கு மட்டுமே மதிப்பு; மற்றவை அர்த்தமற்றவையாகி விட்டன. ரெண்டலும் ஒரு கை பார்த்தான். ஜில்லிஷின் மார்பு, முகம், கழுத்து ஆகியவைமீது, அவன் பத்து ரெண்டல்களின் வேகத்துடன் பாய்ந்தான். ஜில்லிஷ் நண்பர்களில் ஒருவன் கத்தியை உருவினான். ரெண்டல் சற்றுப் பின்வாங்கி சமாளித்து, ஒரு அறையினுள் ஓடினான். மற்றவர்களும் ஓடினர். கூரைக்குக் கூரைத் தாவியோடி தப்பும் விதம் அவனுக்குத் தெரியும். அவன் அவ்வளவு பலசாலியல்லவாயினும், உடம்பு லாகவமாக வளைந்து கொடுத்தது. சூறாவளிப் படையினர் பலசாலிகள். ஆனால் சுறுசுறுப்பாக இடம் பெயர முடியாத பருமனான உடல் அமைப்பு.

ரெண்டலின் ரத்தத் துளிகள் ஜன்னல் சட்டத்திலும், பிறகு அவன் குதித்தோடிய கூரைகளின் மீதும் விழுந்திருந்தனவோ, என்னவோ! நெருப்பிலகப்பட்டவர்களைச் செய்வது போல, ரெண்டலின் மனைவி, இருந்த துணிகளையெல்லாம் போட்டு, படுக்கை மீதிருந்த குழந்தைகளைப் போர்த்தி வைத்தாள். அவளைச் சுற்றியிருந்த கண்ணாடி, மேஜை, நாற்காலி முதலிய பொருள்களையெல்லாம், வந்தவர்கள் உடைத்து நொறுக்கிக் கொண்டிருந்தனர்.

ரெண்டலின் மகனுடைய கையைப் பிடித்து இழுத்தான் காட்லிப் குங்கல். 'இப்படி நான் ஏன் செய்கிறேன்?' என்ற எண்ணம் அவனுடைய உள்ளத்தில் எழுந்தது. அவன் மனதிலிருந்த ஆத்திரம் ஏற்கனவே மறைந்துவிட்டது. சுற்று முற்றும் நோக்கியபோது, வெறுப்பும், துயரமுமே தலையெடுத்தன. இங்கு புது மாதிரியான வாசனையொன்று வந்தது. அது வீட்டில் தனக்குப் பழக்கமான வாசனையல்ல. ஆயினும் படுக்கை, நாற்காலிகள், பொருள்களை வைக்கும் அலமாரி முதலியவையெல்லாம் தன் வீட்டிலிருந்தவை போலவே இருந்தன. இப்போது அவை எதிரில் நொறுங்கிக் கிடந்தன வேறுபாடு அவ்வளவுதான். கூட்டத்தில் இருந்தவர் களிடையில் கைகலப்பு ஏற்பட்டு, சண்டையே நடந்து கொண்டிருந்தது. கதவருகில் அவன் நின்றான். அவனுடைய இளம் முகத்தில்

கசப்பும், சந்தேகமும் தோன்ற அண்ணனை அடிக்கடி பார்ப்பதுண்டு அல்லவா? அதே பார்வை இப்போது அவனிடம் தோன்றிற்று. வெளியில் போலீஸார் ஊதலை பலமாக ஊதிக்கொண்டிருந்தனர்.

கதவு திறக்கப்பட்டது. ஜில்லிஷ் தன் ஆட்களையெல்லாம் திரட்டி, பெயர்களைக் குறித்துக் கொண்டான். அவர்கள் உடைகளைச் சீர்படுத்திய வண்ணம், சிரித்துப் பேசிக் கொண்டிருந்தனர். பெயர்களை ஜில்லிஷ் குறித்துக்கொண்ட பிறகு அவர்கள் எல்லோரும் வரிசையாகச் சென்று, வெளியிலிருந்த டிரக்கில் ஏறிக்கொண்டனர்.

இதற்கிடையில், தப்பியோடிய ரெண்டல், உல்பின் தொழிற் பட்டறையை அடைந்தான். மறுநாள் காலை, அவன் ஊரைவிட்டே போய்விட்டதாக வதந்தி உலவியது. ஆனால் உண்மை என்னவென்றால், உல்ப் அவனை எங்கும் போகவிட வில்லை. உடல் நலம் சீர்படும் வரை அங்கேயே தங்கச் செய்து, அவனை கவனித்துக் கொண்டான். தொழிற் பட்டறையிலிருந்து கொண்டே தேர்தல் இயக்கத்திலும் அவன் அவர்களுக்கு வழிகாட்டியாயிருந்தான். அது சிறிய ஊர்தான் என்றாலும், அங்கு அவன் கொஞ்ச காலம் தலைமறைவாக இருக்க முடிந்தது. அவன் கடைசியில் சிக்கியது, கொல்லப் பட்டது முதலியவையெல்லாம் இதற்குப் பல நாட்கள் கழித்தே நடந்தது.

### 3

“அப்பா சொல்லுவது உண்மையா?” என்று மெர்ஸின் மகன் கேட்டான். “நீ இரவெல்லாம் அழுது கொண்டிருக்கிறாயாமே.”

ஸோபி முகத்தை மறுபுறம் திருப்பிக் கொண்டாள். அவளுடைய சீதனத்தைப் பற்றிக் கான்ராடு பாஸ்தியனை மெர்ஸ் நச்சரித்துக் கொண்டிருந்தான். ஆனால் அவளுக்கென்று ஒதுக்கப்பட்டதைத் தவிர வேறு ஒன்றும் கொடுக்க முடியாதென்று கான்ராடு கூறிவிட்டான். 1923ல் நல்ல பணப் பெருக்கம் இருந்தபோது வாங்கியதால் இப்போது அதன் மதிப்பு பன்மடங்கு பெருகியிருந்தது. அதை வாங்கியபோது அவளுக்கு ஏழு வயது. மெர்ஸுடன் சில நாட்களுக்கு முன் பாஸ்தியன்

பேசிக்கொண்டிருந்தபோது, தனது பெண்ணுக்கு இந்த வருஷமே மணமுடிக்க வேண்டுமென்ற அவசரமில்லை என்று கூறினான். மெர்ஸின் மகன் அவ்வளவு சுலபமாக இவ் விவாகப் பிரச்னையைக் கைவிட்டுவிட மாட்டானென்று அவனுக்குத் தெரியும். எனவேதான் கிழவனோடு சற்று அலட்சியமாக இருப்பதுபோல் காட்டிக்கொண்டான்.

"அழுகைக்குக் காரணமென்ன? சொல்லு. இதோ, என்னைப் பார்க்கப் போகிறாயா, இல்லையா?" இரண்டு கைகளாலும் அவளுடைய தலையைப் பிடித்துத் தன் பக்கம் திருப்பினான் வாலிபன். ஸோபி பயந்து கொண்டே அவனை நோக்கினாள்.

அவள் தேம்பித் தேம்பி, "நமக்கு மணமாகப் போகிறது அல்லவா அதனால்தான்" என்றாள். போன ஞாயிற்றுக் கிழமை இருந்ததைவிட இப்போது இளைத்துப் போயிருந்தாள். முகம் வெளுத்துக் காணப்பட்டது. அன்று அணிந்திருந்த அதே உடையை இப்போது உடுத்தியிருந்தாள். இடையிலிருந்த பட்டியில் மட்டும் மடிப்புகள் விழுந்திருந்தன. அதைப் பெட்டி போட்டுத் தேய்த்து மடிப்புகளைப் போக்க வேண்டிய நிலை ஏற்பட்டிருந்தது.

"நான் உன்னைத் தின்றுவிட மாட்டேன், பயப்படாதே" என்று கூறி, கையைப் பட்டியினடியில் கொடுத்து, அவளைக் கட்டியணைத்தான். அப்போது அவள் சற்று நகர்ந்து போய் விட்டதால், கையைக் கொஞ்சம் நீட்டி அணைத்துக்கொள்ள வேண்டியதாயிற்று. அவள் உடல் நடுங்கியது. பெண்ணின் மார்பகத்தில் அவனுடைய உடல் பட்டதும், அவனுக்கே திடுக்கிட்டது. "சற்று சும்மா உட்கார மாட்டாயா?" என்று கடிந்து கொண்டான். போன வருஷம் பாட்ஸன்பாக்கில் ஒரு பெண் - இளம் வேலைக்காரியொருத்தி - செய்ததைப்போல் இவளும் செய்தால், அவனை நெருங்கவிடாமல் செய்திருந்தால்...ஆனால் சூஸானுக்கு பயம். அது நடந்து முடியும் வரை, அசையாமல் உட்கார்ந்திருந்தாள். மெர்ஸின் மகன் கடகடவென்று சிரித்தவாறு, "உன் சிநேகிதிகள் புதன் கிழமையன்றுதானே வருகிறார்கள்? அம்மா, என் தங்கை. லூசியை ஒரு பெரிய கேக்குடன் இங்கு அனுப்பிவைக்கப் போகிறாள்" என்றான்.

இரண்டு நாட்கள் கழித்து லூசி உண்மையிலேயே பெரிய கேக் ஒன்றை எடுத்துக்கொண்டு பாஸ்தியன் வீட்டுக்கு வந்து சேர்ந்தாள். வெட்கமும், மகிழ்ச்சியும் தோன்ற ஸோபி புன்னகை புரிந்தாள். அவள் சிரித்தது அதுதான் முதல் தடவை. எல்லா பெண்களும் கேக்குகளும், மற்ற பரிசுப் பொருள்களும் கொண்டு வந்து மேஜைமீது வைத்தனர். அங்கு இடம் நிறைந்து விட்டது. படிப்படியாக, இப்பிரிவுபசாரம் எதற்காக நடக்கிற தென்பதை ஸோபி மறந்து விட்டாள். மகிழ்ச்சியும் உற்சாகமும் உள்ளத்தில் பொங்கி வழிந்தன. கீச்சுக் குரலெடுத்து அவளும் மற்றவர்களுடன் கூடிப் பாடத் தொடங்கினாள். அங்கிருந்தவர்கள் போட்ட சத்தத்தில் அவளுடைய குரல் எடுபடவேயில்லை.

அன்று அழைக்கப்பட்டிருந்தவர்களில் டோரா பாஸ்தியனும் ஒருத்தி. அவள் மேலங்கியொன்று அணிந்திருந்தாள். அடுத்த சில நாட்களில் லூசி மெர்ஸ் இல்லத்தில் இதே மாதிரி மற்றொரு விருந்து ஏற்பாடு செய்யப்பட வேண்டுமாகையால் இரண்டு பரிசுப் பொருள்கள் வாங்கியாக வேண்டுமே என்று பெண்களின் பெற்றோர்களில் பலருக்குக் கவலையாக இருந்தது. பாஸ்தியன் குடும்பத்துக்கு இப்பரிசுப் பொருள் வாங்கிக் கொடுப்பது மிகப் பெரிய பாரமாக இருந்தது. தான் மரத்தில் ஏதோ ஒன்று செதுக்கித் தருவதாகக்கூட யோஹான் கூறினான். ஆனால் வீட்டில் செய்த பொருளைப் பரிசாகக் கொடுப்பது நன்றாயிராது. கடையில் வாங்கியதாகத்தான் இருக்கவேண்டும். கடைசியில் பாஸ்தியன் மனைவி, தனக்குப். பெரியம்மா கொடுத்த இரண்டு வெள்ளி ஸ்பூன்களைப் பெட்டியிலிருந்து எடுத்துக் கொடுத்தாள்.

அங்கிருந்த கேக் இனிப்பு மிகுந்ததென்றும், ஏராளமாக வெண்ணெயைக் கலந்து செய்யப்பட்டதென்றும், அதனுடைய வாசனையிலிருந்து டோரா பாஸ்தியன் தெரிந்துகொண்டாள். அதிலிருந்து ஒரு துண்டு எடுத்து வாயில் போட்டுக் கொண்டாள். நாக்கில் அது கரைந்துவிட்டது. அதையும், பரிசாக வந்த வற்றையும், பொட்டுப் பொட்டாக மின்னும் ஸ்பூன்களையும் மேஜைமீது வைத்து, ஒரு வெள்ளைத் துணியால் மூடியிருந்தனர். ஸோபியும், டோராவும், பார்ப்பதற்கு ஒரே மாதிரியிருந்தனர் என்பதை அங்கிருந்தவர்களெல்லாம் கவனித்தனர். ஸோபி

வெள்ளையுடை அணிந்திருந்தாள். கான்ராடு பாஸ்தியன் இருமுறை அவளை கதவிடுக்கு வழியாகப் பார்த்தான். தந்தையின் சாயல் பெண்ணுக்கும் வந்திருந்தது. டோராவுக்கு அந்த வீடு புதிதாக இருந்தது. நல்ல கட்டடம். குழாயைச் சுற்றி சுவரெழுப்பியிருந்தனர். குல்லாய் வைத்த மாதிரி, அக் குழாய்மீது ஒரு குமிழ் வைக்கப்பட்டிருந்தது. தோட்டத்திலிருந்த பழ மரங்களைப்போல அதுவும் முளைத்திருந்ததாகத் தோன்றிற்று. கூடியிருந்த பெண்களெல்லாம் கலகலவென்று சிரித்துக் கொண்டிருந்தனர். ஸோபியும், டோராவும் ஒருவரையொருவர் பார்த்தனர். சுற்றியிருந்தவர்களுக்கும் தங்களுக்கும் எவ்வித சம்பந்தமுமில்லாததைப்போல் தோன்றிற்று.

அந்த வாரமே ஸோபி பாஸ்தியன் வீட்டில் நடந்த விருந்துக்குச் சென்றிருந்த பெண்கள் மொர்ஸ் இல்லத்துக்கும் வந்தனர். விருந்தாளிகளிடையில் ஸோபி இருந்த இடமே தெரியவில்லையென்றாலும், லூசி மொர்ஸ் விருந்துக்குத் தலைமை தாங்குபவளைப்போல், பெருமையும் தன்னம்பிக்கையும் தோன்ற முதலிடத்தில் அமர்ந்திருந்தாள். மொர்ஸின் ஆபீஸ் அறையை காபி சாப்பிடுவதற்கு ஒதுக்கி வைத்திருந்தனர். மாலையொளி மறைந்து கொண்டிருந்தது. ஒரு பெரிய கிண்ணத்தில் மதுவும், கரண்டியும் உள்ளே எடுத்து வந்தனர். இரண்டு பெண்களுக்கும் கிளாஸ்களில் பானங்கள் வந்தன. சுவரருகில் ஒரு பெரிய மேஜை போட்டு அதன்மீது பொருள்களை வைத்தனர். உடையக்கூடிய வஸ்துக்களை ஒரு கூடையில் வைத்தனர். பிறகு ரேடியோவைத் திருப்பிவிட்டு நடனமாடத் தொடங்கினர்.

இதற்கிடையில், மொர்ஸின் மகன் வயலிலிருந்து வீடு திரும்பினான். வழக்கத்திற்குச் சற்று முன்னதாகவே வந்தான். கீழேயுள்ள கடைசிப் படியில் உட்கார்ந்து, அங்கு நடந்தவற்றை உற்றுக் கேட்டான். கலியாணத்திற்கு முன் பெண்கள் கூட்டமொன்று வீடுகளில் நடப்பது வழக்கமென்று அவனுக்குத் தெரியும். ஆயினும் அவன் உள்ளத்தில் மகிழ்ச்சி இல்லை. உரத்த, கீச்சென்றிருக்கும் பெண் குரல்களுக்கிடையில், மெல்லிய, பறவையின் குரலிழைவையொத்த சிறு சிரிப்பு

சத்தமும் அவ்வப்போது கேட்டது. அது யாருடைய சிரிப்பென்று அவனுக்குத் தெரியும். அவன் எதிரில் அவள் அவ்வாறு எப்போதும் சிரித்ததில்லையென்றாலும், அப்படிச் சிரிப்பவளை அவன் ஊகிக்க முடிந்தது. எதனாலோ ஒருவித வெறுப்பு அவள் உள்ளத்தில் எழுந்தது. உலகமே இருள் அடைந்து காணப்பட்டது. எதிர்காலத்தைப் பற்றி ஒன்றும் சொல்ல முடியாது. இப்போது எது நிகழவில்லையோ அது எப்போதுமே நடக்காது.

அதற்குப் பிறகு, கலியாணப் பெண்கள் இருவரும் சேர்ந்து நடனமாட வேண்டுமென்று அங்கிருந்த பெண்களெல்லோரும் முடிவு செய்தனர். அவன் மெதுவாக உட்கார்ந்த இடத்திலிருந்து எழுந்து, கதவைத் திறந்தான். மார்பிலுள்ள இரு அங்கங்களும் பந்துகளைப் போல் எழும்பி நிற்க, ஆர்வமிக்க முகத்துடன் லூசி அப்போதுதான் ஸோபியை அணைத்துக் கொண்டாள். அவளை எட்டி அணைப்பதற்கு ஸோபி கைகளைத் தூக்க வேண்டியிருந்தது. எடுப்பாக இருந்த அவளுடைய முகத்தில் மகிழ்ச்சிப் புன்னகை தோன்றியது. இவ்வளவு மகிழ்ச்சியுடன் அவளை எப்போதும் அவன் பார்த்ததில்லை. மீண்டும் இப்படிப் பார்க்கப் போவதில்லை யென்று அவள் உள்ளத்தில் ஏதோ சொல்லிற்று. அவன் பார்த்துக் கொண்டிருந்தபோதே, அவள் முகம் பழைய உணர்ச்சியற்ற தோற்றத்தை அடைந்தது. அவனைப் பார்த்தவுடன் அவள் சடக்கென்று அணைத்திருந்த கைகளை எடுத்துவிட்டு, அப்படியே நின்றுவிட்டாள். நடனம் தடைப்பட்டது. சிரித்துக் கூச்சலிட்டவாறு, "வெளியேறுங்கள், போங்கள் வெளியே" என்று பெண்கள் கத்தினர்.

இளைய மெர்ஸ் இருந்த இடத்திலேயே இருந்தான். கோபத்தால் முகம் சுளித்திருந்தது. "வா, இப்படி. உடனே, வா" என்று ஸோபியை அதட்டினான். அவள் உடனே வந்தாள். மற்றவர்களுக்குக் கீழ்ப்படிவது ஒன்றுதான் அவளுக்குத் தெரியும். மாப்பிள்ளையைப் பார்த்துச் சிரிப்பதை பெண்கள் நிறுத்தவில்லை. கதவைக் காலால் உதைத்து மூடி விட்டு, வாலிபன் ஸோபியை இழுத்துச் சென்றான். அங்கு இருந்த அறையில் அவளைச் சுவரோடு சுவராக அழுத்தி, இப்படியும் அப்படியுமாகக் குலுக்கிவிட்டு, "இனி நீ அங்கே மீண்டும்

போகலாம்” என்றான். அவளை இட்டுச் சென்று நடன அறையினுள் தள்ளி மூடிவிட்டு, வெளியில் நின்றான். கட்டுக்கடங்காத உற்சாகத்துடன், கீச்சென்று சத்தமிட்டுச் சிரித்துக் கொண்டிருந்த பெண்களின் குரலொலி இப்போது கேட்கவில்லை.

இதற்கிடையில் இருள் பரவத் தொடங்கிவிட்டது. அவன் தோட்டத்திற்குத் திரும்பியபோது, ரிவ்க் அங்கு ஜன்னலருகில் நிற்பதைக் கண்டான். அவன் கூடத்திலிருந்த பெண்களைப் பார்த்துக் கொண்டிருந்தான். ஆனால் பெண்கள் அவன் இருந்ததைப் பார்க்கவில்லை. இளைய மொர்ஸுக்குச் சிறிது கோபம் வந்தது. வணக்கம் தெரிவிக்காமலே, அவனைக் கடந்து சென்றான். மனதில் திருப்தியுடன், தனக்கு இனி கோரிக்கையே இல்லையென்று நினைப்பதுபோல, ரிவ்க் அங்கு நடனமாடிய பெண்களின் முழுமதி முகங்களையும், உருண்டை யுருண்டையாக எழுந்து நிற்கும் மார்பகங்களையும் பார்த்தவாறே நின்றான். அவனிடம் வாய்பாடு கற்கும்போதே அவை உருவாகத் தொடங்கியிருந்தன. இப்போது அவை நிறைவும், உருண்டையுருவமும் பெற்று எழும்பியிருந்தன.

## 4

காலை ஒன்பது மணிக்கு கிரால் ஹோட்டலில் தன்னைச் சந்திக்கும்படி கிழ மொர்ஸ், நாப்தலுக்குச் சொல்லியனுப்பி யிருந்தான். குறித்த நேரத்தில் நாப்தல் வந்த போதிலும், கிழவன் வருவானா என்ற சந்தேகம் அவன் மனதில் இருந்தது. அவ்வூர் வழியாக நாஜிக் கட்சியினரின் மோட்டார்கள் அடிக்கடி போவதும் வருவதுமாக இருந்தன. அவர்கள் போட்ட கோஷங்களினால் கிழவனுக்குத் தலைவலியெடுத்து விட்டது. அவனுடைய இதயம் சோர்வடைந்தது. எப்பிச்சு மாவர் சந்தில், மாதா கோயிலுக்கு அருகில், இப்போது அவன் வசித்து வந்தான். அவனும், அவனுக்கு முன் அவனுடைய தந்தையும், பிறந்த இடம் அது. அவனுடைய தாத்தா அவ்வீட்டுத் தோட்டத்தில் கோழிப் பண்ணை வைத்திருந்தார்; தந்தை, ஆடைகளை வாடகைக்கு விடும் தொழில் செய்து வந்தார். சில ஆண்டுகளுக்கு முன் வரை, அவன் ஆடு மாடு விற்பனையில் ஈடுபட்டிருந்தான்.

உடல் நலம் குன்றிய பிறகு, அத்தொழிலை மருமகன் கையில் ஒப்படைத்து விட்டு ஓய்வு பெற்றான். பழைய வாடிக்கைக்காரர்கள் யாரேனும் வந்தால் அவர்களுக்கு வாங்கிக் கொடுக்கவேண்டிய வற்றை வாங்கிக் கொடுப்பான். அதுவும் ஊர் ஊராகத் திரிந்து, மழையில் நனைந்து பாடுபட அவனால் முடியாது. இருந்த இடத்திலிருந்தே தன் தொழிலைப் பார்த்துக் கொள்ளுவான். அதிலிருந்து வரும் லாபம் அவனுக்கு மட்டற்ற மகிழ்ச்சியளிக்கும் யமனுக்கே லஞ்சம் கொடுக்கப் போதிய பணம் தனக்கு வந்து விட்டதைப்போல அவன் ஆனந்திப்பான். அவனுக்கு நோய் கண்டு தேறிய பிறகு, சாவு என்றால் அவனுக்கு பயம். அவன் சந்தோஷமின்றியே காபியைக் குடித்து முடித்தான். தேவையின்றி அதைக் கொண்டுவருமாறு கூறியது அவனுக்கே தெரியும். கடைத் தெருவின் மறுபுறத்திலிருந்து, அவர்கள் பேரமும், தகராறும் இடைவிடாது கேட்டுக்கொண்டே இருந்தது. வியாபாரத்தை கிழவன் ஒரு வழியாக முடிப்பதற்கு, அங்கு நடந்த தகராறுகள் குறுக்கே பகல் பன்னிரண்டு மணிக்கு நின்றதாகத் தோன்றிற்று. அவன் வீட்டுக்கு வருவான். அவனைப் பார்த்தாலே 'இனி இதை நம்பிப் பயனில்லை'யென்று கூறுவதைப் போல் இருக்கும். சமையலறை வாசலில் அவனுடைய மனைவி, "இப்போதுகூட எதுவும் கிடைக்க வில்லையா?" என்பாள். "அவன் வந்தால் தானே" என்று அவன் பதிலளிப்பான்.

காபி சாப்பிடும் இடத்துக்குப் பின்னாலிருந்த பில்லியர்டு அறையில் நாப்தெல் உட்கார்ந்திருந்தான். ஜன்னலிலிருந்து பார்த்தால் கீழே தெரியும் ஒரு வீதியை நோக்கிய வண்ணம் அவன் உட்கார்ந்திருந்தான். அவ்வப்போது திரும்பி, எதிரிலிருந்த அறையையும் பார்த்தான். அங்கிருந்து பார்த்தால், தூரத்திலுள்ள கடைவீதி தெரியும். அதிக நேரமாகவில்லை யென்றாலும், அப்போதே பத்துப் பன்னிரண்டு பேர், வியாபார நிமித்தம் அங்கு கூடியிருந்தனர். அவர்களில் சிலர் குடியானவர்கள்; சிலர் வர்த்தகர். காபியோ, மற்ற பானங்களோ அருந்தியவாறு அங்கு உட்கார்ந்திருந்தனர். நாலு இளம் நாஜிகள், சிவந்த முகங்களுடனும், உற்சாகத்துடனும் கண்ணாடி ஜன்னலருகில் உட்கார்ந்து ஏதோ சாப்பிட்டுக் கொண்டிருந்தனர். அவர்கள்

ஆரோக்கியமுள்ள குழந்தைகளைப் போல நல்ல பசியுடன் சாப்பிடுவதை நாப்தெல் ஆச்சரியத்துடனும், சந்தேகத்துடனும் பார்த்தான்.

கொஞ்சம் கொஞ்சமாகக் கடைவீதிச் சதுக்கத்தில் மக்கள் கூட்டமும், ஆடு மாடுகளும் வந்து நிரம்பிவிட்டன. இரண்டு மணி நேரத்திற்கு முன் அவனுடைய மாப்பிள்ளை, ஹைன்ரிச் எல்ஸ்டர், வீட்டிலிருந்து மார்க்கெட்டுக்குச் சென்றான். வாசலில் சில இளைஞர்கள் அவனைச் சூழ்ந்து கொண்டனர். அவர்கள் கடந்த இரவிலிருந்து துண்டுப் பிரசுரங்கள் விநியோகித்துக் கொண்டிருந்தவர்கள். வரப்போகும் தேர்தல், பாபன் அரசாங்கம், நாஜிகளின் கோரிக்கைகள் ஆகியவற்றைப் பற்றிய துண்டுக் காகிதங்கள் வழக்கமாகக் கொடுப்பதுண்டு. இன்று அவற்றுடன் ஒரு சிறு, மஞ்சள் நிற துண்டுப் பிரசுரமும் கொடுத்தனர். அது இன்றைய விநியோகத்துக்காக, விசேஷமாகத் தயாரிக்கப்பட்டது. ஆடு மாடுகளை நகரத்திற்குக் கொண்டு வரும் குடியானவர்கள் யூதர்களிடம் ஏமாந்து போகாமல் ஜாக்கிரதையாக இருக்க வேண்டுமென்று அதில் குறிப்பிடப்பட்டிருந்தது. அவை நடைபாதையின் மீது, சகதியில் கிடந்து மிதிபட்டு, கசங்கிக் கிடக்கும் போதெல்லாம், இவை யாருடைய துண்டுப் பிரசுரங்கள் என்று நாப்தெலுக்கு நன்றாகத் தெரியும்.

'போ', 'நட', 'ஊய்' என்ற சத்தங்களுக்கிடையிலும், சவுக்குகளின் சுழற்சிகளுக்கிடையிலும், ஏராளமான பழுப்பு நிறக் கால்நடைகள் முதுகுகளை ஆட்டிக்கொண்டு அந்த சந்து வழியாக மார்க்கெட்டுக்குச் சென்று கொண்டிருந்தன.

நாப்தெல், மொர்ஸுக்காக - ஒரு கிழவன் கிழவனுக்காக ஜன்னலிலிருந்து பார்த்தான். ஆனால் கால் மற்றொரு நடைகளின் கண்களே 'மினுக்' 'மினுக்'கென்று தெரிந்தன. அவை ஒன்றோடொன்று உராய்ந்து கொண்டு போவதிலிருந்து பிறந்த சூடு அவன் முகம் வரையில் வந்தது. சந்தின் இரு புறங்களிலுமுள்ள வீடுகளில் பால், புழுக்கை, சாணி ஆகிய வற்றின் வாசனை வீசிற்று. கால்நடைகளில் வயதானவை கால்களை இழுத்து வைத்து நடந்தன. கன்றுகளும், ஆட்டுக் குட்டிகளும், துள்ளுவதும், கீழே தடுக்கி விழுவதுமாக

இருந்தன. கடை வீதியெல்லாம் இப்போது அவற்றின் பழுப்பு நிறமே தோன்றியது. குடியானவர்களின் தொப்பிகளும், அவர்களுடைய கையிலிருந்த லாந்தர் விளக்குகளும் இடையிடையில் காணப்பட்டன. அவ்வூரே பெரிய மாட்டுக் கொட்டிலாக மாறிவிட்டது. நாப்தெலுக்கு அது பிடிக்கவில்லை. (இந்த சதுக்கத்தைப்போல் அவ்வளவு நல்ல கொட்டில் வேறு இடங்களில்கூட இருக்கலாம். ஆனால் இங்கு எண்ணற்ற குடியானவர்கள், அவர்கள் குடும்பங்கள் ஆகியவற்றின் லாபமும், பயமும்கூட இதில் கலந்திருந்தது). நாப்தெலின் மாப்பிள்ளை அங்கு வழக்கமாக ஓரிடத்தில் இருப்பான். இன்று அவ்விடத்தில் அவனைக் காணவில்லை. அந்த இடத்தை வியாபாரிகள் 'தீவு' என்று கூறுவார்கள். உண்மையில் மத்தியில் ஒரு விளக்குத் தூணைக்கொண்ட சிமிண்ட் சதுக்கம் அது.

திடீரென்று நாப்தெலுக்கு தூக்கி வாரிப்போட்டது. எல்ஸ்டர், கடையிலிருந்து பில்லியர்டு ஆடும் அறைக்குள் வந்து கொண்டிருந்தான். வழக்கம்போல் அவன் கறைகள் படிந்த மேல் சட்டையணிந்திருந்தான்.

"வணக்கம்"

"வந்துவிட்டாயா, நீ" என்றான் நாப்தெல்.

"சற்று தூரத்திலிருந்து எல்லாவற்றையும் பார்க்கப் போகிறேன்."

"நீகூட ஏதாவது செய்யலாம் அல்லவா?"

"தேர்தலுக்கு முன்னால் வேண்டுமானால் ஏதேனும் செய்யலாம். ஆனால் இப்போது ஒன்றும் செய்யப் போவதில்லை." ஹோட்டல்காரனிடம் அவன் காபி கொண்டுவரச் சொன்னானே தவிர, உட்காரவில்லை. உட்பக்கத்திலிருந்த கதவு வழியாக மறுபுறம் சென்று ஒரு சிகரெட் பற்ற வைத்தான். அவன் பருமனாகவும், ஆரோக்கியமாகவும் உள்ளவன். அடர்த்தியாக, வழவழவென்று வளர்ந்திருந்த தலைமயிரை ஒரு பக்கமாக வகிடு எடுத்து வாரியிருந்தான். அச்சத்தின் அறிகுறியே அவன் முகத்தில் இல்லை. அவனுடைய ஈரம் படர்ந்த, பழுப்பு நிற விழிகள், சற்று நேரத்திற்கு முன் மாமனார் பார்த்த அதே

இடத்தைப் பார்த்தன. 'நான் அங்கு போனால் எல்லாம் சரியாகிவிடும்' என்ற உணர்ச்சி அவன் உள்ளத்தில் பிறந்தது. தன்னுடைய பழைய இடத்தில் போய் நின்றால், வியாபாரம் முன்போலவே நடக்கலாம். சிந்தனைகள் பற்பலவாறாக ஓட, அப்படியே நின்று கொண்டிருந்தான். கடைசியில் அவனே ஒரு முடிவுக்கு வந்ததாகத் தோன்றிற்று. 'இல்லை, இல்லை. இப்போது போகக்கூடாது.' அவன் உட்காரப்போகும் சமயம். 'ஏய், எல்ஸ்டர்' என்று யாரோ ஒருவன் அழைத்தான். அழைத்தவன் உருவத்தில் சிறியவனாகவும், குரூபியாகவும் இருந்தான். மேற்சட்டையணிந்து, வெளியில் நின்று கொண்டு "நீ எதற்காகக் காத்துக் கொண்டிருக்கிறாய்?" என்றான்.

எல்ஸ்டர் தோள்களை ஒருதரம் குலுக்கி, அங்கு சிற்றுண்டி யருந்திக்கொண்டிருந்த நாஜி இளைஞர்களை விரலால் காட்டினான். அதைப் பார்த்த மற்றவனும் தோள்களைக் குலுக்கித் தலையாட்டிவிட்டு, அங்கிருந்து அகன்றான். கொஞ்ச நேரம் கழித்து அவனுடன், இன்னும் இரு சிறு விவசாயிகள் வந்தனர். ஒருவனுக்கு மற்றொருவனுடைய முகச் சாயல் இருந்தது; அவர்கள் தந்தையும், மகனும் என்பது நன்றாகத் தெரிந்தது. "அவர்கள் ஏதோ வேலையாக வந்திருக்கிறார்கள்."

வந்த இரு குடியானவர்களும், "ஏய், இன்னும் என்ன தாமதம்? ஆமாம். உனக்காகத்தான் காத்துக் கொண்டிருக்கிறோம். வா, வா" என்றனர்.

"முடியவே முடியாது" என்றான் எல்ஸ்டர்.

சிற்றுண்டி அருந்திக் கொண்டிருந்தவர்கள் உற்றுக் கேட்கத் தொடங்கினர். "அவனிடமிருந்து பெரிய மூட்டை வரப்போகிற தென்றல்லவா, காத்துக் கொண்டிருக்கிறார்கள். மிக நன்றாயிருக்கிறது."

"அவனுக்கு வெளிக் கிளம்ப தைரியம் இல்லை."

"இப்போது வெளியில் வரமுடியாது" என்று எல்ஸ்டர் மீண்டும் கூறினான். அங்கு வந்த குடியானவர்கள் இருவரும் ஒன்றும் புரியாமல் ஒருவரையொருவர் பார்த்துக் கொண்ட னர். பிறகு அங்கிருந்து போய்விட்டனர்,

நாப்தெல், “சற்று உட்கார மாட்டாயா நீ” என்று மாப்பிள்ளையைப் பார்த்து கேட்டான்.

எல்ஸ்டர் குடியானவர்கள் போன திசையைப் பார்த்த வண்ணம் நின்று கொண்டிருந்தான். சற்றுநேரம் கழித்து, அவர்கள் எல்லோரும் திரும்பி வந்தார்கள். இப்போது நெட்டையாக வளர்ந்த கிழவனொருவனும் அவர்களுடன் வந்திருந்தான். “இதோ, இவரும் காத்துக்கொண்டிருக்கிறார்.” பார்ப்பதற்கு அக்கிழவன் ஆல்கியர் மாதிரியே இருந்தான். அவர்களுடைய விவகாரங்களும் அப்படித்தான் இருந்தன. வந்தவன் பெயர் முல்லர் ஹார்ட்பர்க். இன்று வரப்போவதாக எல்ஸ்டருக்கு ஏற்கனவே சொல்லியனுப்பியிருந்தான். அவனுடைய சிறந்த பசுக்களில் மூன்றை ஓட்டிக்கொண்டு வந்திருந்தான். இவற்றை விற்றுத்தான் அவன் கடன் அடைக்க வேண்டியிருந்தது. இவற்றை விற்பதன் மூலமாகச் சொத்துக்களின் பறிமுதலை அவன் ஒத்திப்போட முடிந்தது. என்றுதான் சொல்லலாம். ஐந்து பசுக்கள் இருந்த காலத்தில் அவன் வேலை செய்ததைப்போல, இரண்டே இரண்டை வைத்துக்கொண்டு செய்ய முடியாதல்லவா? அவன் உள்ளத்தில், வரப்போகும் ஆபத்தின் அறிகுறிகளே நிறைந்திருந்தன. இப்பசுக்களை ஏலம் கூறி தொண்டை கட்டுவதற்கு முன்னால், வாய் காய்ந்து விட்டது. இதை விற்பது அவனுக்கு மிகப் பெரிய கொடுமையாகப் பட்டது. அப்படி விற்பதற்கு இசைந்து முன் வந்திருந்த போதிலும், இதற்காக அரைநாளாவது கத்தித் தீரவேண்டும்.

முல்லர் ஹார்ட்பர்க் அடை வீடொன்று கட்டுவதற்காக, பியூரேனிலிருந்த மைத்துனன் மியூக்கிடம் பணம் கடன் வாங்கியிருந்தான். சகோதரியின் கணவன் அவன். விவாகத்திற்கு முன்னும், பின்னும், அவனுக்கு உள்ள ஒரே நண்பன் மியூக் ஒருவன்தான். ஆனால் கடந்த இரண்டு வருஷங்களில் அவனுடைய நிலைமை மிக மோசமாகிவிட்டது. கடனை உடனே திருப்பிக்கொடுக்க வேண்டுமென்றும், இல்லையேல் சொத்தை ஜப்தி செய்வதைத் தவிர வேறு வழியில்லை யென்றும், கூடுமானவரையில் சொந்தக்காரர்களிடையில் இப்படிச் செய்வதைத் தடுக்க வேண்டுமென்பதே தன் கருத்து

என்றும் மைத்துனனுக்கு அவன் அறிவித்திருந்தான். சொத்து சுகங்களுடன் இருக்கிற ஒரே நண்பன் போய்விடப் போகிறானே என்பதுதான் ஹார்ட்பர்க்குக்குக் கவலையாக இருந்தது. தன் வேலை முடிந்தவுடன், வெகு சீக்கிரத்தில் காலியாகிவிடப் போகும் மாட்டுக் கொட்டிலில், ஒருவருடனும் பேசாமல் உட்கார்ந்திருந்தான். பேச வேண்டியதை யெல்லாம், போட வேண்டிய சத்தத்தையெல்லாம், சந்தை நாளன்றைக்கு. வைத்துக்கொள்ளலாமென்று, சும்மா இருந்தான். நாளைக்குத் தன் மைத்துனனுக்குக் கொடுக்க வேண்டிய பணத்திற்காக எல்ஸ்டருடைய கழுத்தை வெட்டக்கூட அவன் தயாராயிருந்தான். இரண்டு மூன்று முறை மஞ்சள் நிறத் துண்டுப் பிரசுரங்களை அவன் கையினுள் திணித்துச் சென்றனர். மைத்துனனுடைய வெறுக்க முடியாத நல்ல முகமே, கையில் துண்டுப் பிரசுரத்தி லிருந்த முகத்தையும் மீறி, அவனுக்குக் காணப்பட்டது. துண்டுப் பிரசுரத்தில் மேற் சட்டையணிந்திருந்த யாரோ ஒருவன் முகம் அச்சிடப்பட்டிருந்தது. கடைசியில் முல்லர் ஹார்ட்பர்க் உள்ளே உட்கார்ந்திருந்த எல்ஸ்டரைக் கண்டதும், "ஏய், எல்ஸ்டர் - இதோ பார், இங்கே இருக்கிறேன் நான்" என்றான்.

எல்ஸ்டர் இருந்த இடத்திலிருந்து அசையவில்லை. "தெரிகிறது. நீ இங்கு இருப்பது தெரிகிறது. ஆனால் நான் தான் இங்கு இல்லை" என்றான்.

முல்லர் ஹார்ட்பர்க் அங்கிருந்த மேஜைகளைக் கடந்து அவனருகில் வந்தான். மற்றவர்கள் அழைத்தபோது, அங்கு. சிற்றுண்டியருந்தியவர்கள் திரும்பிக்கூட பார்க்கவில்லை. ஆனால் ஹார்ட்பர்க் குரலைக் கேட்டவுடன் அவர்கள் திரும்பிப் பார்த்தனர். அப்பொழுது அவ் வழியாகச் சென்று கொண்டிருந்த ஓர் இளைஞன், சட்டென்று தன்னிடமிருந்த கால்நடைகளையும் நிறுத்திவிட்டுத் தானும் நின்றான். வாயில் சுங்கான் இருந்தது. கால்நடைகளை நிறுத்துவதற்காக அவன் பரபரவென்று, அவற்றைக் கட்டியிருந்த கயிற்றைத் தனது மணிக்கட்டுகளில் சுற்றிக்கொண்டான். எல்ஸ்டருடைய பொத்தான்களில் ஒன்றைப் பற்றியவாறு, "நான் மூன்று பசுக்கள் கொண்டு

வந்திருக்கிறேன். ஏற்கனவே உனக்கு எழுதியிருந்தேன் அல்லவா?" என்றான்.

"இன்றைக்கு அதை கவனிக்க முடியாது" என்றான் எல்ஸ்டர். குடியானவர்களின் வழக்கமான படபடப்புக்குப் பதில் சொல்லி வழக்கப்பட்டவனாதலால், மிக அமைதியாகவே அக்கிழவனை நோக்கினான். அப்பார்வை முல்லருடைய கோபத்தை இன்னும் அதிகரித்தது. தன்னையே மறந்துவிட்டான். எரிந்து கொண்டிருக்கும் வீட்டின் கூரையைப்போல, தன் நெற்றிப் பிளந்து நிற்பதாகத் தோன்றிற்று. தன்னுடைய துரதிருஷ்டம் எவ்வளவு பயங்கரமாக இருக்கிறது என்பதை அவன் உணர்ந்தான். அவன் நிலையைப் பார்த்த எவரும் அமைதியாக இருக்க முடியாது. அவன் எல்ஸ்டர் கையைப் பிடித்துஇழுத்து, "நான் இப்போது வேறு எங்கும் போவதற்கில்லை. நடுப்பகலுக்கு முன் நான் வீடு திரும்ப வேண்டும். எனவே நீ வரத்தான் வேண்டும்" என்றான்.

"இப்போது இங்கிருந்து வருவதைப்பற்றி கனவு காணவும் முடியாது. எங்காவது போய் வேறு ஆளைத் தேடிப் பிடி, போ."

முல்லர் அவனுடைய சட்டைப் பொத்தானிலிருந்து கையை அகற்றிவிட்டு, சுற்றுமுற்றும் பார்த்தான். வெளியிலிருந்த இளைஞன்மீது அவன் பார்வை விழுந்தது. "மார்ட்டின்" என்று, கிழவன் அவனை உரக்க அழைத்தான். கையிலிருந்த கயிற்றை யாரோ ஒருவரிடம் கொடுத்துவிட்டு அவன் உள்ளே வந்தான். "என்ன விஷயம்? பதறாமல் சொல்லு. இந்த யூதனிடத்தில் உனக்கு என்ன வேலை?" என்றான்.

"அவன் வரமாட்டானாம்."

அவர்கள் இருவருமாகச் சேர்ந்து எல்ஸ்டரின் கையைப் பிடித்து இழுத்தனர். உடல் சிறுத்துக் குரூபியாக இருந்த கிராமவாசி, "எல்ஸ்டர், எல்ஸ்டர்" என்று அலறியவண்ண மிருந்தான். அவர்களுடன் மேலும் இரு குடியானவர்கள் சேர்ந்து கொண்டனர். "அவன் வரத்தான் வேண்டும். அவசியம் வரவேண்டும்." எல்ஸ்டரைப் பிடித்துக்கொண்டு, அவனுடைய சட்டைக்குள் கைவிட்டுத் தடவிப் பார்த்தான் முல்லர். அவன்

முகம் மாறியது; இதயத்தில் தோன்றியதை அப்படியே வெளிக்கொட்டிவிடும் முகம் அது. மார்ட்டின் சிரித்தான். முழங்கால் முட்டியில் ஓர் உதை உதைத்து, "அசிங்கம் பிடித்த யூதப் பயலே, ஒழி."

எல்ஸ்டர் சிந்தனையில் ஆழ்ந்தான். அவனுடைய பழுப்பு நிறக்கண்களில் தோன்றியது பரபரப்பல்ல. அது வெறும் கவசம் தான். ஒருவனுடைய கை தன் சதையை இறுக்கிக் கொண்டிருந்ததையும், மற்றொருவனுடைய கால் தன்னை உதைத்ததையும் உணர்ந்தான். அமைதியாக அவன் சுற்றுமுற்றும் பார்த்தான். அவர்களை ஒரு பொருட்டாக மதிப்பதற்கில்லை. அவர்கள் வர்த்தகத்தில் ஈடுபட்டிருப்பவர்கள்; நுகத்தடியின் மற்றொரு பக்கம் என்று கூறலாம். குடியானவர்கள் அவனை உற்று நோக்கினர். அவர்களும் இப்படித்தான் நினைத்தனர்: இவன் மட்டும் ஒரு பொருட்டா என்ன? நுகத்தடியின் மறுபுறம்தானே இவனும்?' எல்ஸ்டர் எதையோ ஆலோசித்தவாறு, "நல்லது. வேறு யாராவது ஒருவனைப் பார்த்துக்கொள்ளுங்கள். நான் வருவதற்கில்லை" என்றான், தான் கூறுவதை மற்றவன் கேட்பான் என்ற நம்பிக்கை அவன் வார்த்தைகளில் தொனித்தது.

ஏற்கனவே பல முகங்கள் அவர்களைச் சூழ்ந்து கொண்டிருந்தன. "வரப்போகிறாயா, இல்லையா" என்று முல்லர் ஹார்ட்பர்க் கத்திக் கொண்டிருந்தான். எல்ஸ்டர் அவனை நிம்மதியாகப் பார்த்தான் - அலட்சியமாகவல்ல, கொஞ்சம் அளவுக்கு மீறிய அமைதியுடனேயே நோக்கினான். அவனுடைய நல்ல பருத்த முகத்தில், சஞ்சலத்திற்கு அறிகுறியான கோடுகளே இல்லை.

அவன் முகவாயின் கீழ் முல்லர் ஓங்கிக் குத்தினான். கூரான ஆணியினால் தன்னை இருகூறாகக் கிழித்துவிட்ட உணர்ச்சி எல்ஸ்டருக்கு உண்டாயிற்று, அங்கு வந்த இரு விவசாயிகளில் இளையவன், முல்லரின் கையில் ஓர் அடி அடித்துப் பின்னுக்குத் தள்ளி, "உன் தலையில் நீயே மண்ணை வாரிப் போட்டுக் கொள்ளப் போகிறாயா?" என்றான். "நரகப் படுகுழியில் விழுவதற்குத்தான் இது வழி" என்று கூறிய வண்ணம்

முல்லரின் கையைத் திறந்து, அதிலிருந்த கத்தியை எடுத்துத் தந்தையிடம் கொடுத்தான். அங்கிருந்தவர்கள் எல்லோரும் ஆச்சரியத்துடன் ஒருவரையொருவர் பார்த்துக்கொண்டனர்.

முகவாயையும், மேற்சட்டையையும் தடவிப் பார்த்துக் கொண்டான் எல்ஸ்டர் திடீரென்று உதைக்கத் தொடங்கும் குதிரையைப் பார்ப்பது போன்ற கலவரத்துடன் முல்லரை நோக்கினான். முல்லரின் முகமும் இப்போது மாறிவிட்டது; அளவு கடந்த துயரமே அதில் தோன்றியது. மைத்துனனின் மெல்லிய, எப்போதுமே பரபரப்பைக் காட்டும் முகம் அவனுடைய மனக்கண் முன் எழுந்து, எதிரிலிருந்த எல்ஸ்டர் உருவத்தையும் மறைத்தது. இப்போது அவனுடைய நட்பை இழந்த மாதிரிதான். எல்ஸ்டர் முகவாய்க் கட்டையில் விழுந்த குத்து சாதாரண கீறலைப்போலவும், சட்டையில் சிந்திய ரத்தத் துளிகள், அங்கிருந்த கறைகளுடன் கறையாகவும், கலந்து விட்டன. கட்சியுடை அணிந்து, சிற்றுண்டி அருந்திக்கொண்டிருந்த நாலு பேரும், மேஜையிலிருந்து குதித்தெழுந்து, "போங்கள் வெளியே - வெளியே போங்கள்" என்று அதட்டிய வண்ணம் கையையும், காலையும் உதறிக் கொண்டார்கள். ஆனால் அவர்கள் யாரை உதைக்க நினைத்தார்களோ அவர்களுடைய பின்புறமும், கழுத்தும் இளைஞர்களுக்கு எட்டவில்லை. வாயில் சுங்கான் வைத்திருந்த வாலிபனும், சிறிய, குரூபியான, வர்த்தகனும், எல்ஸ்டரைப் பிடித்து இழுத்துச் சென்றனர். எல்ஸ்டரும் அவர்களுக்கு இசைந்து வெளியில் வந்தான். அடுத்த நிமிஷம் அவனும் முல்லரும் கால்நடைகளுக்கிடையில் நடந்து போகத் தலைப்பட்டனர்.

மாமனாரைப் பற்றிய நினைவு எல்ஸ்டர் மனதில் இல்லை. பில்லியர்டு அறையிலிருந்த கிழ நாப்தலின் உடல் நடுங்கிற்று. முகம் மஞ்சளாக மாறிவிட்டது. மாப்பிள்ளையின் பரந்த முதுகையும், முல்லரின் முகத்தில் தோன்றிய பலவித உணர்ச்சி களையும் பார்த்தான். எல்ஸ்டர்மீது அவனுக்குப் பெரிய பாசம் ஒன்றுமில்லை. எல்ஸ்டரை நன்றாகத் தெரியும். அவன் வசித்த இடமும் தெரியும். மூன்று அறைகள், அதையடுத்த சிறுதோட்டம். ஒரு காலத்தில் கோழிப்பண்ணை நடத்தியதற்கு அறிகுறியாக

காலிக் கிடப்புகள். அவனுடைய மனைவியையும் தெரியும் - நாப்தலின் மகள் அவள். எப்போதும் ஏதோ ஒரு வியாதி. அத்துடன் குழந்தைத்தனமான புத்தி. உடம்பில் நல்ல ரத்தமில்லாததால் மற்றவர்களுடன் அடிக்கடி சண்டை போடும் குணம் வேறு வந்திருந்தது. அவளிடம் நாப்தலுக்கு மிகுந்த ஈடுபாடு உண்டு. அவன் பேத்தியிடமும் அளவற்ற ஆசை வைத்திருந்தான். கடைந்தெடுத்ததைப் போன்ற மெல்லிய உருவம், கருவிழிகள், பலவிதங்களில் தாயைக் கொண்டிருந்தாள். இவளுக்கும் அடிக்கடி ஏதோ ஒருவித நோய் வந்துவிடும். ஒருகணம் இருந்ததைப்போல் அடுத்தகணம் இருக்க மாட்டாள். முல்லரின் கையிலிருந்து கத்தியைப் பிடுங்கிய அந்த நிமிஷத்தில், 'இவனுக்குக்கூட ஒரு வீடு, மனைவி, குழந்தைகள் இருப்பார்களல்லவா?' என்று நாப்தல் நினைத்தான். எழுந்து நின்று, கைகளை நீட்டி மடக்கிக் கொண்டான். தீவு இருந்த திசையை நோக்கினான். துயரத்தால் மனம் நிறைந்திருந்தது. ஒவ்வொரு தடவை அடி எடுத்து வைத்தபோதும் விவரிக்க இயலாத பயம் அவன் உள்ளத்தில் தோன்றியது. எந்த நிமிஷத்திலும் அவனைக் கொண்டுபோய் விடக்கூடிய சாவைப்பற்றி நினைத்தான். இப்போது, இந்த நிமிஷத்திலேயே, பச்சை பில்லியர்டு மேஜைக்கு இப்பாலுள்ள கண்ணாடிக் கதவைத் தாண்டி வந்து அவனை அது கவர்ந்து சென்று விடலாம். திடீரென்று ஜன்னலை யாரோ தட்டினார்கள். நாப்தல் திரும்பிப் பார்த்தான். கிழவன் மொர்ஸ் மடிப்புக் கலையாத தன் கம்பளித் தொப்பியுடன் அங்கு காட்சியளித்தான்.

கிழவன் விரைவாகச் சதுக்கத்தைக் கடந்து வந்து, உள்ளே நுழைந்தான். நகரத்தினர் அணியும் உடை அணிந்திருந்தான். வெள்ளிக்குமிழ் வைத்த பழைய பிரம்பு அவன் கையிலிருந்தது. என்ன காரணத்தினாலோ அவன் அங்கேயே தங்க நேரிட்டிருந்தது. அவனும் அத்துண்டுப் பிரசுரங்களைப் படித்தானாயினும், அவற்றின் முக்கியத்துவம் அவனுக்குப் புரியவில்லை. தன் வியாபார விஷயங்களைப்பற்றி அவன் எப்போதாவது நாப்தலுடன் பேசுவது உண்டு. புதிய மதகுரு வந்தபோது கோயிலுக்குப் போவது அவனுக்கு எவ்வளவு பிடிக்காதோ,

அவ்வளவு தூரம் தன் வேலைகளை மற்றவர்களிடம் ஒப்படைப்பதும் அவனுக்குப் பிடிக்காது.

அவர்களிருவரும் ஒருவர் தாடியை ஒருவர் பார்த்துக் கொண்டனர். போன சந்திப்பின்போது அவர்கள் தாடியில் பழுப்பு நிறத்துடனிருந்த இரண்டொரு இடங்களும் இப்போது மஞ்சளாக மாறிவிட்டன. மெர்ஸின் தாடி, கம்பிகளைப்போல் குத்திட்டு நேராக நின்றது. நாப்தலுடையதோ கலைந்துபோய் நாலா பக்கங்களிலும் பறந்து கொண்டிருந்தது. மெர்ஸ் வாயைத் திறந்தவுடன், நாப்தல் எல்லாவற்றையும் புரிந்து கொண்டான், தன் குழந்தைகளுக்கு மணமுடிக்குமுன், எல்லா விவகாரங் களையும் ஒழுங்குபடுத்திவிட வேண்டுமென்று அவன் எண்ணினான். இதைக் கேட்டதும் நாப்தலுக்குத் தூக்கிவாரிப் போட்டது. மெர்ஸுடைய விஷயங்கள் அவன் நினைத்ததைவிட மோசமாக இருந்தன. அதைப்பற்றி அவன் கவலைப்படவில்லை. அவன் உயிரோடு இருந்தால் போதும் அவ்வளவையும் அவன் சமாளித்துவிடுவான். இன்னும் ஐந்தாறு வருஷங்களுக்கு மேல் இருக்கப்போவதில்லையென்று அவனுக்குத் தெரியும். அவனுடைய தந்தை,தாத்தா ஆகிய எல்லோருமே நல்ல உடற்கட்டுடன் இருந்தவர்கள்தான். அவர்கள் படுத்த படுக்கையாயிருந்தார்கள் என்றோ, கஷ்டப் பட்டார்கள் என்றோ சொல்ல முடியாது. மரணம் திடீரென்று சம்பவித்தது. மெர்ஸின் வீட்டை வாங்குவதற்கு நாப்தல்தான் ஒருவரைத் தேடிக் கொண்டு வரவேண்டுமென்றும், அடுத்த சந்தை நாளன்று அதே இடத்தில் சந்திப்பதென்றும் அவர்கள் முடிவு செய்தனர். நாப்தல் அவ்வாரமெல்லாம் பல இடங்களுக்குப் போய் பேச வேண்டியிருக்கும். பெரும்பாலும் அவன் வெற்றியடையலாம். இதை நினைக்க அவனுக்குச் சந்தோஷமாயிருந்தது. சும்மா காலங்கடத்திக் கொண்டிருக்கவில்லையென்றும், தனக்கு வாழ்நாள் மேலும் சிறிது அதிகரித்திருப்பது போலவும் அவனுக்குத் தோன்றிற்று.

சற்று முன்பு நாப்தல் படுமோசமான நிலையில் இருந்தான். ஆயினும் தனக்கு வந்ததெல்லாம் தீமையாக இருந்தது பற்றி அவன் ஆச்சரியமடையவில்லை. உலகத்திலுள்ள மனிதர்கள்

அவ்வளவு பேரும் கெட்டவர்கள் என்ற கருத்துடையவன் அவன். கிழ மொர்ஸ் இவ்வளவு கஷ்டங்களுக்கிடையிலும் அருகில் வந்தான். அதே மேஜையில் அவனுடன் உட்கார்ந்து மனம் விட்டுப் பேசினான். மற்றவர்களுக்கு இவன் ஒரு விதி விலக்கு போலுமென்று நாப்தலுக்குத் தோன்றிற்று. மொர்ஸ் அன்பும், நியாய உள்ளமும் படைத்தவனாகக் காணப்பட்டான்.

துடுப்புகளால் மீண்டும் ஒரு தள்ளுத் தள்ளினான். ஆற்றை மூடிக்கொண்டு, வெய்யிலுக்கு அணையாகயிருந்த நாணற் காட்டுக்குள் படகு புகுந்து சென்றது. நாணல்கள் சடசடவென்று முறிவதைக் கேட்க யோஹானுக்குச் சந்தோஷமாயிருந்தது. பெஞ்சியிலிருந்து தரைக்கு நழுவி வந்தாள் மரியா. கிழிந்த பாயொன்று கீழே விரிக்கப்பட்டிருந்தது. அவள் ஒரு பழைய, நீல உடையணிந்திருந்தாள். முழங்கைக்கு மேலே, சட்டை கொஞ்சம் கிழிசலாயிருந்தது. பருமனாயிருந்த ஸ்டாகிங்ஸை உருட்டிக் கீழே கொண்டு வந்திருந்தாள். நீல உடைக்கு அடியிலிருந்த உள்ளங்கியும், உருண்டு திரண்டு வழவழ வென்றிருந்த கால்களும், வெண்மையும், புதுமையும் மாறாமலிருந்தன. யோஹான் மெதுவாகத் திரும்பி, அவளுடைய உடையினுள் கைவைத்து, இதயத்தைத் தொட்டுப் பார்த்தான். கை அங்கேயே சற்றுநேரம் இருந்தது. ‘இது நல்லதுதான். ஒரு பொருள் மிக முக்கியமானதாகவும், நாட்பட்டதாகவும் இருந்தால், இவ்வளவு நல்லதாக இருப்பதில்லை’ என்ற எண்ணம் அவன் மனதில் உதித்தது. ஏதோ புதிய மனிதர்களை எடை போடுவது போல, ‘நான் கலியாணம் செய்து கொள்வதாக இருந்தால், இவளைப்போன்ற ஒருத்தியைச் செய்து கொள்வதுதான் நல்லது. எனக்கு மகன் பிறந்தால், இதைப்போன்ற மார்பகம் அவன் பால் குடிக்க நன்றாயிருக்கும். உடைந்த பொருள்களைப் போட்டு வைக்கும் இடத்திலிருக்கிறானே நிக்கலஸ், அவனைப்போல் நானும் கலியாணமாவதற்குமுன், மகனைப்பற்றிக் கனவு காணத் தொடங்கிவிட்டேனே’ என்று நினைத்துப் புன்னகை செய்தான். அதைக் கண்ட மரியா, “ஏன் சிரிக்கிறாய்?” என்று கேட்டாள்.

“இங்கிருந்து உன்னைப் பார்க்க மிக வேடிக்கையாயிருக்கிறது - உன் முகவாய்க்கட்டையும், உன் மூக்கும்” என்று பதிலளித்தான்.

சற்றுநேரம் கழித்து அந்த நாணற் புதர்களைக் கடந்து, படகை ஓட்டிக்கொண்டு வெளியில் வந்தனர். படகை அங்கிருந்த ஒரு மரத்தில் கட்டிவிட்டு, காட்டில் புகுந்து ஊருக்குள் வந்தனர். "பாஸ்தியன்களுடன் நீ வெகு நாட்கள் இருக்கப் போகிறாயா?" என்று கேட்டாள் மரியா.

"நானா? எனக்கே தெரியாது, அது."

"நம்மை,தந்தை கவனிப்பதாகத் தோன்றுகிறது. உன்னை இன்று அவர் ஒருவிதமாகப் பார்த்தார் அல்லவா?"

"நான் பார்க்கவில்லை. ஆயினும் அதைப்பற்றிக் கவலையில்லை."

"ஏன் கவலையில்லை?"

இப்போது காட்டுப் பகுதியிலிருந்து வெளியில் வந்துவிட்டனர். "நீ வாய்க்கால் அருகிலேயே உட்கார்ந்திரு. நான் காஸ்திரீசியஸைப் பார்த்துவிட்டு, மற்ற வேலைகளையும் கவனித்துக்கொண்டு வருகிறேன். வரும்போது உன்னையும் அழைத்துப் போகிறேன். முன்னொரு தடவை நாம் சந்தித்த இடத்திலேயே இரு" என்றான் யோஹான்.

"இப்படி, இந்த உடையில் நான் போக முடியாது."

"ஏன்முடியாது? ஒருவரும் உன்னைப் பார்க்கப்போவதில்லை."

"காஸ்திரீசியஸுக்கு பாஸ்தியன் தவணைப் பணம் கொடுக்க முடியுமா? எப்படிக் கொடுக்கப் போகிறான்?"

"கொடுக்க முடியுமென்று எனக்குத் தோன்றவில்லை."

மரியா நடந்து கொண்டே, தலையிலிருந்த கொண்டை யூசிகளை எடுத்துப் பல்லால் கடித்துக்கொண்டு, பின்னலை எடுத்து முடிந்தவாறு, "இப்படியொரு குழாய் வாங்கி வைப்பது, அதில் பணத்தைக் கொட்டுவது முதலிய வேலைகளெல்லாம் முட்டாள் தனம்" என்றாள்.

"எல்லாம் இந்த டோராவினால் வந்ததுதான்."

"டோராவினாலா? தண்ணீர் எடுத்துவருவதனால் நான் குறைந்துவிடவில்லையே. அவளுக்கு மட்டும் என்ன?"

"அவளைப்போன்ற மூன்று பேருக்கு நீ ஒருத்தி சமானம்."

"அவள் ஒரு சின்னஞ்சிறு முயல் குட்டியாயிருந்தால், நான் அவளைப்போல் மூன்று மடங்காவேன். இந்தக் காலத்தில் உடம்பில் பலம்கூட இல்லையென்றால், பிழைத்திருப்பதை விட சாவதே மேலானது. காலம் அப்படி கெட்டுக்கிடக்கிறது, பலமில்லாமல் உலகத்தில் ஒன்றும் செய்ய முடியாது."

"ஆனால் கையில் அவளுக்குத் திறமை இருக்கிறது. என் சட்டையை என்ன அழகாகத் தைத்துக் கொடுத்தாள் தெரியுமா?"

"ஏது, கண் டோராமீது விழுந்து விட்டதைப்போல் இருக்கிறது."

"அவளுக்குக் கைத்திறன் இருக்கிறது என்றவுடன், பத்து வயதுச் சிறுமியின்மீது கண் போட்டுவிட்டேன் என்று அர்த்தமல்ல, தெரியுமா?"

"நடக்கப்போகும் கலியாணம் பற்றி பாஸ்தியனும், அவருடைய மனைவியும் என்ன சொல்லுகிறார்கள்?"

"சொல்லுவதற்கு என்ன இருக்கிறது? உனக்கு அழைப்பு வந்திருக்கிறதா?"

"எங்கள் ஒருவருக்கும் வரவில்லை. எங்களைப் பொறுத்த வரை அது ஏதோ ஒரு கலியாணம் யோஹான் அப்பேச்சினால் மிகவும் பாதிக்கப்பட்டவன்போல் தோன்றியதையும், இருப்புக் கொள்ளாமல் திண்டாடுவதையும் கவனிக்காமல் மரியா மேலும் மேலும் பேசிக்கொண்டு போனாள். "மழையில்லாமலிருந்தால் பெரிய மேஜைகளை மைதானத்தில் எடுத்துப்போட்டுப் பலர் கூடி ஏராளமாகச் சாப்பிடுவார்கள் பாதம் ரொட்டிகளும், காபியும், மற்றும் பல உணவு வகைகளும் உட்கொள்வார்கள். கிழவன் மொர்ஸ் சாதாரணமாகக் கருமி. ஆயினும் அன்றைக்கு ஒரு வருஷத்து உணவை ஒரு நாளில் தின்று தீர்த்து விடுவார்கள். இல்லை, இல்லை. எங்களுக்கு அழைப்பு வரவில்லை."

ஹோட்டல் எதிரில் உள்ள சிறு தோட்டத்தினுள் நுழைந்தனர். முன்போலவே, அங்கு ஒருவருமில்லை. யோஹான் உட்காரவில்லை. மரியாவுக்கு வேண்டியவற்றை மட்டும் கொண்டு வரச்சொல்லி ஹோட்டல்காரனிடம் கூறினான். "இங்கேயே இரு. நான் வந்து உன்னை அழைத்துச் செல்லுகிறேன்." அவன் போன திசையையே பார்த்துக் கொண்டிருந்தாள் மரியா. அவன் பாலத்தைக் கடந்து ஓடினான். இப்போது அவள் முகத்தில் மகிழ்ச்சியும், ஆழ்ந்த அமைதியும் இல்லை. களைப்பாக இருந்தது. ஏதோ சிந்தித்தவாறு உட்கார்ந்திருந்தாள். அவளுக்கு இன்னும் வேலை கிடைக்கவில்லை. மாரி காலத்தில் யோஹான் இல்லாவிட்டால், நிலைமை மிக மோசமாகிவிடும். அவன் என்றென்றும் பாஸ்தியன் குடும்பத்துடனேயே தங்கியிருக்கப் போவதில்லையல்லவா? அவளுடைய வீட்டில் அவனுக்கென்று ஓர் அறை ஒதுக்கித் தரக்கூடிய நிலையில் பெற்றோர்கள் இல்லை. பீட், உருளைக் கிழங்குகளை வெட்டி எடுத்துக்கொண்டு வந்த பிறகு, அவர்கள் இருவருமே நகரத்திற்குப் போக வேண்டியவர்கள்தான்.

ஜோடுகளுக்குச் சாயம் பூசும் தொழிற்சாலையிலிருந்து, போன தடவை வந்த மாதிரியே, பல தொழிலாளர் வந்தனர். மரியாவுக்குச் சிறிது சங்கடமாகப் போய்விட்டது. அவளுடைய உடையில், பல இடங்களில் தையல்விட்டுப் போயிருந்தது. கையைத் தூக்கினால் அங்குள்ள கிழிசல் தெரியுமென்பதற்காக, அதை உடலோடு ஒட்டியே வைத்துக்கொண்டிருந்தாள். அவளுக்குத் தந்தை நினைவு வந்தது. வாலிபன் அவ்விடத்தி லிருந்து மறைந்த பிறகு, அவளுக்குக் கிழவன் நினைவு வந்தது. அவளுடைய குடும்பம் முழுவதிலும், கிராம மக்கள் எல்லோரிலும், அவள் ஒருத்திக்குத்தான் அக்கிழவனின் கண்களில் தோன்றிய உணர்ச்சிக்கு அர்த்தம் தெரியும். தாடியும், மீசையுமாகயிருந்த அவ்வதிசய முகத்தில் ஒளிந்திருந்த ஒளியை அவள் மட்டுமே காணமுடிந்தது. அவளுடைய காதல் விவகாரம் அனேகமாக அவனுக்குத் தெரிந்திருக்கும். ஆயினும் அனாவசியத் தொல்லை எதற்கு என்று சும்மாயிருந்தான். கொஞ்ச நாட்களாக அவனிடம் ஒருவித மாறுதல் காணப்பட்டது. 'சும்மா ஏன் உளறிக் கொட்டுகிறாய்? நீ சொல்லுவதை ஒருவரும் கேட்கப்

போவதில்லை' என்று மனைவியிடம் அவ்வப்போது கூறினான். மகனைப் பார்த்து, 'பால், விஷயங்களை அப்படிச் செய்து விடலாமென்று நீ நினைக்கிறாய்; நான் அப்படி நினைக்கவில்லை' என்றான்.

பிறகு அவளைப் பார்த்து, 'மொர்ஸ், பாஸ்தியன் ஆகிய இருவரும் தங்கள் வீட்டுப் பெண்களுக்கு மூட்டை மூட்டை யாகச் சீதனம் கொடுக்கப் போகிறார்கள். அப்படிச் செய்ய என்னால் முடியாது. 1923லேயே உனக்குப் படுக்கை விரிப்புக்கூட நான் வாங்கிக் கொடுத்ததில்லை – பணமிருந்ததில்லை. போர்க் காலத்திலும் நான் பணம் பண்ணவில்லை. எங்கேயாவது போய், இன்னொரு அப்பாவைத் தேடிக்கொள்' என்று ஒருநாள் கூறியது நினைவு வந்தது.

அங்கிருந்த மேஜைகளில் வந்து உட்கார்ந்த இளைஞர்கள் அவளை அடையாளம் கண்டு கொண்டனர். போனதடவை நடந்தது அவர்களுக்கு நினைவிருந்தது. "என்ன தனியாக உட்கார்ந்திருக்கிறாய்?" "எங்களுடன் வந்து உட்காரக் கூடாதா?" என்றெல்லாம் அவளுடன் பேச்சுக் கொடுத்தனர். மரியா புன்னகையுடன் தலையாட்டினாள்.

இலையுதிர் காலம். மாலை நேரம். மணற் குழிகளைக் கூட்டிய துடைப்பங்களின் நுனிகள் பளபளவென்று வெய்யிலில் மின்னின. குழிகளிலிருந்து 'குப்'பென்று பறவைக் கூட்ட மொன்று மேலெழுந்து, வாய்க்காலுக்கு மேல் வட்டமிட்டுப் பறந்தது. சற்று நேரத்திற்குப் பிறகு அப்பறவைகள் இரண் டாகப் பிரிந்து, தொழிற்சாலைக் கட்டடத்தின் கூரைமீது ஒரு பகுதியும், நீரில் மிதந்த எண்ணெய்ப் படலத்தின் நடுவில் மற்றொரு கூட்டமுமாக உட்கார்ந்தன. மரியாவுக்கு உடல் சிலிர்த்தது. யோஹான் அவளை அழைத்துச் செல்வதற்கு வர மாட்டானென்று, ஏதோ ஒன்று அவளுடைய உள்ளத்தில் சொல்லியது. அவளுடைய துயரத்தை அப்படியே விழுங்கி விட்டு, வெகுவேகமாக வீட்டை நோக்கி ஓடினாள்.

மரியாவை அடியோடு மறந்து விட்டான் யோஹான். காஸ்திரீ சியஸுடைய கடைக்கு, இரண்டாவது தடவை செலுத்த

வேண்டிய தவணைப் பணத்துடன் சென்றான். அடுத்த தவணைப்பண விஷயத்தைப்பற்றி அவர்கள் கேட்டனர். 'எனக்கு அதெல்லாம் ஒன்றுமே தெரியாது' என்று கூறிவிட்டான். ஆனால் கொண்டுவந்த பணத்தை அவர்கள் வாங்கிக் கொண்டனர். உல்ப் தொழிற் பட்டறைக்குச் செல்ல வேண்டியிருந்தது. அங்கு குழந்தைகள் இஷ்டம்போல் ஓடி யாடி விளையாடிக் கொண்டிருந்தனர். பட்டறையிலிருந்த சைக்கிள் மணிகளை அடித்தனர். உலைக்களத்திற்கு மேல் பிரகாசமான பல்புகள் - ஒளியைப் பிரதிபலிக்கும் மேற்தட்டுகள் எதுவுமின்றி - எரிந்து கொண்டிருந்தன. ஒரு மேஜையில் உல்பின் மனைவியும், அவளையடுத்து மற்றொரு பருமனான பெண் பிள்ளையும் உட்கார்ந்திருந்தனர். ஏதோ வேலையாயிருந்தனர். 'ரெண்டல் எங்கே?' என்றான் யோஹான். சமையற் கட்டின் கதவை உல்ப் சுட்டிக்காட்டினான். "வெகு தூரத்தில் இல்லை; அவள் அவனுடைய மனைவி. அதோ அவர்கள் அவன் குழந்தைகள்." இவ்வாறு கூறிவிட்டு, உல்ப் உலையருகில் சென்று, இரும்பை வைத்து ஊத ஆரம்பித்தான்.

ரெண்டலின் மனைவி, "நீதான் யோஹான் அல்லவா?" என்றாள்.

அவர்கள் கைகுலுக்கினார்கள். அவளைப்போல் மற்றவர்களை ஊடுருவிப் பார்க்கும் பார்வையுள்ள ஒரு பெண்ணை இதுவரை அவன் பார்த்ததில்லை. அங்கிருந்த மின்சார விளக்கு, கண்களைக் கூச வைப்பதாக இருந்தது. அவ்வொளியில் ரெண்டல் மனைவியின் முகம் மிகவும் களைத்திருந்ததாகத் தோன்றிற்று. சோர்வு அவளுடைய முகத்தைப் பிழிந்தெடுத்திருந்தது. அவளுடைய கடுமையான கருவிழிகள் மட்டுமே களைப்பையும் மீறி ஒளி வீசி நின்றன. "ரெண்டலுக்கு இப்போது உடம்பு தேவலை. வீட்டிலும் சரி, இங்கும் சரி போலீஸார் வட்டமிட்டார்கள். குறிப்புகள் எழுதிக் கொண்டனர். மற்ற எங்கும் அவர்கள் சோதனை போடவில்லை. எங்கள் வீட்டை மட்டும் தலைகீழாகப் புரட்டிப் பார்த்தனர். 'என் கணவனை அவர்கள் எந்தக் கத்தியால் குத்தினார்களோ,

அதையா தேடுகிறீர்கள்?' என்று கேட்டேன். சரி, சரி. நீ கிராமத்துக்குப் போகவேண்டுமல்லவா, யோஹான்?

"இப்பொழுதா? தன்னந்தனியாக இருப்பது எனக்கும் பிடிக்கவில்லை. இனி வெகு நாள் நான் அப்படியிருக்க முடியாது."

"இதோ பார். இதைவிட எவ்வளவோ கஷ்டங்களை அனுபவித்தாக வேண்டும். நீ இளைஞன். ஆரம்பமே குத்து வெட்டுடன் துவக்கியிருக்கிறாய். கொஞ்சம் அமைதியாக இரு. இன்னும் பல விஷயங்களை நீ கற்றுக்கொள்ள வேண்டியிருக்கிறது."

"அமைதியாயிரு, அமைதியாயிரு! இந்த அமைதிப் பாடத்தை எத்தனை தடவைதான் படிப்பீர்களோ, தெரியவில்லை" என்று உரத்துக் கூறினான்.

உல்ப் உலைக் களத்தருகிலிருந்தவாறே, "யார்மீது அப்படி எரிந்து விழுகிறாய்?" என்றான்.

"யார் மீது? ஆமாம். நியாயமான கேள்விதான். யார் மீது? நான் இருக்கும் நிலையில் இருந்து பார்த்தால், நீ எரிந்து விழாமல்தான் இருப்பாய். கழுத்து வரையில் சகதி. நான் இருக்கும் அந்தக் கிராமத்தில் தனியாக இரு. அப்புறம் உன் சங்கதி தெரியும். மற்றவர்களுடைய பலம் பெருகிக்கொண்டு போகிறது - நான் என்னவோ கோபமடையக்கூடாதாம்."

"அதெல்லாம் சரி. அதற்காக அக்கோபத்தை யாரிடம் காட்டுகிறாய்?"

துருத்தியை நிறுத்தி, நெருப்பையணைத்ததும் உல்ப் அவனிடம் வந்தான். மணியடித்துக் கொண்டிருந்த குழந்தை களைப் பார்த்து, "நிறுத்துங்கள்" என்று கத்தினான். உடனே அவனுக்கே வருத்தமாகப் போய்விட்டது. பழைய சைக்கிள் களிலிருந்து சிவப்புக் கற்களை எடுத்து அவர்களிடம் விளையாடக் கொடுத்தான். தனக்கு ஒன்று கிடைக்கவில்லையே என்று ஏக்கமடைந்தவனைப் போலிருந்தான் யோஹான். உல்ப் அவனை எரித்து விடுபவனைப்போல் பார்த்தான். யோஹானின்

கண்களைப் பார்த்ததும் அவனுக்கு திடீரென்று உடலெல்லாம் ஆயிரம் ஈட்டிகளைக்கொண்டு குத்தியதைப் போன்ற வேதனை யுண்டாயிற்று. அதன் காரணமென்னவென்று அவனுக்கே புரியவில்லை. இளைஞன் உள்ளத்தில் பெருக்கெடுத்த துன்பமெல்லாம், தன்னையும் தாக்கியதைப் போலிருந்தது, அவனுக்கு. "உட்கார், இப்படி. முதலில் ஏதேனும் கொஞ்சம் சாப்பிடு." உல்ப் அங்கிருந்து ரெண்டலின் குழந்தைகள் அருகில் சென்றான். "சைக்கிள்களின் மேல் உட்கார்ந்துதான் சாப்பிடுவோம்" என்று அவை பிடிவாதம் செய்தன. அவைகளைத் தூக்கி மேஜைக்கும், சுவற்றுக்கும் இடையில் வைத்தான். ரொட்டித் துண்டுகளில் திருமதி ரெண்டல் வெண்ணெயைத் தடவினாள். அவற்றை எடுத்து அவர்களுடைய வாயில் வைத்துத் தின்னச் செய்தான் யோஹான். சாதாரணமாக எல்லா வீடுகளிலும் நடப்பதைப் போலத்தான் இதுவும் இருந்தது.

"ஞாயிறன்று நான் கிராமத்திற்கு வருகிறேன். டிரக்கில் என் ரெண்டல் உட்காருமிடத்தில் நான் இருப்பேன்" என்றாள் ரெண்டலின் மனைவி.

"என்னைக் கேட்டால், அது வேண்டாமென்றுதான் சொல்லுவேன். ரெண்டலுடன் சம்பந்தப்பட்ட எதையும் அழித்து விடுவதென்ற கொலைகார எண்ணத்துடன் இருக்கின்றனர்."

"இருந்தாலும் வரத்தான் போகிறேன்" என்றாள் அவள். "இதற்கு உன் சக்தியெல்லாம் கொடுத்து, உன் ரத்தத்தை வார்த்தேனும், வேலை செய்யவேண்டும். அப்போதுதான் - நம்மைத் தவிர - இவ்வுலகிலும், மேலுலகிலும்கூட தங்களுக்கு உதவுபவர்கள் யாருமில்லை, வேறு ஒருவருமே இல்லை, என்பது மக்களுக்குத் தெரியும்."

தகராறு ஆரம்பமான போதே யோஹான் முகம் வெளுத்து விட்டது. இன்னும் அப்படித்தான் இருந்தது. இதயம் பட படவென்று அடித்துக் கொள்ளும்போது, கடந்த சில நாட்களாக அவன் கைகளும் ஆடத்தொடங்கியிருந்தன. அவனுக்கு நல்ல பசி. ஆயினும் கைகள் நடுங்கியதை மற்றவர்கள் பார்க்கக் கூடாதென்று அவற்றை மேஜையடியில் வைத்துக் கொண்டு உட்கார்ந்திருந்தான்.

## VII

"யோஹான், எதைப்பற்றி நீ யோசிக்கிறாயென்றே தெரியவில்லை" என்றான் பாஸ்தியன். "அதெல்லாம் வெறும் பேச்சு, என்னிடமிருந்த செருப்புத் தோலெல்லாம் எதேதோ வேலைகளுக்கு உபயோகித்து விட்டேன். அசல் விலைக்கு அதை ஜீக்லர்கூட எனக்குக் கொடுக்க மாட்டானாம். 'செருப்புத் தைக்கிற தொழிலில் நீ இருக்கிறாயா, இல்லையா என்பதே தெரியவில்லையென்று' அவன் கூறுகிறான்."

"அடியிலுள்ளதெல்லாம் தேய்ந்து, இப்போது ஒரே ஒரு தோல்தான் மிஞ்சியிருக்கிறது" என்று யோஹான் மெதுவாகக் கூறினான்.

யோஹான் அணிந்திருந்த ஜோடுகளைப் பரபரப்புடன் பார்த்தான் பாஸ்தியன். இங்கு அவன் வந்த நாள் நினைவு வந்தது. கணைக்கால் பக்கத்தில் தப்பும் தவறுமாக, யாரோ ஒருவன், யோஹானின் ஜோடுகளுக்கு ஒட்டுப்போட்டுத் தைத்திருந்தான். அது இப்போது பாஸ்தியனுக்கு நினைவு வந்தது. "நல்லது. அதை நான் செய்து தருகிறேன். அந்தத் தோல் வாங்கி, நானே தைத்துக் கொடுக்கிறேன்."

இதற்குப் பிறகும் பாஸ்தியன் ஏதோ சொல்லுவானென்று எல்லோரும் அவனுடைய மனைவி, டோரா, யோஹான், சிறு குழந்தைகள்கூட - ஆர்வத்துடன் எதிர்பார்த்தனர். அவர்கள் வெகு நாட்களாகவே எதிர்பார்த்துக் கொண்டிருந்த ஒரு விஷயத்தை பேசப் போகிறானென்று அவர்களுக்குத் தெரியும். பாஸ்தியனும், "யோஹான், நீ நல்ல பையன். மிக கெட்டிக்காரன், எதையும் விரைவாகவும், ஆர்வத்துடனும் செய்கிற பிள்ளை, நீ" என்று ஆரம்பித்தான். "ஆயினும் இப்படி எவ்வளவு நாட்களுக்குக்

காலந்தள்ள முடியும்? எப்பொழுதாவது ஒருநாள் நீ பாட்ஸன்பாக் போய்த்தான் ஆகவேண்டும். நீ இன்னும் உறவினரைப் போய் பார்க்கவில்லை. நீ இங்கே இல்லையென்றே அவர்கள் நினைத்துக் கொண்டிருப்பார்கள். நீ இனி இங்கிருந்து போகவேண்டியது தான். பீட் கிழங்குகளை வெட்டியெடுக்கும் வரையில் நீ இங்கு இருக்கலாம். பிறகு நான் என்ன செய்வது?"

பாஸ்தியன் இந்த இடத்தில் நிறுத்திவிட நினைத்தான். ஆனால் எல்லோரும் அவன் கூறிய ஒவ்வொரு வார்த்தையையும் கேட்டுக் கொண்டிருந்ததால், அவன் தொடர்ந்து பேசினான். "நான் என்ன செய்வதென்று கேட்டேன். நீ அதைத் தப்பாக எடுத்துக்கொள்ளக்கூடாது, யோஹான். உன்மீது எனக்கு அளவு கடந்த அபிமானம் இருக்கிறதென்று உனக்குத் தெரியும். ஆனால், யோஹான், இதோ பார். உனக்கு வேண்டியவற்றை நீயே பார்த்துக் கொள்ளுவாய் என்று நினைத்தேன். ஆனால் இதோ நேருக்கு நேராகச் சொல்லிவிடுகிறேன். உன்னால் எனக்கு மிச்சமொன்றுமில்லை. 'அவன் செய்யும் வேலையினால், எனக்கு வேலையும், பணமும் மிச்சமாகும்' என்று நினைத்தேன். ஆனால் எங்கே மிச்சம் பிடித்திருக்கிறேன்? நீயே பார்த்துச் சொல். இன்று ஜோடுகளுக்குப் புதுத்தோல் வேண்டும். சில நாட்களுக்கு முன் 'சட்டை இல்லை' என்றாய்; இவைகளுக்கு வேண்டிய ஆதாயமில்லை."

அவர்கள் எல்லாரும் அவனையே உற்று நோக்கினர். எனவே அவன் தொடர்ந்து பேச வேண்டியதாயிற்று. "இதெல்லாம் வாங்குவதென்றால் சுலபமாகவா இருக்கிறது? என் குழந்தை களுக்குக் கொடுத்துவிட்டு, உனக்கு மட்டும் இல்லையென்று சொல்லுகிறேனா, பார். இந்த மாரிக்காலத்திலாவது இவளுக்கு ஏதாவது ஒருவழி செய்து அனுப்பிவிட வேண்டும்."

அவனைப் பார்த்துக் கொண்டிருந்தவர்கள் எல்லோரும் இப்போது டோரா பக்கம் திரும்பி, அவளைப் பார்த்தனர்.

இப்படி வெளிப்படையாகவும், முடிவாகவும் பாஸ்தியன் கூறியது இதுவே முதல் தடவை.

மீண்டும், இருள் சூழ்ந்திருந்தது போலவும், அதிலிருந்த இடைவெளியின் வழியாக தூரத்திலிருந்த பொருளை நோக்கியது போலவும் டோரா தோற்றமளித்தாள். கலியாணப் பேச்சுக்கள் தொடங்கிய நாளன்று கான்ராடு பாஸ்தியனின் மகள் எப்படியிருந்தாளோ, அப்படியே இப்போதும் இருந்தாள். டோரா தந்தையைப் பார்க்கவில்லை. ஊடுருவிச் செல்லக்கூடிய கண்களால் அங்கிருந்தவர்கள் எல்லோரையும் சுற்றிப் பார்த்தாள். "கான்ராடு அண்ணாவின் மகளைக் கட்டிக் கொடுக்கப் போகிறார்கள். வருஷத்திற்கு இவ்வளவென்று பேசிக்கொண்டு அவள் பிற்பகல் நேரத்தில் வேலைக்குப் போகப் போகிறாள். அதைத்தவிர விடுமுறை நாட்களில் முழு நேர வேலை வேறு."

டோராவின் முகம் அங்கிருந்த சூழ்நிலையைப்போல் இருண்டிருந்தது. அவளுடைய கண்களைத் தவிர அவ்வறையில் பிரகாசமாகயிருந்தது ஒன்றுமில்லை. அவள் யோஹானைப் பார்த்தாள் - அவனை மட்டுமே பார்த்தாள். யோஹான் எழுந்து, இரு கைகளினாலும் மேஜையின் இரு மூலைகளைப் பற்றிய வண்ணம், சிறிது முன்புறம் குனிந்து நின்றான்.

இதன் அர்த்தமென்னவென்று எதிரிலிருந்த குடியானவனுக்குப் புரியவில்லை. யோஹானுடைய சட்டையோரம் முதல், முகம் வரையில் ஒரு தடவை ஏறிட்டுப் பார்த்தான். வேலை மிகுதியினால் அவனுடைய தோள்கள் குன்றியிருந்தன. முகம் மாறியிருந்தது. இப் புது முகத்தைக் கணவனும், மனைவியும், ஆச்சரியத்துடன் நோக்கினர். இதைப் போன்ற முகமுடைய ஒருவனை அவர்கள் வீட்டினுள் வர அனுமதித்திருக்கவே மாட்டார்கள். "இவளை உண்மையில் அவர்களுக்கா கொடுக்கப் போகிறீர்கள்?" என்றான் யோஹான். அவனுடைய குரலும் மாறி இருந்தது. உட்கார்ந்திருந்த குடியானவனுடைய மார்பில் போய் பதியும்படி மேஜையைச் சாய்த்தவாறு நின்றான். இப்போது மேஜைக்கும், சுவற்றிற்கும் இடையில் அகப்பட்டுக்கொண்ட பாஸ்தியன், "அதைத்தவிர வேறு வழியென்ன?" என்றான். பிறகு சற்று நிறுத்தி, "நடக்கத்தான் வேண்டுமென்றால், நமது சுற்றத்தவரிடையிலேயே ஒருவனைப் பார்த்துச் செய்து விடுவதுதானே நல்லது" என்று கூறி முடித்தான்.

அதைவிட இன்னும் பலமாக மேஜையை அழுத்தி, அவனைப் பிழிந்து விடுவதற்குப் போதிய தைரியம் யோஹானுக்கு வரவில்லை. கைகளை இறுக்கி மூடியிருந்தான். அவனுடைய கைவிரல் நகங்களே உள்ளங்கையில் ஆழப்பதிந்தன. கடந்த சில வாரங்களில் தனக்கு விருப்பமில்லாத பல விஷயங்களை அப்படியே விழுங்கியிருக்கிறான். நேற்று உல்ப் தொழிற் பட்டறையில்கூட அப்படித்தான். ஆனால் இப்போது, இந்த நிமிஷத்தில் அவனுடைய உள்ளத்தில் பொங்கியெழுந்த வேகம், பொறுமையின் எல்லைகளை மீறிக்கொண்டிருந்தது. பலாத்கார உருவில் வெடித்தெழுவதற்கு முன், மனித உள்ளத்தில் தோன்றும் அலங்கோல நிலை அந்தக் கணத்தில் யோஹானிடம் புகைந்து கொண்டிருந்தது. அதன் மகத்தான வேகத்தை, அதற்குப்பின் தோன்றும் அமைதியின் சுகத் திற்கே ஒப்பிடலாம். உட்கார்ந்திருந்த குடியானவன் எழுந்திருந்தால், கடல் மடை திறந்திருக்கும். ஆனால் ஓட்டுக்குள்ளிருக்கும் ஆமையைப்போல, அவன் சும்மா உட்கார்ந்திருந்தான். அங்கிருந்தவர்களைப் பார்த்து, "நீங்கள் எல்லோரும் போங்கள்" என்றான்.

அவனுடைய மனைவி, டோரா, டோராவின் தம்பி ஆகியவர்கள் வரிசையாகத் தோட்டத்துக்குச் சென்றனர். கதவு திறந்தேயிருந்தது. அவர்கள் சென்ற மறுகணம், தோட்டத்தைக் களக்கோடு வைத்துச் சுரண்டி சுத்தம் செய்யும் சத்தம் கேட்டது. அறையிலிருந்த இருவரும் அதை உற்றுக் கேட்டனர். பிடித்த மேஜையிலிருந்து கையை எடுத்தான் யோஹான். அவனுடைய இதயத்தின் படபடப்பும், களக்கோடு தரையில் உராயும் சத்தமும், வீட்டிலிருந்த பசுக்களும் ஊர்ப் பசுக்களும் போட்ட சத்தமும் சேர்ந்து, மாலை நேரத்தின் அமைதியையும், மௌனத்தையும் அதிகரித்துக் காட்டின. அவன் மனதிலிருந்த ஆத்திரத்தை பலாத்காரத்தின் மூலம் தீர்த்துக் கொள்வதற்கு இனி இடமில்லை. துயரம் ரத்தத்துடன் கலந்து உடல் முழுவதும் பரவியதாகத் தோன்றிற்று. கைவிரல்களை மடக்கி, மேஜையைக் குத்தியவாறு சற்றுநேரம் நின்றான்.

"ஏன் அப்படி நிற்கிறாய்? உட்கார், யோஹான். நான் என்ன செய்யலாம்? கூரையைப் பிரித்துக்கொண்டு போகிறவர்கள்

போகட்டுமென்று நான் சும்மா இருக்க முடியுமா?" என்று பாஸ்தியன் கேட்டான்.

"அதெப்படி முடியும்? அதைவிட இதுதான் நல்லது. ஆமாம், ஆமாம்."

"அதனால் ஒருவருக்கும் பயனில்லை."

"ஏன் பயனில்லை? பயனுண்டு."

கடைசியில் குடியானவன் பொறுமையிழந்து, "உட்கார் அல்லது வெளியே போ! நீ எதற்காக இவ்வளவு பரபரப்படைய வேண்டுமென்று எனக்குப் புரியவில்லை. இங்குள்ள நிலைமை இதுதான். எது எப்படியாயினும், இதைப்பற்றி உனக்கென்ன? அவள் உன்னுடைய தங்கையல்ல. நீ என்னுடைய மகனுமல்ல" என்றான்.

அவ்வாறு கூறியவுடன், கூறத் தகாத ஒன்றைக் கூறிவிட்டதாக அவனுக்கே தோன்றியது. அவன் திடுக்கிட்டான். யோஹான் தன்னுடைய மகனல்லவென்று கூறியபோதிலும், அவனுக்குப் பழைய நினைவுகள் வந்தன. வேலை மிகுதியினால் தானே ஒருநாள் அயர்வும், களைப்பும் மேலிட்டு, மிக மோசமான நிலைமையில் இருந்தான். யோஹான் அன்று மாலையில் தான் வந்தான். கடந்த சில வாரங்களாக அவன் அங்கு தங்கியிருந்து, அவர்களுக்கு உதவி செய்தபோது, 'இங்கே பிறந்திருக்க வேண்டிய பிள்ளை எங்கோ போய் தப்பிப் பிறந்திருக்கிறான்' என்ற எண்ணம் அவன் உள்ளத்தில் அடிக்கடி எழுந்ததுண்டு. யோஹான் இன்னும் நின்று கொண்டிருப்பதை அவன் பார்த்தான். சொல்லத்தகாத பயங்கரச் சொல்லொன்று பாஸ்தியனிடமிருந்து வந்துவிட்டதென்ற உணர்வு யோஹானுக்கும் இருந்தது.

அதற்குத் தகுந்த பதிலளிக்க யோஹான் யோசனை செய்ததைப்போல தோன்றிற்று. ஆயினும் அவன் முகத்தோற்றம் திடீரென்று மாறியது. அப்படியே உட்கார்ந்து தலைகுனிந்து கொண்டான். அவ்வாலிபனுடைய தலைமுடி வெண்ணிறத்த தாயிருந்தது. அதைப் பார்த்தவுடன் தன்னுடைய உள்ளத்தில் அவனுக்காக ஏற்பட்ட கிளர்ச்சியின் காரணம் நன்றாகத் தெரிந்தது. அவனுக்கு எல்லையற்ற ஆச்சரியம் உண்டாயிற்று.

உள்ளம் கனிந்தது. இச்சிறுவனுடைய தலைமீது கையை வைத்து தடவுவதற்கேற்ற தைரியம் அவனுக்கு இப்போது இல்லை. அப்படிச் செய்தால் அதன் விளைவுகள் இவ் வாழ்க்கையுடன் முடிவடையப் போவதில்லையென்று அவனுக்குத் தெரியும்.

வெளியில், ஒருவர் குழாயின் கைப்பிடியைப் பிடித்துக் கொண்டு தண்ணீர் அடித்த சத்தம் கேட்டது. ஒவ்வொரு நாள் மாலையிலும் இப்படித் தண்ணீர் அடிப்பது வழக்கம். தண்ணீர் பிடித்து வைத்தபோது, வாளிகள் அவர்களுடைய கைகளில் மோதிக்கொண்ட சத்தமும் கேட்டது.

அவர்கள் மேஜையருகில் உட்கார்ந்து எல்லாவற்றையும் கேட்டுக் கொண்டிருந்தனர். வேறு வழியில்லையென்பது அவர்கள் இருவருக்கும் தெரியும். “டோரா! பிடி, பிடி!” என்று தோட்டத்திலிருந்த பெண்பிள்ளை திடீரென்று கூவினாள். தன் முகத்தோற்றம் மாறியிருக்கிறதென்று யோஹான் இப்பொழுது உணர்ந்தான். பொறுமையே உருவெடுத்தவனாக அங்கு உட்கார்ந்து, ஆழ்ந்த யோசனையில் ஈடுபட் டிருந்தான். இதுவரை பேசியதைப் போலல்லாமல், சுமுகமான முறையில் பாஸ்தியனுடன் பேச்சை எப்படி துவக்கலாமென்று யோசித்துக் கொண்டிருந்தான். கடந்த சில வாரங்களில் இங்கிருந்து அவர்களுடன் பழகியதை எப்படிப் பயன் படுத்திக்கொள்ளலாம் என்று சிந்தித்தான். இதற்கிடையில், இச்சிக்கலிலிருந்து விடுபடும் முறைகள் பற்றி பாஸ்தியன் துருவித் துருவி ஆராய்ந்து கொண்டிருந்தான். மாரிக்காலம் முடியும் வரை எப்படியாவது யோஹானை இங்கு வைத்துக் கொள்ளவேண்டுமென்று நினைத்து, அதற்காக அவனுடைய மனம் திட்டமிட்டுக் கொண்டிருந்தது.

## 2

மெர்ஸின் மகன் அன்றிரவு வீட்டுக்கு வந்தபோது, உடனே உணவு கொள்ள உட்காரவில்லை. சட்டையை மாற்றிக்கொண்டு கான்ராடு பாஸ்தியன் வீட்டுக்குச் சென்றான். அவன் விவாகம் செய்து கொள்ளவிருந்த ஸோபி பாட்ஸன்பாக்கிற்குப் போயிருந்ததாகவும், நாளெல்லாம் அங்கு தையல் வேலை

செய்து கொண்டிருந்ததாகவும், எந்த நேரத்திலும் அவள் வந்துவிடலாமென்றும் கூறினார்கள். வரும் வழியிலேயே அவளைச் சந்திக்க நினைத்து, மொர்ஸ் இளைஞன் அங்கிருந்து புறப்பட்டான். வானம் நிர்மலமாயிருந்தது. கதிரவன் மறைந்து விட்டான். ஆற்றின் இரு புறத்திலுமிருந்த குன்றுகளுக்கிடையில் வானம் செந்நிறமாகக் காட்சியளித்தது. தொலைவில் தோன்றிய இரு சிறு கிராமங்களும், குன்றுகளின் அடிவாரத்திலிருந்த மரங்களும் தீப்பற்றி எரிந்த தோற்றம் உண்டாயிற்று. ஆற்றின் இப்புறம், ஏற்கனவே அறுவடையாகிவிட்டது. காலியாகக் கிடந்த வயல்கள் கரு நிறம் பெற்றுப் பார்ப்பதற்கே ஒரு வித வெறுப்பை அளித்தன. அதையடுத்து பீட் கிழங்குகள் நிறைந்த வயல்கள். ஓரிடத்தில் பீட் செடிகளை யாரோ அடியோடு பிடுங்கிப் போட்டிருந்தனர். எட்டு அல்லது ஒன்பது இடங்களில் அவை அப்படி சிறு சிறு குவியல்களாகச் சேர்த்து வைக்கப் பட்டிருந்தன. ஓரிடத்திலிருந்து புகை வந்து கொண்டிருந்தது. வயல்வெளிகளில் வேலை செய்து கொண்டிருந்த குடியானவர்கள் வீட்டுக்குப் போய்விட்டார்கள்.

மொர்ஸின் மகன் அங்கிருந்து விரைந்து சென்றான். ஸோபியை வழியிலேயே சந்தித்துவிட வேண்டுமென்பது அவனுடைய கருத்து. ஆனால் சாலைத் திருப்பத்திற்கு வந்தவுடன் அவள் மிக அருகில் வந்துவிட்டாளென்பது தெரிந்தது. அவளுடைய கையில் கூடையொன்று தொங்கிக்கொண்டிருந்தது. தலையில் கைக்குட்டையைச் சுற்றிக் கட்டியிருந்தாள். வரி வரியாகக் கோடுகள் போட்ட ஆடையொன்றை, இடுப்பைச் சுற்றிக் கட்டியிருந்தாள். மொர்ஸ் இளைஞன் அங்கிருந்த பள்ள மொன்றைத்தாண்டி, வரப்பின் மேல் உட்கார்ந்தான். செக்கர் வானத்திற்கும், கருமை படர்ந்த நிலத்துக்கும் நடுவில், பகலும் இரவும் சேர்ந்த ஒளிக் கலவையினூடே, அப்பெண் மிகவும் சோர்வடைந்தவளைப்போல் தோற்றம் அளித்தாள். அதைப் போன்ற நேரங்களில் நடக்கும்போது, சிறு வண்டுகள் அவன் கைமீது உட்காருவது உண்டு. ஆயினும் அவை எப்போதும் கையில் சிக்கியதில்லை. அவனுக்கு நிச்சயம் செய்யப்பட்டிருந்த மணமகளும் கிட்டத்தட்ட அப்படித்தான் இருந்தாள். அவள்

தனக்குக் கிட்டாமல் போய்விடலாமென்ற பயம், மற்ற எப்போதையும்விட இப்போது மிக அதிகமாயிருந்தது. "ஏய், ஸோபி" என்றான்.

அவள் உலுக்கி விழுந்து பார்த்தாள். அங்கிருந்து ஓடும் தைரியம் அவளுக்கு வரவில்லை. கையிலிருந்த கூடையைக் கீழே வைத்தாள். இளைஞன் தன் இரு கைகளையும் நீட்டி, அப்படியே இதைத் தாண்டி வா என்றான்.

"வீட்டுக்கு விரைவில் போக வேண்டுமே" என்றாள் அவள்.

"மண்ணாங்கட்டி! கூடையை நான் எடுத்து வருகிறேன், பயப்படாதே."

கீழேயிருந்த கூடையை ஸோபி கையிலெடுத்துக் கொண்டாள். மீண்டும் - அவளுக்கு வேறு ஒன்றும் பேசத் தெரியவில்லையாகையால்- "விரைவில் வீடு போய்ச் சேரவேண்டும்" என்றாள்.

சில அடிகள் ஓடியிருப்பாள். மெர்ஸும் வரப்பின்மீதே ஓடி, திடீரென்று பள்ளத்தில் குதித்தான். அருகில் சென்று கொண்டிருந்த ஸோபியை, இடுப்பில் கையைக் கொடுத்து அலக்காகத் தூக்கி கீழேயிறக்கி, வாயில் முத்தமிட்டான். அவளுடைய உடல் சிறகைப்போல லேசாகயிருந்தது. பயத்தினால் அவள் கையில் துவண்டு கிடந்தாள். இதைப்போன்ற நேரத்தில் பொதுவாக எல்லா ஆண்களுக்கும் உண்டாவது போல அவனுக்கும் மூச்சுத் திணறிற்று. "இன்றோ, நாளையோ - கலியாணத்திற்கு முன்னோ பின்னோ - இது ஒருவருக்கும் தெரியப் போவதில்லை, எவர் காதிலும் விழப் போவதில்லை" என்றான்.

"முடியாது. முடியவே முடியாது" என்று உரக்கக்கத்தினாள் ஸோபி,

முதல் தடவையாக அவள் அவனைத் தடுத்து நிறுத்தினாள். அது சிறிது முரட்டுத்தனமான வேலைதான். அவளுடைய கருவிழிகளைச் சுற்றி, புதுவித முகமே உருவாயிற்று.

அதில் பயமிருந்த போதிலும், நினைத்ததைச் சாதிக்கும் வேகமும் பிரதிபலித்தது. அவளை உறுதியாகப் பற்றி, பள்ளத்திலிருந்து தரைமட்டத்திற்குத் தூக்கி தனது வலுவைக் காட்டினான் வாலிபன். "உன்னை நான் மணந்து கொள்ளவே மாட்டேன் என்றாள் ஸோபி. அவளை அவன் கீழே இறக்கினான் என்று கூறுவதைவிட, 'தொப்'பென்று போட்டான் என்பதே பொருத்தமா யிருக்கும். முழங்கால் மடிந்து, அவள் கீழே விழப்போனாள். அவளை அங்கிருந்த கூடைக்குள் போட்டிருந்தால் இன்னும் வேடிக்கையாக இருக்குமென்று அவன் நினைத்தான். கூடையில் கலியாண ஜவுளிகள் இருந்தன. அன்று பாஸ்தியன் வீட்டுத் தோட்டத்தில் சிரித்ததுபோல அவன் கடகட வென்று உரக்கச் சிரித்தான்.

அவர்கள் ஜோடியாக நடந்து கிராமத்தையடைந்தனர். வழி நெடுகிலும் மெதுவாக, மெதுவாக, – மிகமென்மை தோன்ற – தன்னை மணப்பதால் உண்டாகும் நன்மை பற்றி அவன் எடுத்துரைத்து வந்தான். "நல்லவரொருவருடைய ஒரே மகனைக் கலியாணம் செய்து கொள்வதனால் எவ்வளவு உயர்நிலை யடையப் போகிறாய், தெரியுமா? இம் மாவட்டத்திலுள்ள குடியானவர்களின் மனைவியருள் உனக்கே அதிக மரியாதை கிடைக்கப்போகிறது." இவ்வாறு கூறிவிட்டுத் தனது குதிரைகள், நிலபுலன்கள், தோப்புத் துறவுகள், தேனீக்கள் முதலியவற்றைப் பற்றியும் விவரித்தான். இதுவரை இவையெல்லாம் அவனுடைய தந்தைக்கு மட்டுமே சொந்தமான சொத்துகளாக பாவித்து வந்தான். தனக்கும் அவற்றிற்கும் சம்பந்தமில்லையென்ற நினைவு. இப்போது அவை புத்தொளி பெற்று அவன் கண்ணெதிரில் வந்து நின்றன. தந்தையின் மரணத்தைப் பற்றித் திருப்தியுடன் அவன் நினைத்தது அதுவே முதல் தடவை. ஸோபி எதுவும் பேசவில்லை. ஊர் போய்ச் சேரும் வரையில் அவள் மறுபுறம் பார்த்துக்கொண்டு வந்தாள்.

அவன் வீடு திரும்பியபோது, அங்கிருந்தவர்கள் சாப்பிட்டு எழுந்திருக்கும் நேரம். சமையல்காரப் பெண் அவனைக் கண்டதும், முணுமுணுத்துக் கொண்டே, பிசைந்த மாவை ரொட்டியாகத் தட்டி அடுப்பில் வைத்தாள். மேஜைமீதிருந்த

பழங்களைத் தின்று முடிப்பதற்குமுன், சூடாக ரொட்டி யொன்றை அவள் எடுத்துக்கொண்டு வந்தாள். கிழ மெர்ஸ், இருந்த இடத்திலேயே உட்கார்ந்திருந்தான். வேலைக்காரி மேஜை மீதிருந்த பொருள்களை அகற்றி, பாத்திரங்களையும் கழுவி வைத்த பிறகு, நாற்காலிகளைச் சுற்றியிருந்த இடத்தைக் கூட்டி சுத்தம் செய்தாள். மகன் சாப்பிட்டு முடியும் வரை காத்திருந்த கிழவன், "பெண்களெல்லோரும் வெளியே போங்கள்" என்றான்.

வாலிபன் முகத்தில் கவலை கவிந்து கொண்டது. தின்று கொண்டிருந்த பழங்களின் ரசம் நீலமாக அவனுடைய கடை வாய் ஓரங்களில் வந்து நின்றது. இதைக் கண்டு தந்தை புன்னகை புரிந்தான்.

"என்ன சேதி?"

"சேதி என்னவா?" அவனுடைய வார்த்தைகளில் கடு கடுப்புத் தோன்றிற்று. "அவளுக்கு திடீரென்று என்னவோ வந்துவிட்டது. கலியாணம் செய்துகொள்ள முடியாதாம் எப்போதுமே முடியாதாம்!"

"யார்? என்ன அது? -ஓ, அதுவா? உனக்குப் பைத்தியந்தான் பிடித்திருக்கிறது. முடியாதென்றா சொல்லுகிறாள்? பயத்தினால் கொஞ்சம் இப்படியும், அப்படியும் திருப்பிக் கொள்கிறாள். அவ்வளவுதான். உன்னைப் பார்த்தாலே அசிங்கம் பிடுங்கித் தின்கிறது. இந்த சர்க்கரைக் கிண்ணமும், பழத்தட்டும், எப்படி நம்முடையதென்பதில் சந்தேகமில்லையோ, அப்படி அவள் உன்னைக் கலியாணம் செய்து கொள்ளப் போவதிலும் சந்தேகமில்லை. ஆனால் நமக்குத்தான் அதனால் லாபம் இல்லை."

தந்தையின் குரலைக்கேட்டு ஆறுதலடைந்த இளைஞன் உண்மையிலேயே அமைதி பெற்றான். உள்ளத்திலிருந்த பயம் சற்று குறைந்தது.

"அதைப்பற்றிக் கவலையில்லை. வேறொரு விஷயம் குறித்து உன்னுடன் பேச நினைத்தேன் - இந்தக் குங்கலும், அவனுடைய நண்பர்களும் இருக்கிறார்களே, அவர்களைப்பற்றி எனக்கு ஏதோ தோன்றிற்று. அது இருக்கட்டும். வாயை முதலில்

துடை. உதடெல்லாம் நீலம்பூத்த மாதிரி இருக்கிறது" என்றான் பெரிய மெர்ஸ்.

எதிரிலிருந்து ஒரு ரொட்டித் துண்டை எடுத்துப் பற்களையும், உதடுகளையும் மெதுவாகத் துடைத்தான் பையன். தந்தை எழுப்பிய பிரச்னையைப்பற்றி சிந்தித்துக்கொண்டிருக்கையில், கிழவன் தொடர்ந்து பேசினான்: "அது நல்லதென்றால், நீயும் அவர்களுடன் சேர்ந்து விடு. ஆண்டவனறியச் சொல்லுகிறேன் சேர்ந்து விடு. அவர்களைப்பற்றி நினைக்கும் போது எனக்கு ஏதோ செய்கிறது. ஆனால், எனக்கு அப்படித் தோன்றுவதே நீ அதில் சேரவேண்டுமென்பதற்கு நல்ல காரணமாயிருக்கலாம். நீ இங்கிருந்து கொண்டு, மற்றவர்கள் செய்யும் வேலையிலும் ஒரு கண் வைத்திருப்பது நல்லது. என்ன சொல்லுகிறாய் ? பிரைடிஸ் அவர்களுடைய தலைவர்களில் ஒருவன் என்பதற்கும், நான் சொல்லுவதற்கும் சம்பந்தம் எதுவுமில்லை. அவன் வெறும் தகர டப்பா. ஏதாவது கலாட்டா செய்து கொண்டிருப்பதே அவன் நோக்கம். தன் பேச்சைத் தானே கேட்டு சந்தோஷப்பட்டுக் கொள்ளுவான். தன்னைப் பற்றி நாலுபேர் பேசிக்கொள்ள வேண்டுமென்ற ஆசையும் உண்டு. அவன் கிடக்கட்டும். இப்போது ஜோடு களுக்குச் சாயம் பூசும் தொழிற்சாலையின் இரண்டாவது நிர்வாகி, பிரவுன்வெல்கூட இதில் -"

மகன் இடைமறித்து, "என்ன?" என்றான்.

"ஆமாம். அவர் மிகவும் ஜாக்கிரதையான மனிதன். பணத்தை எதில் போடலாமென்று விஷயம் தெரிந்தவர். அதனால்தான் கேட்கிறேன் - உன் அபிப்பிராயம் என்ன ?"

வாயைத் துடைத்துக் கொண்டிருந்த இளைஞன் ரொட்டித் துண்டை தட்டுமீது வைத்தான். பழத்தின் நீலநிறம் அதில் படிந்திருந்தது. முகத்தில் புன்னகை படர, அவர் பேசுவதைக் கேட்டபடி உட்கார்ந்திருந்தான்.

"நாம் இதைப்பற்றிப் பேசியதாகக் குங்கல்களிடம் சொல்ல வேண்டியதில்லை; அவர்களைத்தேடி ஓடவேண்டியதுமில்லை. சில நாட்களுக்குச் சிறிது ஒதுங்கியே இரு. அவர்களாகவே உன்னைத் தேடிக்கொண்டு வருவார்கள்."

"அதுதான் சரி, அப்பா. இதைத்தான் நான் இவ்வளவு நாட்களாகச் சொல்லி வருகிறேன்."

"நல்லது." பெரிய மெர்ஸ் எழுந்து, சுவற்று ஆணியிலிருந்து மேலங்கியை எடுத்து மாட்டிக்கொண்டு புறப்பட்டான். மாலையில் சிறு வேலைகள் செய்வது அவனுக்கு விருப்பம்தான். கான்ராடு பாஸ்தியனைப்போல, மெர்ஸும் சிறு குச்சிகளை வைத்துக் கொண்டு தோட்டத்தில் உட்காருவதற்கான நாற்காலியோ, மற்ற பொருள்களோ செய்வதில் பொழுது போக்கிக் கொண்டிருப்பான்.

### 3

யாரோ வேலிக்கு மறுபுறத்திலிருந்து 'யோஹான்' என்று குரல் கொடுத்தனர். கோஸ்லின் அங்கு குப்புறப்படுத்தபடி, ஜன்னல் கண்ணாடிகளைச் சட்டங்களில் வைத்துப் பொருத்தும் வேலை செய்து கொண்டிருந்தான். அவர்கள் சந்திக்கும் போது சில வார்த்தைகள் பேசிக்கொள்ள விரும்புவதுண்டு. இப்போது ஒருவரையொருவர் நோக்கினர். அங்கு என்ன செய்து கொண்டிருக்கிறாய்? என்று யோஹான் கேட்டான்.

"அடை வீட்டையடுத்து மற்றொரு அறை கட்டுகிறேன். அதில் வெளி சீதோஷ்ணத்தைவிட ஐந்து டிகிரி அதிகமாக யிருக்கும். அதைச் சுற்றி குழாய்கள் வைக்கப்போகிறேன்."

யோஹான் வேலியைத் தாண்டி மறுபுறம் குதித்து, கீழே உட்கார்ந்தான். சட்டத்திற்கும் கண்ணாடிகளுக்குமிடையில் காற்றுப் புகாதபடி மக்கை வைத்து அடைத்து, கோஸ்லின் வெகு லாகவமாக ஆணியடித்ததைப் பார்த்தான். அது யோஹான் மனதிற்குச் சிறிது அமைதியளித்தது. கோஸ்லினின் விரல்களை இன்னதென்று புரியாத ரகசிய, நல்ல சக்தியொன்று இயக்கியதைப் போல் தோன்றிற்று. தானும் அவனுக்கு உதவி செய்ய வேண்டுமென்ற ஆவல் யோஹான் உள்ளத்தில் எழுந்தது. கோஸ்லினும் தன் தெளிவான கண்களை அவனிருந்த பக்கம் திருப்பி, அவ்வப்போது பார்த்தான். அவனுடைய ஒளிமிகுந்த முகத்தில் எடுப்பாகத் தெரியும் பகுதி கண்கள்தான். யோஹான் உட்கார்ந்து பார்த்தது அவனுக்கும் மகிழ்ச்சியளித்தது போலும். ஜன்னலுக்கு வைத்து அடைத்துக் கொண்டிருந்த பொருளை

அவன் தன் பெரு விரலால் தொட்டுப் பார்த்தான், பிறகு ஒரு துணியை எடுத்து ஜன்னலின் அடியில் நன்றாகத் தேய்த்தான். அவன் பொருத்தி வைத்த பகுதி மின்னத் தொடங்கியது. பிறகு தலையெடுத்து, “உனக்கு அவகாசமிருந்தால் இங்கே இரு. என் சாப்பாட்டைப் போய் எடுத்து வந்து விடுகிறேன். அவர்களில் ஒருவரும் இப்போது வீட்டிலில்லை. இருக்கிறதை இரண்டு பேரும் சாப்பிடலாம்” என்றான்.

வீட்டினுள் சென்று, ரொட்டி, துண்டுபோடும் கத்தி, ஜாம் வைத்திருந்த ஜாடி ஆகியவற்றை எடுத்து வந்தான். “அதோ அங்குள்ள பூஞ்செடிகளருகில் போய் உட்காரலாம் வா. மலர்கள் ஏராளமாக இருக்கின்றன. எனக்கு மிகவும் பிடித்த இடம் இதுதான். இந்தப் பூக்களுக்கு ஏற்கனவே கிராக்கி வந்துவிட்டது, தெரியுமா? மொர்ஸ் வீட்டுக் கலியாணத்திற்கு இவை போகின்றன - அவர்கள் வீட்டில் இருப்பது போதாதென்று, இவற்றையும் விலைபேசியிருக்கின்றனர். குங்கலுக் கூட இது ஆச்சரியமாக இருந்தது.” ஒரு சுத்தமான கைக் குட்டையை முழங்கால்மீது விரித்துக்கொண்டான் கோஸ்லின். அவனுடைய கைகள் ரொட்டியைத் துண்டு போடுவதைப் பார்த்தவுடன், என்ன காரணத்தினாலோ யோஹானுக்குக் கொஞ்சம் தைரியம் பிறந்தது. பிற்பகல் நல்ல வெய்யில். ஜன்னல் கண்ணாடிகள் அதில் பளபளவென்று ஒளி வீசின. அருகிலிருந்த நீல, வெள்ளை, ஊதாநிற மலர்கள், அவைகளுக்கு அளிக்கப்பட்ட ஒளியில் அழகாக அசைந்தாடிக் கொண்டிருந்தன. அவர்கள் இருவரும், பேசாமல் ஒருவரையொருவர் பார்த்தபடி, ரொட்டியை மென்று கொண்டிருந்தனர். ‘இவனைப் போன்ற ஒருவனுடன் என்னால் வேலை செய்யமுடியும். இவனுடன் எவ்வளவு தூரம் வேண்டுமானாலும் நடக்கலாம்’ என்று கோஸ்லின் நினைத்தான். யோஹானும், ‘இவனுடன் மனம் விட்டுப் பேசலாம்’ என்று எண்ணமிட்டான். திடீரென்று கோஸ்லின் முகம் மாறியது. “இன்னும் சில நாட்களில் இங்கிருந்து போய்விடுவேன்” என்றான்.

“நீயா ? ஏன் ?” என்று கேட்டான், யோஹான்.

“மாரி காலத்தில் குங்கலுக்கு உதவியொன்றும் வேண்டியதில்லை. இங்கிருப்பவர்கள் விஷயம்தான் உனக்குத் தெரியுமே.

அவன் கூட அவ்வளவு மோசமில்லை. ஆனால் கிழவி அவன்கூட யிருக்கிறாளே, அவளைத்தான் சொல்ல வேண்டும். போதாததற்கு அவளுடைய அசட்டு மகள் ஒருத்தி.

"அவளைக் கலியாணம் செய்து கொள்ளச் சொல்லுகிறார்களா, என்ன ?"

"அவள் நல்ல பெண்தான். ஆனால் மனைவியென்றால் எப்படியிருக்க வேண்டுமென்று நினைக்கிறேனோ, அந்தத் தரத்தை அவள் எட்டவில்லை - உள்ளும், புறமும்தான் சொல்லுகிறேன். மேலும், குடும்பப் பொறுப்பை இப்போது நான் காலில் கட்டிக்கொள்ளத் தயராக இல்லை. நீ என்ன: சொல்லுகிறாய்?"

"ஆமாம். வாஸ்தவம்தான்."

"குங்கலும் சரி, அவனுடைய தம்பியும் சரி - அவர்களைப் பற்றி ஒன்றும் சொல்லுவதற்கில்லை. அவர்களுடைய தாயார் தான் ஒரு மாதிரி. எது எப்படியிருந்தாலும், இப்போதிருக்கிற நிலையில், நட்புறவு கெடாமலிருக்கிறபோதே இங்கிருந்து போய்விடுவது நல்லது."

"பிறகு என்ன செய்யப் போகிறாய்?"

"நகரத்திற்குப் போகலாம். அங்கிருப்பவர்கள் மகிழ்ச்சியுடன் என்னை வரவேற்பார்கள். என்னை பிரைடிஸுக்கு. நன்றாகத் தெரியும். அவனிடம் இரண்டு ஆண்டுகள் வேலை செய்தேன். போவதற்கு முன் இந்த அறையைக் கட்டி முடித்துவிட நினைக்கிறேன்."

கைக்குட்டையை மடித்து வைத்துவிட்டு, ஜாம் இருந்த ஜாடியையும், மற்ற பொருள்களையும் எடுத்துக்கொண்டு, கோஸ்லின் வீட்டினுள் சென்றான். அவன் திரும்பி வந்த போது, யோஹான் எழுந்து நின்றான். அவர்கள் இப்போது ஒருவரை யொருவர் பார்த்த வண்ணம் நின்றனர். "நானாயிருந்தால், இனி ஒரு ஆணியைக்கூட அவனுக்கு அடித்துக் கொடுக்க மாட்டேன்" என்று யோஹான் கூறினான்.

கோஸ்லின் ஆச்சரியமடைந்தான். "ஏன்? அது அவனுடைய தவறு அல்ல. என்னைப் பொறுத்த வரையில் அவன் சரியாகவே நடந்து வந்திருக்கிறான். அவன் எனது தோழன். அடை வீட்டுக்கு அணைவாக அறை கட்டுவதற்கும், இப்போது நாம் பேசிய பிரச்னைக்கும் சம்பந்தமில்லை. போவதற்கு முன் நல்ல காரியம் ஒன்றைச் செய்துவிட்டுப் போவது பற்றி நான் மகிழ்ச்சியடைகிறேன்."

"அதனால் பலன்தான் ஒன்றுமில்லை."

"எதுவும் பலனில்லாமல் போகாது. சரியான வேலை எதையும் நன்றாகவும், முறையாகவும் செய்தால், அது வீணாகாது."

இதனால் கிறிஸ்டியன் குங்கலின் பாங்கி கணக்கில்தான் ஆதாயம் பெருகும்.

கோஸ்லின் சிரித்தான். தெளிவாகவும், கவலையற்றும் இருக்கும் அவனுடைய முகம், இப்போது குழந்தையின் முகத்தைப் போல் நிர்மலமாயிருந்தது. "இதனால் பயனில்லாமல் போகாது" என்று கூறி, யோஹானின் தோள் மேல் கை வைத்தான். "எங்கள் இயக்கத்தில் சேரவில்லையாதலால் இது உனக்குப் புரியவில்லை. நாங்கள் எல்லோரும் ஒரே குடும்பத்தினராதலால், அவனுக்கு பாங்க் கணக்கில் ஆதாயம் பெருகுவதும், என் ஆதாயம் அதிகரிப்பதும் ஒன்றுதான். பணம் பாஸ்தியனின் மேஜோடுக்குள் இருக்கலாம், மொர்ஸ் கிழவனின் பாங்க் கணக்கிலிருக்கலாம், குங்கல் பெயரில் பாங்கியில் இருக்கலாம் - எங்கிருந்தாலும் அது எங்களுடையதென்பதில் ஐயமில்லை. கிறிஸ்டியன் குங்கலைக் கொஞ்ச நாள் கழித்துப்பார். இன்னும் சிறிது காலம் எங்களுடன் இருந்த பிறகு அவன் புது மனிதனாகி விடுவான்."

"அவன் புது மனிதனாக மாறுவதெல்லாம் வெறும் பேச்சு. சொத்து சேர்ப்பதில் அவனுக்குள்ள ஆசை என்றைக்கும் மாறாது. நிலம், கால்நடைகள், அடை வீடு - இவைதான் அவனுக்கு முக்கியமானவை. நீ எப்பொழுதும் இப்படித்தான் இருக்கப் போகிறாய். வீடு வாசலும், கால்நடைகளும் உனக்குக் கிடைக்கப் போவதில்லை. மொர்ஸ் மொர்ஸ்தான், ஜில்லிஷ் ஜில்லிஷ்தான். நீ, நீதான்."

"பாவம். எங்களைப்பற்றி உனக்கு ஒன்றுமே தெரியாது, யோஹான். நீ பேசுவதுதான் வெறும் பேச்சு. ஜில்லிஷ் எவ்வளவு கஷ்டத்தில் இருக்கிறான் தெரியுமா? அவனுடைய கடன்களை யெல்லாம் நாங்கள் கொடுத்து அடைக்கப்போகிறோம். பிறகு மனிதனே மாறப்போகிறான், பார்."

"மெர்ஸின் பண்ணை மெர்ஸிடமே இருக்கும். ஜில்லிஷின் பண்ணை ஜில்லிஷிடமே இருக்கப் போகிறது. அவற்றை இப்போதே பார்த்து வைத்துக்கொள். பிறகு அவர்களுக்கு உள்ள சொத்தையும், இதையும் ஒப்பிட்டுப் பார்க்க சௌகரியமாக இருக்கும்."

இன்னும் ஒருவர் முகத்தையொருவர் பார்த்தவாறே நின்று கொண்டிருந்தனர். கொஞ்சம் கொஞ்சமாக கோஸ்லின் முகத்திலிருந்த ஒளி மங்கத் தொடங்கியது. அவன் நெற்றியில் தோன்றிய கீற்று, முகத் தோற்றத்தையே மாற்றிவிட்டது. யோஹான்மீதிருந்த கையை எடுத்துவிட்டு, "ரஷ்யாவிலிருப்பதைப் போல், எல்லோரும் ஒரே மாதிரி கரி பூசிக்கொண்டு நிற்க வேண்டுமென்று கூறுகிறாயா? அவர்களைக் கழுதைமீது ஏற்றி வைத்து, கையில் கொள்ளிக்கட்டைகளைக் கொடுத்து ஊர்வலம் விடுவதற்கு மிக அழகாயிருக்கும்" என்றான்.

"இதோ பார், கோஸ்லின். உனக்குக் கொஞ்சம் நிலமும், கருவிகளும் கொடுத்து, குங்கலுக்கும் அதே மாதிரி நிலமும் கருவிகளும் கொடுத்தால், தோட்டத் தொழிலில் யார் திறமை சாலி என்று தெரிந்துவிடும்."

கோஸ்லின் முகம் மீண்டும் மகிழ்ச்சியையும், உற்சாகத்தையும் எடுத்துக் காட்டிற்று. "நீ மட்டும் மிகப் பயனுள்ள வேலையைச் செய்கிறாயா என்ன? உன்னைப்பற்றி மற்றவர்கள் கூறுவதைக் கேட்க வேண்டும். 'எதிரி வேலை செய்வதுபோல செய்கிறானே, எதற்காக' என்று கேட்கிறார்கள்."

"இனி அப்படி யாராவது கேட்டால், 'ஏழைக்கு ஏழை வேலை செய்யாமல் வேறு யார் செய்வார்கள்?' என்று என்னுடைய சார்பில் பதிலளித்துவிடு."

அடை வீட்டுக்குப் பின்புறம் ஒருவர் நடந்துவரும் சத்தம் கேட்டது. குங்கலின் தம்பி காட்லிப், சிடுமூஞ்சித் தோற்றத்துடன் அவர்கள் இருந்த இடத்திற்கு வந்தான். “அண்ணன் வந்து விட்டானா” என்று கேட்டான். வரவில்லையென்று கோஸ்லின் கூறியதும், சற்று திருப்தியடைந்தவனைப்போல் காணப்பட்டான். அவன் தோள்களைச் சுற்றி கோஸ்லின் கையைப் போட்டுக் கொண்டான். அதில் அவ்விளைஞன் முகத்தைப் பதித்துக் கொண்டான். ஜன்னலைப் பொருத்துவதற்கு வேண்டிய பசையைச் சுடவைத்துக் கொண்டு வரும்படி அவனை அனுப்பிவிட்டு, “இவன் போக்கு எனக்கு ஆச்சரியமாக இருக்கிறது. நான் சொல்லுவதையெல்லாம் கேட்கிறான். எனக்காகவென்றால் மிக நன்றாக வேலை செய்கிறான். ஆனால் அண்ணன் ஏதாவது சொன்னால், முணுமுணுத்துக்கொண்டு மெதுவாகச் செய்கிறான்” என்று கோஸ்லின் கூறினான்.

## 4

பில்லியர்டு அறையில் வந்து உட்கார்ந்த பிறகுதான், நாப்தல் தன் மருமகன் எல்ஸ்டரைப் பார்த்தான். அவனுடைய முகத்தில் கோபம் தோன்றிற்று. எல்ஸ்டரும், மனைவியும் காலையில் சண்டை போட்டது ஜன்னலிலிருந்த நாப்தலுக்குத் தெரியும். அவன் காதிலும் அது விழுந்தது. மனைவியை எல்ஸ்டர் சமாதானம் செய்யவில்லை. அதற்கு பதிலாக ஹோட்டலில் உட்கார்ந்து பொழுதைப் போக்கிக் கொண்டிருந்தான். நாப்தலுக்கோ இதையெல்லாம் யோசிக்க நேரமில்லை. மெர்ஸின் வீட்டை வாங்குவதற்கு ஒருவரைக் கண்டுபிடித்து விட்டதால், அவனுக்கு உடல் ஒரு நிலையில் இல்லை. மகளுடைய துன்பம், தன் சிறுநீரகக் கோளாறு, இதய பலவீனம் - இவற்றில் எதைப் பற்றியும் அவனுக்கு இனிக் கவலையில்லை' நீரகத்தில் அடிக்கடி வலி தோன்றியது. இதயம் வெகு நாட்களுக்கு ஓடாதென்பதற்கு வேண்டிய அறிகுறிகள் இருந்தன. அவற்றை யெல்லாம்விட, அவன் உள்ளத்தை உறுத்திக் கொண்டிருந்த பிரச்னை என்னவென்றால், மெர்ஸின் மந்த சுபாவம் காரணமாக, இப்போது வந்துள்ள பேரம் கைகூடாமல் போய்விட்டால் என்ன செய்வது என்பதுதான். ‘வழியில் உட்காராதே, போ. உன்

இடத்தில் போய் இரு" என்று மருமகனிடம் கூறிவிட்டு, ஜன்னல் வழியாக எட்டிப் பார்த்தான். அதோ அவனே வந்துவிட்டான்.

சந்தைக்கு ஆடுகளையோட்டி வரும் இடையனைப்போல, கால்நடைகளுக்கிடையில் மெர்ஸ் கிழவன் ஹோட்டலை நோக்கி வந்தான். வேறு எதையோ பார்ப்பதைப்போல் பாசாங்கு செய்து கொண்டிருந்த நாப்தலைத் தன் கைத்தடியின் வெள்ளிக் குமிழினால் வெளியிலிருந்தவாறே ஒரு தட்டுத் தட்டிவிட்டு, உள்ளே வந்தான். போனதடவை பார்த்ததை விட இப்போது கைத்தடியின் ஆதாரத்தை அவன் அதிகமாக நாடியதைப்போல் நாப்தலுக்குத் தோன்றிற்று. நாப்தலின் கண்களுக்குக் கீழ், பைகளைப்போல், நீர் கட்டிக்கொண்டு, சதை முன்னைவிட அதிகமாகத் தொங்கியதை மெர்ஸ் பார்த்தான். ஒருவரையொருவர் சந்தேகத்துடன் பார்த்துக்கொண்டிருந்த அதே நேரத்தில், அவர்களுடைய கைகளும், தாடிகளும் அணுகிக் கொண்டிருந்தன.

"நல்லது, மெர்ஸ். உங்களுக்காக ஒரு பேரத்தை தேடிப் பிடித்திருக்கிறேன்."

"மிகவும் நல்லது."

"அவன் வேடிக்கையான ஆசாமி. அமெரிக்காக்காரன். கடை வீதியில் ஒரு கடை துவக்க வேண்டுமாம் - ஐக்கிய விலைக்கடை மாதிரி ஒன்று. உண்மையில் இவன் கிடைத்தது. நமக்கு அதிருஷ்டம்தான்."

இவனுக்காகப் போன வாரமெல்லாம் தேடித்திரிந்த வரலாறு பற்றி நாப்தல் விவரித்தான். மெர்ஸுக்கு இதில் அவ்வளவு அக்கறையில்லை. "சரிதான். இதையெல்லாம் வைத்து ஆலோசித்து முடிவு கூறுகிறேன்."

"இனி தாமதிக்க முடியாது. ஸ்ட்ராப்புடன் இவன் பேச்சு வார்த்தை நடத்திக் கொண்டிருக்கிறான். நாம் விரைவில் நடவடிக்கை எடுக்க வேண்டும்."

"நமக்கு வருகிற பேரம் எங்கும் ஓடிவிடாது. இதைப் போன்ற விஷயத்தில் சற்று ஆலோசித்தே எந்த முடிவுக்கும் வரவேண்டும்" என்றான் மெர்ஸ்.

இந்தப் பிரச்னையேதான் நாப்தலுக்குக் கவலையளித்தது. மொர்ஸின் காலில் விழுந்து கெஞ்சியாவது, 'சம்பந்தப்பட்ட மூன்று பேருக்கும் இது நல்லது' என்பதை அவனுடைய மூளை யில் பதியவைக்க வேண்டுமென்று நாப்தலுக்குத் தோன்றிற்று. "நான் உனக்கு எப்போதும் தவறான ஆலோசனை கூறியது கிடையாது" என்றான்.

"அதில் சந்தேகமில்லை, நாப்தல்" என்று வாயளவில் சொன்னானே தவிர, 'வீட்டை விற்றுவிட வேண்டியது அவசியந்தானா' என்ற எண்ணம் மொர்ஸ் உள்ளத்தில் ஊசலாடிக் கொண்டிருந்தது. அவனுக்கு அந்த வீடு எதிர்பாராமல் கிடைத்ததுதான். ஒருவிதத்தில் அது சுமையாகக்கூட இருந்தது. ஆயினும் அது மதிப்புள்ள சொத்தாகவேயிருக்க வேண்டும். இல்லாவிட்டால் அதை வாங்குவதற்கு நாப்தல் எப்படி ஒருவரைத் தேடிப் பிடிக்க முடியும் ? வாங்குபவன் அதை எப்படி உபயோகிக்கப் போகிறான்? தானும் அதே உபயோகத்திற்கு அவ்வீட்டைப் பயன்படுத்தலாம் அல்லவா? ஆனால் மொர்ஸுக்குப் பணம் தேவையாயிருந்தது. வீடு வாங்க உத்தேசித்த அமெரிக்கனும், நாப்தலும் கூடி ஏதாவது சூழ்ச்சி செய்கிறார்களோ? அவனை ஒருவித பயம் கவ்விக்கொண்டது. வந்து கையிலிருப்பதை நழுவ விடும்போது ஒவ்வொருவருக்கும் ஏற்படும் இயற்கையான பயம்தான் அது.

நாப்தலுக்கு என்ன செய்வதென்று தெரியவில்லை. "அவனுடன் பேச ஓர் அதிகாரப் பத்திரமாவது எனக்கு எழுதிக்கொடு. அவன் முதலில் அதைப் பற்றியே கேட்கிறான். நாங்கள் பேச்சு வார்த்தை நடத்தும்போது, நீ யோசனை செய்துகொள்ளலாம். உன் கையெழுத்தில்லாமல் சொத்து எங்கும் போய் விடாது அல்லவா?" என்றான்.

"அது போதுமா உனக்கு ?" என்று மொர்ஸ் ஆத்திரத்துடன் கேட்டான்.

நாப்தலுக்கு எல்லாம் குழப்பமாயிருந்தது. "அந்த அமெரிக்கன் இங்கு ஒரு கடை வைக்கப் போகிறானாம். எனவே பத்திரம் எழுதியானவுடன் காஸ்திரீசியஸை அங்கிருந்து வெளியேற்றிவிட வேண்டுமென்றும் சொன்னான்."

மெர்ஸுக்கு எதனாலோ உற்சாகம் பிறந்தது. காஸ்திரீ சியஸை வெளியேற்றுவதில் அவனுக்குக் காரணமற்ற திருப்தி. ஒரு காலத்தில், மெர்ஸ் மிக நல்ல நிலையிலிருந்தபோது, காஸ்திரீசியஸ் வறுமையில் உழன்று கொண்டிருந்தான். பிறகு அவனே மெர்ஸுக்குப் பாத்திரங்களும், யந்திரங்களும் கொடுத்து உதவும் நிலைக்கு வந்தான். காஸ்திரீசியஸ் பலரை ஏமாற்றி யிருந்தான் என்று மெர்ஸுக்குத் தெரியும். ஆனால் அப்படி ஏமாந்தவர்களைப்பற்றி மெர்ஸுக்கு அவ்வளவு நல்ல அபிப்பிராயம் இல்லை. “அதிகாரப் பத்திரம் எழுதச் சொல்லி எர்லரைப் போய் பார்க்கலாமென்றால், அதற்கும் இப்போது நேரமாகிவிட்டது. நான் வீடு போய்ச் சேர வேண்டும்” என்று சிறிது தயங்கினான் மெர்ஸ்.

அதே நிமிஷத்தில் நாப்தலுக்கு முதுகைக் காட்டிக் கொண்டு உட்கார்ந்திருந்த எல்ஸ்டர் அவ்விடத்தை விட்டு எழுந்து வந்தான். “ஐயா, வணக்கம். இதற்காக நீங்கள் எர்லரைத் தேடிச் செல்ல வேண்டிய அவசியமில்லை. மாஜிஸ்டிரேட் ஆபீஸில் உள்ளவர்களே இதைச் செய்து கொடுப்பார்கள். மெர்ஸுக்கு அதிகாரப் பத்திரம் எழுதத் தெரியும். அதற்கு மாஜிஸ்டிரேட் ஆபீஸில் முத்திரை போட்டுக் கொள்ளலாம்.”

நாப்தலுக்கு ஆத்திரம் வந்தது. ஆயினும் எல்ஸ்டர் கூறியது சரியாகவே பட்டது. “அது சரி” என்றான். பிறகு சிறிது கடுமையாக “இதில் நீ குறுக்கிடாதே” என்று கூறினான்.

எல்ஸ்டர் அமைதியாகத் தன் இடத்தில் போய் அமர்ந்தான். தோள்பட்டையில் காதுகள் இருந்ததைப்போல மற்ற இருவரும் உட்கார்ந்த பக்கமாகத் தன் தோள்களைத் திருப்பிக் கொண்டான்.

“உன் மகனா?” என்று கேட்டான் மெர்ஸ்.

“என் மருமகன்” என்று கூறிவிட்டு நாப்தல் எழுந்தான். “நீங்கள் கூறுவது சரி, மெர்ஸ்...”

பில்லியார்டு மேஜையைச் சுற்றிக்கொண்டு, ஒருவர் பின் ஒருவராக நடந்து தெருவுக்கு வந்து சேர்ந்தனர். இந்த வியாபாரத்தை முடிக்க வேண்டுமென்ற எண்ணத்தை மெர்ஸ் இப்போது அடியோடு கைவிட்டு விட்டான். அந்த விஷயத்தை

நினைத்தாலே அவனுக்கு வெறுப்பாக இருந்தது. எல்லாம் நடக்கிறபடி நடக்கட்டும். அவன் தானாகக் கையை உதறிவிட்டு ஒதுங்கிவிடும் வரையில், எல்லாம் நடந்து கொண்டுதான் இருக்கும். அவன் உயிரோடிருக்கும் வரை இதைப்போன்ற விவகாரங்கள் வைத்துக்கொள்ளப் போவதில்லை. இவை ஏதோ ஒருவித குளறுபடியில் போய் முடிவதே. வழக்கமாகிவிட்டது. விரைவில் வீடு சேர வேண்டுமென்று தோன்றிற்று. அதனாலேயே நாப்தல் எழுந்தவுடன் தானும் எழுந்து, வீதியில் வந்து பார்த்தான். சந்தை கலைந்து கொண்டிருந்தது. சாணத்தையும், புழுக்கைகளையும் அகற்றி, சுத்தம் செய்து கொண்டிருந்தனர். கடைசியாக அங்கங்கு நின்ற மனிதர்களும், கால்நடைகளும் கூட்டம் கூட்டமாக வீடு நோக்கிச் செல்லத் தொடங்கியிருந்தன. சந்துகளில் நடக்க இடமில்லாமல் வண்டிகள் சென்றன. அவற்றிலிருந்த கால்நடைகள் ஜன்னலுக்குப் போடுவதைப்போல் போட்டிருந்த இரும்புக் கம்பிகளில் மூக்கை வைத்துத் தேய்த்துக்கொண்டிருந்தன. பெரும்பாலான வண்டிகளில் ஏதேதோ விளம்பரங்கள் ஒட்டியிருந்தனர். கடிவாளங்களைக் கையில் பிடித்தவாறு நடந்து சென்ற குடியானவர்கள், மற்றொரு கையில் அங்கு விநியோகிக்கப்பட்ட துண்டுப் பிரசுரங்களை வைத்துக் கொண்டிருந்தனர். சந்தை இரைச்சல்களுக்கு இடையில், உண்டிப் பெட்டிகளை கலீர் கலீரென்று குலுக்கி, “தேர்தல் நிதிக்கு உதவுங்கள்” என்று கோருபவர்களின் குரல் கேட்டது. ஊர்ப் பொது நிலையத்தில் புதிய தேர்தல் விளம்பரங்கள் ஒட்டப்பட்டிருந்தன. ஆனால் அவற்றில் சிலவற்றை யாரோ மீண்டும் கிழித்தெறிந்து விட்டனர்.

இயன்றவரை வேகமாகச் சென்று வீடு சேரவேண்டுமென நினைத்தான் மொர்ஸ். ஊர்ப்பொது நிலையப் படிக்கட்டுகளின் பக்கமாக நாப்தல் அவனைத் தள்ளிக்கொண்டு வந்தான். “அது வெகுநேரம் பிடிக்காது, ஐயா.” எப்படியாவது தப்பி விட வேண்டுமென மொர்ஸ் நினைத்தது நாப்தலுக்கு நன்றாகத் தெரிந்தது. இந்த விஷயம் தடையெதுவுமில்லாமல் நடப்பதற்குக் கடவுளின் உதவியை அவன் நாடினான். ‘பேரம் கைகூடப்

போகிறது' என்று மனைவியிடம் கூறுவதற்கு அவனுடைய மனம் துடித்தது.

அரை மணி நேரமே ஆயிற்று. அவர்கள் இருவரும் மாஜிஸ்டிரேட் அலுவலகத்திலிருந்து வெளியில் வந்தனர் வெள்ளைக் காகிதமொன்று அவர்கள் கையிலிருந்தது. ஆனந்தத்தை மறைப்பதற்கு நாப்தலும், ஆத்திரத்தை மறைப்பதற்குக் கிழ மெர்ஸும் முயற்சித்தனர். அலுவலகத்தின் வெளியில் கொஞ்ச தூரம் நடந்து வந்திருப்பார்கள். அவர்கள் இருவருடைய உணர்ச்சிகளும் திடீரென்று மாறின; ஒருவருடைய முகத் தோற்றம் மற்றவருக்கு வந்தது. 'இன்னும் எதுவும் முடிவாகவில்லை. கடைசி நிமிஷத்தில் இந்தக் கிழ மெர்ஸ் ஒப்பந்தத்தில் கையெழுத்திட மாட்டான்' என்று நாப்தல் எண்ணினான். இதையேதான் அதே நிமிஷத்தில் மெர்ஸும் நினைத்தான். அங்கிருந்த வெளி ஜன்னலருகில் போடப்பட்டிருந்த பெஞ்சிமீது அவனை உட்கார வைத்து, மீண்டும் எல்லா வற்றையும் உற்சாகத்துடன் விளக்கினான் நாப்தல். பேச்சினிடையில், எதிரே சுவற்றின்மீது ஒட்டப் பட்டிருந்த சிவப்பு விளம்பரமொன்றின்மீது அவன் பார்வை விழுந்தது. அதில் இருந்த 500 என்ற இலக்கம் கண்ணைப் பறித்தது. அதிலிருந்த படம் கிராமத்திலிருந்த இளைஞனுடையதே யென்றும் அடுத்த கணம் அவனுக்குத் தெரிந்துவிட்டது. ஆயினும் பேசிய விஷயத்தையே தொடர்ந்து பேசினான். அவன் கண்டு கொண்டதைக் கிழ மெர்ஸுடன் பகிர்ந்து கொள்ளக்கூடா தென்று சிந்திக்காமலே அவனுக்குத் தெரியும்.

அங்கிருந்த பெஞ்சிமேல் உட்கார்ந்தவுடன், விளம்பரத்தில் பிரசுரிக்கப்பட்டிருந்த படம் யாருடையதென்று கிழ மெர்ஸுக்குத் தெரிந்து போயிற்று. வாய் வலிக்கும் வரையில் பேசட்டுமென்று நாப்தலை விட்டுவிட்டான். அப்படிச் செய்தால்தான் நாப்தல் திரும்பி, விளம்பரத்தைப் பார்க்க மாட்டான். கடைசியில் நாப்தல் எழுந்தபோது, மெர்ஸ் பெரு மூச்செறிந்தான். ஊர்ப்பொது நிலையத்திலிருந்து அவர்களிருவரும் புறப்பட்டனர். நாப்தலை வீட்டுக்கு அனுப்பிவிட்டு, மீண்டும் அவ்விடத்திற்கு வர நினைத்தான் மெர்ஸ். அவர்கள் விடை பெற்றுக்கொண்டனர்.

'மொர்ஸ் சாராயம் காய்ச்சுமிடம் வரையில் சென்று, பிறகு அங்கிருந்து கம்பெனி வண்டியில் வீலர்பாக்குக்குப் போய் விடுவான் - அப்புறம் இங்கு வரலாம்' என்று நாப்தலும் திட்டம் போட்டுக் கொண்டிருந்தான்.

மொர்ஸ் தாடியை ஆட்டிக்கொண்டு உண்மையாகவே சாராயக் கம்பெனியை நோக்கி நடந்தான். மனதில் தோன்றியதை நடைமுறைக்குக் கொண்டு வருவது சுலபமல்லவென்று அவனுக்கு இப்போது விளங்கிவிட்டது. அந்தப் படத்திலிருந்தவனை பிடித்துக் கொடுத்தால் பணம் வரும். சமூகத்திலிருந்த அயோக்கியக் கும்பலின் எண்ணிக்கையில் ஒன்று குறையும். ஆன்டிரியாஸ் பாஸ்தியனுடைய பண்ணையில் சும்மா அவன் காலங்கழித்துக் கொண்டிருந்தானென்பதும் உண்மைதான். ஆனால் ஆன்டிரியாஸ் பாஸ்தியன் விரைவில் விவாகத்தின் மூலமாகத் தனது உறவினனாகப் போகிறான். இந்த நிலையில் அப்படிச் செய்யலாமாவென்ற ஐயப்பாடு மொர்ஸ் உள்ளத்தில் எழுந்தது.

அவனைப் பிடித்துக் கொடுத்தால் கிராமத்தினர் என்ன நினைப்பார்கள்? கான்ராடு பாஸ்தியன் என்ன சொல்லுவானோ? இது கஷ்டமான பிரச்னைதான். இப்படி எண்ணமிட்டவாறு மொர்ஸ் நடந்து சென்றான். நடை பாதைமீது, தனது காலடியில் இரை கொத்திக் கொண்டிருந்த புறாக்களை, அடித் தொண்டையிலிருந்து ஒரு உறுமல் உறுமி விரட்டினான். அமைதியாக அவை விலகி வழிவிட்டன. எக்கச்செக்கமான இடத்தில்தான் அவன் மாட்டிக்கொண்டிருந்தான். அது போன்றவர்களுடன் சகவாசம் வைத்துக் கொண்டிருக்கக் கூடாது. அத்துடன் நடந்தவற்றைத் தனது பலங்கொண்ட மட்டும் எதிர்க்க வேண்டும்...... அடங்காப்பிடாரியாக அவனுக்கு வந்து சேர்ந்த முட்டாள் மகன் வேறு. இப்படி அவன் மனதில் ஒவ்வொரு வார்த்தை உதித்தபோதும், ஒரு தடவை நடைபாதையைக் கைத்தடியால் ஒரு குத்துக் குத்தினான். மகனுடைய கலியாணம் நின்று போனால், கிராமத்தினரின் வம்புக்கு அளவிருக்காது. அதற்குப் பிறகு பல சிக்கல்களை எதிர்நோக்க வேண்டியிருக்கும். இதை எல்லாம் நினைத்துப் பார்த்தால், இளைஞனைக்

காட்டிக்கொடுத்து வரக்கூடிய பணம் எந்த மூலைக்குக் காணும்? கலியாணம் முடியும் வரை இக் கூட்டத்தினரிடமிருந்து எட்டியிருப்பது நல்லது. தான் மற்ற அதிகாரிகளைத் தேடி பில்லிங்கனுக்குப் போக வேண்டியதில்லை போதிய அதிகாரம் தன்னிடமே இருந்தது; அவனும் தப்பியோடிவிடப் போவதில்லை. பணம் கையிலிருந்த மாதிரியே நினைத்துக் கொண்டான் மெர்ஸ். இந்தப் பிரச்னையைப்பற்றி வீட்டிலும் பேசக்கூடாது என்று அவன் முடிவு செய்தான். உலர்ந்து, ரத்தம் வற்றிக்கிடந்த ஸோபியுடன் படுத்துப் புரளும் வரை, வீட்டிலிருந்த இப்பையனைத் தனது. மகனென்றுகூட நினைப்பதற்கில்லை.

கிழவன் மெர்ஸ் எதிர்ப்புறத்திலிருந்த சந்தில் புகுந்து மறைந்தான். அவ்வளவு நேரமும் அங்கேயே நின்ற நாப்தல் சிந்திக்கத் தொடங்கினான். எந்த அலுவலகத்திற்குப் போவது? என்னவென்று கேட்பது? அடுத்த மூன்று மாதங்களில் அப்பணம் வந்து சேருமா என்றுகூட கணக்குப் போட்டான். அநாகரிகச் செயலில் இறங்கிய ஒருவனை சிறைப்படுத்த உதவி, அதற்காகப் பரிசு பெறுவதில் தவறு ஒன்றுமில்லையே! வீட்டுக்கு விரைந்து சென்று, மனைவியுடன் இதைப் பற்றிப்பேசி ஒரு முடிவுக்கு வருவது நல்லது என்று நாப்தல் கருதினான். அவளைப்பற்றி எப்போதுமே அவனுக்கு உயர்ந்த அபிப்பிராயம் உண்டு. அங்கிருந்து சில அடிகள் நடந்து சதுக்கத்தை அடைந்தான். புறாக் கூட்டமொன்று திடீரென்று சிறகடித்துப் பறந்து, அவன் போனபிறகு அதே இடத்தில் வந்து இறங்கிற்று.

பணம் சம்பாதிப்பதிலுள்ள கஷ்டம் நாப்தலுக்கு நன்றாகத் தெரியும். அது மிகவும் அரிய பொருள் என்பதில் ஐயமில்லை. ஆயினும் அதைப் பற்றிய நினைவுடன், வெறுப்பும் அவ்வப் போது வெடித்தெழுந்தது. அது தீப்பொறியைப்போல் சற்று நேரம் ஒளி வீசி மறைந்துவிடலாம். அல்லது பற்றிப் பரவும் பெருந்தீயாகவும் மூண்டு எரியத் தொடங்கலாம். புகலிடம் தேடி ஓடும் ஒருவனை அதிகாரிகளிடம் பிடித்துக் கொடுப்பதில் பொதுவாக உண்டாகும் வெறுப்பு அது. ஒருவனைக் கொலை செய்வதையோ, கொள்ளையடிப்பதையோவிட அது அதிக வெறுப்பையளித்தது. ‘என் பெயரை வெளியிடாமல் அவ்

வேலையைச் செய்யமுடியுமானால்' என்று ஒரு நிமிஷம் நினைத்தான் நாப்தல். அடுத்த கணம் அவன் மனம் மாறிவிட்டது. இதில் நான் ஏன் உதவவேண்டும்? எனக்கு யார் உதவுகிறார்கள்? கடைசி காலத்தை நான் எப்படிக் கழிக்கிறேன்? அவராவது இறங்கி வந்து ஓரளவு உதவி புரிகிறாரா? என் பண்ணையி லிருந்து கோழிப் பெட்டிகளைக் கட்டணமின்றி எடுத்துச் செல்வதற்காவது அவருடைய உதவி கிடைத்ததா? 'அவர்' என்றால் யாரென்று நாப்தலுக்கே புரியவில்லை - கிழ மெர்ஸா, நிலச்சுவாந்தார் ஆல்வின் மேயரா, அரசாங்கமா, கடவுளா- யாரென்று அவனுக்குச் சரியாக விளங்கவில்லை.

அவன் வீடு வந்து சேர்ந்தவுடன், மனைவி அவனை ஏற இறங்கப் பார்த்து, "என்ன நடந்தது?" என்றாள். வழக்கமாக வீடு திரும்பியவுடன் அவன், மாடியிலிருந்து கீழே இறங்கி அவனுடைய பெண் இருக்கும் பகுதிக்குச் சென்று, அவளுடைய குழந்தையுடன் விளையாடுவது வழக்கம். இன்று அப்படிச் செய்யவில்லை. மனைவியருகில் உட்கார்ந்து எல்லா விவரங்களையும் கூறினான். மஞ்சள் தோலும், கருவிழிகளும் சிறு உடலும் பெற்றவள் அவள். கூந்தல் கன்னங்கரேலென்று இருந்தது. சாயமேற்றப்பட்டிருந்ததே அதற்குக் காரணம். காதுகளில் வளையங்கள் தொங்கின. கணவன் கூறியவற்றைக் கேட்டு அவள் மிகவும் ஆச்சரியமடைந்தாள். அவனைப் பல கேள்விகள் கேட்டு, கடைசியில் அவன் செய்ததே சரி என்று ஒப்புக் கொண்டாள். அவர்கள் சாப்பாட்டுக்கு உட்கார்ந்தபோது, நாப்தல் திடீரென்று சட்டைக்குள் கைவிட்டு மார்பைத் தொட்டுப் பார்த்துக் கொண்டான். இதயம் பட படத்த போதெல்லாம் அவன் இவ்வாறு செய்வது வழக்கம். மனைவிக்கு இதைக் கண்டதும் பயமாக இருந்தது. அப்படிச் செய்ததுடன், "அவரவர்களுக்குக் காலம் வரும்போது போக வேண்டியதுதானே" என்றும் கூறினான். இவ்வார்த்தைகள் சுருக்கென்று அப்பெண் பிள்ளையின் மனதில் தைத்தன.

## 5

"முன் மாதிரி இங்கு என்னை சும்மா உட்கார்த்தி வைத்து விட்டுப் போய்விடுவாயோ, என்னவோ?"

"அப்படியல்ல மரியா. நானும் உன்னோடு இருக்கிறேன், வா" என்றான் யோஹான்.

அவர்களிருவரும் ஹோட்டல் தோட்டத்தில் உட்காரப் போன நேரத்தில், மழை தூறத் தொடங்கியது. அவர்களிருவரும் எழுந்து உள்ளே சென்றனர். அங்கிருந்து பார்த்தால், தூரத்தில், ஜோடுகளுக்குச் சாயம் பூசும் தொழிற்சாலை தெரியும். வாய்க்காலையடுத்திருந்த பழுப்பு நிற மரங்களிடையே சதுரமாகக் காட்சியளிக்கும் அக்கட்டடம் இப்போது மழையினால் திரையிடப்பட்டிருந்தது.

"இன்றைக்கு பீர் கிடையாது. இரண்டு பேருக்கும் காபி - அவ்வளவுதான். டவுனிலுள்ள நண்பனிடம் ஒரு மார்க் கடன் வாங்கி வந்தேன்."

அவளுடைய கையைப் பிடித்துக் கொண்டான் யோஹான். அவ்வாறே அவர்கள் காபியருந்தினர். "நாம் இப்படி காபி சாப்பிடுவது இதுவே கடைசி முறையாக இருக்கலாம்."

அவளுடைய கை நடுங்கியதை யோஹான் உணர்ந்தான். அவளுக்கு இருப்புக் கொள்ளவில்லை என்பதை முகம் எடுத்துக் காட்டிற்று. உணர்ச்சி வெளிப்பட்டுவிட்டது பற்றி வெட்கமடைந்தவளைப்போல் கண்களை இறக்கிக் கீழே நோக்கினாள். பிறகு முகத்தைத் திருப்பிக்கொண்டாள். காபியிருந்த கோப்பையை இரு கைகளாலும் பற்றிக்கொண்டு மெதுவாகக் குடித்தாள். அருந்தி முடித்தபின் அவளுடைய முகம் மீண்டும் அமைதியடைந்தது. "டவுனுக்கு நாம் இருவரும் ஒன்றாகவே போய்விடலாமென்றாயே, அந்த யோசனை என்ன ஆயிற்று?" என்றாள்.

"நீயும் நானும் அன்றாடங்காய்ச்சிகளாக நகரத்தில் என்ன செய்வது? உனக்கு வேலை கிடைப்பது நிச்சயமில்லை. எனக்கோ முதுகை மூடுவதற்குச் சட்டையில்லை."

"முதலில் நான் என்ன நினைத்தேன் என்றால், எங்கள் வீட்டிலேயே ஏதேனும் ஏற்பாடு செய்து -"

"அது நடக்காது. உன் தந்தை, தம்பி பால் ஆகியவர்களுக்கு நான் அங்கு வருவது பிடிக்காது -" என்று கூறி பிறகு அவளுடைய கரத்தைப் பிடித்துக்கொண்டான். "உனக்கு மிகவும் நல்ல வாலிபன் கிடைப்பான்."

மரியா அமைதியுடன், "ஓ, அதைப்பற்றி நான் இப்போது பேசவில்லை" என்றாள்.

கையை அவனிடமிருந்து விடுவித்து, தன் இரு கை விரல்களையும் கோத்த வண்ணம் அப்படியே உட்கார்ந்திருந்தாள். பொதுவாக மற்ற எல்லோரையும்போல அவர்களும் ஒருவரை விட்டு ஒருவர் பிரிவதில்லை என்று முடிவு முன்பு செய்தனர். நினைத்தது நடக்கவில்லை. அவன் மாறிவிட்டதாக நினைத்தாள் மரியா. 'ஏதோ நாலைந்து தடவை - அப்புறம் என் வேலையைப் பார்த்துக்கொண்டு நான் போய்விட வேண்டும்' என்ற முறையில் அவன் இப்போது இருந்ததாகக் கருதினாள். மரியாவின் திட்டம் வேறு மாதிரியிருந்தது. இயற்கை எய்தும் வரை அவர்களிருவரும் ஒன்றாக இருக்கலாமென்று அவள் மனக்கோட்டை கட்டியிருந்தாள். வாழ்க்கை திடீரென்று அவளுக்குத் துன்ப மயமாகப்பட்டது. அந்த எண்ணம் ஒரு நிமிஷமே இருந்தது. அடுத்த நொடியில் துன்பத்தின் சாயல் அவளிடமிருந்து மறைந்துவிட்டது. மனதிலிருந்த புண் ஆறியது. நிலைமையை எதிர்த்துப் போராடிப் பயனில்லை என்று கண்டு, அதற்குத் தக்கவாறு நடந்துகொண்டாள். அவளாகவே யோஹானுடைய கரங்களைத் தொட்டு "என்னை நீ விரைவில் மறந்து விடுவாய்" என்றாள்.

"இல்லை, இல்லை, இல்லை." அவன் எழுந்தான். அவன் பணம் கொடுப்பதற்காக ஹோட்டல்காரனிடம் போகிறானோ என்று நினைத்தாள் மரியா. அதற்காக அவன் எழுந்திருக்க வில்லை. வாசற்படியில் நின்று வெளியே நோக்கினான். தொழிற்சாலை விளக்குகள் சதுரங்கக் கோடுகள் கிழித்ததைப் போல் ஒளி வீசிக்கொண்டிருந்தன. அங்கே சிலர் வேலை செய்து கொண்டிருக்கலாமென்ற எண்ணம் அவனுடைய மனதில்

தோன்றிற்று. செய்யவேண்டிய வேலைகளைச் செய்து தானே ஆகவேண்டும் - ஜோடுகளுக்குச் சாயம் பூசாமலிருக்க. முடியுமா? அவன் திரும்பி வந்து, அவளுடைய இடுப்பைச் சுற்றிக் கை கொடுத்து, இழுத்து அணைத்துக் கொண்டான் மரியா.

"என்ன இது?"

"ஒன்றுமில்லை."

இதுவரை பேசிய வார்த்தைகளில் எதையும் அவர்கள் பேசாததைப்போல நடித்தனர். ஒரே சமயத்தில் அவர்கள் இருவருமே அப்படி நடிக்க முடிவு செய்தனர். முகத்தோடு முகம் வைத்துக்கொண்டனர். அவர்கள் மிருதுவாக ஒருவரையொருவர் தொட்டதில் தோன்றிய இன்பம், அவர்களைச் சூழ்ந்து கொண்டு வந்த இருள், வாய்க்காலுக்கு அப்புறம் தோன்றிய விளக்குகள், லேசாகப் பெய்து கொண்டிருந்த மழை - இவை மற்ற எதையும் விட நிரந்தரமானவை, அழிக்க முடியாதவை. "பணம் கொடுத்து விட்டு, இனி வீட்டுக்குப் போகவேண்டும். நேரமாகிவிட்டது" என்றான் யோஹான்.

## 6

"உதவாக்கரை நாயே, சாக்கடையில் உழலும் பன்றிப் பயல் மகளே - நீ கம்யூனிஸ்டுகளையல்லவா ஆதரித்தாய்? கவைக்கு உதவாதவர்களை நம்பி மோசம் போய்விட்டா யென்று இப்போது தெரிந்துகொள்." ஜில்லிஷ் தனது ஆட்களைத் திரட்டி, ஊரைச் சுற்றிலும் அங்கங்கே நிறுத்திவைத்திருந்தான். அங்கிருந்து போகிறவர்கள் இவர்களுடைய கண்ணில் படாமல் போகமுடியாது. செந்தொண்டர்கள் ஏறிச்சென்ற வண்டி பியூரேன் வரையில் சென்றிருந்தது. அவர்களில் சிலர் தேர்தலுக்கான பொருள்களை எடுத்துக் கொண்டு நீடர்வைலர்பாக்குக்கும், சிலர் பாட்ஸன் பாக்குக்கும் சென்றிருந்தனர்.

"அதோ பார் - ரெண்டலின் மனைவி. புருஷன் இப்போது அருகிலில்லையாதலால் வேறு யாராவது வரமாட்டானா என்று காத்துக்கொண்டிருக்கிறாள். அப்படிப்பட்டவர்களுக்குப் பணி செய்யத்தானே நாம் இருக்கிறோம்; பிடி அவளை -"

ஜில்லிஷ் அணிந்திருந்த பெல்ட்டைப் பிடித்துக்கொண்டு எலும்பும் தோலுமாக இருந்த ஒரு பையன் தொங்கினான். பலமெல்லாம் வைத்துக் கீழே இழுத்தான். எந்தெந்த இடத்தையெல்லாம் கடிக்கலாமோ, அங்கெல்லாம் விழுந்து பிடுங்கினான். ரெண்டலின் மனைவியை ஜில்லிஷ் பிடித்துக் கொண்டிருக்க, சூறாவளிப் படையைச் சேர்ந்த நாட்டுப்புறத்தான் ஒருவன் அவளுடைய உடையை மேலே தூக்கினான். ஜில்லிஷிடம் உதைகள் வாங்கிய போதிலும் பிடிவாதமாக அவனை விழுந்து கடித்துக் கொண்டிருந்த சிறுவன், அவள் மானபங்கப்படுவதைப் பார்த்து, இன்னும் சிலரை உதவிக்கு அழைப்பதற்காக ஓடினான். பட்டுப்போன்ற மிருதுவான தொடைகள் அவளுக்கு இருக்குமென்று நினைத்து ஆடையைத் தூக்கிய சூறாவளிப் படையினர் ஏமாந்து விட்டனர். கெட்டித் துணியில் செய்த உள்ளாடையொன்றுதான் அவர்களுக்குத் தென்பட்டது. “மீண்டும் இந்தப் பக்கம் வந்தால் என்ன நடக்குமென்று இனித் தெரியுமல்லவா?” என்று கூறி அருகிலிருந்தவன் அவளைக் குத்தினான்.

அற்புதமாகத் தன்னைக் காத்துக் கொண்டாள், ரெண்டலின் மனைவி. அவளுடைய முகம் வெளிறிட்டும், உணர்ச்சியற்றும் இருந்த போதிலும், ஆச்சரியம் மட்டும் அதில் காணப்படவில்லை. வீங்கிய கண்களுடன் அவள் ஜில்லிஷையும், அடுத்து நின்ற சூறாவளிப் படை ஆளையும் எரித்துவிடுவது போல் நோக்கினாள். ஆடையைத் தூக்கியவன் இப்போது கைவிரல்களை மடித்து, மணிக்கட்டுகளினால் அவளுடைய முகத்தைப் பிடித்துத் தள்ளினான். அப்படியே அவள் மல்லாந்து விழுந்தாள். உதவிக்கு மற்றவர்களை அழைக்க ஓடிய சிறுவன் அடுத்திருந்த வயலிலிருந்து திரும்பிப் பார்த்தான். அவள் விழுந்த அடையாளம்கூடத் தெரியாமல், பளிச் சென்று எழுந்து நின்று அவர்களை சமாளிக்கத் தொடங்கினாள். இவர்களை அவளே சமாளித்துக் கொள்வாளென்ற தைரியம் சிறுவனுக்கு வந்தது. எனவே அவன் திரும்பி வந்தான். இந்தப் போராட்டத்தில் அவள் கொண்டு வந்த துண்டுப் பிரசுரங்கள் சிதறி விழுந்து விட்டன. அவற்றையெல்லாம் சிறுவன் விரைவில் ஒன்று சேர்த்தான்.

இருபது நிமிஷங்களுக்குப் பிறகு ஜில்லிஷ் தன் அறையில் நின்று கொண்டிருந்தான். வேலைநேர உடைகள் அணிந்திருந்தான். அவனுடைய மனைவி விவசாயக் குடும்பத்தைச் சேர்ந்தவள். பார்ப்பதற்குச் சிறியவளாக இருப்பாள். ஒரு பல் கூட அவளுக்கு இல்லை. பார்ப்பவர்கள் அவளை ஜில்லிஷின் தாயோ என்றுகூட நினைத்தனர். எட்டுப் பேர் உட்கார்ந்து சாப்பிடுவதற்காக, மேஜையை அவள் ஒழுங்கு படுத்திக் கொண்டிருந்தாள்.

யாரோ கதவைத் தட்டும் சத்தம் கேட்டவுடன் அவர்களிரு வரும் ஆச்சரியத்துடன், “உள்ளே வரலாம்” என்றனர். சற்று இருட்டாக இருந்ததால் உள்ளே வந்தது யாரென்று ஜில்லிஷுக்குச் சரியாக விளங்கவில்லை. ஆனால் குரலென்னவோ, கேட்ட குரலாக இருந்தது. “உள்ளே வரலாமா?” என்ற வார்த்தைகள் மட்டுமே அவர்களுடைய காதில் விழுந்தன.

விளக்கேற்றிப் பார்த்தவுடன் ஜில்லிஷுக்கே திடுக்கிட்டது. மௌனமாக ஒருவரையொருவர் பார்த்துக் கொண்டனர். கழுத்தை வளைத்துத் தலையை முன்புறம் நீட்டினான் ஜில்லிஷ். வரப்போகும் புயலை பின்புறமிருந்தே அறிந்த அவனுடைய மனைவி, பயந்து கொண்டே அருகில் வந்தாள். ரெண்டலின் மனைவி, தனக்கு நன்கு அறிமுகமாகியிருந்த ஜில்லிஷின் முகத்தைப் பார்க்காமல், அறையைச் சுற்றி நோக்கினாள். பல்லில்லாத பெண்பிள்ளை, எட்டுப் பேர் உணவருந்துவதற்கு செய்யப்பட்டிருந்த ஏற்பாடுகள் - ஆகியவற்றைக் கண்டாள். அடுப்பு வைத்திருந்த இடத்துக்கு மேல் ஒரு பெரிய ஸ்வஸ்திகா சின்னம் செடி கொடிகளினால் செய்து வைக்கப்பட்டிருந்தது. ரெண்டலின் மனைவியைப் பார்த்து ஜில்லிஷ் அயர்ந்து போனான். ஆனால் அது ஒரு கணமே. அடுத்த கணம் அவ்வளவும் கோபமாக மாறியது. நெருப்பைக் கிளறுவதற்கு வைத்திருந்த இரும்புக் கம்பியைக் கையிலெடுத்தான்.

“வெளியே போ. வெளியே போ” என்று அவனுடைய மனைவி கூச்சலிட்டாள்.

ஜில்லிஷ் நீட்டிய கைகளின் கீழ் நுழைந்து விரைவாக அறையினுள் நுழைந்தாள், ரெண்டலின் மனைவி, கொண்டு வந்திருந்த துண்டுப் பிரசுரங்களில் சிலவற்றை மேஜை மீது இருந்த ஒரு தட்டில் வைத்தாள். அவளுடைய தோளைப் பிடித்து இழுத்து, "போ" என்றான் ஜில்லிஷ். ஏற்கனவே சிறிதாயிருந்த அவனுடைய மனைவியின் முகம், பயத்தினால் மேலும் சுருங்கிவிட்டது. கணவனுடைய முதுகைத் தொட்டு, சற்று அமைதியுண்டாக்க முயற்சித்தாள். அவனையறியாமலே அவனுடைய கையிலிருந்த இரும்புக் கம்பியை வாங்கிக் கொண்டாள்.

"இப்படிப் பெண்களை அனுப்புவதுதான் உங்களுடைய வழக்கமா?"

"நீங்கள் பெண்களை வேலைக்கு அனுப்புகிறீர்கள், அல்லவா? நீங்கள் மட்டுமே வேலைக்குப் போகிறீர்களா என்ன?"

"இந்த இடத்தில் மீண்டும் நீ காலடி எடுத்து வைத்தால்-"

"என்னை வெளியே தள்ள உன்னால் முடியாது."

மேஜை மீதிருந்த துண்டுப் பிரசுரங்களை அவன் கையில் எடுத்துக் கசக்கினான். ஒரு கையிலிருந்த காகிதச் சுருளை அவளுடைய மார்பகத்தில் படுமாறு வீசினான். மற்றொன்றை அடுப்பில் எறிந்தான். "போகிறாயா, இல்லையா" என்று கர்ஜித்தான்.

அவளை வீட்டுக்கு வெளியிலிருந்த தோட்டத்திற்குத் தள்ளிக்கொண்டு வந்தான். அங்கு எருவும், சாணமுமாகப் பார்ப்பதற்கு அசிங்கமாக இருந்தது. கைவண்டியொன்றை யாரோ புரட்டிப் போட்டிருந்தனர். அதன் மீது சிறுவர்கள் விளையாடிக் கொண்டிருந்தனர். ஜில்லிஷ் கையை ஓங்கியதைப் புறக்கணித்துவிட்டு, "உல்ரிஷ், வா -போகலாம்" என்று ரெண்டலின் மனைவி அழைத்தாள். மெலிந்த சிறுவனொருவன் தன் குழந்தைகளுடன் விளையாடுவதை அதுவரை ஜில்லிஷ் பார்க்கவில்லை. வண்டியில் கடையாணியைப் போட்டுவிட்டு சிறுவன் அங்கு ஓடி வந்தான்.

ஜில்லிஷ் வீட்டினுள் சென்றான். துண்டுப் பிரசுரங்கள் அங்கு சிதறிக் கிடந்தன. குனிந்து அவற்றில் ஒன்றை எடுத்து, கதவருகில் சென்று படித்தான். அதிலிருந்த விவரங்களும், படமும் உல்ப் தொழிற்சாலையில் மிக விரைவாக அச்சாகி, வெளியிடப்பட்டிருந்தன. அத்துண்டுக் காகிதங்களில் மை பட்டு, பார்ப்பதற்கு அசிங்கமாக இருந்தது. ஊடுருவிப் பார்க்கும் கண்களும், கூராக நீண்டிருக்கும் தாடியுமாக படத்திலிருந்தது யாரென்பதை ஜில்லிஷ் அடையாளம் கண்டு கொண்டான். 'நிலம், தொழிற்சாலைகள், கருவிகள், ரயில்வே ஆகியவற்றைக் கைப்பற்றி, உங்களுடைய கண்ணின் மணிகளைப்போலக் காப்பாற்றுங்கள். அவை இனி உங்களுடையவை. வேறு யாருக்கும் அதில் உரிமையில்லை' என்று அதில் எழுதியிருந்தது.

அந்த முகத்தை இதுவரை பார்த்திராததைப் போலவும், இப்போது தெரிந்து கொள்ள விரும்பாதது போலவும், திடீரென்று அந்தப் படத்திலிருந்த முகத்தை இரு துண்டுகளாகக் கிழித்தெறிந்துவிட்டு, தோட்டத்திற்குச் சென்றான். ஏதேதோ யோசனைகள் வந்தன. அவனுடைய மொட்டைத் தலை இப்படியும், அப்படியும் ஆடிற்று. உள்ளிருந்து வெளிவர முடியாமலும், கட்டுக்கு உட்பட்டு நிற்க முடியாமலும் துடிதுடிக்கும் மகா சக்தியைப்போல, கையைத் தூக்கி ஆட்டினான். நிலத்தை ஒரு உதை உதைத்தான். புழுதி நாலா புறங்களிலும் பறந்தது. விளையாடிக் கொண்டிருந்த குழந்தைகள் பயந்து போய் வீட்டினுள் ஓடினர்.

# 7

ஞாயிற்றுக்கிழமை காலை பிராமுல்லர் பாதிரியார், வழக்கத்தைவிடச் சற்று அதிகமாகவே முகத்தைக் கடுமையாக்கிக் கொண்டு, மாதா கோயிலில் கூடியிருந்தவர்களையெல்லாம் சிந்திக்கும்படி கூறினார். அவர் கூறியது சாவு முதலிய தத்துவங்களைப் பற்றியல்ல; தேர்தலைப்பற்றி. அதைக் கேட்டு அங்கிருந்தவர்கள் ஆச்சரியமடைந்தனர்; சிலர் பயந்துவிட்டனர். மனிதன் நன்றாக உபயோகித்துக்கொள்ள வேண்டுமென்றே இவ்வாழ்வை கடவுள் அவனுக்கு அளித்திருக்கிறார். மக்களை அலட்சியப்படுத்துவது கடவுளை அலட்சியப்படுத்துவது

போலத்தான். நல்ல பொருள்களைத் தேர்ந்தெடுத்து வாங்குவதில் பழகியவர்களுக்கு, இன்றையத் தேர்தலில் நல்லதைத் தெரிந்து கொள்ளுவது கஷ்டமில்லை. நமது ஆதரவுக்குரியது எது என்பது இன்றைக்கு இருப்பதுபோல அவ்வளவு தெளிவாக வேறு எப்போதுமே இருந்ததில்லை. உங்கள் மீதுள்ள சுமை அதிகரிக்க வேண்டுமா, குறைய வேண்டுமா; தந்தை நாடு சுதந்திரமாக இருக்க வேண்டுமா, அடிமைப்பட வேண்டுமா; பொருள்களும் கால்நடைகளும் பாதுகாக்கப்பட வேண்டுமா அல்லது இருப்பதும் பறிபோக வேண்டுமா என்பதைப் போன்ற பிரச்னைகளில் தயக்கத்திற்கு இடமேயில்லை."

இப்படிக் கூறி பிராமுல்லர் அங்கிருந்த ஒவ்வொருவரையும் உற்று நோக்கினார். பெரிய ஜன்னல்கள் காரணமாகவும், புதிதாகச் சுண்ணாம்படித்த சுவர்களாலும், அங்கு அமர்ந்திருந்தவர்களின் முகங்கள் பளிச்சென்று தெரிந்தன. அவர்களுடைய கண்களில், பாதிரியாருக்கு அவர்கள் அளித்த பதில் பிரதிபலித்தது. 'இந்த வம்பெல்லாம் எனக்கு வேண்டாம்' என்று சொல்லுவதைப்போல் சிலருடைய முகங்கள் இருந்தன. 'சரி, சரி. நீ ஏதோ சொல்லிவிட்டுப் போ. உன் பிழைப்பை நீ பார்க்கிறாய்' என்று கூறியதைப்போல வேறு சில முகங்கள். 'நான் கஷ்டப்படுகிறேன் என்று நீ கவலைப்படுகிறாயா? ஐயோ, பாவம்!' என்று குறிப்பாக உணர்த்தும் முகங்கள் சில. கடைசியாகப் பாதிரியார் பார்வை ஆல்கியர் மீது விழுந்தது. அவனுக்குத் தலையில் தொப்பியில்லை என்றால் இருப்புக் கொள்ளாது. உடம்பை இப்படியும், அப்படியுமாக வளைத்துக் கொண்டு சிரமப்படுவான். இப்போது அவ்வாறு தான் தடுமாறிக் கொண்டிருந்தான். ஒளி நிறைந்த அவ்விடத்தில் ஒருவர் மீதொருவர் எறிந்த பார்வை கணீர் கணீர் என்ற ஒலியுடன் மேஜைமீது எறியப்படும் நாணயங்களைப் போலிருந்தது.

அவருடைய பேச்சுக்குப் பிறகு, அவர்கள் எல்லோரும் சதுக்கத்தை நோக்கி நடந்தனர். ஹோட்டலில் வோட்டுச் சாவடியொன்று ஏற்பாடாகியிருந்தது. கண்ட இடமெல்லாம் நோட்டீஸ் மயம். அவை பற்பல நிறங்களில் கூரை மீதும், வேலிகளிலும், எலுமிச்ச மரக் கிளைகளிலுமாகச் சிதறிக்

கிடந்தன. இன்று ஹோட்டல் மீது கொடி எதுவுமில்லை. ஆயினும் எல்லோரும் பார்த்துப் பழகிய நாலு ஸ்வஸ்திகா கொடிகள் இப்போது ஐந்தாகப் பெருகி, அந்த சந்தில் தொங்கிக்கொண்டிருந்தன. இவற்றுடன் கறுப்பு, வெள்ளை, சிவப்பு ஆகிய நிறங்களைத் தன்னிடத்தே கொண்ட பல கொடிகளும் இருந்தன.

குளிரும், காற்றும் அன்றைக்கு அதிகமாயிருந்தன. நீல வானத்தில் கறுப்புக் கோடுகள் இழுக்கப்பட்டிருந்தன. அங்கிருந்த சிறு கூட்டத்தைச் சுற்றி எல்லாமே, சாதாரண நாளைவிட அழகாகவும், பற்பல நிறங்களை எடுத்துக் காட்டுவதாகவும் இருந்தன. ஆயினும் அவர்களிடம் மகிழ்ச்சியில்லை. உற்சாகங் குன்றியவர்களாகவும், ஏதோ சிந்தனையில் ஆழ்ந்தவர்களாகவும் காணப்பட்டனர். பில்லிங்கனிலிருந்து சூறாவளிப் படையினரை ஏற்றியிருந்த டிரக் ஒன்று 'வாழ்க' கோஷங்கள் போட்டுக் கொண்டும், துண்டுப் பிரசுரங்களை வாரி வீசிக் கொண்டும், தெருக்களில் விரைந்து சென்றது. ஒரு கணம் மக்கள் இரு பகுதிகளாகப் பிரிந்து நின்றனர். அவற்றிலிருந்த இளைஞர்களில் சிலர் மட்டும் அங்கங்கே நின்று 'வாழ்க' வென்று பதில் கோஷம் போட்டனர். பதினைந்து நிமிஷங்களுக்குப் பிறகு, கறுப்பு, சிவப்பு, தங்க நிறங்களைக்கொண்ட கொடிகளுடன் ஒரு டிரக் அங்கு போயிற்று. அதிலிருந்தவர்கள் "சுதந்திரம்" என்று கூவிச் சென்றனர். இதற்கு மருத்துவப் பெண்ணின் கணவன் வில்கொர்பர் என்ற ஒருவருடைய குரலே ஆதரவாக எழுந்தது. அங்கிருந்தவர்களில் பெரும்பாலானவர்கள் இதைப் பார்த்துச் சிரித்துவிட்டுத் தலையாட்டினர். பிறகு அரைமணி நேரமே கழிந்தது. ஒன்றன்பின் ஒன்றாக இரு நாஜி டிரக்குகள் அத்தெருவில் மெதுவாகத் தேர்தல் கோஷங்களுடன் சென்றன. குடியானவர்களுடைய முகங்களில் ஆச்சரியமும், நலிவும், தாங்கள் ஏமாற்றப்படலாமென்ற ஐயப்பாடும் தோன்றின. அவர்களில் சிலர் ஏற்கனவே வோட்டுப் போட்டுவிட்டு வந்து, அங்கிருந்தவர்களுடன் நின்றனர். பழைய அரசு, ஹின்டன்பர்க், உலகப் போர், ஜெர்மன் சட்டசபை ஆகியவை பற்றி தங்களுக்குத் தோன்றியதை மற்றவர்களுக்கு எடுத்துரைத்தனர்,

இந்தத் தேர்தல் நாளில், முதன் முதலில் குடிகாரப் பட்டம் வாங்கிய பெருமை கிராஸ்மன் மகனுடையது. பொதுவாக அவன் அப்படிக் குடிப்பதில்லை. அதில் ஆச்சரியம் என்னவென்றால், அவன் அப்படிக் குடிபோதையுடன் ஹோட்டலிலிருந்து வெளியே வந்தபோது, ஒருவரும் அவனைப் பார்த்துச் சிரிக்கவில்லை என்பதுதான். அவனே தட்டுத் தடுமாறிப் போகட்டுமென்று சும்மா இருந்தனர். கையாலாகாத கிழவர்கள் நாட்டைப் பாழாக்கி விட்டனரென்றும், புதிதாக வரப் போகிறவர்கள் அதை அடியோடு அழித்துவிடப் போகின்றனரென்றும் குடி வெறியில் அவன் கத்திக்கொண்டு சென்றதை மௌனமாகப் பார்த்த வண்ணம் நின்றனர். ஹோட்டலின் முன்புறத்திலிருந்த பெரிய கூடம் வோட்டுச் சாவடியாக மாற்றப்பட்டிருந்தது. தேர்தலை நடத்த உதவியவர்கள் அங்கு உட்கார்ந்திருந்தனர். அவர்களில், பெரும் தாடியுடன் மொர்ஸ் கிழவனும், வாக்காளர் பட்டியலை எதிரில் வைத்துக்கொண்டு உட்கார்ந்திருந்தான். அவனையடுத்து கான்ராடு பாஸ்தியன் உட்கார்ந்திருந்தான். தங்களுடைய மக்களின் கலியாணம் முடியும் வரை கொடிகளை அப்படியே தொங்க விட்டு வைக்க வேண்டுமென்று அவர்களிருவரும் முடிவு செய்த நேரத்தில், ஆல்கியர் உள்ளே வந்தான். வாக்காளர் பட்டியலில் அவனுடைய பெயரைத் தேடினான், மொர்ஸ். உண்மையில் அதைத் தேடிக் கண்டுபிடிக்க வேண்டிய அவசியம் ஒன்றுமில்லை. ஆல்கியரின் பெயர் 'ஆ' – வில் தொடங்குவதால், பட்டியலில் முதலாவது அதுவே. அதை, ஏற்கனவே வாக்களித்தவர்களுடைய பட்டியலில், கான்ராடு பாஸ்தியன் எழுதினான். இதைக் கண்டதும் பாஸ்தியன் மீது அவனுக்கு ஆத்திரம் வந்தது. மேஜையின் மறுபுறம் சென்று, திரைக்குப் பின்னால் முகத்தை மறைத்துக் கொண்டான். இன்னொருவருடைய வோட்டைப் போடுவதற்காக அவன் வந்திருந்தான். இப்போது மனதை மாற்றிக்கொண்டு, வெறும் காகிதமொன்றை பெட்டிக்குள் போட்டான். பிறகு நாக்கை நீட்டிக் காட்டி விட்டு, – பள்ளிக்கூட நாட்களுக்குப் பிறகு இப்படி நாக்கை நீட்டியது இதுதான் முதல் தடவை – திரைக்குப் பின்னாலிருந்து வெளியில் வந்து, மற்றவர்களுக்கு முகத்தைக் காட்டாமலே வீட்டையடைந்தான்.

செந்தொண்டர்களை ஏற்றிச் சென்ற டிரக் நடுப்பகலில் அவ்வழியாகச் சென்றது. கிட்டத்தட்ட எல்லோரும் இன்னும் ஹோட்டல் வாசலிலேயே இருந்தனர். டிரக்கில் வந்தவர்களுடைய கோஷங்களுக்கு எவரும் பதிலளிக்கவில்லையாயினும், அவர்களை பயமுறுத்தவுமில்லை. ரெண்டலின் மனைவியும், மற்றும் வழக்கமாக அந்த டிரக்கில் வருபவர்களுமே இன்றும் வந்திருந்தனர். அவளுடைய முகத்தில் சந்தோஷத்தின் அறிகுறிகள் இல்லை. பின்னலை காதுக்குப் பின்னால் எடுத்து மாட்டியிருந்தாள். ஆனால் அவளைப் பார்த்து ஒருவரும் புன்னகை புரியவில்லை. அவர்களுடைய முகங்களில் கவலையும், ஆச்சரியமும், சந்தேகமும் மாறிமாறித் தோன்றின. சிறு குழந்தைகளுக்கு உண்டாவதைப்போல, அவர்கள் உள்ளத்தில் பயமும்கூடத் தோன்றியது. ஒருவருக்கும் ஒன்றும் புரியவில்லை. அவர்கள் தங்களாலானதையெல்லாம் செய்துவிட்டார்கள். இனி செய்யக்கூடியது எதுவுமில்லை என்று தோன்றிற்று.

ஆன்டிரியாஸ் பாஸ்தியனிடம் யாரோ வந்து “உன் வாக்கைப் பதிவு செய்துவிட்டாயா?” என்று கேட்டனர். “ஆயிற்று” என்றான் அவன். “அந்த ஹோட்டல் வாசலைக் கூட நீ மிதிக்கவில்லை. எப்படி வோட்டுப் போட்டாய்? நீ இன்னும் போடவில்லை” என்றான் வந்தவன். “நான் போட்டு விட்டேன்” என்றான் ஆன்டிரியாஸ். பிறகு, தான் கூறிய பொய், மனைவி காதில் விழுந்து விட்டதோ என்று ஐயமுற்று அவளைப் பார்த்தான். என்ன நேர்ந்த போதிலும் இந்தத் தேர்தலில் யாருக்கும் வோட்டளிப்பதில்லை என்று அவன் முடிவு செய்திருந்தான். அதற்குக் காரணம் அவனுக்கே தெரியாது. பொய் சொல்லியது பற்றி அவனுக்கு வருத்தமாயிருந்தது. இது உபயோகமில்லாத பொய். வாக்காளர் பட்டியலை எதிரில் வைத்துக்கொண்டு உட்கார்ந்திருந்த கிழ மொர்ஸுக்கு, வந்தவர் யார், வராதவர் யார் என்று கச்சிதமாகத் தெரியும். யோஹான் உங்களுடன் வந்தானா என்று நிகூபார் அவனைக் கேட்டது, புண்ணில் கோலிடுவது போலிருந்தது. யோஹான் டவுனுக்குப் போயிருந்தான் என்றும், அங்கே அவன் வோட்டுப் போடுவான் என்றும் பாஸ்தியன் கூறினான். அது உண்மையேயாயினும், மற்றவன் அதை நம்பாமல் புன்னகை புரிந்தான்.

நடுப் பகல் நேரத்தில் கான்ராடு பாஸ்தியனுக்கும், கிழவன் மெர்ஸுக்கும் அவர்களுடைய பெண்கள் உணவு கொண்டு வந்தனர். தேர்தலில் உதவி செய்தவர்கள் ஒருவர் பின் ஒருவராக சாப்பாட்டுக்குச் சென்றனர். எப்படியும் இந்த நேரத்தில் எவரும் வோட்டுப்போட வரமாட்டார்கள். பிற்பகலில் ஹோட்டலில் கூட்டம் அதிகமாயிருந்தது. அதிலிருந்தவர்களில் பெரும்பாலோர் காலையிலேயே வாக்குப் பதிவு செய்துவிட்டவர்கள். உட்கார்ந்து பானம் அருந்திவிட்டு, ஒருதடவை சுற்றிப் பார்க்கலாமென்று வந்திருந்தனர். அங்கும் இங்கும் யாரோ "வாழ்க" என்று சத்தம் போட்டார்கள் எங்கோ பாட்டுச் சத்தமொன்று கேட்டது. தேர்தல் முடிவுகள் பற்றி சிலர் ஜோசியம் கூறினர். இரண்டொரு இடங்களில் தகராறுகள் நடந்து கொண்டிருந்தன. ஆயினும் இவர்களில் எவரும் குடித்து நிலை தவறவில்லை. மாலை வரையில் அவர்கள் ஒன்றாகவேயிருந்தனர் - இன்னது செய்வதென்று தெரியாமல் மாலை வரையில் அவர்கள் மரத்தைச் சுற்றி நின்று கொண்டிருந்தனர். புதுபலம் பெற்றவர்கள் போலவும், ஒருவருக்கொருவர் நெருங்கிய உறவு கொண்டவர் போலும் தோன்றினர். சிறிது நேரமாயிற்று. ஹோட்டலிலிருந்த கதவு திறந்து மூடிய போதெல்லாம், உள்ளிருந்து பளிச்சென்று வெளிச்சம் தோன்றி மறைந்தது. இது ஏதோவித பயத்தையும், குழப்பத்தையும் ஏற்படுத்தியது.

பாஸ்தியன் குடும்பத்தினர் இரவுச் சாப்பாட்டுக்கு உட்காரும் நேரம். மூன்று நாஜிகள் அங்கு வந்தனர். ஆன்டிரியா ஸும் அவனுடைய மனைவியும் வந்து வோட்டுப் போட வேண்டுமென்று அவர்கள் உத்தரவிட்டனர். "வோட்டுப் போட்டாயிற்றே" என்று பாஸ்தியன் மீண்டும் கூறினான்.

"இல்லை என்று எங்களுக்குத் தெரியும்" என்று நிக்கலஸ் உரக்க பதிலளித்தான்.

"நல்லது. நாங்கள் வருகிறோம், போ" என்றான் பாஸ்தியன்.

"வோட்டுச் சாவடியை மூடப் போகிறார்களே, புறப்படு" என்றான் நிக்கலஸ், உரத்த குரலில்.

பாஸ்தியன் சிறிது பயத்துடன் மனைவியைப் பார்த்தான், "இன்னும் குழந்தைக்குப் பால் கொடுக்கவில்லையே" என்று அப்போது அவளும் சேர்ந்து பொய் சொன்னது அவனுக்கு ஆச்சரியமாயிருந்தது. அவனுடைய சுமை சற்று குறைந்த உணர்ச்சி ஏற்பட்டது.

வந்த மூவரும் அங்கிருந்து புறப்பட்டனர். போவதற்கு முன், "யோஹான் எங்கே" என்று கேட்டனர்.

"டவுனுக்குப் போயிருக்கிறான்."

"இன்றைக்கா டவுனுக்குப் போகவேண்டும்? அவன் எங்கே வோட்டுப் போடுவான்?"

"டவுனிலேயே."

"யாருக்கு போடுவான்?"

"நான் கேட்கவில்லை."

"ஒரே வீட்டில் இருப்பவர்கள் இதைக் கேட்க வேண்டும்."

அவர்கள் அங்கிருந்து போகும்போதுகூட யோஹானைப் பற்றியே பேசிக்கொண்டு போனது பாஸ்தியனுக்குக் கவலையாக இருந்தது.

தேர்தல் நேரம் முடிந்தது. கான்ராடு பாஸ்தியன் உள்ளிருந்தவாரே கதவை மூடித் தாளிட்டான். அங்கிருந்த உதவியாளர்கள், அவரவர்களுடைய இடங்களில் கைகால்களை நீட்டிக்கொண்டனர். கிழ மொர்ஸ் அங்கிருந்த திரையைக் கிழித்தெறிந்துவிட்டு வோட்டுப் பெட்டியை எதிரில் எடுத்து வைத்துக்கொண்டு, வோட்டுச் சீட்டுகள் கலந்து போகாமலிருக்குமாறு மிகவும் கவனத்துடன் திறந்தான். ஹோட்டல்காரனின் மனைவியைக் கேட்டு கொண்டையூசி யொன்று வாங்கி, சீட்டுகளையெல்லாம் பெட்டியிலிருந்தவாறே கோத்து வைத்தான், பிறகு பதிவுப் புத்தகத்திலிருந்த பெயர்களை கான்ராடு பாஸ்தியன் மெதுவாகப் படிக்கும்போது, மொர்ஸ் அந்தந்த சீட்டை ஊசியிலிருந்து வெளியிலெடுத்து, அடுக்கி வைத்தான்.

கிழவனான கிராஸ்மனின் வோட்டு நாஜிகளுக்கு விழுந்திருந்தது. நிகூபாரும், அவனுடைய பிசாசு மனைவியும் கூட அப்படியே வோட்டுப் போட்டிருந்ததைக் கண்டு, அந்த அறையிலிருந்த எல்லோரும் சிரித்தனர். மருத்துவப் பெண்ணும், அவளுடைய கணவனும் சோஷலிஸ்டுகளுக்கு ஆதரவாக வாக்குப்பதிவு செய்திருந்தனர். (மருத்துவப் பள்ளியில் அவளுக்கு அரசாங்கம் இலவசக் கல்வி அளித்ததனாலேயே அவர்கள் சோஷலிஸ்டுகளுக்கு சாதகமாக வோட்டு செய்தனர்.) ஆல்கியர் வோட்டுச் சீட்டில் குளறுபடி செய்துவிட்டதால், எந்தக் கட்சியை ஆதரித்தானென்று சொல்லமுடியவில்லை. அந்தச் சீட்டு செல்லாததாயிற்று. ஆல்கியர் இப்படிச் செய்தது பற்றி, வோட்டெண்ணியவர்களுக்குச் சற்று வருத்தம்தான். வோட்டுகளை எண்ணி முடித்தவுடன், பெரிய காகிதமொன்றில் அதிகார பூர்வமாக மொர்ஸ் தேர்தல் முடிவை எழுதினான். பிறகு கதவைத் திறந்து கொண்டு வெளியில் வந்து அக்காகிதத்தை சுவற்றில் ஒட்டினான்.

தேர்தல் முடிவை அங்கு திரளாகக் கூடியிருந்தவர்கள் பார்த்துவிட்டு, தங்களுக்குள் ஏதோ மெதுவாகப் பேசிக் கொண்டனர். பதிவான வோட்டுகளில் பாதிக்கு மேல் நாஜிகளுக்கு விழுந்திருந்தன. அதில் நாலில் ஒரு பங்கு தேசீய வாதிகளுக்கும், இரண்டு வோட்டு சோஷலிஸ்டுகளுக்கும் கிடைத்தன. மற்றவர் எவருக்குமே வோட்டுப் போடவில்லை. இவற்றைப் பார்த்ததும். தங்களுக்கும், இம்முடிவுகளுக்கும் சம்பந்தமில்லாததைப்போல் வியந்தனர். வோட்டுச் சாவடியாக மாறியிருந்த ஹோட்டல், இப்போது மீண்டும் பழைய ஹோட்டலாக மாறியது. சிலர் ஹோட்டலுக்குள் ஓடினர். அவ்வூரிலிருந்த இருண்ட சந்துகளில் பெரிய கொடிகளின் நிழல்கள் இங்குமங்கும் அசைந்தாடின. அந்த சந்துகளில் புகுந்து சிலர் வீடுகளுக்குச் சென்றனர்.

ஹோட்டலில் ரேடியோவை யாரோ திருகிவிட்டனர். அவர்கள் கேட்டிராத ஊர்களின் பெயர்கள் வந்து கொண்டிருந்தன. ஒலி பெருக்கியின் வாயிலிருந்து புள்ளி விவரங்கள் வந்து விழுந்த மயமாயிருந்தன. இவற்றைக் கேட்டபோது, அவை

மனிதரும், வயல் வெளிகளும், காடுகளும் நிறைந்த இடங்களாகத் தோன்றவில்லை. பெயர்களும், புள்ளி விவரங்களும் மட்டுமே உள்ள ஏதோ ஆவியுலகமாகத் தோன்றிற்று. தாங்கள் ஆதரித்தவர்களை, மேலும் இவ்வளவு பேர் ஆதரித்திருக்கின்றனர் என்று தெரிந்து, மக்கள் பெருமிதம் கொண்டனராயினும், வேறொருவருக்கு வோட்டளித்தவர்களின் எண்ணிக்கை மிக அதிகமாக இருந்தது பற்றியும் ஆச்சரியம் அடைந்தனர். ரெண்டல், அவனுடைய மனைவி, காலஞ் சென்ற இப்ஸ்ட் ஆகியவர்களைப் போலவும் பலர் வோட்டளித்திருந்தனர்.

அப்போது பாட்ஸன்பாக்கிலிருந்து திடீரென்று ஒருவன் மிக வேகமாக வந்தான். ஒரு பாத்திரத்தில் பீர் வாங்கிக் குடித்து விட்டு, பாட்ஸன்பாக்கில் நடந்த நிகழ்ச்சிகளை விவரித்தான். அங்கு இன்னும் அதிக நாஜிகள் தேர்ந்தெடுக்கப்பட்டிருந்தனர். தேசீயக் கட்சியினர் எட்டே பேர்தான். பத்து சோஷலிஸ்டுகளும் - இவர்கள் பியூரேனில் வேலையில்லாமல் திண்டாடியவர்கள் - நாலு கம்யூனிஸ்டுகளும் வெற்றி பெற்று இருந்தனர். கொஞ்சம் கொஞ்சமாக உடல்நிலை மோசமாகி, ஆஸ்பத்திரியில் மரணமடைந்த இப்ஸ்ட் ஒருவனே முன்னெல்லாம் கம்யூனிஸ்டு களுக்கு வோட் செய்து வந்தான். இப்போது அவர்களை அவன் மனைவி, மாமனார், மைத்துனர் இருவர் ஆகிய நாலுபேரும் ஆதரித்திருந்தனர். இவ்விவரங்களை எல்லாம் அங்கு வந்தவன் தெரிவித்ததுடன் "கொஞ்ச நாள் போகட்டும். அவர்களை ஒரு கை பார்த்துக் கொள்ளலாம்" என்றும் கூறினான்.

முந்திய வாரம் ரெண்டலின் மனைவியைக் கண்ணில் குத்தினானே, சூறாவளிப் படையைச் சேர்ந்த குடியானவன் அவனே தான் இவன். அங்கிருந்து அவன் குங்கல் வீட்டுக்கு விரைந்தான். அவர்களையெல்லாம் பாட்ஸன்பாக்குக்கு அழைத்துச் செல்லுவதற்காக அங்கு ஒரு டிரக் காத்துக் கொண்டிருந்தது.

அன்று மாலை எல்லாக் குடியானவர்களுடைய உணர்ச்சிகளும் ஒரே மாதிரி இருந்தன - ஒரே மாதிரி கோரிக்கை, ஐயப்பாடு, நம்பிக்கை. செய்துவிட்டதை நினைத்து எல்லோரும் வருந்தினர். விற்றுவிட்ட பொருளை திருப்பிப்பெற விரும்பு கிறவர்களைப்போன்ற வருத்தம் அவர்கள் உள்ளங்களில்

தலையெடுத்தது. இந்த ஞாயிற்றுக்கிழமை தங்களுடைய வாழ்க்கையில் எப்படி மாறுதலேற்படப் போகிறது என்ற ஆச்சரியம் அவர்களுக்கு உண்டாயிற்று. அவர்களுடைய வேலை, பைத்தியக்கார முயற்சிகள், அந்த வருஷமெல்லாம், வேறு வழியேயின்றி, அவர்கள் செய்த பாவச் செயல்கள் இவையெல்லாம் கடைசியில் பயனற்றதாகிவிட்டன. மற்றவர் தூண்டுதலினால் முற்றிலும் உபயோகமில்லாத ஒரு வேலையைச் செய்துவிட்ட உணர்ச்சி அவர்கள் உள்ளத்தில் வேரூன்றியது. இச் செயலினால் அவர்களுடைய கடன் சுமை இம்மியளவும் குறையப் போவதில்லை என்று தெரிந்தது.

# VIII

ஆன்டிரியாஸ் பாஸ்தியன். தன்னுடைய அண்ணன் மகள் கலியாணத்திற்காக தாடியைக் கத்தரித்து விட்டுக்கொள்ள நினைத்த நேரத்தில், ஒருவர் கதவைத் தட்டும் சத்தம் கேட்டது. ஜேகப் ஷூச்சிலின் உள்ளே நுழைந்ததைக் கண்டு அவன் ஆச்சரியமடைந்தான். அவர்களிருவரும் அண்டை வீட்டுக்காரர்கள். பாஸ்தியன் வீட்டுக்கு இடதுபுறமிருந்த வீட்டில்தான் ஷூச்சிலின் இருந்தான். அவன் அண்டை வீட்டுக்காரன் என்ற காரணத்திற்காகவே பாஸ்தியன் அவனிடமிருந்து ஒதுங்கியிருந்து வந்தான். ஷூச்சிலின் வீட்டில் நடந்த துயர நிகழ்ச்சி காரணமாக அவன் பாஸ்தியன் வீட்டுக் கலியாண விருந்துக்கு வர இயலாத நிலையிலிருந்தான்.

மனைவியின் ஈமச் சடங்குகள் முடிந்த பிறகு, அவன் புது மனிதனாகவே மாறியிருந்தான். அவன் நல்ல உடைகள் அணிந்திருந்தான். சுத்தமாக க்ஷவரம் செய்து கொண்டிருந்தான். அவனுடைய பெரிய, குழாய் போன்ற மூக்கும்கூட இப்போது சற்று சுருங்கியிருந்ததைப்போல் தோன்றிற்று. அவனுடைய குழந்தைகள் இப்போதெல்லாம் சுத்தமாக இருந்தனர். வீட்டைச் சுற்றிக் கொஞ்சம் தச்சு வேலைசெய்து, வர்ணம் அடித்திருந்தான். எனவே வீடு அழகாக இருந்தது. எதிர்பாராத விதமாக அவன் அங்கு வந்ததால், பாஸ்தியனுக்கு திடுக்கிட்டது. ஆனால் அவனைக் கண்டால் இப்போது பாஸ்தியனுக்கு வெறுப்புக் கிடையாது. “இப்படி உட்கார்” என்று கூறி, ஒரு நாற்காலியைக் காட்டினான்.

ஷூச்சிலின் சுத்தமான சட்டை அணிந்திருந்தான். தொப்பியை எடுத்து முழங்கால் மீது வைத்த வண்ணம், நேராக விஷயத்துக்கு வந்தான். “வீட்டைக் கொஞ்சம் புதுப்பித்துக்

கொண்டிருக்கிறேன். ஓ, பிறகு வேண்டுமானால் பேசிக் கொள்ளலாம், சோப்பு நீர் ஆறிவிடலாம்."

"பரவாயில்லை, பரவாயில்லை."

"என் தோட்டம் சிறியது."

"ஆமாம்" என்றான் பாஸ்தியன். அவனுக்கு இது சற்று. வியப்பாக இருந்தது. "எங்கள் வீட்டுக்கு நேர்மாறானது உங்கள் வீடு. எங்களுக்குத் தோட்டம் பெரியது, வீடு சிறியது."

வேண்டியவற்றைப் பணம் கொடுத்து வாங்கும் நிலையில் தான் இப்போது இருப்பதாக ஷூச்சிலின் கூறியது பாஸ்தியனுக்கு விளங்கவில்லை. எதை என்று கேட்டான். இந்த சுவற்றைக் கொஞ்சம் ஒதுக்கி, வீட்டையடுத்துள்ள கோழிக் கிடப்பை அந்தப்புறம் கொண்டு போக எவ்வளவு ஆகுமோ, அதை நானே கொடுத்து விடுகிறேன்" என்றான் ஷூச்சிலின்.

"நீ கூறுவது விளங்கவில்லை, என்ன வேண்டும் உனக்கு?"

அப்போது யோஹான் உள்ளே வந்தான். ஷூச்சிலினுடைய சிவந்த, பருத்த கழுத்தும், அதற்கு அப்பால் பாஸ்தி முகமும் தென்பட்டன. பாஸ்தியன் குழப்பமே உருவெடுத்தவனாகக் காணப்பட்டான். "அத்துடன் ஒரு பெரிய கவலைவிட்ட மாதிரியும் இருக்கும். உன் தவணைப் பணத்தைக் குறித்த காலத்தில் கொடுக்கலாம்" என்று ஷூச்சிலின் சொன்னான்.

உடனே யோஹானுக்கு எல்லாம் விளங்கிவிட்டது. பாஸ்தியனுக்கு இன்னும் விளங்கவில்லை. "எதைப் பற்றிப் பேசுகிறாய் ?" என்றான்.

"இப்போது இக்கட்டான நிலையிலிருக்கிறாய் அல்லவா?"

"நான? இக்கட்டிலா?"

ஒருவன் கலக்கமுற்றுத் தத்தளித்துக் கொண்டிருக்கும் போது, அமைதியாக உட்கார்ந்து பார்த்தால் எப்படியிருக்கு மென்பதை ஷூச்சிலின் அப்போது முதன் முதலாக உணர்ந்தான். "இது தெரிந்த விஷயமேயல்லவா? நீயும் நானும் அடுத்தடுத்து இருப்பவர்கள். உன்னை நான் கோப மூட்டப் போவதில்லை."

“உனக்கு யார் சொன்னார்கள்?”

“நீ தவணைப் பணம் செலுத்துவதில் தாமதமேற்பட்டு விட்டதென்று உன் அண்ணன் கான்ராடே கூறினான்” என்றான் ஷூச்சிலின். பிறகு எழுந்து நின்று, “சுவற்றை இப்படித் தள்ளிவைக்க வேண்டும்” என்று காட்டினான்.

குழாய்க்கு இப்புறம் ஏற்கனவே சுவர் எழும்பிவிட்டது போலவும், அதன் நிழல் தன் முகம் மீது பட்டது போலவும் பாஸ்தியனுக்குத் தோன்றிற்று. திடீரென்று மேலும் வயதாகி விட்ட உணர்ச்சி ஏற்பட்டது. பூமியில் குழாய் இறக்குவதற்காக யந்திரம் வேலைசெய்யத் தொடங்கியவுடன், செல்வம் வந்து குவிந்து விட்டதாக அவன் கனவு கண்டான். அப்பெரு மகிழ்ச்சியுடன் கொஞ்சம் பயமும் கலந்தேயிருந்தது. ஏதோ ஆபத்து வரவிருந்தது என்ற விவரிக்க இயலாத கலக்கம் மீண்டும் மீண்டும் தலை தூக்கியது. மூன்று நாட்களுக்கு மேஜை, நாற்காலி, தரை, அறையெல்லாம் - ஒரே தூசி மயமாக இருந்தது. அவனுடைய மனைவி பல தடவை அதைக் கூட்ட வேண்டியதாயிற்று. அந்த நாட்கள் பாஸ்தியன் நினைவுக்கு வந்தன. நிலைமையை சமாளிக்க இப்படியொரு வழி கிடைத்திருப்பது பாஸ்தியன் அதிருஷ்டம் என்று யோஹான் நினைத்தான். காஸ்திரீசியஸிடமிருந்து கடிதங்கள் வந்தன. அவன் பறிமுதல் செய்யமாட்டானென்று சொல்வதற்கில்லை. ஷூச்சிலின் தலையைப் பின்புறமிருந்து பார்த்தான் யோஹான். அவனும் திரும்பி யோஹானைப் பார்த்தான். இருவரும் கைகுலுக்கினர். பொதுவாக, யோஹானைப் பார்க்கும் போதெல்லாம், அவனுக்குச் சிறிது கலக்கமாகவே இருந்து வந்தது. இப்போது அவனுடைய உணர்ச்சியற்ற முகத்தைக் கண்டவுடன் ஷூச்சிலினுக்கு ஒரு ஒரு மாதிரியாக இருந்தது. மூக்கோட்டைகள் விரிந்தன.

ஆனால் இப்போது பேசிக்கொண்டிருந்த பிரச்னை பற்றி மேலும் சிந்தித்து முடிவுக்கு வருவதற்குள், அருகில் இசை யொலி கேட்டது. குழல்கள், வாயினால் ஊதும் பாண்டு, பல்வேறு இசைக்கருவிகள் எல்லாம் சேர்ந்து முழங்கின. அவர்கள் அதையடுத்துப் பலர் சிரிப்பதும், பாட்டுகளும் கேட்டன.

ஷூச்சிலின், யோஹான், பாஸ்தியன் - எல்லோரும் வெளியில் வந்து பார்த்தனர். கான்ராடு வீட்டெதிரில் குதிரை வண்டியொன்று நின்றது. மெர்ஸ் வீட்டுக்கு ஸோபி பாஸ்தியனுடைய சீதனத்தை எடுத்துச் செல்லுவதற்காக ஏற்பாடு செய்யப்பட்ட வண்டி அது. இசைக் குழுவினர் உற்சாகமான மெட்டுகளில் பாட்டு வாசித்துக் கொண்டிருந்ததைப் பற்பல இடங்களிலிருந்து வந்து கூடிய இளைஞர்கள் சுற்றி நின்று ரசித்தனர். சீதனப் பொருள்களை வண்டியில் என்ற குரல்கள் கொண்டு வந்து வைக்கும் போதெல்லாம், "ஆகா", "ஓ" எழுந்தன. அப்பொருள்கள் பகலில் உபயோகிப்பவையா அல்லது இரவில் உபயோகிப்பவையா என்பதைப் பொறுத்துக் குரலொலியின் வேகமும் இருந்தது. ஏராளமான சீர் வரிசைகள், இசைக் குழு, இவைகளுக்கும் மேலாக, அக்கிராமத்தின் சந்தில் இரு குதிரைகள் பூட்டிய வண்டி வந்து நிற்பது - மெர்ஸின் வயல்கள் பில்லிங்கனில் தெற்குக் கோடியில் இருந்தன - இவையெல்லாம் ஷூ ச்சிலின், பாஸ்தியன் ஆகியோரின் உள்ளங்களைக் கவர்ந்துவிட்டன. அவர்கள் மற்ற எல்லாப் பிரச்னைகளையும் மறந்துவிட்டு, அந்நியோன்ய மானவர்களைப்போல் ஒருவர் இடையில் ஒருவர் குத்திச் சிரித்த வண்ணம் நின்றனர்

## 2

அதற்குப் பிறகு பாஸ்தியன், யோஹானை அவசர வேலையை முன்னிட்டு நகரத்திற்கு அனுப்பினான். அங்கும் யோஹான், கலியாண ஏற்பாடுகளில் ஈடுபட்டு பரபரப்புடன் இங்குமங்கும் சென்று கொண்டிருந்த பலரை சந்தித்தான். பள்ளிக்கூடக் கட்டடத்திலிருந்து இரு பெண்கள் பெரிய அட்டைகளுடன் ஓடி வந்தனர். பெரிய கலியாணக் கேக் ஒன்றைத் தட்டில் எடுத்துக்கொண்டு கான்ராடு பாஸ்தியன் வீட்டிலிருந்து ஒருத்தி வெளியில் வந்தாள். இசைக்குழுவினர் வாசித்த பாட்டைத் தனது பாண்டில் ஊதிக்கொண்டிருந்தான் ஒரு சிறுவன். எதிலும் அக்கறை கொள்ளாதவர்கள் போல் இருந்த மூன்று அல்லது நான்கு பேர், வேலிக்கு அப்புறமிருந்து பார்த்துக் கொண்டிருந்தனர். பல வீடுகளில் கொடிகள் பறந்தன. தேர்தலுக்குப் பிறகு அவற்றை அப்படியே விட்டு வைத்திருந்தனர்.

ஏதோ அரசாங்க உத்தரவு வந்தது என்பதல்ல, அதற்குக் காரணம். மெர்ஸ், பாஸ்தியன் ஆகியவர்களுடைய வீடுகளில் கொடிகள் பறந்து கொண்டிருந்தன; மற்றவர்களும் அவற்றை அப்படியே விட்டுவிட்டனர். இப்படியாகத் தேர்தல் கொடிகள், ஒரு வாரத்திற்குள் கலியாண வீட்டில் கட்டிய அலங்காரக் கொடிகளாக மாறின.

யோஹான் கிராமத்திலிருந்து புறப்பட்டுக் கொண்டிருந்த போது, இரு சிறு பச்சை நிற வண்டிகள் புல் வெளியில் நின்று கொண்டிருந்ததைக் கண்டான். குழந்தைகள் உட்கார்ந்து சுற்றும் ராட்டினத்தை வைத்துப் பொருத்துவதற்கு அவ்வண்டியில் வந்தவர்கள் ஏற்பாடு செய்து கொண்டிருந்தனர். திருவிழா வேடிக்கைகள், ராட்டினம் முதலியவையெல்லாம் அறுவடைக்குப் பிறகு பியூரேனிலிருந்து புறப்பட்டு, ஊர் ஊராக முகாம் போடுவது வழக்கம். இவ்வூரில் அவற்றையெல்லாம் இப்போது துவக்கும்படி கிழ மெர்ஸ் கூறியிருந்தான். மூன்று நாட்கள் தங்கும்படி வரவேண்டுமென்று விவாக விருந்தினரை அழைப்பது அவனுடைய மனைவி வீட்டாரின் வழக்கம். அதையொட்டியே மெர்ஸ் இப்போது அழைப்புகள் அனுப்பி யிருந்தான். வருகிறவர்களுக்குப் பொழுது போக்காக இருக்க வேண்டுமென்று ராட்டினங்களை அங்கே பொருத்தி வைக்குமாறு கூறியிருந்தான்.

யோஹானுக்கு அங்கு இருக்க வேண்டுமென்று தோன்றிற்று. ஆயினும் டவுனில் அவனுக்கு அவசர வேலை இருந்தது. முதலில் காஸ்திரீசியஸைப் போய் பார்க்க வேண்டும். எடுக்க வேண்டிய முடிவு பற்றி பாஸ்தியன் இன்றும் தன்னைச் சமாதானம் செய்து கொள்ளவில்லையாயினும், யோஹானுக்கு என்ன நடக்கப்போகிறதென்று நிச்சயமாகத் தெரியும். அதற்குக் காஸ்திரீசியஸை ஒப்புக்கொள்ளச் சொல்லலாமென்பது அவனுடைய நம்பிக்கை. இந்த வேலை முடிந்த பிறகு உல்ப் தொழிற் பட்டறையில் ஒரு மணி நேரம் இருக்க நினைத்தான். அவர்களிடையில் ஏற்பட்ட தகராறு இப்போது தீர்ந்துவிட்டது. வெறும் பேச்சுகள் மூலம் அல்ல. இருவரும் சேர்ந்து உழைப்பில் ஈடுபட்டதால், பழைய உறவு தானாக மீண்டும் அவர்களிடையில்

வேர் விட்டது. இன்று புதிதாக இரண்டு துண்டுப் பிரசுரங்கள் எழுதித் தயாரிக்க அவர்கள் முடிவு செய்திருந்தனர்.

மரியாவும் அவனும் சில நாட்களுக்கு முன் படகில் சென்றார்களே - ஆற்றோரத்தில் அவ்விடத்திற்கு இப்போது யோஹான் வந்து சேர்ந்தான். போன சந்திப்பிற்குப் பிறகு அவளைப் பார்க்கவேயில்லை. அழுது அழுது வீங்கிய முகத்தை அவனிடம் காட்ட வேண்டாமென்ற நோக்கத்துடன், அவள் ஒளிந்து திரிந்தாளோ, என்னவோ? அவள் அழுதது யோஹானுக்கு அன்றிரவு திரும்பி வரும்போதே தெரியும். மரங்கள் அடர்ந்த பகுதியைவிட்டு வெளியில், வெளிச்சத்திற்கு வந்த போது அவளுடைய தோற்றம் அமைதியாக இருந்தது. பசப்பு வார்த்தைகள் கூறி, அவளை சமாதானப்படுத்த அவன் விரும்பவில்லை. “நான் மீண்டும் வருவேன்” என்று சும்மா சொல்லுவதற்கு அவனுக்கு வெட்கமாகயிருந்தது.

இப்போது காடுபோல் மரங்கள் அடர்ந்திருந்த அதே இடத்தைத் தாண்டி தெருவுக்கு வந்துவிட்டான். எதிரில் சென்று கொண்டிருந்தவருடைய நடை மிகவும் தெரிந்த ஒருவருடைய நடையாகத் தோன்றிற்று. “கோஸ்லின்” என்று அழைத்தான் யோஹான். கோஸ்லின் அவனுடைய குரலைத் தெரிந்து கொண்டு அங்கேயே நின்றான். யோஹான் அருகில் வந்ததும் அவன் தன்னுடைய வேலையைப்பற்றி விவரித்தான். முதலில் பிரைடிஸைப் பார்க்க வேண்டுமென்றும், பிறகு தன் பத்திரங்கள் பற்றிக் கேட்டறிவதற்கு நகராட்சி நிலையத்திற்குப் போக வேண்டுமென்றும் கூறினான். காஸ்திரீ சியஸை சந்திப்பதற்குத் தான் வந்திருப்பதாக யோஹான் அவனிடம் தெரிவித்தான்.

“உன் பாஸ்தியனுக்குப் பேராசை. அகலக் கால் வைத்தான். அது அவனை அடியோடு கவிழ்த்துவிட்டது” என்றான் கோஸ்லின்.

சுருக்கென்று தைக்குமாறு ஏதேனும் சொல்லிவிடலாமா வென்று யோஹான் நினைத்தான். ஆயினும் பல்லைக் கடித்துக் கொண்டு, “தன் குழந்தைகளுக்காக ஒருவன் பேராசைப் படுவதில் தவறென்ன?” என்று மட்டும் கேட்டான்.

"நம்மை அப்படியா பெற்றோர்கள் வளர்த்தார்கள்?"

"என்னைவிட என் மகன் ஒருபடி உயர வேண்டுமென்பதே என் ஆசை."

கோஸ்லின் பதிலளிக்கவில்லை. சற்று பொறுத்து, தானே பேசிக்கொள்வதைப்போல், "நாலு சுவர்களும், கூரையும், பரணும் இருந்தால் போதும்" என்றான்.

"என்ன, என்ன ?"

"ஒன்றுமில்லை, கோஸ்லின்."

அவர்களிருவரும் ரயில்வே பாலத்தைத் தாண்டிச் சென்றனர். யோஹான் அங்கிருந்த ஹோட்டலைத் திரும்பிப் பார்த்தான். பழுப்பு நிறத்துடன் தோன்றிய மரங்களுக்குக் கீழிருந்த மேஜைகளில் ஒருவரும் இல்லை. அவனும் கோஸ்லினும் பூங்காவையடைந்தனர். புல் இன்னும் பச்சைப் பசேலென்று இருந்தது. பாத்திகளிலிருந்த பூஞ்செடிகளில் பலநிற மலர்கள் விரிந்து, அழகைச் சிந்திக்கொண்டிருந்தன. யோஹானிடம் விடைபெற்று, கோஸ்லின், பிரைடிஸைக் காண வெள்ளைக் கட்டடத்தினுள் நுழைந்தான். யோஹான் மட்டும் சந்தை கூடுமிடத்தைக் கடந்து காஸ்திரீசியஸின் கடை இருக்கு மிடத்திற்கு வந்தான்.

## 3

மொர்ஸ் வீட்டுத் தோட்டத்தை அடுத்துள்ள மைதானத்தில் குதிரைக் குளம்பு வடிவத்தில் மேஜைகள் போடப்பட்டிந்ருதன. பல மாதங்களுக்குப் பிறகு மக்கள் இதைப்பற்றியெல்லாம் பேசிக்கொண்டபோது, இந்தக் கலியாண ஏற்பாடுகளில் அவன் அதிகப் பணம் விரயம் செய்துவிட்டதாகக் கூறினர். இளமொர்ஸ்கூட, தனக்கு வரும் சொத்து அதிகமிருக்காதோவென்று நினைத்துக் கவலைப்படத் தொடங்கியபோது கூட, அவ்வாறே கூறினான். ஆனால் அதெல்லாம் அவ்வளவு பிரமாதமென்று கூறமுடியாது. உயிர் பிரியும் தருவாயிலும் கூட ஒருவனுடைய உள்ளத்தில் தங்கப் பொறிகளைப்போல் மின்னும் நினைவை விரயமென்றோ, அனாவசியமென்றோ எப்படிச் சொல்ல முடியும்? நாப்தலுடன்

சில நாட்களுக்கு. முன் பேசியபோது இன்னும் ஐந்து வருஷங்கள்தான் இவ்வுலகில் இருக்கலாமென்று நம்புவதாக மொர்ஸ் கூறினான். ஆனால் அவன் எதிர்பார்த்ததற்கு முன்னதாகவே அவன் வாழ்வு முடிந்துவிட்டது. அடுத்த ஆண்டு கோடையிலேயே அவன் இறந்துவிட்டான். சாவின் கை அவன்மீது பட்டுவிட்டதை அவன் உணர்ந்தானோ என்னவோ - உணர்ந்திருந்தால், அதைக்கண்டு அவன் அஞ்சவில்லை. அவனுடைய இதயத்தில் அது அமைதியை உண்டாக்கியது. அவ்வுணர்ச்சியினாலேயே விவாகத்தைச் சிறப்பாக நடத்தி மகிழ்ச்சி பெறவேண்டுமென்று அவன் விரும்பினான். எனவே நிதானம், நல்லறிவு ஆகியவை பற்றி அவன் கவலைப்பட வில்லை. பணத்தை இஷ்டப்படி வாரி இறைத்துச் செலவு செய்தான். பல வருஷங்களாக வீட்டிலிருந்த குடி வகைகளைக் கொண்டு வந்து விருந்தினருக்கு அளித்தான். விருந்துக்கு வாங்கிய இறைச்சிக்குக் கணக்கு வழக்கேயில்லை.

மற்றவர்களைப்போலவே, மொர்ஸும் தனது குழந்தைகள் இவற்றில் பங்கு கொண்டு சந்தோஷமாக இருக்கவேண்டு மென்று நினைத்தான். இப்போது கட்டை குட்டையாக, உடலெல்லாம் சுருக்கங்கள் விழுந்து, அருகில் உட்கார்ந்திருக்கும் பாபெட் ஆன்டர்ஸனை தான் கலியாணம் செய்துகொண்ட நாட்கள் அவனுக்கு நினைவு வந்தன.

கூடிய வரையில் அச் சுற்றுவட்டாரத்தில் அதிகாரமும், செல்வாக்கும் படைத்த அவ்வளவு பேரும் மகனுடைய மண விழாவுக்கு வரவேண்டுமென்று கூறி, அதற்குத் தகுந்த ஏற்பாடுகளை மொர்ஸ் செய்திருந்தான். அவன் குங்கல், சூறாவளிப் படைத்தலைவனான ஜில்லிஷ் போன்றவர்களை அழைத்திருந்தான். அவனுடைய மகன், பாட்ஸன்பாக்குக்கு நேரடியாகவே சென்று, கலியாணத்திற்குப் பிறகு இயக்கத்தில் தவறாமல் சேர்ந்துவிடுவதாக ஜில்லிஷிடம் வாக்குறுதி அளித்துவிட்டு வந்தான்.

கலியாண ஊர்வலம் மாதா கோயிலிலிருந்து, மொர்ஸ் வீட்டுத் தோட்டத்திற்கு வந்து சேர்ந்தது. இசைக் குழுவினர் வாசிப்பதைச் சற்று நிறுத்தினர். அங்கிருந்தவர்களெல்லோரும்

விருந்து ஏற்பாடுகள்பற்றி புகழ்ச்சியாகப் பேசிக்கொண்டது கிழ மெர்ஸ் காதில் விழுந்தது. அவனுக்கு உண்டான சந்தோஷத்திற்கு எல்லையே இல்லை. வெளிவளைவின் நடுவில் கலியாண ஜோடிகள் இரண்டும் உட்கார்ந்திருந்தனர். லூசி, இதற்குமுன் எப்போதும் கண்டிராத முறையில், அற்புதமாகவும், கர்வத்துடனும் இருந்தாள். அவளுடைய கண்களில் அமைதி குடி கொண்டிருந்தது. ஸோபியின் முகம் முகமாகவேயில்லை. அவளுடைய கண்ணிமைகளின் நிழல், வெள்ளை வெளேலென்ற முகத்தின் மீது படிந்திருந்தது. கலியாணத்திற்கு வந்திருந்தவர்களில் பலர், குழந்தைகளையும் அழைத்து வந்திருந்தனர். அப்பாவுக்கும் அம்மாவுக்கும் நடுவில் அவர்கள் நெருக்கியடித்துக்கொண்டு உட்கார்ந்திருந்தனர். சில குழந்தைகள் அம்மாவின் மடியில் அமர்ந்திருந்தன. சாப்பாடு தொடங்குவதற்கு முன்னரே அவர்களுடைய கையும், வாயும் பசை தடவியதைப்போல் இருந்தன. உணவுக்கு முன் கூறும் பிரார்த்தனையை கிழ மெர்ஸ் கூறினான். அவனுடைய இதயம் சந்தோஷத்தினால் துள்ளிக் குதித்தபோதிலும், தாடியை ஆடாமல் அசையாமல் வைத்துக் கொள்ள முயன்றான். பெரிய பெரிய வாளிகளில் சூப்புக் கொண்டு வந்து, கரண்டியால் எடுத்துத் தட்டுகளில் வார்த்துச் சென்றனர். வித விதமான நறுமணச் சரக்குகளெல்லாம் சேர்த்து, அது மிக நன்றாகச் செய்யப்பட்டிருந்தது. மெர்ஸ் கிழவனும், அவனுடைய மனைவியும் அதை ருசி பார்த்துவிட்டு, மகிழ்ச்சியுடன் ஒருவரையொருவர் நோக்கினர்.

லூசி மெர்ஸ் (இப்போது லூசி ரிவ்க்) எப்போதும்போல நிரம்பவும், அமைதியாகவும் சாப்பிட்டு முடித்தாள். பள்ளி ஆசிரியர் ரிவ்க்கும்கூட நன்றாகச் சாப்பிடுபவன். லூசியை விவாகம் செய்து கொண்டது நல்லதுதானாவென்று அவன் அவ்வப்போது சிந்தித்ததுண்டு. அந்த ஐயப்பாடு கடந்த சில வாரங்களில் அதிகரித்திருந்தது. உதட்டின் ஓரங்களில் ஒட்டிக் கொண்டிருந்த உணவை நாக்கினால் எடுத்தவாறு உட்கார்ந்திருந்தான். தோட்டத்தில் மீண்டும் இசை நிகழ்ச்சி தொடங்கியது. உருளைக்கிழங்கு வறுவலையும், வெள்ளரிக்காய் முதலியவற்றை நறுக்கிப்போட்டுப் பச்சையாகவே தயாரித்த

பண்டங்களையும் பெரிய தட்டுகளில் வைத்து, வேலைக்காரிகள் எடுத்து வந்தனர். பிறகு வறுத்த இறைச்சி வரப்போகிறது என்பதற்கு அது அறிகுறி. அவன் லூசியைப் பார்த்தான். அவள் இன்று மிக அழகாக இருந்தாள். அவளைக் கலியாணம் செய்து கொண்டது சரிதான் என்ற நினைப்பு அவனுக்கு உண்டாயிற்று. தவறோ, சரியோ அதைப்பற்றி இனி சிந்தித்துப் பயனில்லை அல்லவா ? -

ஸோபி அசையாமல் உட்கார்ந்திருந்தாள். மெர்ஸின் மகன் அவளுடைய காதருகில் சென்று "சாப்பிடு" என்றான். ஸோபியின் கை வாயருகில் செல்லவில்லையாயினும், உதடுகள் அசைந்தன. வாலிபன் உணவருந்திக்கொண்டே மற்றொரு கையை அவளுடைய முழங்கால்மீது வைத்தான். அப்போதே விழித்துக் கொண்டவளைப்போல, ஸோபி சுற்றிலும் உட்கார்ந்ததிருந்தவர்களைப் பார்த்தாள். கன்னங்கள் பெருக்க, வாயில் உணவைக் குதப்பிக் கொண்டிருந்தவர்களும், பல்லால் கடித்து இழுத்தவர்களுமாக, அவர்கள் சாப்பாட்டில் ஈடுபட்டிருந்தனர். பெற்றோர் முகங்களையும் அவள் பார்த்தாள். அவளை அவர்கள் எப்பொழுதோ மறந்துவிட்டனர். எதிரிலிருந்த உணவை உட்கொள்ளுவதில் அவர்கள் மும்முரமாயிருந்தனர். நிக்கலஸும், அவனுக்கு நிச்சயம் செய்யப்பட்டிருந்த பெண் யோஹானாவும், மேஜைக்கு அடியில் கைகோத்துக் கொண்டிருந்தர். கிறிஸ்துமஸ் பண்டிகையின்போது கலியாணம் நடக்கவிருந்தது. அவர்கள் கைகோத்துக் கொண்டிருந்ததால், ஒருவர் வலது கரத்தினாலும் மற்றொருவர் இடது கரத்தினாலும் உணவருந்தினர். சுற்றியிருந்தவர்கள் கேலி செய்ததை அவர்கள் பொருட்படுத்தவில்லை. அவர்களிருவரும் அமைதியாகவும், நிம்மதியாகவும் இருந்தனர். எதிரிலிருந்த சூப்பை ஒரு குழந்தை ஸ்பூன் கொண்டு தட்டியதால், அது நாலாபுறங்களிலும் சிதறியது. குழந்தைக்கு ஒரு அடி வைத்தவுடன், அது 'ஓ' என்று ஓலமிடத் தொடங்கியது. பியூரேனில் மில் வைத்திருந்த ஒருவர் ஜில்லிஷிடம் பேசிக் கொண்டிருந்தார்.

ஜில்லிஷ் அதிகமாகப் பேசவில்லை. உணவை உள்ளே தள்ளிய வண்ணமாக இருந்தான். அவனுடைய முகத்தில்

மகிழ்ச்சிக் குறியே இல்லை. தானிய மில் சொந்தக்காரர்கள் அவ்வளவு பேரும் அயோக்கியர்கள் என்பது அவனுடைய கருத்து. இரு வெடி முழக்கப் பிரசங்கங்களுக்கிடையில் அவன் இப்படித்தான் பேசாமல் 'உம்'மென்று உட்கார்ந்திருப்பான். நிக்கலஸ், குங்கல் ஆகியவர்களும் இந்த விருந்துக்கு வந்திருந்தது அவனுக்குத் திருப்தி அளித்தது. குங்கல் மனைவி வரவில்லை. ஒருவேளை அவளை அழைக்கவில்லையோ, என்னவோ. சிந்தனையிலாழ்ந்த வண்ணம் அவன் ரொட்டித் துண்டைக் கடிப்பதும், ஸ்பூனில் சூப் எடுத்து வாயில் வைத்துக் கொள்ளுவதுமாக இருந்தான். பசியாறாமல் மேஜையை விட்டு எழுந்துவிடக் கூடாதென்று அவன் உணவு, கொண்டதாகத் தோன்றிற்று. இசையும், முன்பின் தெரியாதவர்களின் கூட்டமும், உணவின் வாசனையும் சேர்ந்து அவனைக் களைப்படையச் செய்தன. அழைப்பை ஏற்றுக்கொண்டு இங்கு வந்தது பற்றி அவன் வருத்தமடைந்தான். இள மெர்ஸ் பாட்ஸன்பாக்குக்கு வந்து கட்சியில் சேருவது பற்றிப் பேசிய போது, அவனிடம் குங்கலுக்கு ஒருவிதப் பற்றுதல் ஏற்பட்டது. அப்போது 'சரி, உன் கலியாணத்திற்கு வருகிறேன்' என்று ஒப்புக்கொண்டான். ஆனால் இப்போது ஒருவிதத் துயரம் மெதுவாக அவன் உள்ளத்தில் படர்ந்ததை உணர்ந்தான். அவனுக்கே அது வெட்கமாக இருந்ததால், அங்கிருந்தவர்களிடமிருந்து அதை மறைக்க முயன்றான். ரொட்டி சாப்பிட்டுக் கொண்டிருந்தவன், அதை நிறுத்திவிட்டு சூப்பை ருசி பார்த்தபடி உட்கார்ந்திருந்தான்.

சமையலறையில் உதவியாக இருப்பதற்கு நியமிக்கப் பட்ட இருவரில் ஒருவன், இப்போது சாராயத்தைக் கோப்பைகளில் ஊற்றிக்கொடுத்துக் கொண்டிருந்தான். கிழ மெர்ஸின் தகப்பனார் வைத்துச் சென்ற வெள்ளைச் சாராயம் வீட்டில் கொஞ்சம் இருந்தது. அந்தக் காலத்தில், கௌரவமான குடியானக் குடும்பம் ஒவ்வொன்றுக்கும் ஆற்றங்கரையில் திராட்சைத் தோட்டம் ஒன்று இருந்தது. ஆனால் பல ஆண்டுகளுக்கு முன்னரே அதை உழுது, தானியங்கள் பயிரிடும் வயலாகச் செய்துவிட்டனர். இரண்டாவது உதவியாள் வேகவைத்த உருளைக் கிழங்கு களையும், மற்ற கறிகாய்களையும் எடுத்து வந்து பரிமாறினான். வேலைக்காரி வறுத்த இறைச்சியை எடுத்து வந்தாள்.

விருந்தினர் சிரித்துக்கொண்டும், முனகிக்கொண்டும் இருந்தனர். கோழிக்குஞ்சு பொறியல் இன்னும் வரவில்லை என்று அவர்களுக்குத் தெரியும். சூப்பில் போட்டு எடுத்த கோழிக்குஞ்சுகளைப் பிறகு பொறியலாகவோ அல்லது அரிசியுடன் போட்டுச் சமைத்த பொங்கலாகவோ தயாரித்து விடுவார்கள். சம்பந்தம் செய்து கொள்ளும் இரு குடும்பங்களும் பரஸ்பர உடல்நலம் கோரி பானங்கள் பருகினர். விருந்தினரும் அப்படியே செய்தனர். பள்ளியாசிரியரும், லூசியும் கூட தங்களுடைய கிளாஸ்களை எடுத்துக்காட்டிப் பானங்கள் அருந்தினர்.

இள மெர்ஸ், ஸோபி ஆகிய இருவரும் மட்டும் பானங்கள் அருந்தவில்லை. அவனுடைய கையைப் பின்னுக்குத் தள்ள முயன்றாள் ஸோபி. அவன் மேஜைமீது கை வைத்துக் கொண்டான். அவனுக்கு என்ன செய்வதென்று தெரியவில்லை. ஒரே குழப்பமாகவும், ஆத்திரமாகவும் இருந்தது. 'இவள் எனக்கு மனைவியாக வாழப்போவதில்லை' என்று நிச்சயமாக யாரோ அவனிடம் கூறியதைப்போல் இருந்தது. ஸோபி இரண்டாவது தடவையாகக் கண் விழித்துப் பார்த்தாள். எல்லோருடைய முகங்களும் தென்பட்டன. பொதுவாகக் கண்கள் சிறுத்தும், வாய் பெருத்தும் இருந்தன. சிலர் பச்சைக் காய்கறிகளை மென்று தின்று கொண்டிருந்ததால், பற்களுக்கிடையில் அவர்களுடைய நாக்கு அவ்வப்போது அவளுக்குத் தென்பட்டது. தகப்பனார் அருகிலிருந்த போதிலும்,ஸோபியிடம் அவர் எவ்வித அக்கறையும் காட்டவில்லை. அவருடைய முகத்திலிருந்தே இது தெரிந்தது. அதே மாதிரி முகத்தை மற்றொரு இடத்திலும் பார்த்தவுடன் அவளுக்குத் தூக்கி வாரிப்போட்டது - அது அவளுடைய சிற்றப்பன் முகம். மெர்ஸின் மகன், "சாப்பிடு சாப்பிடு" என்று வற்புறுத்தினான்.

குங்கலுக்குக் கண்கள் அருகருகில் இருக்கும். அவற்றை வைத்துக்கொண்டு அவன் அங்கு பெரிய பீங்கான் தட்டு களில் நிரம்பியிருந்த சிவப்பு முள்ளங்கித் துருவலையும், மற்றும் வேக வைக்காமலே பரிமாறப்பட்டு வந்த கறிகாய்களையும் பார்த்தான். அவை அவனுடைய அடை வீட்டில் பயிரானவை. பியூரேன் மில்

சொந்தக்காரனுடைய மருமகள் மேஜையின் மற்றொருபுறம் இருந்தாள். மெலிந்த உருவம். வயது பதினேழு இருக்கும். பார்ப்பதற்கு அழகாயிருந்தாள். நீல நிற உடையணிந்திருந்தாள். கூந்தலை எடுத்து மேலே கட்டியிருந்தாள். இவளைக் கலியாணம் செய்து கொள்ளலாமா என்று குங்கல் ஆலோசித்தான்; செய்து கொள்ளலாம் என்ற முடிவுக்குக்கூட வந்தான். திடீரென்று அவன் மனதில் ஒரு சிந்தனை மின்னலைப்போல எழுந்தது. அவளை நோக்கினான், அவளும் பார்த்தாள். வெட்கத்தினால் அவளுடைய உடல் குன்றிவிட்டது. மேஜைக்கு அடியில் ஒருவரையொருவர் தொட்டுக்கொள்ள விரும்பினர். 'அங்கு கூடியிருந்தோர் இரு பகுதிகளாகப் பிரிந்து, அந்த இடைவெளியில் தங்களிரு வரையும் வைத்து நசுக்கிவிட மாட்டார்களா' என்று ஏங்கித் தவித்தனர்.

சாப்பாட்டுக்குப் பிறகு எல்லோரும் கூட்டம் கூட்டமாக நின்று பேசிக்கொண்டிருந்தனர். சிலர் மணமக்களுடைய பெற்றோர்களையும், மணமக்களையும், அவர்களுக்குப் பிறக்கப் போகும் சந்ததிகளையும், அதனுடன் நாட்டையும், நாட்டு கேட்கப் அப்பேச்சுகளைக் மக்களையும்கூட வாழ்த்தினர். பொறுமையில்லாதவர்கள் குனிந்து, உணவுத் தட்டுகளை மோப்பம் பிடித்தபடி உட்கார்ந்திருந்தனர். நிக்கலஸூம், யோஹானாவும் அடிக்கடி தங்களுடைய கிளாஸ்களை மாற்றிக் கொண்டனர். அவர்கள் அப்போதே போதையிலிருந்தனர். ஆனந்தத்தில் ஒருவரையொருவர் முத்தமிட்டுக் கொண்டனர். பள்ளிக்கூட வாத்தியார் ரிவ்க்குக்கும் அளவு கடந்த உற்சாகம். புது சூழ்நிலை அவனுக்குப் பழக்கமாகிவிட்டது. லூசி அதிகமாக உணவருந்தியதைப்போல, அளவுக்கு மீறிக் குடித்தும் விட்டாள். ஆயினும் நடத்தையில் அவளிடம் எவ்வித மாறுதலும் காணப்படவில்லை; அமைதியாகவே இருந்தாள். இளைய மெர்ஸைப் பார்த்தால் மணமகனைப்போலத் தோன்றவில்லை. உலகத்தில் இகழ்ச்சிக்கு உள்ளாகி, பலராலும் எள்ளி நகையாடப் பட்டவன்போல, கிளாஸை இரு கைகளாலும் எடுத்து, அதிலிருத பானத்தை அப்படியே குடித்தான். ஸோபி மீண்டும் தலையெடுத்துப் பார்க்கவில்லை. ஆயினும் அவளுடைய

உள்ளத்தில் மட்டும், அங்கிருந்த விருந்தாளிகள் சுழன்று சுழன்று வந்தனர். அந்நினைவின் விளைவாக அவளுக்குத் தலைவலிகூட வந்துவிட்டது.

அங்கு பேசிய ஒவ்வொருவரையும் ஜில்லிஷ் ஊன்றிக் கவனித்தான். மிக முக்கிய நிகழ்ச்சியொன்றை எதிர்பார்ப்பது போல அவனுடைய நரம்புகள் துடித்தன. துயரம் அவனுடைய உள்ளத்துடன் இரண்டறக்கலந்து விட்டது போன்ற உணர்ச்சி ஏற்பட்டது. அங்கிருந்த பானத்தைப் பரபரவென்று எடுத்துக் குடித்தான். மகனுக்கு மொர்ஸ் விவாகம் செய்து வைத்த வைபவம் இப்படி. ஜில்லிஷ் அருந்தியது மொர்ஸ் தயாரித்த மது. அதை உட்கொண்டவுடன், தன்னை உறுத்திக் கொண்டிருந்த துயரத்திற்குப் புதிய பொருள் இருந்ததாக அவனுக்குப் புலப்பட்டது. தன் மூத்த மகன் நினைவு வந்தது. அதாவது இப்போதுள்ளவர்களில் மூத்தவனல்ல. பிறந்தவர்கள் எல்லோரிலும் மூத்த பிள்ளை. அவன் இப்போது இல்லை. கக்குவான் வந்ததால், இவ்வுலகில் இரண்டே மாதங்கள் இருந்துவிட்டு இறந்து போய்விட்டான். தன் மனைவி ஒரு தாயாகலாமென்றும், தங்களுக்குப் பிறக்கும் குழந்தைகள் இருமல், இழுப்பு வந்து இறந்துபோக முடியுமென்றும் அவன் நினைக்காத காலம் அது.

அவன் உண்ட உணவும், இறைச்சியும் வயிற்றில் கனமாக இருந்தன. மற்றொரு கிளாஸ் சாராயம் அருந்தினான். என்ன செய்த போதிலும் சரி - அவன் அகப்பட்டுக்கொண்டான். உடம்பை வளைத்துக் கொண்டான், திரும்பினான். அதற்கும் இந்தக் கலியாணத்திற்கும் என்ன சம்பந்தம்? மண மகனை நினைத்து, ‘என் பொறுப்பில்தானே இருக்கப்போகிறான் மொர்ஸ்’ என்று தனக்குத்தானே சொல்லிக் கொண்டான்.

“கிளாஸிலிருப்பதைச் சாப்பிடு; நீ அருந்தத்தான் வேண்டும்.” ஸோபி இதுவரையில் எதுவும் சாப்பிடவில்லை. இப்போது தன் கிளாஸை எடுத்து, ஒரு வாய் குடித்தாள். ‘கீழே வைப்பதற்குமுன் அந்த கிளாஸை நான் தொட்டால் அவள் என்னுடையவள்தான்’ என்று மணமகன் மொர்ஸ் நினைத்தான். தன் கையை அவளுடைய மார்புப்புறம் நீட்டி, அவளுடைய கிளாஸைத் தனது கிளாஸினால் தொட்டான். அவர்களிருவருமே

இதனால் திடுக்கிட்டனர். ஆயினும் விரைவில் சிரித்து, அவன் நிலைமையை சமாளித்தான்.

'மில் சொந்தக்காரன் அவளுடைய மாமன்' என்று குங்கல் நினைத்தான். 'அது எனக்குத் தெரியும். அவளுடைய தந்தை யார் என்று எனக்குத் தெரியவில்லை. இங்குள்ள விருந்தாளி களிடையில் அவன் இருக்கிறானா ? அவனுக்கு என்ன சொத்து இருக்கும்? நான் எப்போதும், நேர் வழியிலேயே போகிறவன். இவர்கள் எல்லோருக்கும் கடன்கள் இருக்கின்றன. என் 'தோட்டத் தொழில் நன்றாக நடக்கிறது.' இதைப் பற்றியெல்லாம் நினைக்க நினைக்க, அவனுடைய கைகள் மேஜையின் கீழ் பியூரேன் மில் முதலாளியின் மருமகள் உட்கார்ந்திருந்த பக்கமாக நீண்டன.

கிழவன் மொர்ஸ் திரும்பவில்லை. காரீயத்தால் தாடி செய்து ஒட்ட வைத்துக் கொண்டவனைப்போல், தலையை அசைக்காமல், கண்களை மட்டும் இப்படியும், அப்படியும் செலுத்தி எல்லோரையும் பார்த்தான். பல முழுமதிகளை வைத்து மாலை கட்டியதைப்போல, சிவப்பும் வெள்ளையுமாக விருந்தினரின் முகங்கள் ஒளிமிகுந்து விளங்கின. எதைப் பார்த்த போதிலும் அவனுக்கு மகிழ்ச்சியே உண்டாயிற்று. அவன்மீது விழுந்த ஒளியினால் உள்ளத்தில் ஒருவித சூடு பிடித்தது. இடைவிடாது வந்து கொண்டிருந்த இசை வெள்ளம் அவனுடைய சிந்தனைகளையெல்லாம் அடித்துக்கொண்டு போயிற்று.

அவன் இரண்டாவது தடவையாகக் குடித்த போதுதான் ஏதோ நடக்கக்கூடாத நிகழ்ச்சி நடந்தேறியிருக்க வேண்டும். 'மகனுக்கு என்னென்ன கஷ்டங்கள் வந்தாலும் வரட்டும். போதிய அவகாசமிருக்கும்போதே நான் அவற்றிலிருந்து விலகிவிட வேண்டும்' என்று நினைத்தான் கிழவன் மொர்ஸ்.

சாக்குப் போக்குச் சொல்லிவிட்டு, எல்லோருக்கும் முன்னதாகவே ஆன்டிரியாஸ் பாஸ்தியன் அவ்விடத்தை விட்டுப் புறப்பட்டான். மற்றவர்கள் எவரும் தவறாக நினைத்துக் கொள்ளக்கூடாது என்பதற்காகத் தன் மனைவியை சற்று நேரம் அங்கேயே இருந்துவிட்டு வரச் சொன்னான் அவன். கான்ராடு

பாஸ்தியனுடைய வீட்டருகில் திடீரென்று தன் மகள் டோராவின் முகம் அவனுக்குக் காணப்பட்டது. கிராமத்திலிருந்த சந்து வழியாக, வெள்ளை வெளேலென்ற முகத்துடன் இரண்டு வாளிகளைக் காவடி போட்டு எடுத்துக்கொண்டு டோரா வந்தாள். காவடிக் கழியிலிருந்த பெரிய முடிச்சு மீது தலையைச் சாய்த்து, அவள் நடந்து வந்ததைக் கண்டபோது, அவளை யாரோ இப்படிக் கட்டி சிறை செய்து விட்டதைப் போலிருந்தது. தந்தையைக் கண்டவுடன் அவள் வாளிகளைக் கீழே வைத்தாள். ஆனால் வைத்த முறையிலிருந்தே அவள் உள்ளத்திலிருந்த தடுமாற்றம் நன்றாகத் தெரிந்தது. வாளியிலிருந்த நீர் தளும்பி அவளுடைய ஜோடுகளின் உள்ளே கூடப் போய்விட்டது. தோளிலிருந்த கழியை வாளிகளின் மீது வைப்பதற்காகத் தலையைத் தாழ்த்தினாளென்று தோன்றிய போதிலும், உண்மையில் தந்தையிடமிருந்து தன் முகத்தை மறைக்க வேண்டுமென்றே அவள் கீழே குனிந்தாள்.

மூன்று நாட்களுக்குமுன், 'வீட்டில் ஏராளமான வேலைகள் இருக்கின்றன. உன் மகளைச் சற்று அனுப்பிவை' என்று கான்ராடு தன் தம்பியிடம் கூறியிருந்தான். இவளையும் தன்னையும் அவமானத்திற்குள்ளாக்க வேண்டுமென்றே, அண்ணனும் அண்ணியும் அப்படிக் கூறினரென்று ஆன்டிரியாஸுக்கு இப்போது, மகளுடைய வகிடைப் பார்த்துக்கொண்டு நின்ற நேரத்தில், தோன்றியது. தன் ஆத்திரத்தையெல்லாம் மறைத்துக் கொண்டு, "ஏன் கிணற்றில் தண்ணீர் இல்லையா?" என்றான்.

"கலியாண வீட்டில் எவ்வளவு தண்ணீர் இருந்தாலும் போதாது. கழுவுவதற்கு ஏதாவது இருந்து கொண்டிருக்கும்" என்று கூறி, மீண்டும் காவடி போட்டு வாளிகளை எடுத்துக் கொண்டு புறப்பட்டாள்.

அவள் கஷ்டத்துடன் நடந்து செல்வதை பாஸ்தியன் பார்த்துக்கொண்டு நின்றான்.

## 4

உல்ப் தொழிற் பட்டறையிலிருந்து புறப்பட்டு, டவுன் ஹால் வழியாக யோஹான் சென்று கொண்டிருந்தபோது, கோஸ்லின் அக் கட்டட வாசலில் நின்று கொண்டிருந்தான். "வா, நானும் வருகிறேன். இரண்டு பேருமாகச் சேர்ந்து போகலாம்" என்றான். யோஹான் டவுன் ஹால் உள்ளே சென்று, மாடிப் படிக்கட்டுகளுக்கு அருகில், ஜன்னலின் கீழிருந்த பெஞ்சியில் உட்கார்ந்தான். அதிகாரிகளைப் போய் பார்க்க கோஸ்லினுக்கு அனுமதி கிடைத்தது. அவன் உள்ளே சென்றானாயினும், வெகு விரைவில் ஆத்திரத்துடன் திரும்பி வெளியில் வந்துவிட்டான். ஏதோ ஒரு தஸ்தா வேஜைக் காணவில்லை. அதைத் தேடி எடுத்துக்கொண்டு, மீண்டும் இங்கு வந்து இவர்களைப் பார்க்க வேண்டும். "எப்போதும் இப்படித்தான். வா, போகலாம்." அவன் முணு முணுத்துக் கொண்டே வர, அவர்களிருவரும் கொஞ்ச தூரம் சென்றனர். திடீரென்று யோஹான் நின்று, கோஸ்லினுடைய கைகளை இறுக்கிப் பிடித்துக்கொண்டான். அவனுடைய படமொன்று அவனையே உற்று நோக்குவதைப் போன்ற சுவரொட்டி விளம்பரம் அங்கிருந்தது. அதைப் பார்த்தவாறு அப்படியே மரமாகி நின்றுவிட்டான்.

அவன் பார்த்த திசையில் கோஸ்லினும் நோக்கினான். தான் கோஸ்லினுடைய கரத்தை இரும்புப் பிடியாகப் பிடித்திருக்கும் நினைவு யோஹானுக்கே இல்லை. கோஸ்லினும் அதை உணரவில்லை. அவர்கள் இருவரும் அடுத்தடுத்து நின்று அவ் விளம்பரத்தைப் பார்த்தனர். கடைசியில் யோஹான் தனது கையை எடுத்துவிட்டு "அப்படியானால் -" என்றான். ஆயினும் இருந்த இடத்தைவிட்டு நகரவில்லை. பிறகு அதி வேகமாக அங்கிருந்து புறப்பட்டு, ஓட்டமும் நடையுமாக வெளியில் வந்தான். கோஸ்லினும் அவனுடனேயே தொடர்ந்து வந்தான். "இவனாவது என்னுடன் இருக்கிறானே" என்று நினைத்தான் யோஹான். ஆயினும் அவனைக் கண்ணெடுத்துப் பார்க்க விரும்பவில்லை. 'உடனே உல்ப் தொழிற் பட்டறைக்குப் போகவேண்டும் - அதனால் மட்டும் பயன் என்ன? திரும்பி பாஸ்தியன் வீட்டுக்குப் போய்விடலாமா? போவதனால் என்ன

பிரயோஜனம்? போய்விடு எங்கேனும் போய்விடு' என்று பற்பல எண்ணங்கள் அவனுடைய மனதில் உதித்தன. இப்போது அவர்கள் இருவரும் கடை வீதிக்கு வந்துவிட்டனர்; கோஸ்லினை ஏறெடுத்துப் பார்க்க வேண்டியதாயிற்று.

அவனும் கோஸ்லினும் ஒருவரையொருவர் பார்த்துக் கொண்டனர். கோஸ்லின் முகம் வெளிறிட்டிருந்தது. கீழே பார்த்த வண்ணம் மௌனமாக நடக்கத் தொடங்கினர். ஒருவரையொருவர் பார்த்து நெடுநாட்களாகிவிட்டதைப் போலவும், இப்போது வேறொரு நாட்டில் சந்திப்பது போலவும் நினைத்து, அவர்கள் மீண்டும் பார்த்துக் கொண்டனர். உன்னுடன் நான் அப்புறம் பேசுகிறேன் என்றான் கோஸ்லின்.

"நான்கூட உன்னுடன் பேச வேண்டியிருக்கிறது" என்று யோஹான் பதிலளித்தான்.

அவர்கள் இருவருக்கும் மீண்டும் மூச்சு சரியாக வரத் தொடங்கியது. நகர வாசல் வழியாகச் சென்று, பூங்காவைத் தாண்டி நடந்தனர். "இதுவரை இதைப்பற்றிச் சொல்லவே யில்லையே, யோஹான். உன்னை நான் தின்றுவிடுவேனா என்ன?" என்றான் கோஸ்லின்.

"யார் யாரைத் தின்பார்கள் என்று பார்த்தவுடனே சொல்லிவிட முடியுமா?"

"உன்னைப் பார்த்தால், இதிலெல்லாம் நீ சம்பந்தப்படக் கூடியவனென்று ஒருவரும் சொல்ல மாட்டார்கள்."

"பார்வை, தோற்றம் - ஆமாம், ஒருவர் மனதிலிருப்பதை எப்படி மற்றவர்கள் அறிந்து கொள்ள முடியும் ?"

"நீ ஒரு கம்யூனிஸ்டாக இருக்கலாமென்று நான் பல தடவைகளில் நினைத்ததுண்டு. நீ கட்சி அங்கத்தினனா?"

"இல்லை. கட்சியில் அங்கத்தினனாகவில்லையென்றாலும், நான் கம்யூனிஸ்ட் என்பதில் ஐயமில்லை."

"எனக்குப் புரியவில்லை..."(அவன் புரிந்து கொண்டே யாக வேண்டுமென்றும், இல்லாவிட்டால் தனக்குத்தான் ஆபத்து என்றும் யோஹான் நினைத்தான்.)

"என்னை நீ புரிந்துகொள்ள வேண்டும், கோஸ்லின்" என்று கூறிச் சட்டென்று நிறுத்திவிட்டு, சிந்தனையில் ஆழ்ந்தான். அவன் ஏதோ ஆழ்ந்த சிந்தனையிலிருக்கிறானென்று கோஸ்லின் உணர்ந்து கொண்டான். அவன் மீண்டும் பேசப் போவதை ஆவலுடன் எதிர்பார்த்தான்.

அவர்கள் நெஞ்சம் படபடத்ததால் சிந்தனைகள் கலைந்தன. "இப்படி இருப்பதனால் பயனில்லை, கோஸ்லின். நீ நினைப்பதற்கு நேர் மாறாகக் குங்கல் நினைக்கிறான். அவனுக்காக உழைத்து வேலை செய்பவர்கள் அவனுக்கு வேண்டும். அத்துடன் கூலியும் அதிகமாகக் கொடுக்க மாட்டான்.. இதைப் போன்ற எடுபிடி ஆளாக நீ இருக்க விரும்புகிறாயா?"

"எதிலும் ஒழுங்கு முறை இருப்பது நல்லதல்லவா? ஒருவர் எஜமான், மற்றொருவன் வேலையாள். அவரவருடைய பொறுப்புகள் அவரவர்களுக்கு உண்டு என்று இருந்தால் அதில் ஒரு முறை இருக்கும். 'நீயும் வேலையாள், நானும் வேலையாள்' என்று ஆகிவிட்டால், பொறுப்பு ஒருவருக்குமிருக்காது. எல்லாம் குழப்பமாகிவிடும்."

"உனக்கும் குங்கலுக்குமிடையில் உயர்வு தாழ்வு, குங்கல் இப்போது உபயோகிக்கும் கழுதைக்கு இஷ்டம்போல் திரிய உரிமை ஆகியவையெல்லாம் கொடுத்தால், அப்புறம் சவாரி செய்பவன் அவனே, மிதிபடுபவர்கள் நாமே என்ற நிலை நிலைத்துவிடும்."

அவர்கள் காட்டினருகில் வந்துவிட்டனர். கோஸ்லின் மூச்சுவிடும் முறையிலிருந்து ஏதோ தீவிரமாகச் சிந்தித்துக் கொண்டிருக்கிறான் என்று நன்றாகத் தெரிந்தது. காட்டைக் கடக்கும் வரையில் அவர்கள் பேசவில்லை. அவர்களிடையில் நிலவிய மௌனம், கழுத்தில் கட்டிய கல்லைப்போல இருவரையும் அழுத்தியது. "இப்போது நாம் வாழும் வாழ்க்கை, வாழ்க்கையல்ல. இதுவாவது உனக்குத் தெளிவாகத் தெரிகிறதா?"

"உண்மையாகவே வாழ்பவர்கள் என்ன செய்வார்கள்?"

"தொழிலாளரை எதிர்ப்பவர்களுக்கு உதை, அவர்கள் மீது கை வைப்பவர்களுக்கு அடி. இதையாவது செய்வார்கள்."

"நான் ஒரு தொழிலாளியல்லவே –"

"நீ தொழிலாளியல்லவா? இன்னும்கூட நீ உழைப்பாளி யல்லவென்று கூறமுடியுமா? அவர்கள் எவ்வளவுதான் வார்த்தைகளைப் போட்டுக் குழப்பினாலும், நான் ஒரு தொழிலாளியென்பதை மறக்கும்படி செய்ய முடியாது. இப்படிக் குழப்புவதால் ஒரு காலத்தில் நன்மை வரப்போகிறதென்று நான் நினைக்கவில்லை."

"நீ ஒருவருடைய வேலைக்காரனாக இருந்து கொண்டு, அவருடைய தோழனாக எப்படி ஆகமுடியும், யோஹான்?"

"நான் அதைச் சொல்லவில்லை. அவர்கள் உனக்குக் கொடுக்கும் சட்டைத் துணிக்காக நீ உன் தோலையே உரித்துக் கொடுக்கிறாய். உன்னைத் துண்டு போட்டுக் கொல்ல அனுமதிக்கக் கூடாதென்றே கூறுகிறேன். உனக்குக் கண் இல்லையா, என்ன? அவர்கள் கொடுக்கும் பொத்தானை நீ பொற்காசாக நினைத்துப் போற்றுகிறாய்."

இப்போது அவர்கள் காட்டைக் கடந்துவிட்டனர். ஒரு பெரிய இன்னிசைக் கருவியினின்றும் மதுர கீதம் வந்து கொண்டிருந்தது. அதற்கு ஏற்றார்போல் புல் தரையில் பொருத்தப்பட்டிருந்த ராட்டினமும் கடகடவென்று சுழன்று கொண்டிருந்தது. அவர்களுடைய முகத்தோற்றம் கடுமையாயிற்று. மேலும் சற்று நடந்து சென்றபோது, விருந்தாளிகள் விருந்துண்ட பிறகு, அங்கு வந்து பொழுதுபோக்குகளில் ஈடுபட்டிருந்த சத்தம் கேட்டது. கோஸ்லினுக்குத் தூக்கி வாரிப் போட்டது – அவன் குங்கலை அங்கு கண்டான். அவன் கால்கள் அடுத்த அடி எடுத்து வைக்கவில்லை. யோஹானுடன் கை குலுக்கிவிட்டு, இன்னும் எவ்வளவோ பேச வேண்டி யிருக்கிறது என்று கூறி, மேலே நடந்தான்.

"இப்போதுதானே பேசத் துவக்கியிருக்கிறோம்."

யோஹான் வீட்டுக்கு ஓடினான். வந்தவுடன், கன்னத்தில் கைகளை ஊன்றியவாறு, ஒரு மேஜையருகில் பாஸ்தியன் உட்கார்ந்திருந்ததை அவன் பார்த்தான். அப்படி வேலை யில்லாமல் பாஸ்தியன் ஒருநாளும் உட்கார்ந்ததில்லை. பாஸ்தியன்

அவ்விடத்தைவிட்டுப் போய்விட்டால், தனியாகயிருந்து தான் இன்னும் பல விஷயங்களைப்பற்றி சிந்திக்க முடியுமென்று யோஹான் நினைத்தான். காஸ்திரீசியஸைப் பற்றி பாஸ்தியன் ஒன்றும் கேட்கவில்லையே என்ற கவனம்கூட யோஹானுக்கு வரவில்லை. கடைசியில் பாஸ்தியன் கைகளை கன்னத்திலிருந்து எடுத்துவிட்டு, ஆர்வமும், ஆவலும் நிறைந்த கண்களுடன், என்னுடன் பேச மாட்டாயா என்று கேட்பதைப் போல் தன்னை நோக்கியதைக்கூட யோஹான் கவனிக்க வில்லை.

யோஹானுடைய பை டோராவின் படுக்கையடியில் இருந்தது. அவளுக்கு அடுத்த இரண்டு குழந்தைகளும் அப்படுக்கையை இப்போது உபயோகிக்கத் தொடங்கி யிருந்தனர். தன் பையை எடுத்து, அதிலிருந்த பொருள்களை இழுத்துப் போட்டுப் பார்த்துக் கொண்டிருந்தான் யோஹான். பாஸ்தியன் அங்கிருந்து சென்ற பிறகு, யோஹான் மீண்டும் நிமிர்ந்து உட்கார்ந்தான். சுற்றுமுற்றும் பார்த்தபோது அவனுக்கு ஆச்சரியமுண்டாயிற்று. உலகத்திலுள்ள எல்லாவற்றிலும் நம்பிக்கையிழந்தவன்போல அவன் நடந்து கொண்டதாகத் தோன்றிற்று. பாஸ்தியனும், அவனுடைய மனைவியும் கலியாணத்திற்குப் போய்விட்டதால், வீட்டிலிருந்த நடுக் குழந்தையை யோஹான் கவனித்துக்கொள்ள வேண்டியிருந்தது. குறும்பு செய்வதற்கு வேண்டிய சக்திகூட அதற்கு இல்லை. எனவே அதைப் பெற்றோர்கள், வீட்டில் விட்டுச் செல்லுவது வழக்கம். அதையும், தொழுவத்தையும் அன்றைக்கு யோஹானே கவனிக்க வேண்டியதாயிற்று. கதவருகில் குழந்தை தடுக்கி விழுந்துவிட்டது. பிறகு அங்கு கிடந்த. மஞ்சிக் கயிறு ஒன்றை எடுத்து விளையாடிக்கொண்டிருந்தது- பெரிய தலையைத் தோள்மீது சாய்த்தவாறு. மற்ற குழந்தைகள் எங்கே? டோரா, அவர்களைத் தன்னுடன் வைத்துக் கொள்ளப் போவதாக சொல்லியிருந்தாளோ, என்னவோ. மனம் பல வழிகளில் ஓடாதபடி ஒருவழிப்படுத்திக் கொண்டான். இன்று கோஸ்லின் தன்னைப் பார்ப்பதற்கு மீண்டும் வருவானென்று என்ன காரணத்தினாலோ அவனுக்குத் தோன்றிற்று. ஜோடுகளை எடுத்துவிட்டு, செருப்பை மாட்டிக் கொண்டு தொழுவதற்குச்

செல்ல நினைத்துக் கீழே குனிந்தான். ஆயினும் அம்முடிவு உடனே மாறியது. சிந்தனையில் ஆழ்ந்த வண்ணம், இருந்த இடத்திலேயே உட்கார்ந்திருந்தான். இன்னும், மற்ற நாட்களிலும் அவன் கோஸ்லினிடம் பேசிய வார்த்தைகள் நினைவுக்கு வந்தன. திடீரென்று படுக்கையடியிலிருந்த தனது பையை வெளியில் இழுத்தான். இங்குமங்கும் சிதறிக்கிடந்த தனது பொருள்களையும், பாதி ரொட்டியையும் அதற்குள் திணித்து, எல்லாவற்றையும் சேர்த்துக் கட்டினான்.

## 5

புல் வெளியில் ராட்டினத்தருகில் பொழுதுபோக்குவதற்கு எல்லோரும் புறப்படும் நேரத்தை எதிர்பார்த்துக் கொண்டிருந்தான் குங்கல். மில் முதலாளியின் மருமகளுடன் தனித்துப் பேச வேண்டுமென்பது அவனுடைய நோக்கம். எல்லாம் திருப்திகரமாகவே நடந்தன. குங்கல் தன் மருமகளை உற்றுப் பார்த்துக் கொண்டிருந்ததை மில் முதலாளி கவனித்து விட்டான். மேஜையில் உணவருந்திக் கொண்டிருந்தபோது அவன் குங்கலைப்பற்றி அருகிலிருந்தவர்களைக் கேட்டுத் தெரிந்து கொண்டான். கிடைத்த தகவல் அவனுக்குத் திருப்தியாக இருந்தது. விருந்துக்குப் பிறகு அவன் குங்கலி டம் வந்து, பொதுவாகச் சில விஷயங்களைப்பற்றி பேசிக் கொண்டிருந்து விட்டு, “நேரமிருக்கும்போது பியூரேனில் எங்கள் வீட்டுக்கு அவசியம் வரவேண்டும்” என்று கூறினான். அவனும், பெண்ணும், குங்கலும் வெளியில் வந்து நின்றனர். ராணுவத்தில் சிப்பாய் நிற்பதுபோல், நேராகக் குத்திட்டு நின்றான் குங்கல். அவனைக் கவர்ந்த பெண் நல்ல உயரம். ஆனால் மிகவும் அழகென்று சொல்ல முடியாது. அவர்களைத் தவிர மற்ற விருந்தினர்கள் எல்லோரும் மொர்ஸின் இடத்திலிருந்து புல்வெளிக்குப் போய்விட்டனர். கலியாணத்திற்கு அழைக்கப் படாத கிராம மக்கள் அங்கிருந்தனர். ஆண்டு முழுவதற்கும் இது ஒன்றுதான் அவர்களுடைய பொழுது போக்கு. கலியாணத்திற்கு வந்திருந்தவர்களும், மற்றவர்களும் இதில் பங்கெடுத்துக் கொண்டனர்.

பொழுதுபோக்கு இனங்களில் இரண்டு வகைகளே அங்கு வந்திருந்தன. வளை எறிவது, குறிபார்த்துச் சுடுவது ஆகிய இரண்டும், இரண்டு கடைகளில் ஏற்பாடு செய்யப்பட்டிருந்தன. ராட்டினமும் சுற்றிக்கொண்டிருந்தது. மற்றோர் இடத்தில் சுழலும் சக்கரமொன்று வைக்கப்பட்டிருந்தது. குறி பார்த்துச் சுடும் பகுதியில் முன் வரிசையில் சிறுவன் பால் ஆல்கியர் நின்று கொண்டிருந்தான். பெரிய துப்பாக்கியைத் தனது கன்னத்தை யொட்டி வைத்துக்கொண்டு, குறி பார்த்துச் சுட்டான். அவனுடைய முகத்தில் விடாமுயற்சி குடி கொண்டிருந்தது. ஆனால் தட்டு சுழலவில்லை; கடிகாரம் அடிக்கவில்லை. சீனாக்காரன் பொம்மை தலையாட்டவில்லை. மற்றொரு தடவை முயற்சிக்கலாமென்றால், அதற்கு அவனிடம் பணமில்லை.

நிக்கலஸும், அவனுக்கு நிச்சயம் செய்யப்பட்டிருந்த பெண்ணும், ஜில்லிஷும் அங்கு வந்தனர். ஜில்லிஷ் சிரித்து அவனிடமிருந்து வாறே பால் ஆல்கியரின் முதுகில் தட்டிவிட்டு, துப்பாக்கியை வாங்கிக்கொண்டான். அவன் சுட்டது. குறியில் பட்டது. இதற்குப் பரிசாக, அவன் மற்றொருமுறை இலவசமாகச் சுடுவதற்கு வாய்ப்பளித்தனர். அவன் சுடுவதைப் பார்ப்பதற்கு கொஞ்சம் கொஞ்சமாக ஆட்கள் கூடினர். வளை எறியும் பகுதியில் எவருமே இல்லை என்று சொல்லலாம். ஜில்லிஷ் உள்ளத்தி லிருந்த கலவரம் அடியோடு மறைந்து விட்டது. அவனுடைய கவலைகள் மறைந்து விட்டன. அவ்வப்போது ஏதோ ஒருவித துன்பம் உள்ளத்தில் தலையெடுத்தது என்பது உண்மைதான். ஆனால் அதையே நினைத்து நினைத்து ஏக்கமடைந்து, அவன் உட்கார்ந்துவிடவில்லை. அவனுடைய பையன்களில் இரண்டு மூன்று பேர் அவனோடு இருந்தது பற்றி அவனுக்கு சந்தோஷமாக இருந்தது. சுற்றி நின்று, மக்கள், தான் சுடுவதைப் பார்க்கிறார்கள் என்பதும், தனக்கு இதில் கிடைக்கும் பரிசுகளைப் பிறகு வீட்டுக்கு எடுத்துச் செல்லலாம் என்பதும் அவனுக்குப் பெருமையாக இருந்தன. உள்ளத்தை அழுத்திக் கொண்ட சுமை சற்று குறைந்த உணர்ச்சி வந்தது. முதல் தடவை சுட்டவுடன், துப்பாக்கி குண்டு குறியை அடைந்தது. அவன் உள்ளம் உவகைக் கடலில் மிதந்தது. மகிழ்ச்சி எல்லை கடந்தது.

அப்போது ராட்டினமிருந்த பகுதியில் ஏதோ கலவரம் உண்டாயிற்று. எல்லாக் குதிரைகள் மீதும் ஆட்கள் உட்கார்ந்து மூன்று சுற்றுச் சுற்றிவிட்டனர். அவர்கள் விரும்பி யிருந்தால், நாலாவது சுற்றுத் தொடங்கியிருக்கும். அப்போது நிகூபாரும், அவனுடைய பிசாசு மனைவியும் அங்கு வந்தனர். நல்ல உடையணிந்திருந்த போதிலும், அது கால் வரையில் தொங்கியதால், அவளே மிதித்துக்கொண்டு விட்டாள் போலும்; ஓரிடத்தில் அழுக்குப் படிந்திருந்தது. ராட்டினத்தில் ஒரு காலி இடம் இருந்ததைக் கண்டு, அதில் உட்கார வேண்டுமென்று கணவனிடம் கெஞ்சிக் கேட்டுக்கொண்டாள். அவன் அதற்கு இணங்கவில்லை. அவன் சொல்லுவதையும் மதிக்காமல் பரபரவென்று சென்று, மெதுவாகச் சுழன்று கொண்டிருந்த ராட்டினத்தில், காலியிடத்தில் போய் உட்கார்ந்தாள். வந்தவள் யாரென்று ராட்டினத்திலிருந்தவர்கள் சரியாகப் பார்க்கவில்லை. மூன்று தடவை சுற்றிவிட்டபடியால், மற்றொரு சுற்றுச் சுற்ற அவர்களுக்கு விருப்பமில்லை. ஒவ்வொருவராகக் கீழே இறங்கத் தொடங்கினர். ராட்டினத்தில் எல்லா இடங்களும் காலி - நிகூபாரின் மனைவி இருந்த இடத்தைத் தவிர. ஒரே ஒருத்திக்காக அதைச் சுழற்றுவது ராட்டினக்காரனுக்கு இஷ்டமில்லையாயினும், அவள் பிடிவாதமாக இருந்ததைக் கண்டவுடன், கைப் பிடியை ஆத்திரத்துடனும், அதிவேகமாகவும் சுற்றினான்.

சுற்றியிருந்தவர்களுக்கெல்லாம் இது வெகு வேடிக்கையாக இருந்தது. கூச்சல் போட்டனர். வயிறு வெடிக்கச் சிரித்தனர். அவ்வளவு பெரிய ராட்டினத்தில் அவள் ஒருத்தி மட்டுமே, தன்னந் தனியாகச் சுழன்று சுழன்று வந்தாள். அவள் கணவனுடைய இடையில் கையினால் குத்திக் கேலி செய்தனர். நிகூபார் நெளிந்து கொடுத்தான்; ஆயினும் மனைவியைத் திறந்த வாயுடன் நோக்கிய வண்ணம் அங்கு நின்றான். அவளோ மகிழ்ச்சிக் கடலில் மூழ்கிக் கூச்சலிட்டவாறு ராட்டினத்தில் சுற்றி வந்தாள். சற்று தூரத்தில் இரும்புத் தூண்களின் மீதிருந்த வளையம் அவள் கண்ணில் பட்டது. சுற்றிலுமிருந்தவர்களை அவமானப் படுத்துவதற்காகவாயினும் அவள் அவ்வளையத்தை எட்டிப் பிடிக்க நினைத்தாள். சுழன்று வந்து கொண்டிருந்த

போதே கையை நீட்டி, அதைப்பிடிக்க எழும்பினாள். ஆனால் ராட்டினம் வேகமாகச் சுற்றிக்கொண்டிருந்ததால் அது முடியவில்லை. அங்கு நின்றவர்களுக்கு உற்சாகம் தாங்க முடியவில்லை. "பிடி அதை - பிடித்து விடு" என்று கூச்சல் போட்டனர். இந்தக் கேலியினால் நிலைமை மோசமாயிற்று. பைத்தியம் தலைக்கேறியது. அடுத்த சுற்றில் வளையத்துடன் அந்தத் தூணையும் சேர்த்துப் பிடித்து விட்டாள். அதே நிமிஷம் அவளுடைய உடல் உருவிக் கொண்டு வந்து தூணில் தொங்க, ராட்டினம் மட்டும் வெறும் ராட்டினமாகச் சுற்றி நின்றது. சுற்றியிருந்தவர்கள் சிரித்துச் சிரித்து, வயிற்றைப் பிடித்துக் கொண்டனர். ஜில்லிஷ் அப்போதே குறி சுடும் பகுதியிலிருந்து வந்தான். நிலைமையைக் கண்டவுடன், தனது நீண்ட கைகளை நீட்டி இரும்புத் தூண் மீதிருந்த வளையத்திலிருந்து அவளைக் கீழே இறக்கினான். வலியினால் அவள் முனகிக் கொண்டிருந்தாள்; கை கால் முட்டிகள் விட்டுப் போய்விட்டன. கணவன் இருந்த இடத்திற்கு ஊர்ந்து சென்றாள். அவன், "வீடு போகும் வரையில் கொஞ்சம் பொறு" என்று மட்டும் கூறினான்.

ஜில்லிஷிடம் குறி சுடுவதற்கு இனி பணமில்லை. அவர்கள் இந்த மைதானத்திலேயே தங்கிவிடப் போவதில்லை. முதலில் மொர்ஸ் வீட்டுக்குப் போகவேண்டும். வெளியில் குளிர் அதிகரித்து விட்டது. அவனுடைய உள்ளத்தில் மீண்டும் திடீர் மாறுதல் உண்டாயிற்று.

புல்வெளி மைதானத்துக்குக் குங்கல் வரவேயில்லை. அவன் ஒரு காசுகூட வீணாக்கவில்லை. 'இதைவிட வீட்டுக்குப் போனால், ஏதாவது வேலையைப் பார்க்கலாம்; மில் முதலாளியின் மருமகள் விஷயத்தில், இன்றைக்கு இதற்கு மேல் ஒன்றும் செய்வதற்கில்லை' என்று அவனுக்குத் தோன்றிற்று. இப்படி அவன் நினைத்துக் கொண்டிருக்கையில் கோஸ்லின் அங்கு வந்து சேர்ந்தான். "வா, தோட்டத்திற்கு நீர் பாய்ச்சலாம்" என்று கூறினான். "நகரத்தில் இவ்வளவு நேரம் என்ன செய்தாய்?"

"நான் என்ன செய்வது ?"

"போ, முன்னாடியே போய் வேலையைத் தொடங்கு. ஓடு வேலைக்கு, வேலைக்கு ஓடு. மீண்டும் ஒருமுறை சுற்றிப்பார்த்து. விட்டு நான் வந்துவிடுகிறேன்."

'அவன் 'ஓடு வேலைக்கு' என்று இருமுறை வற்புறுத்திச் சொல்ல வேண்டிய அவசியமென்ன?' என்று முதலில் கோஸ்லின் நினைத்தான். 'சீச்சீ, அசட்டுத்தனம். 'ஓடு வேலைக்கு' என்று ஏன் சொல்லக்கூடாது ? அந்த யோஹான் என் உள்ளத்தில் புது எண்ணங்களைப் புகுத்தி விட்டானோ?? என்று யோசனை யிலாழ்ந்தான். அவர்களிருவரும் மைதானத்திலிருந்து புறப்பட்டனர். வீட்டில் என்னென்ன செய்யவேண்டுமென்று குங்கல் விவரித்தான். கோஸ்லினுக்கு அவற்றைக் கேட்கும் பொறுமையில்லை. "அதெல்லாம் சரிதான், குங்கல். பார்க்கலாம்" என்றான். ஆயினும் அவனுடைய சிந்தனை பற்பல விதங்களில் சென்று கொண்டிருந்தது. 'இவன் என்னுடைய குழுவின் தலைவன். இதைப்போன்ற நினைவுகள் நான் இப்படிப்பட்ட சமயங்களில் வைத்துக்கொண்டிருப்பது தவறு. யோஹான் நல்லவன்தான். ஆயினும் அவன் சொல்லியவை சரியல்லவென்று வருத்தத்துடன் பதிலளிக்க வேண்டியதே.' கோஸ்லின் இவ்வாறெல்லாம் எண்ணமிட்டான். திடீரென்று மிகவும் துயரம் கலந்த குரலில், "இதோ பார் குங்கல். நான் திரும்பி வரும்போது எனக்கு ஏதோ நேரிட்டு விட்டது......." என்றான்.

மணமக்கள், அவர்களுடைய பெற்றோர்கள், நெருங்கிய உறவினர் ஆகியவர்கள் மட்டுமே பிராந்தியுடன் மேஜையருகில் அமர்ந்திருந்தனர். அளவுக்கு மீறி அவர்கள் குடிக்கவில்லை. அது இங்கு நாலுபேர் பேசுவதற்கு இடம் கொடுப்பதாகிவிடும். மரங்களடர்ந்த பகுதியிலிருந்து கடுமையான குளிர் காற்று வீசிற்று. அவர்கள் அங்கிருந்து எழுந்துவிட நினைத்தபோது, கிழ மெர்ஸை உள்ளிருந்து அழைத்தனர்,

"பணத்தைப்பற்றி நான் எதுவும் கூற விரும்பவில்லை. அதற்கும் எனக்கும் சம்பந்தமில்லை" என்று கோஸ்லின், குங்கலிடம் கூறினான்.

“இப்போது அதைப் பற்றிப் பேச வேண்டியதில்லை விட்டுவிடு” என்றான் குங்கல். வாங்கிய பணத்தை எப்படிக் கொடுத்துக் கழிப்பது, லாபம், விவாகச் செலவுகள் முதலியவை அவன் மனத்திரையில் விரைவாகத் தோன்றி, திட்டவட்டமான உருவெடுத்துக் கொண்டிருந்தன. “மொர்ஸ் கிழவனுடன் பேசி, இவற்றை நான் முடிவுசெய்துவிட முடியும். நேரமாகிறது, நீ போ” என்றான்.

கோஸ்லின் முகத்தில் இப்போது ஏற்பட்டிருக்கும் மாறுதலை அவன் கவனிக்கவில்லை. கோஸ்லின் தயங்கினான். அடுத்த கணத்தில், வேலை செய்ய வேண்டுமென்ற துடிப்பு அவன் உள்ளத்தைக் கௌவிக் கொண்டது. கடினமான, உடலிலுள்ள சக்தியை எல்லாம் உறிஞ்சிக் குடித்துக் கை கால்களை ஓய்வுறச் செய்யும் வேலையில், இவற்றை எல்லாம் மறந்து விடவேண்டும் என்று வீட்டுக்கு ஓடினான்.

சற்று நேரம் கழித்து கிழவன் மொர்ஸ் தோட்டத்திலிருந்து வெளியில் வந்தான். இக் கொண்டாட்டங்களினால் ஏற்பட்ட துயரத்தை அவன் ஒரு நொடியில் களைந்தெறிந்து விட்டதாகத் தோன்றிற்று. பழையபடி, கூரிய ஒளி அவனுடைய கண்களில் தென்பட்டது. குங்கல் பேசி முடியும் வரையில் சும்மா இருந்தான்.

“அது சரி குங்கல். ஏற்கனவே இதற்கு வேண்டிய ஏற்பாடுகள் முடிவாகிவிட்டன. இவன் என் கையிலிருந்து நழுவாமல் இருப்பதற்கு வேண்டிய நடவடிக்கைகள் எடுத்திருக்கிறேன். இதில் எனக்கு ஆச்சரியம் ஒன்றுமில்லை, குங்கல்.”

தன் மேஜையிலிருந்து அதிகாரபூர்வமான முத்திரையையும், முந்திய நாள் வெளியிடப்பட்ட நோட்டீஸையும் வெளியில் எடுத்தான்.

“இப்போது இது அவனுக்கே தெரியுமாதலால், நாம் அவனைக் கைது செய்யவேண்டும். காட்டுப் பாதுகாப்பு அதிகாரியிடம் எனது மருமகனை அனுப்பி, உடனே போலீஸாருக்குச் சொல்லியனுப்பும்படி கூறுகிறேன்.”

கிழவன் சந்தோஷமாக இருந்தபோதிலும், குங்கல் முகம் மாறிவிட்டது. பிரச்னை இப்படியாகும் என்று அவன் நினைக்க வில்லை. நடப்பவற்றைப் பார்த்தபோது அவனுக்கே சற்று எரிச்சலாக இருந்தது. என்ன செய்வதென்றும் அவனுக்கு இப்போது புரியவில்லை.

## 6

யோஹான் தன்னுடைய பையைக் கட்டி முடித்தவுடன் வெளியில் யாரோ வரும் காலடிச் சத்தம் கேட்டது. அவன் கோஸ்லினை எதிர்பார்த்துக் கொண்டிருந்ததால், இது அவனுக்கு ஆச்சரியமளிக்கவில்லை. ஆனால் அவன் எதிர்பார்த்ததற்கு மாறாக குங்கலும், நிக்கலஸூம் தோட்டத்தில் வந்து கொண்டிருந்ததைப் பார்த்து ஆச்சரியமடைந்தான். நிக்கலஸ் உள்ளே வந்து அவனுடைய கையைப் பிடித்து, “அகப்பட்டுக் கொண்டாயா” என்றான்.

நிக்கலஸையும், குங்கலையும் யோஹான் மாறி மாறிப் பார்த்தான். அவன் முகத்தில் புன்னகையின் ரேகை படர்ந்தது. அடுத்தகணம் விரைவாக, எருதுகள் வருவது போன்று, அழுத்தம் மிக்க நடைபோட்டுப் பலர் தெருப் பக்கத்திலிருந்து வந்தனர். வேலிக் கதவைத் திறந்தான் ஜில்லிஷ். அவனுடைய துயரத்துக் கெல்லாம் காரணமான எதிரியைக் கடைசியில் கண்டு பிடித்து விட்டது போன்ற, எரிதழல் தோற்றம் அவனுடைய முகத்தி லிருந்தது. இப்போது யோஹான் முகம் மாறியது. பற்றியிருந்த கைகளை உதறித் தள்ளிவிட்டு, திடீரென்று ஜில்லிஷ் நகருவதற்கு முன்னரே பாய்ந்து, அவனுடைய கழுத்தை இறுகப் பிடித்துக் கொண்டான். அந்த நிமிஷத்தில் அவர்களைச் சுற்றியிருந்த அமைதி பிளந்து, சுக்கல் சுக்கலாகச் சிதறி விழுந்தது. எல்லாவற்றிலும் மறைந்திருக்கும் பயங்கர ஆவேசம் வெட்ட வெளிச்சமாக வெளியாயிற்று. பூமியும், வானமும் இடம் மாறின. குழாய், தனது பிடரி மயிராகத் தொங்கிய மஞ்சிக் கயிற்றை சிலிர்த்துக் காட்டியது. திடீரென்று தோன்றிய மனித வெள்ளத்தில், வீட்டிலிருந்த நொண்டிக் குழந்தை அகப்பட்டுத் திண்டாடியது. பல்லைக் கடித்துக்கொண்டு ஒருவருக்குப்பின் ஒருவரைப் பற்றி உலுக்கிவிட்டு, அழத் தொடங்கியது. அப்போதே புதிதாக விடிந்ததைப்போல் நினைத்து, ஒரு கோழி கூவியது.

பிடித்த இரையை விட்டுவிட விரும்பாதது போல யோஹான்மீது தொங்கினான் ஜில்லிஷ். உயிருடன் அவனைப் பிடித்துவிட்டான். அவனுடைய தலை, முழங்காலைத் தொடும் படி அமுக்கியது மட்டுமின்றி, தனது முழங்காலில் அவனுடைய தலையை வைத்தும் அழுத்தினான். யோஹான் திமிறி விடுவித்துக் கொண்டானாயினும், நிக்கலஸ், குங்கல் ஆகிய இருவரும் அவனைப் பிடித்து ஜில்லிஷ் முன் நிறுத்தினர். பலத்தை யெல்லாம் வைத்துப் பேயறையாக அறைந்தான் ஜில்லிஷ். அவ்வதிசய மனிதனை அத்துடன் ஒழித்துவிட்ட உணர்ச்சி அவனுக்கு உண்டாயிற்று. அவன் இதற்கு முன் யோஹானைப் பார்த்ததில்லை. அவனைப் பார்க்குமுன்னரே உள்ளத்திலிருந்த அவனுடைய உருவத்தை அழித்துவிட்டதால், ஜில்லிஷுக்கு எதுவும் நினைவில் இல்லை.

அடிபட்டவனுடைய ரத்தம் தன் கையை நனைத்த பிறகு, ஜில்லிஷுக்கு நிம்மதியுண்டாயிற்று. முன் காலத்திலெல்லாம் உடல்நலக்குறைவு ஏற்பட்டால் ரத்தத்தை வடிப்பார்களே, அப்படி வடித்து விட்டதைப்போல் இருந்தது. அவனுடைய துயரம் மறைந்துவிட்டது; தாற்காலிகமாக அது அடங்கியிருந்த தென்றாவது கூறவேண்டும்.

இதற்கிடையில் பாஸ்தியனுடைய தோட்டத்தினுள் கிராம மக்கள் கூட்டமாக ஓடி வந்தனர். அவர்கள் ஷூச்சிலினைப் பின்பற்றி அவ்விடத்தை அடைந்திருந்தனர். அவ் வாலிபனைப் பற்றி தானே அதிகாரிகளுக்குத் தெரிவித்திருக்க வேண்டும். அப்படிச் செய்யாததால் ஏற்பட்ட நஷ்டத்தை நினைத்தவுடன் அவன் ஆத்திரம் கரை கடந்தது. யோஹான் மீது விழுந்து படீர் படீரென்று வெளுத்து வாங்கிவிட்டான். அவனை அடிக்கும் உரிமை ஜில்லிஷின் ஏகபோக உரிமையல்லவென்று கண்டவுடன், ஒவ்வொருவரும் தங்களுடைய ஆத்திரத்தைத் தீர்த்துக் கொள்ளுவதற்கு ஓர் அடி அடித்து விட்டுச் சென்றனர்.

இக்கூச்சலையும், கலவரத்தையும் மரியாகூட கவனித்தாள். தான் மீண்டும் யோஹானைப் பார்க்கப் போவதில்லை என்றே அவள் முடிவு செய்திருந்தாள். ஆயினும் இப்போது அவ்விளைஞனின் முகம் எங்கிருக்கிறதென்று தெரியவில்லை.

இதுவரை நடந்த குதூகல நிகழ்ச்சிகளைக் கண்டு, திருப்தி கொண்ட பெண்கள், இப்போது மரியாமீது கவனம் செலுத்தினர். அந்த வாலிபனுடன் இவளை அவ்வப்போது பார்த்த நினைவு அவர்களுக்கு வந்தது. மரியாவின் கன்னக் கதுப்புகளின்மீது ஏற்கனவே வீண் வதந்தியின் கறை படிந்திருந்தது. கடந்த சில வாரங்களில் இக் கன்னங்கள் மிகவும் வெளிறிட்டுப் போயிருந்தன.

வயலில் வேலை செய்யப் போயிருந்த பாஸ்தியனை அழைத்து வந்தார்கள். கலியாணத்திற்குப் போயிருந்தபோது அணிந்திருந்த நல்ல உடைகளைக் களைந்துவிட்டு, அவன் நல்ல பீட் கிழங்குகள் பயிரிட்டிருந்த வயலுக்குச் சென்றிருந்தான். டோராவுக்கு வேலை கொடுத்து, அவளுடைய உடல் நலத்தைக் கெடுத்து விட்டதற்காக பாஸ்தியனுக்கு அண்ணன்மீது ஆத்திரமாயிருந்தது. அவனை எப்படியாவது தண்டிக்க நினைத்தான். அவன் வீடு திரும்பியவுடன், தன் தோட்டத்தை எல்லோரும் மிதித்து நாசமாக்கி விட்டதைக் கண்டான். அவன் உடல் நடுங்கிற்று. முதலில் அவனை ஒருவரும் பார்க்கவில்லை. ஆயினும் நாளை தனக்கு வரப்போவது என்னவென்று அவனுக்குத் தெரியும். செய்த குற்றம் தன்னுடைய கழுத்தை இறுக்கிப் பிடிப்பதைப்போல் நினைத்தான். முன்னொரு நாள் தன் வீட்டுக்கு வந்து, தன்னுடனேயே தங்கிவிட்டவன் யாரென்று அவனுக்கு மனதினுள் சந்தேகம் உண்டாகியிருக்கலாம். ஆயினும் அதைப்பற்றி அவ்விளைஞனைக் கேட்கவில்லை. அன்றைக்கு அவன் அவ்வளவு சோர்வுற்றிருந்தான். இதையெல்லாம் சொல்லி, கடவுளிடம் முறையிட்டுக்கொள்ள நினைத்தான். ஆயினும் அங்கு கூச்சல் அதிகமாக இருந்தது. பாஸ்தியனுக்கும் பயமாக இருந்தது. எனவே அவன் கூறிய எதுவும் மற்றவர்களுக்கு விளங்கவில்லை.

வீட்டுக்கு வந்த விருந்தாளிகள் அடிதடி விவகாரங்களில் இறங்கிவிட்டது பற்றி கிழ மெர்ஸுக்குக் கவலையில்லை. விருந்து இவற்றினால் பாதிக்கப்படக்கூடாது. அவ்வளவுதான் அவனுக்கு வேண்டியது. எனவே சமையலறையில் உதவி செய்வதற்கு அமர்த்தியிருந்த பையனை அனுப்பி, அவர்களை எல்லாம் அழைத்து வரச் சொன்னான். அவர்களெல்லோரும் உடனே வந்துவிட்டனர். ஜில்லிஷ் மட்டும் வரவில்லை. தனியாக அவன் வயல்களைக் கடந்து, தன் வயல்களைக் கடந்து, தன் இருப்பிடத்தை அடைந்தான்.

நினைத்ததைவிட அதிகமாகவே, அங்கு பல நிகழ்ச்சிகள் நடந்து விட்டன என்று அவனுக்குத் தோன்றிற்று. ஓவர்வீலர்பாக் பின்செல்லச் செல்ல அவன் இதயமே வலித்ததைப்போல் இருந்தது. முதலில் தன் பண்ணைக்குச் சென்றான். குடை சாய்ந்த வண்டியைச் சுற்றி நின்று குழந்தைகள் முன் போலவே கும்மாளமடித்துக் கொண்டிருந்தன. அங்கிருந்து தன் அறைக்குச் சென்றான். உணவு பரிமாறுவதற்காக, அவனுடைய மனைவி, மேஜையைச் சுத்தம் செய்வதில் ஈடுபட்டிருந்தாள். எதையோ எதிர்பார்த்து ஏமாந்துபோன உணர்ச்சி ஜில்லிஷுக்கு வந்தது. இதைப்போன்ற விடுமுறை நாளன்று மாலை, இங்கு புதுமையும், எழிலும் நிறைந்திருக்கு மென்று அவன் நினைத்தான் போலும். அதற்கு பதிலாக, அவனுடைய குழந்தைகள் முன்னைவிட மோசமாகவும், மனைவி இன்னும் நலிவுற்றும், அவள் வைத்த ரொட்டி மிகவும் உலர்ந்து போயும் இருந்ததாக அவனுக்குத் தோன்றியது.

அருகிலிருந்தவர்கள் யோஹானை பாஸ்தியன் வீட்டினுள் எடுத்துச் சென்று, ராணுவப் போலீஸ் வரும் வரை காவல் காத்தனர். யோஹானுக்கு மெதுவாக நினைவு வந்தது. விருந்துக்கு அழைக்கப் படாதவர்கள் இந்நிகழ்ச்சியால் பாதிக்கப் படப்போவதில்லையாகையால், இதைப்பற்றி அவர்கள் விரிவாக விவாதித்தனர். தனக்கு ஒன்றுமே தெரியாதென்றும், தான் கூறுவதை மற்றவர்கள் நம்ப வேண்டுமென்றும் கோரி அவர்களுடன் பாஸ்தியன் மன்றாடினான். அப்போது அவனுடைய மனைவி உள்ளே வந்தாள். வழக்கம்போல் அமைதியாகவே இருந்தாள். அவளைப் பார்த்தபோது, அங்கு நடந்த அல்லோலகல்லோலங்களைப் பற்றி அவள் கேள்விப்பட்ட தாகக்கூடத் தோன்றவில்லை. கணவன் பேசியதைக் கவனித்துக் கேட்ட வண்ணம் அவள் சிறிது நேரம் நின்றாள். அவளுக்குச் சற்று ஆச்சரியமாகவும் இருந்தது. யோஹானை அந்த நிலையில் பார்த்து அவள் பயப்படவில்லை. அவனுக்குக் கொஞ்சம் தண்ணீர் கொண்டு வந்து கொடுத்து, தலைக்கு ஒரு தலையணையும் வைத்தாள்.

## 7

விருந்துக்கு வந்திருந்தவர்களில் சிலர் பள்ளியாசிரியனுடன், அவனுடைய வீட்டுக்குச் சென்றனர். லூசி மணப்பெண் உடையில் மிக அழகாகவும், கம்பீரமாகவும் இருந்தாள். இல்லாத மகிழ்ச்சியைத் தருவித்துக்கொண்டு சிரிப்பதும், இருப்புக் கொள்ளாமல் நடமாடுவதும், விருந்தினர் நடனத்தைத் துவக்க விரும்புகிறார்கள் என்பதற்கு அறிகுறிகள். லூசியிடமோ, அவளுடைய கணவனிடமோ அதைப்போன்ற அறிகுறிகள் இல்லை. எல்லோரும் காதோடுகாதாக ஏதோ பேசிக்கொள்ளத் தலைப்பட்டனர். “மணமகனிடம் என்ன எதிர்பார்ப்பார்கள் என்று தெரிந்து கொள்ளும் வயதாகவில்லையா, என்ன? அப்படி அவனுக்குத்தான் தெரியவில்லை என்றால், நாலும் தெரிந்த பெண் இவள் இருக்கிறாளே இவளாவது சொல்லக்கூடாதோ” என்று பேசிக்கொண்டனர்.

பள்ளியாசிரியரின் வீட்டு வாசலில் ‘நல்வரவு’ என்று எழுதப்பட்ட வளைவு வைத்து, அலங்கரிக்கப்பட்டிருந்தது. பள்ளிச் சிறுவர்களே இதை எழுதி, பற்பலவிதங்களில் அலங்கரித்திருந்தனர். மாணவிகளில் சற்று பெரியவர்களாக இருந்தவர்கள் கதவருகில் நின்று பாடினர். லூசி இதைக் கண்டு வியப்படையவில்லை. பாடும் மாணவிகளை உற்றுப் பார்த்தாள் - அவர்களை முதல் தடவையாகப் பார்ப்பதுபோல. அவர்கள் தானியங்களைக் கையில் எடுத்து மணப் பெண் மீது வீசினர். அவளுடைய மேலங்கியிலும், கணவன் மீசையிலும் பல தானியங்கள் சிக்கிக் கொண்டன. அவற்றை இருவரும் தட்டி உதறினர். மாடி மீதேறி தங்கள் தங்களுடைய அறைகளுக்குச் சென்றனர்.

கீழே இருந்த இரண்டு அறைகளைப்போல, மேலேயும் இருந்தன. சமையலறை, கூடம், படுக்கையறை, பொதுவாக எல்லோரும் இருக்குமிடம் - இவ்வளவுதான். மூலையிலிருந்த இருட்டறையில் மேஜை, நாற்காலிகள் நிரம்பிக் கிடந்தன. மெர்ஸ் இல்லத்திலிருந்து அவற்றை இங்கு அகற்றியிருந்தனர். இதற்குமுன் ரிவ்க்கும், அவனுடைய தாயாரும் இரண்டு கட்டில்களில் கம்பளிகளைப் போர்த்துக் கொண்டு படுப்பது

வழக்கம். இப்போது பல செருகுகளைக் கொண்ட புத்தம் புது மேஜையொன்று பளபளவென்று மின்னிக் கொண்டிருந்தது. படுக்கை விரிப்புகளும், சால்வைகளும் அதில் நிறைந்திருந்தன. உடைகளை வைக்கும் அலமாரியிலிருந்து பல பூச்செண்டுகள் தொங்கிக் கொண்டிருந்தன. லூசி மௌனமாக அவற்றை எல்லாம் பார்த்துவிட்டு, ஜன்னலிலிருந்து வெளியில் நோக்கினாள். பள்ளிக்கூட மைதானத்தில் மாணவர்கள் தேகப் பயிற்சி செய்வதற்காகப் போட்டிருந்த இரும்புக் கம்பங்களும், மற்றும் பல வசதிகளும் அவளுக்குத் தென்பட்டன.

அங்கிருந்து திரும்பி அறையினுள் நோக்கினாள்.

அவளுடைய கைகள் இரண்டையும் ரிவ்க் பற்றிக் கொண்டான். அமைதியாக அவனைப் பார்த்தாள் லூசி. அவளுடைய கைகளை எப்போதுமே பிடித்துக் கொண்டிருக்க முடியாது. இவ்வளவு அமைதியாக, முடமுடக்கும் புதுத் துணி ஆடையுடன் அசைவற்று நிற்கும் பெண்ணை எந்த இடத்தில், எப்படித் தொடுவதென்று அவனுக்குத் தெரியவில்லை. அடுத்த நிமிஷத்தில் அவனிடம் ஒரு வேகம் பிறந்து, அவளுடைய தோள்கள் இரண்டையும் பற்றிக் குலுக்கினான். இன்னும்கூட அவள் அமைதியுடன் அவனைப் பார்த்த வண்ணம் நின்று கொண்டிருந்தாள். அவளுடைய அழகான முகத்தில் மாறுதல் எதுவுமில்லை. கொஞ்ச நேரம் கழித்துத் தன் கைகளை விடுவித்துக்கொண்டு, புதிய மேலங்கியை அகற்றி அதை கவனமாக மடித்து, நாற்காலியின் மீது போட்டாள். அவளுடைய கணவன் தனது கழுத்துப் பட்டையை எடுத்துவிட்டு, 'கோட்'டைக் கழற்றி சுவற்றிலிருந்த ஆணியில் மாட்டினான்.

மெர்ஸின் மகன் மனைவியை அழைத்துக்கொண்டு வீடு வந்து சேர்ந்தபோது, வீடு அமைதியாக இருந்தது. அவர்களிருவரும் மாடியறைக்குச் சென்றனர். அது மெர்ஸின் தங்கையினுடைய அறை. இப்போது அது அவர்களுக்குக் கொடுக்கப்பட்டிருந்தது. நிகழக்கூடாத சம்பவமொன்று நிகழ்ந்தாலொழிய, வேறு எதுவும் அவர்களைப் பிரிக்க முடியாதென்று அவர்கள் இருவரும் நினைத்தனர். ஆயினும் அவள் கணவனைக் கண்ணெடுத்தும் பார்க்கவில்லை. மேலே போர்த்திருந்த அங்கி, அங்கிருந்த பல

பொருள்களிலும் மாட்டிக் கொண்டிருந்தது. அதையும் அவள் பொருட்படுத்தவில்லை. ஜன்னலருகில் ஓடிப்போய் நின்றாள். அவள் குடும்பத்திலிருந்து நகரத்திற்கு ஓடவில்லை, ஆற்றில் விழவில்லை, எதிரில் தோன்றிய தோட்டத்தைக் கடந்து, காட்டைக் கடந்து, ஒரு பறவையைப்போல பறந்தோடி விடவேண்டுமென்று அவளுக்குத் தோன்றிற்று. தூரத்தில் தோன்றிய காட்டுக்குப் பின்னால் சூரியன் அஸ்தமித்துக் கொண்டிருந்தான்.

கணவன் அவளுடைய பெயரைச் சொல்லி அழைத்தான். இருந்த இடத்திலிருந்தே அவள் திரும்பிப் பார்த்தாள். வானத்திலும், சிறகுகளை அடைத்த மெத்தைகளின் மீதும், அவளுடைய உடைகள் மீதும், நெற்றி, கைகள் மீதும் கதிரவன் வீசிய பொன் நிறம் படிந்து நின்றது. அவர்களுடைய வாழ்க்கையில் கடைசி முறையாக, இள மொர்ஸ் அவளை அசட்டுப் பார்வையொன்று பார்த்தான். அதில் துயரமும் கலந்திருந்தது. ஒருகணம் அவளுடைய முகம் அவ்வொளியில் பிரகாசித்தது. அவளுடைய அழகைக் கண்டு அவனுக்குப் பைத்தியமே பிடித்துவிடும் போலிருந்தது - தனக்கு அவள் கிடைக்கப் போவதில்லை என்ற துயரத்தினால். இதைத் தெரிந்து கொண்டவள்போல, அவளுடைய உதடோரங்களில் புன்னகை படர்ந்து விரிந்தது.

மாலையொளி மங்கியது. இருள் சூழ்ந்தது. பெண்ணின் தந்தை வாங்கிய விலையுயர்ந்த விவாக உடைகளும், படுக்கை விரிப்புகளும் அங்கங்கே வெள்ளையாகத் தோற்றமளித்தன. மொர்ஸின் மகன் சிரித்தவாறே கை கால்களை நீட்டிக் கொண்டான்.

கலியாணப் பெண் மெதுவான குரலில், "வேண்டாம், வேண்டாம்" என்று நழுவ முயற்சிப்பதையும், அன்புடன் அவளைக் கடிந்து கொண்டே தன்னுடைய மகன் அவளை நெருங்கும் சத்தத்தையும், கிழவன் கதவுக்குப் பின்னாலிருந்து கேட்டு ஆனந்தமடைந்தான்.

## 8

ராணுவப் போலீஸார் யோஹானைத் தெரு வழியாக அழைத்துச் சென்றனர் என்று கூறுவதைவிட, இழுத்துச் சென்றனர் என்று கூறுவதே தகும். அவர்கள் கிராம எல்லை வரைக்கும் விரைந்து, அங்கு இரு வரிசைகளாகப் பிரிந்து நின்றனர். யோஹானை இரு புறங்களிலும் இருவர் பிடித்து, நாசமாய்ப் போனவனே என்று அவ்வரிசைகளுக்கு போ நடுவிலிருந்த வழியில் தள்ளிச் சென்றனர். யோஹானுக்கு இப்போதுதான் நன்றாக நினைவு வரத் தொடங்கியது. உடம்பெல்லாம் எரிவதற்கு பதிலாக, நாலைந்து இடங்களில் அவனுக்குக் கத்தியால் குத்தியதைப்போல் வலித்தது -வயிறு, முதுகு, மார்பு ஆகிய இடங்களில் பொறுக்க முடியாத வலி. நாக்கினால் வாயைத் துழாவிப் பார்த்து 'தூ' என்று, ஒரு பல்லை வெளியே துப்பினான்.

"அது வாயில் இனிக்கவில்லையா?" என்று சொல்லி, ஒரு போலீஸ்காரன் சிரித்தான்.

கொஞ்சம் வயதான மற்றொருவன், முகத்தைக் கடுமையாக வைத்துக்கொண்டு, "நட, நட. சீக்கிரம் போ" என்று உறுமினான்.

தங்களைத் தொடர்ந்து வந்த சிறுவர்களை அதட்டி விரட்டினான் அவன். சிறுவர்கள் அங்கேயே நின்று, யோஹான் முதுகை ஒரு தடவை உற்று நோக்கினர். பிறகு அங்கிருந்து அவரவர்களுடைய வீடுகளுக்குத் திரும்பிச் சென்றனர்.

யோஹான் கண் இமைகள் ஒன்றோடொன்று ஒட்டிக் கொண்டன. அதையும் மீறி, சற்று கண்களைத் திறந்தான். காடாரம்பப் பகுதி அவனுக்கு ஓரளவு தெரிந்தது. ஆற்றையும் கிராமத்தையும் இணைத்து ஒரு பெரிய, கருநிற வளைவு போட்டதைப் போலிருந்தது அது. நிலம் மஞ்சளாக இருந்தது. காட்டுக்கு அப்பால் தெரிந்த வானமும் மஞ்சளாக மாறத் தொடங்கியிருந்தது. யோஹான் காதுகளில் இன்னதென்று விவரிக்க முடியாத இரைச்சல் கேட்டுக் கொண்டிருந்தது. அத்துடன் புல்வெளியில் ராட்டினம் சுழலும்போது வாசிக்கப்படும் இசையும் இப்போது கலந்து ஒலித்தது.

ஓவர்வீலர்பாக் எல்லையிலுள்ள கடைசி வயல்களைத் தாண்டி அவர்கள் சென்று கொண்டிருந்தனர்.

ஒரு விவசாயி எதிர்ப் புறத்திலிருந்து வந்தான். இரு போலீஸார் ஒருவனை ஏன் நகரத்திற்கு அழைத்துச் செல்லுகின்றனர் என்று அறிய ஆவலுற்று அவன் அருகில் வந்தான்.

ஆல்கியர் வேலை செய்து கொண்டிருந்த வயல் வழியாக அவர்கள் சென்றனர். அவன் யோஹானை அடையாளம் கண்டு கொண்டான். திடீரென்று அவனுக்கு எல்லாம் விளங்கியது. உடல் நடுங்கிற்று. நாலாபுறங்களிலும் பறந்துகொண்டிருந்த தாடி துடித்தது. எதையோ வாயில் போட்டு மெல்லுவதைப் போல, முகவாய்க்கட்டை முன்னும் பின்னும் சென்றது. பிக்காசு கையிலிருந்தபடியே சாலையோரத்திற்கு வந்தான். அடுத்த கணம் என்ன தோன்றியதோ, என்னவோ. பிறந்த குழந்தையை முதல் தடவையாக மாதா கோயிலுக்குக் கொண்டு போகும் போதோ, அல்லது இறந்தவர்களைப் புதைப்பதற்கு எடுத்துச் செல்லும்போதோ, அருகிலுள்ளவர்கள் தொப்பியை எடுத்து விட்டு மரியாதை செய்வார்களல்லவா? அதைப்போல் பிக்காசைக் கீழே போட்டுவிட்டு, தொப்பியை எடுத்துக் கையில் பிடித்துக்கொண்டு நின்றான்.

◆◆◆